நாஞ்சில் நாடன்
நேர்காணல்கள்

தொகுப்பு
மு.வேலாயுதம்

விஜயா பதிப்பகம்
20, ராஜ வீதி,
கோயம்புத்தூர் - 641 001.
vijayapathippagam2007@gmail.com

நாஞ்சில் நாடன் நேர்காணல்கள்
Nanjil Nadan Nerkanalgal

தொகுப்பு : மு.வேலாயுதம்

முதல் பதிப்பு: செப்டம்பர் 2015

விஜயா பதிப்பகம்

20, ராஜ வீதி, கோயம்புத்தூர் - 641 001.

℃ 0422 - 2382614 / 2385614

www.vijayapathippagam.org

ஒளியச்சு / புத்தக வடிவமைப்பு : ஐரிஸ் கிராபிக்ஸ், கோவை.

அட்டை வடிவமைப்பு : ஆர்.சி.மதிராஜ், சென்னை.

அச்சாக்கம் : ஜோதி எண்டர்பிரைசஸ், சென்னை - 5.

ISBN - 81-8446-685-4 / பக்கம் : 352 / விலை : ரூ. 220/-

உலகம் முழுக்கப் பரவி வாழும்
தீவிரத் தமிழ் வாசகர்கள், நண்பர்கள்
அனைவருக்கும்

நன்றி

நேர்காணல் வெளியிட்ட இதழ்கள்

தினமணி, தினமலர், தினகரன்....

ஆனந்த விகடன், விகடன் இணைய தளம், என் விகடன், விகடன் புக்ஸ்....

குமுதம் தீராநதி, குங்குமம், கலைமகள், கல்கி...

சுபமங்களா, புதியபார்வை, செம்மலர், சீர்வரிசை,

புதிய புத்தகம் பேசுது, ரசனை...

உலகத்தமிழ்.காம், இனிய உதயம், அமுதம், விசுவாமித்திரன், சூரிய கதிர், பல்சுவை காவியம், சரவணா ஸ்டோர்ஸ் வார இதழ், பிம்பம்...

தென்றல் (U.S.A.), தாய்வீடு (கனடா)...

சந்தித்த நண்பர்கள்

கமலாலயன், ஜி.ஜி.ஆர், சுப்ரபாரதிமணியன்,
தமிழ் நதி, மதுமிதா, சிபிச்செல்வன், கடற்கரய்,
எஸ். சந்திரமௌலி, த.செ. ஞானவேல்,
கீரனூர் ஜாகிர்ராஜா, தளவாய் சுந்தரம், சிவதாணு,
ரீ. சிவக்குமார், என். சுவாமிநாதன், கதிர் பாரதி,
ஆர்னிகா நாசர், ஜீவ சகாப்தன், குமரி அமுதன்,
கல்லை அன்சாரி, மகாதேவன், ஆனந்தவல்லி,
சிவன், கிளிக் ரவி, பாரதி மித்திரன், பிரபாகர்,
C. உமா சங்கர், அரவிந்த் சுவாமிநாதன்...
அருணா சாயிராம், R. ரவீந்திரன், C.R. கோபிநாத்...
மற்றும் முகமறியா வாசகர்கள்....

பாயிரம்

பேட்டி, இன்டர்வியூ, நேர்முகம், நேர்காணல், செவ்வி என பற்பல நாமம் பூண்டது இந்த இலக்கிய வடிவம். அவற்றுள் பேட்டி எனும் சொல், பெரிதும் இன்று செலாவணியாகிறது. பேரகராதி 'பேட்டி' எனும் சொல்லுக்குப் 'பெரியோரைக் காண்கை' என்று பொருள் தருகிறது. அந்தச் சொல், உருது மொழிப் பிறப்பென்றும் கூறுகிறது. பேராசிரியர் அருளி, தமது அயற்சொல் அகராதியில் அதனை உறுதி செய்கிறார். அவர் தரும் பொருள், நேருசா. ஏதோ உருதுச்சொல் போலத் தோன்றுகிறதா? நேர் + உசா = நேருசா. அதாவது நேருசாவல், அதாவது நேர் உசாவல். அந்தச் சொல் தமிழ்ச் சமூகத்தில் சுற்றுக்கு வராமற் போனதன் காரணம் ஆராயற்பாலது.

பெரியோரைக் காண்கை, பெரியோரைக் காண்தல் எனும் போது எனக்கு ஔவையாரின் பாட்டு கவனத்துக்கு வருகிறது.

'நல்லாரைக் காண்பதுவும் நன்றே, நலமிக்க
நல்லார் சொல் கேட்பதுவும் நன்றே - நல்லார்
குணங்கள் உரைப்பதுவும் நன்றே அவரோடு
இணங்கி இருப்பதுவும் நன்று'

என்கிறார் மூதுரையில். ஒருவேளை, பேட்டிக்கு, ஔவை இதன்மூலம் இலக்கணம் கூற முயன்றிருக்கிறார் எனலாம்.

பெருவணிகரிடம், பெருந்தொழிலதிபரிடம், செல்வந்தரிடம், கல்வித் தந்தையரிடம் ஒரு பேட்டி வாங்கிக்கொண்டு ஆறு மாதத்துக்கு விளம்பரமும் வாங்கிச் செல்வது ஒரு சாதுர்யம். சினிமா நடிக நடிகையர் பேட்டிக்கு கவர்ச்சித் தன்மையும் கவிச்சித் தன்மையும். எனவே சர்க்குலேஷன் நோக்கமும் உண்டாம். நடிகைகள் பேட்டி மூலம் அந்தக் காலத்தில் நான் அறிந்தது, சிறந்த மருத்துவராக வந்திருக்க வேண்டியவர்கள் சினிமாவுக்கு வந்ததனால், சமூகத்துக்கு இழப்பு நேர்ந்துவிட்டதே என்பது.

ஓவியர், சிற்பி, நட்டம் புரிவோர், இசையறிஞர் பேட்டிகள் மூலம் அவர் பயின்ற கலை நுணுக்கம், கலைக் கொள்கை பற்றி சாமான்யரும் அறிந்துகொள்ள முடிந்தது. அரசியல்காரர்கள் பேட்டிகள், தாம் சாதித்ததாகக் கருதியவற்றையும் சாதிக்க இருப்பதையும் விற்பனை செய்ய முயலும். கனவுகளை விற்பதாகக் கூறிக்கொண்டு அவர்கள் களவுகளை விற்பவர்கள். சமூக மேம்பாட்டுப் பேராளிகள் தம் செயல்களுக்கு ஆதரவு கோரிப் பேட்டியளிப்பார்கள். ஆனால் எழுத்தாளர் என்பவர் தமது எழுத்து பற்றியும் கட்டுரை அல்லது கவிதை வடிவத்தில் வெளிப்படுத்த முடியாத செய்திகள் பற்றியும் மனம் திறந்து நேர்காணல்களில் பேச முயலலாம். சில முரண்களுக்கும் பகைக்கும் காழ்ப்புக்கும் கூடப் பதில் சொல்லலாம்.

தமிழில் நேர்காணல்களின் தொகுப்பு முதன்முதலாக எவருக்கு யாவரால் வெளியிடப் பெற்றது என அறிகிலேன். பத்துப் பன்னிரண்டு ஆண்டுகளுக்கு முன்னர் மதுரைப் புத்தகக் கண்காட்சியின்போது உயிர்மை வெளியீடாக எஸ். ராமகிருஷ்ணனின் நேர்காணல்கள் தொகுப்பு நான் வெளியிட்டது நினைவுக்கு வருகிறது. சுப மங்களாவில் கவிஞர் இளையபாரதி கண்ட நேர்காணல்களை எல்லாம் தொகுத்து 'கலைஞர் முதல் கலாப்பிரியா வரை' எனும் தலைப்பில் வெளியிட்டார். சுபமங்களாவில் வெளியான எனது நேர்காணல் எழுத்தாளர் சுப்ரபாரதிமணியன் கண்டது. எனவே இளைய பாரதியின் GALAXY-யில் என்னால் அமரக்கூடவில்லை.

எனது முதற்பேட்டி, பம்பாயில் இருந்து வெளியான 'சீர்வரிசை' எனும் மாத இதழில் 1993-ல் வெளியானது. தாராவியில் வாழ்ந்த, பம்பாயின் திராவிட இயக்க ஆதித் தொண்டர்களில் ஒருவரும் சமூகப் போராளியும் என் மீது அன்பு பூண்டிருந்த அண்ணனுமான சண்முகராசன் அதன் ஆசிரியர். அவரது மருமகன் குமணராசன் இன்று 'தமிழ் இலெமூரியா' மாத இதழின் ஆசிரியர். என்னை முதன்முதலில் பேட்டி கண்டவர், நான் கோயம்புத்தூருக்கு வந்த பிறகு, பெரியவர் ஜி.ஜி. ராதாகிருஷ்ணன்.

தொடர்ந்து 2014 வரை, நாற்பதுக்கும் மேலான பேட்டிகள் எடுக்கப்பட்டிருக்கின்றன. அவற்றுள் சில காணாமற் போக்கினேன். சிலவற்றில் கூறியது கூறல் எனும் குற்றம் மலிந்திருந்ததனால் தவிர்த்தேன். தவிரவும் வானொலி, காணொலி நேர்காணல்களின் எழுத்து வடிவம் என்னிடம் இல்லை.

இருபது ஆண்டுகளாகக் காணப்பட்ட செவ்விகளின் தொகை என்பதால், சில தகவல்கள் திரும்பத் திரும்ப வரும். சில பெயர்களும் மறுபடி மறுபடி வரும். கூடுமானவரை தவிர்த்தும் தேவை கருதி அனுமதித்தும் இருக்கிறேன்.

சற்று யோசித்துப் பார்க்கையில், சில பொய்க் கூற்றுக்களுக்கு எதிர் வினையாற்ற, தப்பான புரிதல்களை செம்மைப்படுத்திக் கொள்ள, எனக்குள்ளும் பிறர்க்குள்ளும் இருக்கும் காழ்ப்புக் கிழங்கை அகழ்ந்து எடுக்க, இந்த நேர்காணல்கள் எனக்குப் பயன்பட்டிருக் கின்றன. கசப்பை எதற்கு வாழ்நாள் பூரா காமம் போல் சுமந்து திரிய வேண்டும்? சித்திர குப்தன் பேரேட்டைத் திரும்பிப் பார்த்து, பாவ புண்ணிய வரவு செலவு ஐந்தொகை போடும் காலமும் ஆகிறதல்லவா?

கட்டுரைகளில் தவிர்த்த சிலவற்றை, நேர்காணல்கள் மூலம் விளம்ப முடிந்ததில் மகிழ்ச்சி. என் கண்ணோட்டம் சரியா, பிழையா என்பதை வாசகர்களே தீர்மானிக்கலாம்!

எப்போதும் போல் என் புத்தகங்களைத் தனிக் கவனத்துடன் விரும்பி வெளியிடும் விஜயா பதிப்பகத்து வேலாயுத அண்ணாச்சிக்கும் அவர் மகன் சிதம்பரத்துக்கும் நன்றி. நேர்த்தியாக நூலை வடிவமைத்த நண்பர் ஐரிஸ் இராசாராமன், அட்டைப்படம் வடிவமைத்தோர், தயாரித்தோர் யாவர்க்கும் நன்றி.

கோயம்புத்தூர் - 641 042 | **மிக்க அன்புடன்**
16 ஏப்ரல் 2015 | **நாஞ்சில் நாடன்**

நேர்காணல்கள்

			பக்கம்
1. சீர்வரிசை (பம்பாய்)	:	நேர்காணல்	
சந்திப்பு	:	ஜி.ஜி.ஆர்	13
2. சுபமங்களா	:	நேர்காணல்	
சந்திப்பு	:	சுப்ரபாரதி மணியன்	23
3. சரவணா ஸ்டோர்ஸ் வார இதழ்	:	நேர்காணல்	
சந்திப்பு	:	ஆர்னிகா நாசர்	37
4. உலகத்தமிழ்.காம்	:	நேர்காணல்	
சந்திப்பு	:	சிபிச்செல்வன்	43
5. குங்குமம்	:	நேர்காணல்	
சந்திப்பு	:	கல்லை அன்சாரி	73
6. இனிய உதயம்	:	நேர்காணல்	
சந்திப்பு	:	சிவதாணு	76
7. பிம்பம்	:	நேர்காணல்	
சந்திப்பு	:	பிரபாகர்	82
8. முனைவர் பட்ட ஆய்வு	:	நேர்காணல்	
சந்திப்பு	:	ஆனந்த வல்லி	90
9. எழுத்து	:	நேர்காணல்	
சந்திப்பு	:	தினமணி நிருபர்	98
10. குமுதம் தீராநதி	:	நேர்காணல்	
சந்திப்பு	:	கடற்கரய்	101
11. விகடன் புக்ஸ்	:	நேர்காணல்	
சந்திப்பு	:	மகாதேவன்	125

12. ஆனந்த விகடன் சந்திப்பு	: :	நேர்காணல் தளவாய் சுந்தரம்	129
13. குங்குமம் சந்திப்பு	: :	மனவிலாசம் டி.அருள் எழிலன்	142
14. ஆனந்தவிகடன் சந்திப்பு	: :	நேர்காணல் ரீ.சிவக்குமார்	145
15. அமுதம் சந்திப்பு	: :	நேர்காணல் குறிப்பு சிவன்	151
16. விசுவாமித்திரன் சந்திப்பு	: :	நேர்காணல் 'கிளிக்' ரவி	156
17. புதிய பார்வை சந்திப்பு	: :	நேர்காணல் ஜீவசகாப்தன்	160
18. கலைமகள் சந்திப்பு	: :	நேர்காணல் பாரதி மித்ரன்	167
19. ஆனந்த விகடன் சந்திப்பு	: :	என் ஊர் என்.சுவாமிநாதன்	177
20. கல்கி சந்திப்பு	: :	பரதேசி Exclusive எஸ்.சந்திரமௌலி	179
21. குங்குமம் சந்திப்பு	: :	திருப்புமுனை த.செ.ஞானவேல்	182
22. தினமலர் சந்திப்பு	: :	நேர்காணல் தினமலர் நிருபர்	192
23. செம்மலர் சந்திப்பு	: :	நேர்காணல் கமலாலயன்	196
24. புதிய புத்தகம் பேசுது சந்திப்பு	: :	நேர்காணல் கிரனூர் ஜாகிர்ராஜா	216
25. தென்றல் (U.S.A) சந்திப்பு	: :	நேர்காணல் அரவிந்த் சுவாமிநாதன்	245
26. தாய்வீடு (கனடா) சந்திப்பு	: :	நேர்காணல் தமிழ் நதி	249
27. ஆனந்த விகடன்	:	விகடன் மேடை	280

28. சூரிய கதிர் சந்திப்பு	: நேர்காணல் : மதுமிதா	314
29. பல்சுவை காவியம் சந்திப்பு	: நேர்காணல் : ஜீவசகாப்தன்	321
30. நேர்காணல்		331
31. நேர்காணல்		333
32. ரசனை அருணா சாயிராம் சந்திப்பு	: நாஞ்சில் நாடன் கண்ட நேர்காணல் : நாஞ்சில் நாடன் R. ரவீந்திரன் C.R. கோபிநாத்	336

1 சீர்வரிசை (பம்பாய்)

நேர்காணல் நவம்பர் 1993

சந்திப்பு
ஜி.ஜி.ஆர்

கே: தமிழ்ச் சிறுகதைப் படைப்பாளிகளிடையே சிறப்பான இடத்தைப் பெற்றிருக்கிறீர்கள். இலக்கியத்தரமான சிறுகதைகளை எழுத வேண்டுமென்ற ஆர்வம் தங்களுக்கு எப்போது ஏற்பட்டது? அதன் பின்புலம் என்ன?

பதி: நான் வேலைதேடி பம்பாய் போன பிறகுதான் இலக்கியத் தரமான படைப்புகளைப் படிக்கும் ஆர்வம் ஏற்பட்டது. தேடித் தேடிப் படிக்கும் அவகாசமும் சூழ்நிலையும் அங்கு கிடைத்தன. பம்பாய்த் தமிழ்ச்சங்க வெளியீடாக வந்துகொண்டிருந்த 'ஏடு' எனக்கொரு பயிற்சிக்களமாக அமைந்தது. காலஞ் சென்ற கவிஞர் கலைக்கூத்தன் போன்ற நண்பர்கள் என்னை ஊக்கப் படுத்தினார்கள். நான் மதித்த இலக்கிய ரசிகர் ஒருவரிடம் ஆரம்பகால சிறுகதையைக் காட்டினேன். அதை அவர் "No - Better Than Toilet Paper" என்றார். அது என்னை மேலும் ஊக்குவித்தது.

கே: உங்கள் முதல் சிறுகதை வெளிவந்த ஆண்டு, பத்திரிகையின் பெயர் என்ன? முதல் படைப்பு சிறுகதையா, நாவலா அல்லது குறுநாவலா?

பதி: 1975 என்று நினைவு. 'விரதம்' என்ற சிறுகதை அமரர் நா.பார்த்தசாரதி நடத்திவந்த 'தீபம்' பத்திரிகையில் வெளி வந்தது. பின் அந்தச் சிறுகதை சிறந்த மாதச் சிறுகதையாக சென்னை 'இலக்கியச் சிந்தனை' என்ற அமைப்பு தெரிவு செய்தது.

எனது முதல் படைப்பு சிறுகதைதான். கலைக்கூத்தன், வண்ண தாசன் ஆகியோரின் ஊக்குவிப்புகளின் காரணமாக நாவல் எழுதத் துவங்கினேன். தொடர்ந்து 1985 வரை எழுதினேன். இடையில் ஏழு ஆண்டுகால உறைவு. மறுபடியும் 1992 முதல் எழுத ஆரம்பித்துள்ளேன்.

கே : நாஞ்சில் நாட்டினைச் சேர்ந்தவர் என்பதால் அங்கு நிலவுகின்ற வட்டார வழக்குச் சொற்களை மட்டுமே படைப்புக்களில் தரவேண்டுமென்பது விருப்பத்தின் வெளிப்பாடா அல்லது 'மண்ணின் மைந்தன்' என்பதை வெளிக்காட்டவா?

பதி : நாஞ்சில் நாட்டைச் சேர்ந்தவன் என்பதால் அங்கு நிலவுகின்ற வட்டார வழக்குச் சொற்களை மட்டுமே படைப்புகளில் தர வேண்டும் என்று எனக்கு நிர்ப்பந்தம் கிடையாது. மண்ணின் மைந்தன் என்பதில் எல்லாம் எனக்கு நம்பிக்கை இல்லை.

எனக்குத் தெரிந்த பரிச்சயமான விஷயங்களை மட்டுமே எழுதினேன். அவற்றை இயல்பான விதங்களில் வெளிக்கொண்டு வர ஆசைப்பட்டேன். அறிந்த மொழியைப் பயன்படுத்திக் கொண்டேன். 'கருக்கு என்றொரு சொல் என்னிடம் இருந்தாலும், அதன் இன்னொரு சொல்லான 'இளநீர்' எனக்குத் தெரிந்ததாக இருந்தாலும் என் கதாபாத்திரங்கள் பயன்படுத்திய 'கருக்கு' என்ற சொல்லையே பயன்படுத்தினேன்.

சொல் மாற்றிக் கொண்டிருக்க நான் பிரியப்படவில்லை. அப்படிச் சொல்லை மாற்றி எழுதும்போது சரியான உணர்ச்சியை அடைய முடியவில்லை. அரைகுறை வெளிப்பாட்டு உணர்ச்சி யுடன் வாசகனை அடைய எனக்குச் சம்மதமில்லை.

'பங்காளி' என்ற சொல் எனக்குத் தெரியும். அது வேறு ஒரு பிரதேசத்தில் புழக்கத்தில் இருக்கும் தமிழ்ச்சொல். எனக்கு அறிமுகமான, எனது மாந்தர்கள் பயன்படுத்தும் 'சொக்காரன்' என்பதும் 'பங்காளி'தான். எனக்கு இயல்பாகவே தெரிந்திருந்த எனது கதாமாந்தர்கள் சாதாரணமாகப் பயன்படுத்துகின்ற 'சொக்காரனை'ப் புறக்கணித்துவிட்டு வேறொரு பகுதி மக்கள் பயன்படுத்தும் 'பங்காளி'யைத் தேடிப் போகும் அவசியத்தின் நியாயம் என்ன?

கே : நாஞ்சிலைச் சேர்ந்தவர்களுக்குப் புரிந்து ஈடுபாட்டுடன் அவை படிப்பதற்கு உதவும். மற்ற மாவட்டங்களைச் சேர்ந்தவர்களுக்குச் சிரமங்கள் ஏற்படாதா?

பதி : மற்ற பகுதி வாசகனுக்கு சில சொற்கள் சிரமம் தரலாம். அது ஒன்றும் பெரிய விஷயமில்லை. கிட்டத்தட்ட அவன் பொருளைப் புரிந்து கொள்வான். மறுபடி அந்த சொல்லைப் படிக்க நேரிடும்போது அவனுக்குத் தீர்மானமாகத் தெரிந்து

தீர்மானமாகத் தெரிந்து போகிறது. இதுவரை எழுதப்பட்ட பல பகுதிப் படைப்பாளி களின் நாவல்களில் புரியவில்லை என்ற குறை யாருக்கு ஏற்பட்டிருக்கிறது?

ஆங்கிலத்தில் நாவல் எழுதுகிறவர்கள் நேரடியாக எத்தனை பிரெஞ்சு சொற்களைப் பயன்படுத்துகிறார்கள். நான் வாசிக்க ஆரம்பித்த காலத்தில் 'அசடு' என்ற சொல், 'ரேழி' என்ற சொல், எனது பாடப்புத்தகங்களில் வராத, அகராதிகளில் இல்லாத சொல் எனக்குப் புரியவில்லையா? தஞ்சைப்பகுதி, வட ஆற்காடு, தென்ஆற்காட்டுப் பகுதிச் சொற்கள் புரியவில்லையா? என்னைக் கணக்கில் எடுத்துக்கொண்டு சொல் மாற்றம் செய்து கொண்டா இருந்தனர்?

நான் வேலைமெனக்கட்டு எதற்காகச் செய்துகொண்டிருக்க வேண்டும், எனக்குத் திருப்தி இல்லாத சுவாரசியம் இல்லாத காரியத்தை!

இதெல்லாம் ஒரு வாதமே இல்லை. படைப்பாளிக்கு தன்னைப் பொறுத்தவரை, நியாயமாகச் செயல்பட வேண்டியதுதான் பிரதான விஷயம். வாசகனின் புரிதல் என்பது இரண்டாவது நிலை. வாசகனின் புரிதலை நினைவில் வைத்துக் கொண்டு படைப்பு ரீதியாக இயங்க முடியாது. எழுதுகின்ற சூழ்நிலையில் 'பாக்ரி' என்ற மராத்தியச் சொல் ஒரு வகை ரொட்டி என்பது புரிந்துவிடும் அது போதும்.

அதன்றி சோளமும், உளுந்தும், பச்சரியும் 3:2:1 என்ற விகிதத்தில் கலந்து திரித்து வென்னீர் விட்டுப் பிசைந்து கையால் தட்டி தவாயில் சுட்டு எடுக்கும் கனத்த ரொட்டி என்று தெளிவாக்கிக் கொண்டே போக வேண்டியது இல்லை.

தீவிரமான இலக்கிய வாசகன் என்பவன் படைப்பவனை விடவும் புத்திசாலி என்றே கருதுகிறேன்.

கே : **பாகம் பிரிப்பது அல்லது வேறு விதமாகக் கூறினால் தன்னைச் சார்ந்துள்ளவர்களுக்காக படைக்கின்ற கதைகள் என்று கூடச் சொல்லலாம், அதாவது கரிசல்காட்டு கதை, தாமிரபரணிக் கதை, கொங்குக் கதை, அக்கால ஃபிரெஞ்சு ஆளுகையிலிருந்த இக்கால புதுச்சேரிக் கதை, தஞ்சை, முகவைக் கதைகள் என்று வெளிவருகின்றனவே. இது பற்றி தங்களின் கருத்து என்ன?**

பதி : இது ஒன்றும் பாகம் பிரிப்பது இல்லை. தன்னைச் சார்ந்தவர்களுக்காகப் படைக்கப்படுவதும் இல்லை. இது பொய்யான குற்றச்சாட்டாகும். உண்மையில் எனது கதைகளையும், நாவல்களையும் பாராட்டுபவர்கள் நாஞ்சில் நாட்டுக்காரர்கள் இல்லை. பகுப்பு என்பது ஆய்வாளர் தங்களின் வசதிக்காக, புத்திக்கு எட்டியபடி செய்து கொண்டது. எந்த வட்டாரத்தின் சின்ன பாதிப்பும் இல்லாமல் எழுத முயற்சி செய்தால் அதை இலக்கியம் என்று யாரும் சொல்லுவது இல்லை.

இது நமது மொழிக்கு மாத்திரமேயான பிரச்னை இல்லை. மராத்தியில் எழுதுகிறவனுக்கும் இது பொதுதான். நாக்பூர் காரனின் கலாச்சாரம் வேறு கோலாப்பூர்காரனின் கலாச்சாரம் வேறு, பண்டர்பூர்காரனின் கலாச்சாரம் வேறு. எப்படி படைப்பு ஒரே மாதிரியாக இருக்க முடியும்?

நாஞ்சில் பகுதியில் நான் கொண்டு வருபவை ஒரு சிறு பங்கே ஆகும். நான் ஆழமாக, அறிந்திராத, முயற்சி செய்யாத பகுதி நிறைய உண்டு. ஒவ்வொன்றிலும் இருந்து படைப்புகள் வரவேண்டும். அப்போதுதான் சகமனிதனைப் புரிந்து கொள்ள முடியும். இலக்கியம் என்பது ஒரே மாதிரியான ஹவுஸிங் போர்டு வீடுகள் கட்டுவதல்ல.

கல்யாண்ஜி, ஒரு கவிதையில் சொல்வதுபோல், தொட்டிப்பூ உனது சதுரமான எதிர்பார்ப்புக்கு பூத்துக் கொண்டிருக்காது. பூப்பது அதன் இஷ்டம். போய்ப் பார்ப்பது உன் இஷ்டம்.

கே : **சிறுகதை, கவிதை, நாவல் அல்லது குறுநாவல் என்பனவற்றில் உங்களுக்கு ஆர்வம் அதிகமாக இருப்பது எது? இவ்வகைகளில் தாங்கள் நிறையப் படைத்திருப்பவை எதுவென்று கூறமுடியுமா?**

பதி : நான் இதுவரை குறுநாவல் ஒன்றுகூட எழுதவில்லை. கவிதைகள் முப்பது எழுதியிருப்பேன். ஐந்து நாவல்கள் எழுதியிருக்கிறேன். ஐம்பது சிறுகதைகள் எழுதியிருப்பேன். எனது நோக்கம் நிறையப் படைப்பதல்ல, ஐம்பது ஆண்டுகளாவது வாழ்ந்திருக்கக் கூடியவற்றைப் படைப்பது, சிறுகதையானாலும், நாவலானாலும். கவிஞன் என்று சொல்லிக் கொள்கிற தகுதி எனக்கிருப்பதாக நான் நம்பவில்லை.

ஆரோக்கியமாக வைத்திருக்கும். பரிசு வழங்கும் எல்லா அமைப்புகளும் தமிழ் எழுத்தாளனின் பல்வரிசை அழகு கருதிப் பரிசளிக்கின்றன. விபத்துப்போல தகுதியானவனுக்கு பரிசு போய்ச் சேர்ந்து விடுகிறது பரிசு வாங்காமல் இருப்பது என்பது இன்று பெரிய கௌரவமாகக் கருதப்படுகிறது. பரிசுகள் ''அனாசின் சாப்பிடுவதற்கு முன் - அனாசின் சாப்பிட்ட பின்'' போன்று சுயமான படைப்பாளியிடம் எந்த மாற்றமும் ஏற்படுத்துவதில்லை. பரிசுகள், பாராட்டுக்கள் எல்லாமே படைப்பின் வெளிச்சுற்றில் நிற்கும் விஷயங்கள்.

ஆனால் தகுதியற்ற குப்பைகள், பரிசு பெறும்போது எல்லா நல்ல படைப்பாளியும் ஒரு அவமரியாதைக்கு, கேவலத்துக்கு ஆளாகிறான். சமீபத்தில் சாகித்ய அகாதமி விருது பற்றிய சுந்தர ராமசாமியின் கருத்தை நான் மனப்பூர்வமாக ஆதரிக்கிறேன்.

கே : **மனித மன வக்கிரங்களை, இயலாமையை, வறுமையைப் பற்றிய கதைகள், யதார்த்தமான இலக்கியத்தரம் வாய்ந்த கதைகள் என்று முத்திரை குத்தப்படுவதாக ஒரு கருத்து நிலவுகிறது. வாசகர்கள் அவற்றைப் படித்துவிட்டு 'ஆர்ட் ஃபிலிம்' கதைகள் என்று ஏகடியம் பேசுகின்றனர். இதுபற்றி தங்களின் கருத்து என்ன?**

பதி : இன்று சிறுகதைகள் எல்லா விஷயங்களையும் ஆராய்ந்து கொண்டிருக்கின்றன. வக்கிரத்தை, இயலாமையை, வறுமையைப் பற்றி எழுதுவதையும் சேர்த்து. இலக்கியத்தரமான கதைகள் பல அந்த விஷயங்களையும் கலையாக்கியுள்ளன.

மேலோட்டமான வாசக மனம், சுவாரசியங்களைத் தேடி அலையும் வாசக மனம், எதையும் தேடிக் கண்டடைய நாட்டம் இல்லாத வாசக மனம் எது வேண்டுமானாலும் பேசும்.

இலக்கியம் அவர்களின் அங்கீகாரத்தை எதிர்நோக்கி நிற்கவில்லை. தமது தகுதிக்கேற்ற விஷயங்களில் அவர்கள் ஈடுபாடுகள் கொண்டிருப்பது தவறல்ல. ஆனால் பொதுவான ஒரு தமிழ்க் குணம் உண்டு. தனக்குத் தெரியாத விஷயம் உலகில் எதுவுமே இல்லை என்று நினைப்பதும், தனக்குப் புரியாத விஷயங்கள் அற்பமானவை என்று எண்ணுவதும் இயல்பாகிவிட்ட ஒன்றாகும். நாங்கள் இவற்றைப் பொருட்படுத்திக் கொண்டிருப்பதில்லை.

கே : **குடும்ப உறவுகளின் சிறுசிறு அதிர்வுகளை, ஆண் பெண் உறவில் நிகழ்கின்ற நுட்பமான சூழல்களை கதைகளில் வெளிப்படுத்துகின்ற**

எழுத்தாளர்களே இந்நாளில் வெற்றி பெறுகின்றனர் என்று சொல்லப்படுகிறதே, உண்மையா? உங்களது கண்ணோட்டம் என்ன?

பதி : இலக்கியத்தில் வெற்றி தோல்வி என்றெல்லாம் கிடையாது. அது ஒரு ஓட்டப்பந்தயம் அல்ல. முயற்சி முக்கியமானது. அது ஆத்மார்த்தமாக இருக்க வேண்டும். குடும்ப உறவுகளைச் சித்தரிப்பது, ஆண், பெண் உறவுகளைச் சித்தரிப்பது என்பது ஒருவகை மட்டும்தான். இன்று சிறப்பாகச் சிறுகதைகள் எழுதிக் கொண்டிருக்கிற ஜெயமோகன் அல்லது கோணங்கி நீங்கள் சொன்ன விஷயங்களை எழுதிக் கொண்டிருப்பவர்கள் அல்ல.

சூரியனுக்குக் கீழே இருக்கிற எல்லாமும் சிறுகதையாகத் தகுதி உடையவைதாம். நகரத்துச் சூழலில் வளர்ந்தவன் கண்ணோட்டம் வேறு, கிராமத்துச் சூழலில் வளர்ந்தவன் கண்ணோட்டம் வேறு, தலித்தின் கண்ணோட்டம் வேறு, பெண்ணின் கண்ணோட்டம் வேறு, போராளியின் கண்ணோட்டம் வேறு. அவரவர் கலையை அவரவர்கள் செய்கிறார்கள். இவை ஒன்றுக் கொன்று முரண்பட்டவை அல்ல.

கே : **சமுதாயப் பிரச்னை பற்றி அக்கறை கொள்ளாமல் மன உணர்வுகளை மட்டுமே மையமாக்கி தத்துவ நோக்கில் படைக்கப் படும் கதைகள் வெற்றி பெறுமா? தற்போது இதுபோன்ற படைப்புகள் சிற்றிதழ்களில் வெளிவருகின்றனவா அல்லது வெகுஜன பத்திரிகைகளில் வெளியிடப்படுகின்றனவா?**

பதி : நான் முன்பு உங்களிடம் கூறியதுபோல் வெற்றி தோல்வி என்பது பிரச்னை அல்ல. வெகுஜனப் பத்திரிகைகள் வேறு காரியம் செய்து கொண்டிருக்கின்றன. வியாபாரிக்கும் படைப்பாளிக்கும் என்ன சொந்தம் இருக்க முடியும்?

சிற்றிதழ்கள் மட்டுமே உண்மையான இலக்கிய அக்கறை களுடன் செயல்பட்டுக் கொண்டிருக்கின்றன.

மற்றபடி மனஉணர்வு என்பதும், தத்துவ நோக்கு என்பதும் சமுதாயப் பிரச்சினைகளுக்கு உள்ளே அடங்கியதுதான். ஜாதி, ஏழ்மை, லஞ்சம், அடக்குமுறை மட்டுமே அல்ல சமுதாயப் பிரக்னை. எல்லாப் படைப்புகளும் ஒரே தீவிரத்துடன், ஒரே தளத்தில் அமைய வேண்டும் என்றும் இல்லை.

கே : அரசியல் கற்பனைச் சம்பவங்கள் கலந்து படைக்கப்படும் சிறுகதைகள் சமுதாயச் சீர்கேடுகளைக் களைய, மக்களிடையே விழிப்புணர்வை ஏற்படுத்த உதவுமா? உங்களின் அபிப்ராயத்தைச் சொல்லுங்களேன்?

பதி : எல்லா கலைகளுக்கும் ஒரு நோக்கம் உண்டு. நம்பிக்கைகள், எதிர்பார்ப்புகள் நிறைய உண்டு. அந்த அடிப்படை இருசு இல்லாமல் கலைஞன் இயங்க முடியாது. சமுதாயச் சீர்கேடு களைக் களைய, மக்களிடையே விழிப்புணர்வை ஏற்படுத்த, சக மனிதனைப் புரிந்துகொள்ள, மேம்படுத்த, சகல ஜீவராசி களையும் நேசிக்க என்று கணக்கற்ற நோக்கங்கள் உண்டு. அதைப் புரிந்துகொள்ளுதலும், தேடிக் கண்டடைவதும் வாசகனின் தலையாய கடமை ஆகும்.

கே : சிற்றிதழ்களில் வெளிவருகின்ற கதைகள் வாசகர்களின் மனங்களைத் தொடும்படியாகவும், வெகு ஜனப் பத்திரிகைகளில் அவ்வாறு இல்லையென்றும் சொல்லப்பட்டு வருகிறதே. இதுபற்றி தங்களின் கருத்து என்ன?

பதி : சிற்றிதழ் கதைகள் தன்னையே ஆராய்ந்து கொள்பவை. தன்னையே செம்மைப் படுத்திக் கொள்ள முயற்சி செய்பவை. வாசகன் தன்னை அந்தக் கதைகளில் அடையாளம் கண்டு கொள்கிறபோது அவன் படைப்பாளியின் அனுபவத்தை நேரடியாகப் பகிர்ந்து கொள்கிறான். வணிகப் பத்திரிகைகள், வாசகனைக் கிளர்ச்சியூட்டி, கிறுகிறுப்பு ஊட்டி, போதை யூட்டி அதில் முதல் எடுப்பவை. இவை இரண்டும் முரண் பட்ட நிலைகளாகும். இதை நாம் ஒப்பீடு செய்ய இயலாது. துணிக்கடைப் பொம்மைக்கு 'சாரி' உடுத்துபவனையும், 'கதகளி'யாட்டத்துக்குத் தன்னை ஒப்பனை செய்து கொள் பவனையும் எப்படி ஒப்பீடு செய்ய முடியாதோ அதுபோல. டைபாய்டு கிருமிகயைத் தன்னுடலில் செலுத்தி ஆராய்ந்து மருந்து கண்டுபிடித்தவனின் மனோபாவமல்ல, இன்று உலகச் சந்தைக்கு மருந்து தயாரிக்கும் நிறுவனத்தின் மனோபாவம். தொழில் என்ற ரீதியில் மருந்து தயாரிப்பதும், சோப்பு தயாரிப்பதும் ஒன்றுதான்.

விற்பனை, லாபம் என்ற நோக்கங்கள் கொண்டவை அல்ல கலைப்படைப்புகள். இந்த வேறுபாடுதான் சிற்றிதழ் கதை களையும் ஜனரஞ்சக இதழ்களில் வெளியிடப்படும் கதை களையும் பகுத்துக் காட்டுபவை.

கே : கிராம வாழ்க்கையில் புகையாகப் படர்ந்த பெண்களின் வக்கிர மனோபாவம், குடும்பங்களைச் சிதைக்கின்ற அளவுக்கும், மனித நேயங்கள் சிதறிப் போகின்ற வகையிலும் ஏராளமான சிறு கதைகள் வெளிவந்து கொண்டிருக்கின்றன. இலக்கிய ஆர்வலர்களின் எண்ணங்களும் இதுதான் என்று சொல்லப்படுகிறது. இதுபற்றி உங்கள் கருத்துக்களை நான் அறிந்து கொள்ளலாமா?

பதி : பெண்களின் வக்கிர மனோபாவங்கள் என்று எதைச் சொல்கிறீர்கள் என்று புரியவில்லை. வக்கிரம் என்பது ஆண், பெண் இருவருக்கும் பொதுவானதே.

மூச்சு மூட்டும்படி அடைக்கப்பட்டுள்ள பெண்ணின் நியாயமான விடுதலை மனோபாவம்கூட ஆணின் பார்வையில் வக்கிரமாகத் தான் தோன்றும். குடும்பங்கள் சிதைபடுவது மனிதநேயங்கள் சிதறிப்போவது என்பன இன்று பொதுவான பிரச்சினைகள்.

கிராமங்களையும் அது பீடித்துக்கொள்ள ஆரம்பித்துள்ளது என்பது நாம் கண்டறிவது. அந்த விஷயங்கள் சிறுகதையாக வெளியாவது என்பது நியாயமற்ற செயலல்ல. இதில் பெண்களைத் தனிமைப் படுத்தி விசாரணை செய்வது நேர்மையான செயலல்ல.

கிராமத்துப் பொழில்களில் தாமரைக் கொடிகள் ஏன் பெண்களின் கால்களை மட்டும் சுற்றிச் சாகடிக்கின்றன. ஏன் பெண்களை மட்டும் பேய் பிடிக்கிறது என்பதை யோசித்துப் பார்க்க வேண்டும். பெண்ணின் பிரச்சினைகளை நேர்மையாகப் பதிவு செய்கின்ற இலக்கியம், தலித் இலக்கியம் என வெளி வரும்போது பலமான அதிர்ச்சிகள் காத்திருக்கின்றன.

நம்மால் புரிந்து கொள்ள முடியாதவை பற்றிய ஒரு குற்றச் சாட்டுச் சொல் 'வக்கிரம்' என்பது. ஒரு தலைமுறையின் வக்கிரங்கள் பல அடுத்த தலைமுறைக்குச் சாதாரணமாகிப் போவதையும் நாம் யோசித்துப் பார்க்கவேண்டும்.

கே : அருள், இரக்கம், கொடைத்தன்மை, பண்பு நயம், சகமனிதனை நேயத்துடன் நோக்கும் போக்கு இவையனைத்தும் 'Humanism' என்னும் ஆங்கிலத்தில் சுட்டப்படுகிறது. இவை தங்கள் படைப்பு களில் நிறைய காணக் கிடைக்கின்றன. அவற்றுக்குப் பரிசுகள் ஏதாவது பெற்று இருக்கிறீர்களா?

பதி : எனது படைப்புகள் மனிதநேயத்துடன் இருக்கின்றன என்று நீங்கள் கருதுவதுதான் எனக்குப் பாராட்டு, பரிசு எல்லாம். பரிசு வழங்கும் அமைப்புக்கள் தங்கள் தகுதிகளைத் தொலைத்து விட்டு தேடல் கவலையற்று இருக்கின்றன.

தமிழ் இலக்கியத்துக்கு தகுதி சேர்க்கும் தேர்ந்த எழுத்தாளர்கள் கேவலப்படுகிற சூழ்நிலையில் ஒரு பரிசைப் பெற்றுக் கொள்வது என்பது வழிப்பறி செய்வதற்கு சமமாக தோன்றுகிறது. மற்ற படி எந்த கலைக்குமே அடிப்படையான விஷயம் மனித நேயமே. மனிதநேயத்தைப் புறக்கணித்த ஒரு கலையை சிந்தித்துப் பார்க்க முடியவில்லை. ''மறத்திற்கும் அஃதே துணை''.

கே : வருணனை, உவமானங்கள், குறியீடுகள், படிமங்கள் இவற்றின் கூட்டுச் சேர்க்கையாக சிறுகதை ஒன்றில் படைத்துவிட இயலுமா? அவ்வகையான படைப்பைத் தந்தவர் யார்? அவரது படைப்புகள் உங்களைப் பாதித்தது உண்டா?

பதி : மௌனியை மனதில் கொண்டு இக்கேள்வியைக் கேட்டீர்களென நினைக்கிறேன். அவரை மட்டுமல்ல, தி.ஜானகிராமன், கு.ப.ரா. ஆகியோரது கதைகளையும் நான் ஊன்றிப் படித்ததுண்டு. ஆனால் அவர்களை முன்னோடிகளாக வைத்து நான் எழுத ஆரம்பிக்க வில்லை.

எனக்கென்று தனிவழி உண்டு. அதன் வழியே தான் படைப்புகள் உருவாக்கப்பட்டு வருகின்றன. நீங்கள் சொல்லும் எல்லாமே படைப்பின்போது தற்செயலாய் நிகழ்பவை. படைப்பென்பது கூட்டாஞ்சோறு பொங்குவது அல்ல.

அசலான கலைஞன் எவராயினும் என்னை எப்போதும் பாதிக்கிறான். ஆரம்ப காலத்தில் என்னை வெகுவாகப் பாதித்தவர்கள் புதுமைப்பித்தன், சுந்தர ராமசாமி, நீல.பத்மநாபன்.

பாதிப்புக்கு ஆட்படுத்துவதுதான் படைப்பு. சிறுகதை என்பது மாதிரிப் படிவம் முன்வைத்துக் கொண்டு செய்ய முயற்சிப்பதல்ல. அது சூறாவளி, ஆனி ஆடிக்கொந்தல், வாடை, தென்றல், கண்ணுக்குப் புலப்படாத அசைவைப் புலப்படுத்தும் அசைவு.

கே : பம்பாய் நகரச் சூழலில் பணியாற்றி நிறைய ஆண்டுகள் கழித்துள்ளீர்கள். அந்நகரச் சூழலில் நடுத்தர வர்க்க அல்லது வறுமைக் கோட்டிற்கு கீழே உள்ளவர்களைப் பற்றிய வெளிப்பாடுகள், அவலங்களைப் பற்றி உங்களால் சித்தரிக்கப்பட்ட படைப்புகள் நிறைய உண்டா?

பதி : பம்பாய் நகரச் சூழலில் நான் இரண்டு நாவல்கள் எழுதினேன். ஒன்று 1986ல் வெளியான 'மிதவை' இன்னொன்று இந்த ஆண்டில் வெளியாகும் 'சதுரங்கக் குதிரை' சிறுகதைகள் என்று வந்தால் மிகச் சொற்பமாகவே எழுதியிருக்கிறேன். பம்பாயின் அவலங்களில் எனக்குத் தெரிந்தவற்றில் நான் சொல்ல முடிந்திருப்பது சொற்பமே.

கே : மேலை நாட்டுப் படைப்பாளிகளில் உங்களுக்கு யாரைப் பிடிக்கும். அவர்களைப் பற்றிக் கூறமுடியுமா?

பதி : நான் பரவலாகக் கிடைத்ததை எல்லாம் படிப்பவன். ரஷ்ய இலக்கிய மேதைகளில் எனக்கு துர்கேனிவ் பிடிக்கும். ஐரோப்பிய எழுத்தாளர்களில் ஜேம்ஸ் ஜாய்ஸ், சாமர் செட்மாம், லத்தீன் அமெரிக்க கப்ரியல் கார்சியா மார்க்வெஸ்; ஜார்ஜ் லூயிஸ் போர்ஹெ, ஈடிஷ் மொழியில் எழுதும் ஐஸச் பெஸ்விஷ் ஸிங்கர் ஆகியோரைப் பிடிக்கும். நல்லவை எல்லாம் பிடிக்கும்.

கே : உங்களின் லட்சியங்கள் அனைத்தும் படைப்புகளின் மூலம் நிறைவேறி விட்டனவா என்பதை மறைக்காமல் கூறுங்கள். குறிப்பாக நீங்கள் படைப்புகளை நிறுத்திக் கொள்ள வேண்டு மென்ற நோக்கில் எழுப்பப்பட்ட கேள்வி அல்ல இது என்பதைத் தெரிவித்துக் கொள்கிறேன்?

பதி : என்னைப் பற்றிக் கூற என்ன இருக்கிறது? ஐந்து நாவல்கள், மூன்று சிறுகதைத் தொகுதிகளும் எழுதியவன் என்பது தவிர வேறு சிறப்பொன்றும் இல்லை. படைப்பது நோக்கம். ஆனால் எந்தப் படைப்பிலும் முழுமை பெற்றுவிட்டதாக இன்னும் உணர வில்லை. எழுதி முடித்த பிறகு ஒரு அதிருப்தி, நிறைவற்ற உணர்ச்சி தான் ஏற்படுகிறது. அதுதான் என்னை மீண்டும் மீண்டும் எழுதத் தூண்டிக்கொண்டு இருக்கிறது என நினைக்கிறேன்.

படைப்பது எப்படித் தானாக நிகழ்கிறதோ அதுபோல் நின்று போவதும் தானாக நிகழும்.

ஒரு தனிப்பட்ட படைப்பாளி எழுதுவதும் நின்று போவதும் அவ்வளவு முக்கியமான விஷயங்கள் அல்ல. படைப்பிலக்கியம் தொடர்ந்து இயங்கிக்கொண்டு இருக்கும். எல்லைகளையும் விரிவாக்கிக்கொண்டிருக்கும்.

2 சுபமங்களா

நேர்காணல் ஜூன் 1995

சந்திப்பு

சுப்ரபாரதி மணியன்

எழுதுகிற தொடர்ந்த செயல்பாட்டின் மூலம் தன்னை நவீன தமிழ் இலக்கியத்தில் நிறுவிக்கொண்ட நாஞ்சில் நாடன் என்ற 47 வயது சுப்ரமணியத்தின் உலகமும் அனுபவமும் தமிழுக்கு வளம் சேர்க்கும் புதியவை. 56 சிறுகதைகள் ஐந்து நாவல்கள் தந்திருக்கிறார். தினசரி வாழ்க்கையின் சக்கைத்தனம் மீறி, சக்கைத்தனம் ஆவது பற்றி ஜீவனாயும், நாஞ்சில் பிரதேச மக்கள் வாழ்க்கையைத் தன்போல் உள்வாங்கிக் கொண்டவர் யாருமில்லை என்ற படைப்பு அகங்காரத்தோடும் படைப்புலகில் செயல்படுபவர். அதற்கான தடங்களை ஆழமாகப் பதித்திருப்பவர். சிறுகிராமச் சூழல், பெரிய கிராமம், பெரிய நகரம் என்று வாழும் தளங்களின் வாழ்க்கையை அனுபவங்களாக்கி இருப்பவர். படைப்பிலக்கியவாதிக்கு அறிவு ஜீவிகளும் இறக்குமதியாகும் புத்தகங்களும் சொல்லித் தர எதுவுமில்லை; வாழ்க்கை படைப்பிலக்கியத்தைக் கொண்டு வந்து சேர்க்கும் என்று நம்புகிறவர். தன் எழுத்துலகச் செயல்பாட்டை, எழுத்தை மீறி, நேர்காணல் மூலம் மீண்டும் நிரூபிக்கிறார்.

கே : **'தீபம்' பத்திரிகையில் 1975-ல் வெளிவந்த உங்களின் 'விரதம்' சிறுகதைக்கும் சமீபத்தில் 'இந்தியா டுடே' இலக்கிய மலரில் வெளிவந்திருக்கிற 'சைவமும் சாரைப் பாம்பும்' சிறுகதைக்கும் இடையிலான படைப்பு மனநிலை பற்றிச் சொல்லுங்கள்.**

பதி : 1972ல் பம்பாய்க்கு வேலைக்காகச் சென்றேன். நண்பர்கள் இல்லை, வேறு வடிகால் இல்லை. கொஞ்சம் புத்தகங்கள் இருந்தன. கிராமத்தில் வாழ்ந்த இருபத்தைந்து வருட வாழ்க்கையை எழுத்தில் கொண்டுவந்து, நகர வாழ்க்கையின் அந்நியமாதலை உதறிவிட்டு, கிராமத்தோடு வாழ ஆசைப்பட்டேன். அதனால் தெரிந்த கிராம மனிதர்களின் வாழ்க்கையை எழுத முற்பட்டேன். பயிற்சி செய்து எழுதவில்லை. செம்மையாக மொழியைக்

கையாள வேண்டும் என்ற ஆசை மட்டும் இருந்தது. வடிவம் பற்றிய முன் தீர்மானங்கள் இல்லாமல் இருந்தது. நான் எழுதிப் பார்த்த முதல் கதை அது. ஆனால் இன்றைக்குச் சிறுகதை எழுதும்போது பிரக்ஞாபூர்வமாகவும் செயல்படுகிறேன். பழைய சமூக வாழ்க்கை எதிர்கொள்ளும் கலாச்சார அதிர்ச்சியை வடிவத் தீர்மானத்துடனும், பூடகத் தன்மையுடனும் எழுத முயற்சி செய்கிறேன். கதை சொல்லும் முறையில் இருக்கும் அக்கறை எழுத்தைப் பூரணமாகக் கலை வடிவமாக்கும் முயற்சி.

கே : படைப்பு உருவாக்க மனம் என்பது உங்களுக்கு பிரக்ஞை பூர்வமானதா? நகுலன், 'என் பேனா எழுதிச் செல்கிறது' என்கிறார். பிரம்மராஜன், படைப்புகள் பிரக்ஞை பூர்மவற்ற தளத்தில்தான் உருவாகிறது என்கிறார். நீங்கள் என்ன நினைக்கிறீர்கள்?

பதி : எனக்கு முதலில் எல்லாம் அனுபவங்களாகப் பதிவாகின்றன. 47 - வயதில் 'பேய்க்கொட்டு' எழுதினேன். அந்த அனுபவம் பதிவாகியது பதினைந்து வயதில். அனுபவம் படைப்பு ஆக மாறக் காலம் எடுத்துக் கொள்கிறது. படைப்பு எப்படி உளவியல் தன்மையுடன் வெளிப்படுகிறது என்பது பற்றி நான் யோசித்ததில்லை. மனம் ஆட்படுதலுக்கு உட்படும்போது படைப்பு நிகழ்கிறது. ஒரு தகவல் அல்லது அனுபவம் படைப்பாக மாற, நிச்சயிக்க முடியாத காலத்தை எடுத்துக் கொள்கிறது.

கே : நவீன இலக்கியக் கோட்பாட்டில், பிரதி இன்னொரு பிரதியை உற்பத்தி செய்கிறது. எழுத ஆரம்பிக்கிறபோது நம்மைப் பாதித்த எழுத்தாளர்களின் கதைகளைப் பிரதி எடுக்கும் தன்மை உங்களில் நிகழ்ந்திருக்கிறதா?

பதி : நான் சுயம்பு இல்லை. ஆனால் நகல் செய்யப் பார்த்ததில்லை. பிற படைப்புகள் தூண்டுதலாக இருந்திருக்கின்றன. எல்லா எழுத்தாளருக்கும் ஆரம்பத்தில் யாருடையவாவது பாதிப்பு இருக்கும். ஆனால் ஒரு ஏவுகணை ஒவ்வொரு கட்டத்திலும் தன் கூண்டை உதறிவிட்டு இன்னொரு தளத்துக்குச் செல்வது மாதிரி, பாதிப்பை உதறிவிட்டுச் செல்லும் எழுத்தாளன் தான் நிலைப்பான். அந்த பாதிப்பை எனக்குத் தந்தவர்கள் புதுமைப் பித்தன், சுந்தர ராமசாமி, நீல.பத்மநாபன். 'தலைமுறைகள்'

படித்திருக்கவில்லை என்றால் 'தலைகீழ் விகிதங்கள்' எழுத யோசித்திருக்க மாட்டேன். 'ஜே.ஜே. சில குறிப்புகள்' படித்திருக்கவில்லை என்றால் 'மிதவை' மாதிரி ஒரு நாவலை யோசித்திருக்க மாட்டேன். புதுமைப்பித்தனைப் போலவும், சுந்தர ராமசாமியைப் போலவும், கிருஷ்ணன் நம்பியைப் போலவும், ஆ.மாதவைனப் போலவும் எனக்கும் சொல்ல விஷயங்கள் இருந்தன என்று கண்டுகொண்டேன். அவர்களின் சூழலில் அவர்களின் அனுபவங்களை அவர்கள் எழுதினார்கள். எனது சூழலில் எனது அனுபவங்களை நான் எழுதுகிறேன்.

கே : உங்களுடன் எழுத ஆரம்பித்த நாஞ்சில் நாட்டு எழுத்தாளர்கள் வறுமை போன்ற விஷயங்களைச் சற்று தூக்கலாக எழுதிய போது, உங்கள் படைப்புகளில் வறுமை விஷயம் மீறி மனஇயல்பு முக்கியமானதாக இருந்தது.

பதி : நான் எழுத ஆரம்பித்தபோது நாஞ்சில் நாட்டுக்காரர் வேறு எவரும் எழுதவில்லை. மற்றபடி வறுமை என்பது என்ன என்று எனக்குத் தெரியும். அதை நான் கூக்குரலிட்டுச் சொல்ல விரும்பியதில்லை. எனது சொற்களின் மூலம், நான் எழுப்பிக் காட்டும் சூழ்நிலை மூலம் வாசகன் என் அனுபவத்தைப் பெற முடியுமானால் குரலை உயர்த்த வேண்டிய அவசியமில்லை. கீழ்மட்ட வாசகனுக்காக ஒருவேளை குரலைத் தூக்க வேண்டியதிருக்கும். ஆனால் சில இடங்களில் நானும் உரக்கப் பேசி இருப்பதாக இப்போது எனக்குத் தோன்றுகிறது. குறிப்பாய் எனது முதல் நாவல் 'தலைகீழ் விகிதங்கள்'. தெரிந்ததை எல்லாம் சொல்லிவிட வேண்டும் என்று ஓங்கி நின்ற ஆசை. சிறுகதைகளில் இது நேரவில்லை என்று எண்ணுகிறேன். எனது மனஇயல்பு சார்ந்த எழுத்திற்கு அடிப்படையான காரணம் புதுமைப்பித்தனின் சரடுதான். ஒரு தேர்ந்த வாசகன் என்ற நிலையில் எனக்கு நிறைய எழுத்தாளர்கள் மீது மரியாதை உண்டு. லா.ச.ரா., தி.ஜா., கு.ப.ரா., கி.ரா., என்று. அவர்களை மாதிரி எழுதவேண்டும் என்று தோன்றியதில்லை. ஆனால் புதுமைப்பித்தனைப் படிக்கும்போது ஒரு உத்வேகம் ஏற்பட்டது. அவர் நெருக்கமாக இருக்கிறார் என்ற உணர்வு. சிறுகதைகளாயினும் நாவல்கள் ஆயினும் படிப்படியாக நான் அடக்கி வாசிக்க முயன்றதன் காரணம்தான் நான் உரத்துப் பேசாததின் காரணமும்.

கே : நீங்கள் உங்கள் படைப்புகளிலிருந்து வரிக்கிற இலக்கியக் கோட்பாடு என்று ஏதாவது சொல்ல முடியுமா?

பதி : அடிப்படையாக நான் மனிதனை நேசிக்கிறவன். மரம், செடி, கொடி, பறவைகள், விலங்குகள் மற்றுள்ள ஜீவராசிகள் எல்லாவற்றையும். என்னால் யாரையும் வெறுக்க இயலாது. கோபம் ஏற்படும். பின்பு அதுகூட ஒரு அனுதாபமாக மாறும். என் எழுத்தின் அடிப்படை இதுதான். இதை என்ன பெயர் வேண்டுமானாலும் சூட்டி அழைக்கலாம். திட்டவட்டமான இலக்கியக் கொள்கை என்று வைத்துக் கொண்டதில்லை. எழுத்துக்கு நேர்மையாக இருப்பது முக்கியம். கொள்கை என்று சொல்லி எந்தக் குழுவிலும் அகப்பட விரும்பவில்லை. எழுத்திலும் செயல்பாட்டிலும் எனக்கு சுதந்திரம் வேண்டும். எழுதுவதன் மூலம் என்னை நானே மேம்படுத்திக் கொள்ள முயல்கிறேன். என் எழுத்து மூலம் வாசகன் தன்னை மேம்படுத்திக் கொள்ள முனைவான் என்று நம்புகிறேன்.

கே : தி.ஜானகிராமன் டெல்லியில் பல ஆண்டுகள் இருந்தாலும் அவர் தஞ்சாவூர் வாழ்க்கையைத்தான் பெரும்பாலும் எழுதி இருக்கிறார். உங்களது இரு நாவல்கள் தவிர நகர வாழ்க்கை பற்றி நீங்களும் அதிகம் எழுதாதற்கு - குறிப்பாக வெகு சொற்பமாய் சிறுகதைகளில் - காரணம் என்ன?

பதி : அனுபவம் படைப்பாக சமயம் எடுக்கும். பம்பாய் அனுபவங்களை இப்போது எழுதலாம் என்று தோன்றுகிறது. வண்ணதாசன் ஒரு முறை சொன்னார் - அவர்தான் என்னை நாவல் எழுத திரும்பத் திரும்ப வற்புறுத்தியதே. ஒருவனின் இருபத்தைந்து வயது வரையுள்ள அனுபவங்கள்தான் மொத்த எழுத்தையும் தீர்மானிக்கும் என்று. அதையே ஆயுள் முழுக்க எழுதிக் கொண்டிருக்கலாம் என்றார். நான் நகரம் பற்றி இதுவரை அதிகம் எழுதாததற்குக் காரணம், என் கிராம அனுபவங்கள் எழுதும்போது இருக்கும் சுதந்திரம், கிளர்ச்சி எனக்கு நகரம் பற்றி எழுதும்போது ஏற்படுவதில்லை. கிராமீயக் கண்கள் மூலம்தான் நகரத்தையும் பார்க்கிறேன். அதை என்னால் துறக்கக் கூடவில்லை. பம்பாயில் இன்னும் பல ஆண்டுகள் இருந்தாலும் கூடுமோ என்னவோ! கோவை மாதிரி பெரிய கிராமத்தில் வந்து சேர்ந்த பிறகு இனி எப்படி? என் கிராமத்தை விட்டு நான் புறப்பட்டு இருபத்திமூன்று ஆண்டுகள் ஆகி விட்டன. ஆனால் நொடியில் கிராம வாழ்க்கைக்குள்

இன்றும் புகுந்துகொள்ள முடிகிறது. அதில் எனக்கு எந்தச் சிக்கலும் இல்லை. சமகாலப் பிரச்னையைக்கூட, பழைய சின்ன வயது அனுபவப் பின்னணியில்தான் பார்க்க முடிகிறது. அது ஒரு பாரம் என்றால் பாரம். அலங்காரம் என்றால் அலங்காரம்.

கே: வட்டார வழக்கு எழுத்தாளர் என்று உங்கள் மீது முத்திரை குத்தப்பட்டிருக்கிறது. அது மகிழ்ச்சியாக இருக்கிறதா?

பதி: வட்டார வழக்கு எழுத்து என்பதில் எனக்கு உடன்பாடில்லை. ஒரு கட்டுரையில் இதுபற்றி விரிவாகப் பேசி இருக்கிறேன். ஆராய்ச்சியாளர்கள் தங்கள் வசதிக்காக, தங்களுக்கு எட்டும் விதத்தில் எதற்கும் பெயர் சூட்டி, காது குத்தி, கடுக்கன் போட்டு விடுகிறார்கள். ஒரு வட்டார மொழியைப் பயன்படுத்தினாலும், ஒரு வட்டார பண்பாட்டைப் பேசினாலும் படைப்புக்கு அவற்றை மீறி வரும் தன்மை உண்டு. அப்போதுதான் அது இலக்கியம். இதில் விசித்திரம் என்னவென்றால், நாஞ்சில் நாடு என்பது ஒன்றரை தாலுகாதான். தோவாளையும் அகஸ்தீஸ்வரத்தில் ஒரு பாதியும். ஆனால் வட்டார வழக்கு ஆராய்ச்சி செய்பவர்கள் நாஞ்சில் நாடு என்பதற்கு மேற்கில் பாறசாலை, கிழக்கில் காவல் கிணறு, வடக்கில் காளிகேசம், தெற்கில் கன்னியாகுமரி என்று ஒரு எல்லை செய்திருக்கிறார்கள். நானும் தோப்பில் முகம்மது மீரானும், ஜெயமோகனும், ஹெப்சிபா ஜேசுதாசனும், ஐசக் அருமைராஜனும், பொன்னீலனும், கிருஷ்ணன் நம்பியும் எழுதுவது ஒரே வட்டாரம் அல்ல. நாஞ்சில் நாட்டு வட்டாரம் என்பது எல்லாக் காய்கறிகளையும் கொண்ட கூட்டு அவியல் அல்ல. மேலும் புதுமைப்பித்தனை திருநெல்வேலி வட்டார எழுத்தாளர் என்றும், தி.ஜானகிராமனை தஞ்சாவூர் வட்டார எழுத்தாளர் என்றும், சுந்தர ராமசாமியை நாகர்கோயில் வட்டார எழுத்தாளர் என்றும் வரையறை கட்டலாமா?

வட்டாரச் சொற்களைக் கையாள்வது ஒரு வசதி கருதிதான். இளநீர் என்பதற்கு எங்கள் பக்கத்தில் 'கருக்கு' என்பார்கள். தென்னை மரத்தில் ஏறி கருக்குப் பறித்தான் என்றால் புரிந்து விடுகிறது. இதற்காக எதனால் சொல் பெயர்த்துக் கொண்டிருக்க வேண்டும்? மேலும் புழக்கத்தில் இருக்கும் சொல்லைச் சாகடித்துவிட்டு ஏன் வேறு சொல் தேடி நடக்க வேண்டும்? அதனால் இந்தப் பெயர் சூட்டல், முத்திரை குத்தலை எல்லாம் பொருட்படுத்திக் கொண்டிருக்க முடியாது.

கே : எழுத்துக்கும் எழுத்தாளனுக்கும் வித்தியாசம் என்று ஏதேனும் உண்டா?

பதி : ஒரு எழுத்தாளன் என்பவன் எழுத்தாள மனத்துடன் இருந்தாலும், எப்போதுமே அவன் எழுத்தாளனாக இருப்பதில்லை. அவனுக்குத் தலையில் கொம்பு இல்லாத நேரங்களே அதிகம். ஆனால் அவனது எழுத்துக்கும் எழுத்தாளனான அவன் வாழ்க்கைக்கும் இடைவெளி குறைவாக இருக்க வேண்டும். சாதாரணத்துக்குள்ளேதான் அசாதாரணம் புதைந்து கிடக்கிறது. ஒரு மனிதன் என்ற நிலையில் இருந்துதான் அவன் சமூகத்தைப் பார்க்கிறான். தெளிந்த மனிதனே எழுத்தாளன். எழுத்து என்னை மேல் நோக்கியும் அன்றாட வாழ்க்கை என்னைக் கீழ்நோக்கியும் இழுத்துக்கொண்டே இருக்கிறது. தொடர்ந்த இந்தப் போராட்டம்தான் எழுத்துக்கும் எழுத்தாளனுக்குமான உறவு என்று நினைக்கிறேன்.

கே : எழுத்தாளனின் பணி எழுதுவதோடு நின்றுவிடுகிறதா?

பதி : படைப்பு என்பது தொடர்ச்சியான செயல்பாடுகளை உடையது. தளம் விட்டுத் தளம் நீங்கிக்கொண்டே இருப்பது. ஆனால் அரசியல் தொனியில் இது வேறுபடுகிறது. எழுத்தாளர் ஆயுதம் ஏந்தி தெருவுக்கு வரவேண்டும் என்பது எல்லோருக்கும் சாத்தியம் இல்லை. 105 டிகிரி காய்ச்சலோடு நடந்து போகிறவரும் உண்டு. 101 டிகிரி காய்ச்சலில் போர்த்திக் கொண்டு முனங்குவோரும் உண்டு. தன் அனுபவங்களுக்கு நேர்மையுடன் செயல்படுவதே எழுத்தாளனுக்கு சாத்தியப்படுகிற விஷயம். அதைச் செய்வதற்குக்கூட அவன் பலவற்றைத் துறக்க வேண்டியதிருக்கிறது. நடுவீதிக்கு வந்தால் மட்டுமே அவனது சமூகப் பொறுப்பு ஏற்றுக்கொள்ளப்படும் என்பது சரியான பார்வை அல்ல. ஒரு ஓவியனுக்கான சமூகப் பொறுப்பு, சிற்பிக்கான சமூகப் பொறுப்பு, பாடகனுக்கான சமூகப் பொறுப்பு என்பது போன்ற ரீதியில்தான் இதையும் பார்க்கவேண்டும்.

கே : வெகுசமீபத்தில் 'பேய்க்கொட்டு' முன்னுரையில், எழுதுவதில் ஒருவித அலுப்பு, இனி குடும்பத்துக்கும் செய்ய வேண்டியது சில உண்டு என்ற ஒதுங்கல் தொனி தெரிகிறது. இது ஒரு தப்பித்தல் இல்லையா?

பதி : எனக்கு ஒருவகையான Pessimism வாழ்க்கை பற்றி உண்டு. சாவு பற்றிய பயம் நிறைய உண்டு, அது அனாவசியம் என்று

என்புத்தி சொன்னாலும்... 'சதுரங்கக் குதிரை' நாவலில் பல இடங்களில் இது வெளிப்பட்டிருக்கிறது. செய்ய நிறைய இருக்கிறது என்ற தினவு இருந்துகொண்டே இருக்கிறது.

வைத்திருக்கும் புத்தகங்களில் பாதி படிக்கப்படாமல் இருக்கின்றன. சில சமயங்களில் ஒருவித அலுப்பு ஏற்படும். அதன் குரல்தான் 'பேய்க்கொட்டு' முன்னுரை. தீவிரமான எழுத்தாளன் சூழலின் நடுவில் இருப்பவன். ஒதுங்க முடியாது. சில சமயம் Literature at the cost of your family's comforts என்று வரும்போது சங்கடமாக இருக்கிறது. மாதாமாதம் புத்தகங்கள் வாங்குவது குடும்பத்தைச் சுரண்டிதான். இலக்கியம் வருமானத்திற்கான தோது இல்லை என்பது நாம் அறிந்த பெரிய உண்மை. ஆனாலும் ஒரு குற்ற உணர்வு அவ்வப்போது தாக்கிக் கொண்டுதான் இருக்கும். அதையும் மீறித்தான் போய்க் கொண்டிருக்கிறோம்.

கே : பழைய கதைகளை புதிய கதைகளுடன் சேர்த்துத் தொகுப் பாக்கும்போது தொகுப்பு நீர்த்துப் போவதற்கான சாத்தியங்கள் நீங்கள் நினைத்ததில்லையா?

பதி : நீர்த்துத்தான் போகும். ஆனால் பழையனவும் பதிவாக வேண்டும். அதற்கும் எங்கோ ஒரு வாசகன் உண்டு. எனது முதல் மூன்று தொகுப்புகளில் வேண்டாம் என்று நீக்கி வைத்த கதைகளை நாலாவது தொகுப்பில் சேர்க்கும் போது, அந்தக் கதைகளும் பொருட்படுத்தப்படுகின்றன. வெளியான ஆண்டு குறிப்பிடுவது ஒரு முன்னேற்பாடுதான். எல்லாம் சேர்ந்து காலக்கிரமமாக ஒரு தொகுப்பு வரும்போது இது உணரப்படாமல் போகும். ஒரு வாசகன் என்ற நிலையில் நீங்கள் சொல்வதை நானும் உணர்கிறேன். ஆனால் ஒன்று புரியமாட்டேன் என்கிறது. 'தலைகீழ் விகிதங்கள்' போல ஒரு நாவல் எழுதச் சொல்கிறார்கள். ஆனால் இப்போது அது சாத்தியம் என்று தோன்றவில்லை. அதற்காக அதை மறுபதிப்புச் செய்யக்கூடாது என்று உண்டா?

கே : சமீபத்தில் கவிதை முயற்சிகளில் ஈடுபட்டிருக்கிறீர்கள். இது சிறுகதை அல்லது நாவல் எழுதமுடியாத குற்றஉணர்வில், பிரசுர வாய்ப்பு கருதி எழுதுகிறீர்களா?

பதி : ஆரம்பத்தில் இருந்தே, நான் ஒரு கவிதை வாசகன். பழந்தமிழ் இலக்கியத்தில் ஈடுபாடும் தேர்ச்சியும் உண்டு. பள்ளி நாட்களில் நான் எழுதிப் பார்த்தது வெண்பாவும் விருத்தமும்

ஆசிரியமும்தான். தொடர்ந்து கவிதை இயக்கத்தின் வாசகனாக இருந்து வருகிறேன். கோவை வந்தபிறகு கொஞ்சம் கவிதை எழுதும் ஆசை வந்தது. ஒரு நல்ல சிறுகதை அல்லது நாவலில் கவிதையின் தெளிப்புக்கள் விழும். இதெல்லாம் ஒரு பயிற்சி என்று எடுத்துக்கொள்ளலாம். தவிர கவிஞனாகும் ஆசை எனக்கு இல்லை. எனக்கு வழங்கப்பட்டிருக்கிற இடத்தில் நான் சந்தோஷமாக இருக்கிறேன். எழுத்துக்கு நினைத்தபடி நேரம் ஒதுக்க முடியவில்லை என்ற குற்றஉணர்வு உண்டு. பிரசுரம் எனக்குத் தொடக்கத்திலிருந்தே ஒரு பிரச்னையே இல்லை.

கே : தீபத்தில் சுமார் இருபது கதைகள் வந்துள்ளன. உங்களை ஒரு எழுத்தாளனாக உயர்த்தியதில் தீபத்துக்கு பெரிய பங்கு உண்டு. நா.பார்த்தசாரதியின் எழுத்துப் பாணி வேறு, உங்கள் பாணி வேறு. இந்த முரண்பாட்டினால் தீபத்தில் எழுதுவதில் சிரமம் இருந்ததா?

பதி : பம்பாய் தமிழ்ச் சங்க மாத இதழ் 'ஏடு' தீபம் அச்சகத்தில் அச்சானது. அதுதான் தொடர்புக்கு முதல் காரணம். தொடர்ந்து என் கதைகளை தீபம் வெளியிட்டது. நா.பா.வின் எழுத்து பின்னால் எனக்குப் பிடிக்காமல் போனதற்கும், அவரது இலக்கிய நேர்மைக்கும் சம்பந்தம் இல்லை. நல்ல இலக்கியவாதிகளை உற்சாகப்படுத்துவதில் நா.பா. பெரிய மனிதர்.

கே : மனித மதிப்பீடுகள் மாறிக் கொண்டிருக்கின்றன; சிதைகின்றன. இந்தச் சூழலில் இலக்கியத்தின் பணி எந்த அளவில் என்று நினைக்கிறீர்கள்?

பதி : இலக்கியத்தின் பணி இரண்டாயிரம் ஆண்டுக்கு முன்பும் இன்றும் ஒன்றுதான். மதிப்பீடுகளின் சரிவுகளைப் பதிவு செய்வதுடன் மட்டும் இலக்கியம் நின்று போவதில்லை. வாசகன், இது மதிப்பீட்டுச் சரிவு, இது நிகழக்கூடாது, இதற்கு நான் ஆளாகக் கூடாது என்ற மனோபாவத்தை உணரச் செய்வது. எந்த மதிப்பீட்டுச் சரிவினாலும் துன்பப்படும் முதல் மனிதன் கலைஞன்தான். இது துன்பமானது என்று உணர்த்துவது தான் அவன் கலைப்பணி.

கே : குறைந்த எண்ணிக்கையிலான வாசகனுக்காக எழுதுவதில் அலுப்பு ஏற்படவில்லையா?

பதி : தொடக்கத்தில், நிறைய வாசகர்களை எட்டும்படி எழுதுவதா, அல்லது இலக்கியத் தரத்தைக் காப்பாற்றிக் கொண்டு

எழுதுவதா என்பது போன்ற குழப்பம் இருந்தது. பின்பு ஒரு பாதை எனக்கு அமைந்து போயிற்று. அதையே தொட்டுத் தொடர்ந்தேன். இப்போது கூட வணிகப் பத்திரிகைகளில் எழுதலாம். ஆனால் அது என்னுடைய எழுத்தாகவே இருக்கும். எல்லோரையும் போய்ச் சேருவது என்பது என் எழுத்துக்கு சாத்தியம்தான். எனது நோக்கம் மேம்பட்ட வாசக நிலை. இதில் தெளிவாகவே இருக்கிறேன்.

கே : ஒரு நிறுவன அதிகாரி படைப்பாளியாக இருப்பதில் இருக்கும் சிக்கல் என்ன?

பதி : சிக்கல்கள்தான் அதிகம். ஒரு மனிதனாக நான் செய்யக் கூடாத காரியங்களை ஒரு அதிகாரியாக செய்ய வேண்டிய திருக்கிறது. ஒரு படைப்பாளிக்கு அது தரும் வேதனை மிக அதிகம். குறைந்தபட்ச அயோக்கியத்தனங்கள் செய்யாமல் வாழ முடியவில்லை. புதுமைப்பித்தன்கூட, 'யோக்கியமாய்ச் செய்ய இங்கு எந்தத் தொழில் உண்டு?' என்று கேட்டிருக்கிறார். ஆனாலும் இதைச் செய்துகொண்டு, இரட்டை நிலையின் அவலத்தைச் சுமந்துகொண்டு படைப்பின் ஜீவனை செத்துப் போகாமல் காப்பாற்றிக் கொள்ள வேண்டியதிருக்கிறது. செய்யும் வேலையை விட்டுவிட்டால், இங்கு பிழைக்க ஒரு வழியும் கிடையாது. வேண்டுமானால் ரயில்வே ஸ்டேஷன் பெஞ்சில் கிடந்து சாகலாம். ஆனால் பொருளாதார விடுதலை எழுத்தாளனுக்கு வேறு பல சுதந்திரங்களைத் தருகிறது.

கே : இன்றைய சூழலின் உச்சமான, அறிவுஜீவித்தனமான அராஜகத்திலிருந்து அந்நியமாக விரும்புகிறீர்களா?

பதி : இது பண்டு தொட்டே இருக்கிறது... நெற்றிக்கண்ணைத் திறந்தாலும் குற்றம் குற்றமே என்பது. இன்று படைப்பிலக்கியவாதிக்கு நெற்றிக்கண் கிடையாது. அவன் கடவுளும் அல்ல. என்னைப் பொறுத்த வரையில், ஒரு விஷயம் எனக்குப் புரியவில்லை என்றால் நான் அதைக் குறைத்து மதிப்பிடுவது இல்லை. அதற்காக நான் புரிதலில் ஈடுபட்டு நேரத்தை வீணாக்குவதும் இல்லை. எனக்குத் தேவையான அறிவு எந்த ரூபத்திலேனும் என்னை வந்துசேரும். எழுத்தாளன் உணர்வு சார்ந்து இயங்குபவன். அறிவுஜீவி, அறிவு சார்ந்து இயங்குபவன். உணர்வு என்பது அறிவுக்குப் பகையல்ல. ஆனால் அறிவு

பாரம் ஆகும்போது, நான் சிந்துபாத்தும் கிழவனும் போல அதைச் சுமந்து திரிய விரும்பவில்லை. இந்தச் சமூகத்தில், எனக்கும் ஒரு பஸ் கண்டக்டருக்குமான உறவை வெளிநாட்டுப் புத்தக உதவியுடன், உளவியல் அணுகுமுறையுடன், எட்டுப் பக்கக் கட்டுரையில் நிறுவலாம். ஆனால் ஒரு படைப்பாளி இதை நேரிடையாக உணர்கிறான். பல மேல்நாட்டுத் தத்துவங்கள் வந்து போகின்றன. எனக்கு இயற்கையாக எழுத்து எப்படி வருகிறதோ அப்படித்தான் எழுதமுடியும். மேல்நாட்டுப் புத்தகங்களைப் படித்துவிட்டு அதன் சாயலில் படைக்க விரும்பவில்லை. என் பற்களுக்கு மெல்ல முடியவில்லை என்றால் மெல்லக் கடினமானவற்றை தவிர்க்க ஆரம்பிக்கிறேன். செத்துப் போன பக்கத்து வீட்டுக்காரன் பல்செட்டை இரவல் வாங்க மாட்டேன்.

இருபது ஆண்டுகளில் என் சிறுகதை தன்னைத்தானே மாற்றிக் கொண்டுள்ளது. நாவல் மாறியுள்ளது. பார்வை, மொழி, அனுபவத் தீவிரம் எல்லாமே மாறியுள்ளன. இதெல்லாம் எனக்கு இயல்பாய் வந்து சேர்ந்தவை. இருபது ஆண்டுகளுக்கு முன்பிருந்த வாழ்க்கை இன்று இல்லாதபோது, வாழ்க்கை மாறும்போது, அதைச் சார்ந்துள்ள சகல துறைகளும்தான் மாறுதலடையும். ஒரு நேர்மையான படைப்பிலக்கியவாதிக்கு அறிவுஜீவிகள் சொல்லித்தர ஏதுமில்லை. பின் நவீனத்துவப் படைப்பு ஒன்று என் படைப்பை விடக் கலாரீதியாகக் கீழ்த்தட்டில் இருக்கும்போது, அதை நான் எப்படிக் கணக்கில் எடுத்துக்கொள்ள முடியும்? அந்த வடிவத்தை நான் குப்புற வீழ்ந்து பற்றிக்கொள்ள வேண்டுமா? இயல்பிலேயே என் முந்திய நாவல்களின் பல அம்சங்களைத் துறந்தபடிதான் என் பிந்திய நாவல்கள் முன் நகர்கின்றன. இப்படித்தான் நான் நவீன மாகிறேனே அல்லாமல் அறிவுஜீவிகளின் கட்டளைப்படி அல்ல.

கே: சமீப காலமாய்ச் சில பரிசுகள் பெற்றிருக்கிறீர்கள். அது உங்கள் மனநிலையை எப்படிப் பாதிக்கிறது?

பதி: எல்லாப் பரிசுகளும் படைப்பாளியைச் சிறுமைப்படுத்து வதாகத்தான் இருக்கின்றன, ஏதோ ஒரு வகையில். பெரும் பாலும் நம்மொழியில் பரிசுகள் வழிப்பறி வகை சார்ந்தவை. எனவே மிக அற்பமானவனாக உணர்கிறேன். மோகமுள்ளில் யமுனா 'எல்லாம் இதற்குத்தானா?' என்பது போல. ஆனால் சிலவற்றை ஸ்தாபித்துக் கொள்ள வேண்டியதிருக்கிறது. ஒரு

படைப்பாளிக்கு 'பரிசு வாங்குவதற்கு முன்', 'பரிசு வாங்கிய பின்' என்பது போன்ற நிலைகள் கிடையாது. பொருளாதார ரீதியாகவும், அங்கீகாரம் என்ற நிலையிலும் அற்ப சந்தோஷம். அவ்வளவுதான்.

கே : நாஞ்சில் நாட்டுத் தொன்மம், வழக்காற்றியல் விஷயங்களை எடுத்துப் படைப்பாக்கும் திட்டம் உண்டா?

பதி : சில விஷயங்கள் இருக்கின்றன. சிறு தெய்வ வழிபாடுகள், கேரள அரச பாரம்பரிய மரபுகள், திருவிதாங்கூர் தமிழ்நாட்டுடன் இணைப்புப் போராட்டம் என்பன. காலநேரம் பிரதான பிரச்னையாக இருக்கிறது. சுரக்கும் முலைப்பாலை சொந்தப் பிள்ளைக்கு ஊட்டாமல் செல்வந்தர் வீட்டுப் பிள்ளைக்கு ஊட்டி வயிறு வளர்க்கும் செவிலி போல் இருக்கிறது வாழ்க்கை. ஆனால் ஆசை அளப்பரியதாக இருக்கிறது. நாஞ்சில் நாட்டுக் கலாச்சார மரபுகளை என்னை மீறி இன்னொருவன் பதிவு செய்ய முடியாது என்ற அகங்காரம் உண்டு. எனவே, எனக்குப் பிறகு செய்ய வேறு ஆளில்லை; நானே சகல விஷயங் களையும் எழுதித் தீர்த்துவிட வேண்டும் என்ற பேராசை உண்டு. ஆனால் நாற்பது ஆண்டுகளுக்கு முன்பிருந்து காணத் துவங்கிய வாழ்க்கை இன்று இல்லை. பல விஷயங்கள் கை நழுவிப் போய்விட்டன. சினிமாக் கலாச்சாரம், வணிகப் பத்திரிகைக் கலாச்சாரம், சீரழிந்த அரசியல் கலாச்சாரம் எல்லாம் ஒரு படையெடுப்புப் போல நிகழ்ந்தவாறுள்ளன. என் கிராமத்து வாசலில் புரோட்டா சால்னாக் கடைகள் வந்தாயிற்று. எனது மக்களின் மொழி மாறியாயிற்று. குறைந்தபட்சம் என் ஞாபகத்தில் இருக்கும் விஷயங்கள் பூராவையுமாவது பதிவு செய்ய முயற்சிக்க வேண்டும்.

கே : விமரிசனம் எழுத்தாளனை உருவாக்குகிறதா? விமரிசன அரசியல் எழுத்தாளனை முடக்குகிறதா?

பதி : ஒரு எழுத்தாளனை விமரிசனம் அழித்துவிட முடியாது. அப்படி அழித்துவிடும் என்றால் அந்தப் படைப்புக்கு ஜீவித நியாயம் கிடையாது. விமரிசனத்தில் வெவ்வேறுபட்ட கண்ணோட்டங்கள் உண்டு. ஆனால் எந்த விமரிசகனின் நோக்கமும் படைப்பை முடக்குவது அல்ல. தனிமனித பலவீனங்கள் காரணமாக விமரிசகன் ஒரு படைப்புக்குச் சற்று சலுகை காட்டலாம். அற்ப விரோதங்கள் காரணமாக

இரண்டு தர்மஅடி போடலாம். 'தலைகீழ் விரோதங்கள்' வந்த போது சுந்தர ராமசாமி அதைக் கடுமையாக விமரிசித்திருந்தார். அவர் பாராட்டிய விஷயங்களைப் பெருமையாக எடுத்துக் கொள்ளும்போது, அவர் கண்டிக்கும் விஷயங்களையும் நான் ஆராயத்தான் வேண்டும். எனது படைப்புக்கான விமரிசனங்களை நான் Positive ஆக எடுத்துக் கொள்கிறேன். பத்தாண்டுகளுக்குப் பிறகு அவரது விமரிசன நியாயம் எனக்கே புரிந்தது. நகுலன் எனது ஆரம்ப நாவல்களில் பிரச்சார நெடி அடிக்கிறது என்றார். இப்போது மனம் விட்டுப் பாராட்டுகிறார். க.நா.சு. முன்பின் அறிந்திராத என் எழுத்துக்களை வெகுவாக உற்சாகப்படுத்தினார். வெங்கட் சாமிநாதன், 'என்பிலதனை வெயில் காயும்' நாவலுக்கு 'யாத்ரா'வில் வெளியிட்ட விமரிசனம் என்னை அதைரியப்படுத்தவில்லை. தி.க.சி.யும், வல்லிக்கண்ணனும் என்னைத் தொடர்ந்து உற்சாகப்படுத்தினார்கள். 'சதுரங்கக் குதிரை' நாவலைப் பற்றி எழுதும்போது ஞானி, 'நம் எழுத்தாளர்கள் சும்மா இருக்க மாட்டாமல் காலால் சிறுசிறு கற்களை இடறிக் கொண்டிருக்கிறார்கள்'' என்றார். என் மீது அவருக்குள்ள எதிர்பார்ப்பை நான் புரிந்துகொள்கிறேன். விமரிசகன், படைப்புக்குப் பகை அல்ல. ஆனால், 'சிறு பிள்ளைக் கோலம்' என்று, விமரிசகன் தொடர்ந்து ஒரு படைப்பாளியைப் பாராட்டிக் கொண்டிருக்க மாட்டான். எந்த விமரிசனமும் என் படைப்பு முயற்சியில் குறுக்கிட்டதில்லை. குறுக்கிடுகிற மாதிரி நான் எடுத்துக் கொள்வதில்லை. அவர்கள் நோக்கமும் அதுவல்ல. ஒரு படைப்பாளிக்கு முதலில் ஆரோக்கியமான மனம் வேண்டும். தன் பலம் தெரியவேண்டும். தன் ஆற்றல் மீது நம்பிக்கை வேண்டும்.

கே : நாவல்களில் உங்கள் சுயஅனுபவம் எந்த அளவில் வெளியாகி இருக்கிறது? உங்களைச் சார்ந்தவர்களின் கற்பனை உலகம் தானே அது? அவற்றை எழுதுவதற்கான நியாயம் என்ன?

பதி : எனது நாவல்களில் 'மாமிசப் படைப்பு' மட்டும் என் சுய அனுபவம் சாராதது. நான் பிறப்பதற்கு ஐம்பது ஆண்டுகள் முந்திய சூழலை, செவிவழிச் செய்திகளாக நான் அறிந்த வற்றைச் சார்ந்து எழுதியது. மற்ற நான்கு நாவல்களுமே என் அனுபவ உலகம் சார்ந்தவை. ஆனால் அவை தன் வரலாறும் அல்ல. முதல் நாவலின் தொடர்ந்த நீட்சியை ஐந்தாவது நாவல் வரையும் காணலாம். தனித்தனிக் கோணங்களில், எனது

அனுபவங்களை எனது பலம் என்று நம்புகிறவன் நான். அதைச் சார்ந்து எழுதுவது எனக்கு நியாயமாகவும் படுகிறது; உற்சாகமாகவும் இருக்கிறது.

கே : பதிப்பகத்துறை எழுத்தாளனுக்குச் சாதகமாக இல்லை. உங்கள் முதல் நாவலை நீங்களே பதிப்பித்தீர்கள். இந்த நிலைமை உங்களைப் பொறுத்தவரை இன்று மாறி இருக்கலாம். ஆனால் பொதுவாக அப்படி இல்லை. அதுபற்றி?

பதி : நீங்கள் சொல்வது உண்மைதான். ஒரு பதிப்பகம் ஒரு நல்ல படைப்பை குத்துமதிப்பாக முன்னூறு ரூபாய் கொடுத்து வாங்கி விடலாம். அச்சடித்து விற்ற நாவலுக்கு ராயல்டி தராமல் இருக்கலாம்; அல்லது ஆயிரம் காப்பிகளுக்கு ராயல்டி தந்து விட்டு இரண்டாயிரம் காப்பிகள் அடித்து விற்கலாம். புதுமைப் பித்தன் எழுத்தாளனாகக் காட்டிய நிலைதான் எல்லோருக்கும்.... ஆனால் 'தலைகீழ் விகிதங்களு'க்குப் பிறகு எனக்கு பிரசுர சிரமம் இருக்கவில்லை. 'அன்னம்' எனது புத்தகங்களை மிகுந்த சிரத்தை எடுத்துக்கொண்டு வெளியிட்டது. 'விஜயா' வேலாயுதம், கிட்டத்தட்ட சோர்ந்த நிலையில் கோவை வந்த என்னை, மறுபடியும் எழுதத் தூண்டி 'சதுரங்கக் குதிரை'யும், 'பேய்க்கொட்டு'ம் வெளியிட்டார். புத்தகத் தயாரிப்பில் பூரண சுதந்திரம் அளித்திருக்கிறார். பொதுவாக வியாபார வெற்றி என்பது நல்ல எழுத்துக்கு ரொம்ப அபூர்வம். மலையாளத்திலோ, மராத்தியிலோ, வங்காளியிலோ நம்மைப் போலக் கேவலமான நிலை இல்லை என்று தோன்றுகிறது.

கே : தலித் எழுத்தாளர்கள் என்று முத்திரை குத்திக் கொள்வதில் அரசியல் இருப்பதாக நினைக்கிறீர்களா? அதில் தங்கள் வரையறை என்ன?

பதி : தலித்தியம் பற்றிய, பெண்ணியம் பற்றிய, பிற சமூக அநீதிகள் அடக்குமுறைகள் பற்றிய எல்லா முற்போக்குச் சிந்தனை களிலும் எனக்கு உடன்பாடு உண்டு. பெண்ணியத்தின் பிரச்னையை ஒரு பெண்தான் சரியாகச் சொல்ல முடியும் என்பதுபோல, தலித்தியம் பற்றிய விஷயங்களை ஒரு தலித் தான் செம்மையாகப் பேசமுடியும். முற்போக்கு இலக்கியம் என்ற அரசியல் இருந்ததுபோல, தலித் இலக்கியம் என்றும் அரசியல் உண்டு. இதுபோன்ற நிலைகள் மாறிமாறி வந்து

கொண்டே இருக்கும். ஆனால் ஒரு இயக்கத்தின் கருத்துக்களில் உடன்பாடு அல்லது முரண்பாடு இருக்கிறது என்பதை வைத்துக்கொண்டு, அந்த இயக்கம் சார்ந்த படைப்புக்களின் இலக்கியத் தகுதியை நாம் தீர்மானிக்க முடியாது. முற்போக்கு பேசியது என்பதற்காக மூன்றாம் தரப்படைப்பை முதல் தரமானது என்று நாம் ஏற்றுக் கொண்டோமா? அதுபோலத்தான் இதுவும். ஏற்றுக் கொள்வதற்கும் புறக்கணிப்பதற்கும் நீ யார் என்றொரு கேள்வி வரும். ஏனெனில் நானும் மனிதன். மேலும் தலித் என்பது ஒரு சமுதாயப் பாகுபாடு என்றாலும், எல்லாப் பகுப்பிலும் தலித்துகள் உண்டு. அதையும் நாம் கணக்கில் எடுத்துக்கொண்டால் போதுமானது.

3 சரவணா ஸ்டோர்ஸ்

வார இதழ்

நேர்காணல் 20-01-2002

சந்திப்பு

ஆர்னிகா நாசர்

இதயநோயிலிருந்து மீண்டிருந்த நாஞ்சில் நாடன் அன்பாய் வரவேற்றார்.

கே: **இலக்கிய ஈடுபாடு உங்களுக்கு இளவயதில் எப்படி வந்தது? படிப்படியான இலக்கிய வாழ்க்கை வளர்ச்சியைச் சுவைபட விவரியுங்களேன்!**

பதி: எனக்குப் பன்னிரண்டு வயதிலேயே வாசிக்கும் பழக்கம் தொற்றிக் கொண்டது. பெரும்பாலும் பாரதி, பாரதிதாசன், கவிமணி கவிதைகள் தேடி வாசிப்பேன். அத்துடன் அரசியல் கூட்டங்கள் கேட்பதிலும் ஆர்வம் காட்டினேன். கம்யூனிஸ்ட்., தி.க., தி.மு.க., இப்படி எந்தக் கட்சிக் கூட்டம் நடத்தினாலும் கேட்கப் போவேன். அன்றைய அரசியல் கூட்டங்களில் இலக்கிய FLAVOUR அதிகம்.

எம்.எஸ்.ஸி., முடித்ததும் வேலை தேடி மும்பை போனேன். அங்கு நண்பர்கள் அதிகம் கிடையாது. வாசிப்பே உற்ற துணை யாயிற்று. தமிழ்ச் சங்க உறுப்பினரானேன். சங்க நூலகம் என் வாசிப்புப் பசியைத் தீர்க்க உதவியது. பட்டிமன்றம், கருத்தரங்கம் கலந்துகொண்டேன். வயதான நண்பர்கள் கிடைத்தனர். அவர்களது அறிவூட்டலால்தான் ந.பிச்சமூர்த்தி, கிருஷ்ணன் நம்பி, லா.ச.ரா, கரிச்சான் குஞ்சு, எம்.வி. வெங்கட் ராமன், ஜானகி ராமன் என்று படித்தேன். மொத்தத்தில் தனிமை தொலைக்கவே வாசித்தேன்; எழுத ஆரம்பித்தேன்.

1975-ல் 'தீபம்' இதழில் 'விரதம்' எனும் சிறுகதை எழுதினேன். இலக்கியச் சிந்தனை பரிசு கிடைத்தது. வாசகர் கடிதங்கள் நிறைய பாராட்டி வந்திருப்பதாக அறிந்து மகிழ்ந்தேன். பரிசும், வாசகர் பாராட்டும் மேலும் என்னை எழுத ஊக்கப்படுத்தின.

தீபத்திலிருந்து முகவரி வாங்கி வண்ணதாசன் எனக்குக் கடிதம் எழுதினார். கடிதத்தில் நாவல் எழுத யோசனை கூறி யிருந்தார். 'தலைகீழ் விகிதங்கள்' எழுதினேன்.

ஞான.ராஜசேகரன் என்னுடைய ஆரம்பக்கால எழுத்துக்களை செதுக்கி கூர்மைபடுத்தியவர். முதல் நாவலை எம் சொந்த செலவில்தான் வெளியிட்டோம். முதல் நாவலை சென்னை பிரசுராலயங்கள் போட மறுத்தது கசப்பான அனுபவம். கிறிஸ்டியன் லிட்டரேச்சர் சொஸைட்டி மூலம் பிற இலக்கிய நண்பர்களை முதல் முறையாகச் சந்தித்தேன். ஒரு கட்டத்தில் தொடர்ந்து எழுத்தாளனாக இயங்குவது தவிர்க்க முடியாதது ஆகிவிட்டது.

நீல.பத்மநாபனின் 'தலைமுறை' நாவல் - மண் சார்ந்த பண்பாடு சார்ந்த விஷயங்களைப் படைப்புகளுக்கு உட் படுத்தலாம் என்பதை எனக்குச் சிறப்பாக அறிவூட்டியது.

வட்டார வழக்கு நடை இயல்பாய் நம்மை வெளிப்படுத்த உதவுவது. தொடர்ந்து இருபத்தைந்து வருஷமாக எழுத்துலகில் தீவிரமாக இயங்கிக் கொண்டுதான் இருக்கிறேன்.

கே : தமிழ் இலக்கியத்துக்கு இஸங்கள் இறக்குமதி நன்மையா, தீமையா?

பதி : எல்லா மொழிகளிலும், எல்லாக் காலகட்டங்களிலும் இஸங்கள் இருந்தே வந்திருக்கின்றன. மரபுக் கவிதை சிறப்பா, புதுக் கவிதை சிறப்பா போன்ற சில்லறை சச்சரவுகளும் இயல்பு தான். எது இலக்கியம் என்பதை எழுதுபவனின் சாதி, குழு வைத்துத் தீர்மானிக்கக் கூடாது. நவீன தமிழ் இலக்கியத்தில் நிறைய வகைமைகள் உண்டு. இருக்கட்டுமே?

தி.ஜா., மாதிரி சண்முக சுந்தரம் எழுதவில்லை. படைப்பாற்றலை வெளிப்படுத்த நூறு வழிகள் இருக்கு. இலக்கியம் இஸங் களுக்குள் புகுந்தும் வரலாம்; புகாமலும் வரலாம். ஆங்கில அறிவு இல்லாதோர் சிறந்த இலக்கியவாதியாக இருக்க எந்தத் தடையும் இல்லை. ஒரு குறிப்பிட்ட விஷயத்தைச் சொல்லப் போகிறேன் எனும்போது விஷயம் பாணியைத் தீர்மானிக்கிறது. யதார்த்தவாத பாணி சிலருக்குப் போது மானதில்லை. இன்னொரு உத்தியைத் தேடிப் போகிறார்கள்.

எல்லாமே திறந்த மயம். இலக்கியத்தில் மொழி நடைகளை உடைத்துப் பேச விரும்புகிறேன். மயிர், முலை போன்ற

வார்த்தைகளை மறைத்து என்ன பயன்? 'முலை'யை 'மார்பகம், நெஞ்சு' என்று மாற்றி ஏன் எழுதவேண்டும்? யாருக்காக பூச்சூடி அலங்காரம்? 'தலைகீழ் விகிதங்கள்' எழுதும்போது சமூகம் 'தடை' செய்த வார்த்தைகளை எழுத அச்சப்பட்டேன்; இப்போது நினைத்ததை எழுதுகிறேன். கதாசிரியனுக்கு மொழியைக் கையாளும் சுதந்திரத்தைப் பின் நவீனத்துவம் தருகிறது. பதினைந்து வருடங்களுக்கு முன் யோசிக்க முடியாததை இப்போது யோசிக்க முடிகிறது. பரிட்சார்த்த முயற்சிகள் வலிஞ்சு இருக்கக்கூடாது; இயல்பா இருக்கணும். இஸங்களைப் பார்த்து மிரள்வதற்கு ஒன்றும் இல்லை. சங்க இலக்கியங்களில் கூட நவீனத்துவக் கூறுகள் உண்டு. 'அல்குல்' பசலை பாஞ்சு இருப்பதாகக் கவிதை வரும். இது ஆபாசமா என்ன?

ஒரு படைப்பாளி மனைவி, மகளுக்குப் பயந்து படைப்பில் சொற்களைப் போடக்கூடாது. தக்க அறிமுகம் இல்லாதவங்க தான் இஸம் பார்த்து மிரள்றாங்க; புரிய மாட்டேங்குதுன்னு விமர்சனம் பண்றாங்க. இஸங்களை கையாளப் பயிற்சி வேண்டும். லா.சா.ரா.,வின் 'புத்ர' தொடர்ந்து மூணு நாலு தடவை வாசிக்க ஈர்ப்பு தருவது எப்படி? லா.சா.ரா.வின் அபாரமான மொழியாளுமைதான் ஈர்ப்புக்குக் காரணம்.

சு.ரா., எழுத்துக்களை சாண்டில்யன் வாசகன் புரிந்து கொள்வது கடினம். சிலர் வாசகர்களை மிரட்ட என்று பின் நவீனத்துவத்தை யூஸ் பண்ணுவது அபத்தம்.

கே : வெகுஜன எழுத்து - நிஜ இலக்கிய எழுத்து எப்படி வகை பிரித்துக் கண்டுபிடிப்பது?

பதி : வணிகநோக்கம் உள்ளதெல்லாம் வெகுஜன எழுத்துதான். மெய்யான இலக்கியத்தின் நோக்கம் வணிகம் அல்ல. படைப்பாளி தனது படைப்பின் மூலம் தன்னை வெளிப்படுத்திக் கொள்கிறான். எழுத்து ஒரு எக்ஸ்பீரியன்ஸ், ஒரு என்லைட்டன் மெண்ட். வாசகனுக்கும், எழுத்தாளனுக்கும் பெரிய வித்தியாச மில்லை. என் அனுபவத்தை அவனுடன் பகிர்ந்து கொள்கிறேன்.

சிறு பத்திரிகை எழுத்தாளன் வித்தை எல்லாம் தெரிந்தவன். அவன் வெகு ஜனத்திற்கு எழுதாமல் இருக்கக் காரணம் இருக்கு. எம்.எப்.ஹுசைன், ஆதிமூலம் - சுவற்றில் பெயிண்ட் அடிக்கும் வேலையைச் செய்யாமலிருக்க காரணம் இருக்கு.

தொழில் ரீதியாக இயங்குபவர்களை இலக்கியாதின்னு சொல்ல முடியாது. வெகுஜன எழுத்தும் இலக்கியம்னு எஸ்டாபிளிஷ் பண்ற வேலை நடக்குது. எது நல்ல இலக்கியம்னு காலம் தீர்மானிக்கும். வெளியாகி 25 வருஷமாகியும் 'தலை கீழ் விகிதங்கள்' இன்னும் படிக்கப்படுகிறது. ஆனால் 1950-ல் மக்களை என்டர்டெயின் பண்ணிய வணிக எழுத்து 2002-ல் என்டர்டெயின் பண்ணாது!

கே : 'சிறு பத்திரிகை' டெஃபினிஷன் என்ன? சிறு பத்திரிகை எழுத்தாளன் வெகுஜன பத்திரிகையில் எழுதலாமா? 'காலச்சுவடு' சிறுபத்திரிகையா?

பதி : சிறு பத்திரிகைக்கு சினிமா, ஓவியம், நாடகம், இலக்கியம் இப்படி எல்லாத் தளங்களிலும் கட்டுப்பாடு இல்லாத பரிசோதனை உண்டு. எல்லாக் காலகட்டத்திலும் சிறு பத்திரிகைகள்தான் இலக்கியத்தை முன்னெடுத்துப் போயிருக்கின்றன. வணிக நோக்கப் பத்திரிகையும், சிறு பத்திரிகையும் CAN NOT TRAVEL ALONG.. வணிகப் பத்திரிகை எழுத்தாளர்கள் கைகளைப் பின்னுக்குக் கட்டிக்கொண்டு சண்டை இடுகிறார்கள். சிறு பத்திரிகை எழுத்தாளனோ இரு கைகளிலும் வாள் எடுத்துக் கொண்டு சமூக பிரச்சினைகளுடன் சண்டையிடுகிறான்.

சிறு பத்திரிகை எழுத்தாளன் வெகுஜன பத்திரிகையில் தனது கற்பு கெடாமல் எழுதுவது தப்பில்லை. அங்கேயும் அவனால் அவனாக இயங்க முடியும்போது அவன் எங்கும் எழுதலாம்.

ஒரு லட்சம் பிரதி விற்றால் அது சிறு பத்திரிகை அல்ல. 'காலச்சுவடு' ஒரு மிடில் மேகசின். வியாபார ரீதியிலான வெற்றி தப்பல்ல. 'மலையாள மனோரமா'வும், 'மாத்ரு பூமி'யும் வெகுஜன பத்திரிகைதான். ஆனால் சீரியஸ் விஷயம் தருகின்றன. தமிழில் வெகுஜன பத்திரிகைகளும், டி.வி. மீடியாக்களும் சமூக அக்கறையின்றி சினிமாவின் பின் ஓடுகின்றன.

கே : தி.க.சி.க்கு சாகித்ய அகாடமி விருது கொடுத்தது சரியல்ல என 'காலச்சுவடு' 'லாபி' பண்ணியது. உங்கள் கருத்து?

பதி : சாகித்ய அகாடமி விருதுகள் பல சர்ச்சைக்குரியவையே. விருதுக்கான தேர்வு வெளிப்படையாக இல்லை. கி.வா.ஜ., சீனிவாச ராகவன், ரா.பி. சேதுப்பிள்ளைக்கு வழங்கப்பட்ட விருதுகள் விவாதத்துக்குரியவை. ஆள் பிடித்து பொலிடிகல் இன்ப்ளுயன்ஸ் உபயோகித்து விருதுகள் வாங்கப்

படுகின்றன. க.நா.சு., வெங்கட் சாமிநாதன் போன்ற சீரியஸ் கிரிட்டிக் இல்லை தி.க.சி. விருதுக்குத் தேர்வான இறுதிக்கட்ட மூன்று படைப்பாளிகளில் நானும் ஒருவன். இதற்கு மேல் இதனைப் பேச கூச்சமாய் இருக்கிறது.

கே : தலித் இலக்கியம் பற்றி உங்கள் கருத்து?

பதி : தலித் இலக்கியம் வருவதற்கு முன் யாரும் தலித் பிரச்சினையைத் தீவிரமா சொல்லல. ஜெயகாந்தன் சென்னை சேரி மக்கள் பிரச்சினைகளைத்தான் எழுதினார்; தலித் பிரச்சினைகளைப் பற்றியல்ல. தலித் தன் வாழ்க்கையை எழுதுகிறான். அது ஒரு வசதி. தலித் இலக்கிய போக்கு ஆரோக்கியமாக இருக்கிறது. இவ்வகை இலக்கியம் வரும் வரை தலித் வாழ்க்கை தமிழனுக்குப் புரியாமல் இருந்தது.

மராட்டி தலித் இலக்கியம் பண்பட்ட நிலையில் உள்ளது. அது மாதிரியான முயற்சிதான் இங்கும் தொடர்கிறது. பூமணி, ரவிக்குமார், இமயம், பாமா, சிவகாமி, ராஜ் கௌதமன் போன்றோர் எனக்குப் பிடித்த தலித் படைப்பாளிகள்.

கே : கவிஞர் புவியரசுக்கு சீரியஸ் ட்ராமா அறிமுகப்படுத்தியது நீங்கள்தானாமே?

பதி : சீரியஸ் ட்ராமாவுக்குக் கூட்டிச் சென்றேன் என்று சொல்லலாம். மராத்தியிலும், பெங்காலியிலும் சீரியஸ் ட்ராமாக்கள் முப்பது வருடங்களுக்கு முன்னாடியே வீரியமாய் போடப்பட்டன. விஜய் டெண்டுல்கர், பாதல் சர்க்கார், கிரிஷ் கர்னாட், அமோல் பாலேகர், நஸ்ருதீன் ஷா, ஓம்பூரி போன்றவர்கள் சீரியஸ் ட்ராமா ஜாம்பவான்கள். அம்ரிஷ்பூரி ஒரு ஆள் ஒரே நாடகத்தில் நாலு ரோல் போடுவார்.

மும்பை பிருத்வி தியேட்டரில்தான் நவீன நாடகம் போடுவர். கவிஞர் புவியரசுக்கும் எனக்கும் 15 வருட வயது மீறிய நட்பு. சீரியஸ் ட்ராமா பார்த்ததும் கவிஞர் புவியரசுவுக்கு நாடகங்கள் பற்றிய அபிப்பிராயம் மாறிப்போனது. ஊர் திரும்பினவர் ‘வயிறு’ என்னும் சீரியஸ் ட்ராமா அரங்கேற்றினார்.

கே : நாஞ்சில் நாடன், என்னைப் போன்ற வெகுஜன எழுத்தாளருக்கும் பிடித்த எழுத்தாளராய் இருக்கும் மர்மம் என்ன?

பதி : என்னுடைய அனுபவங்களுக்கு நேர்மையாக இருக்கிறேன். குறிப்பிட்ட இயக்க, வாசகர் அங்கீகாரத்துக்காக என்

எழுத்துக்களை மாற்றி எழுத விரும்பவில்லை. என்னுடைய எழுத்தின் எந்த அஸ்பெக்ட் உங்களுக்குப் பிடிக்கிறதோ, எனக்குத் தெரியவில்லை. மொழியைத் தீவிரப் புரிதலுடன் கையாள விரும்புகிறேன். போகிற போக்கில் வார்த்தைகளை நான் தூக்கி வீசுவதில்லை.

கே : உங்களின் ஃப்யூச்சர் பிளான்ஸ்?

பதி : இதுவரைக்கும் அலுவலகம் சார்ந்த படைப்பு எதுவும் தமிழில் சரியா வரல. அரசு அல்லது தனியார் அலுவலக நடைமுறை, கேன்ட்டீன், 23C பஸ், தயிர் சாதம், குமுதம் பரிமாறிக் கொள்ளுதல் என்று சில்லறைத் தோதில் எழுதுவது அலுவலகம் சார்ந்த படைப்பல்ல. ஆகையால் அதுபற்றிய முழுமையான நாவல் எழுதப் போகிறேன்.

மரபுரீதியான செல்வங்களை அழித்துவிட்டோம். (சமையல், மருத்துவம், கல்வி, இசை) மூடநம்பிக்கை என்று தேவதை, ஆவி போன்ற MYSTERIOUS விஷயங்களைப் புறந்தள்ளி விட்டோம். இவை விஷயமான நாவலை பின் நவீனத்துவ பாணியில் எழுத இருக்கிறேன்.

புதிய சிறுகதைத் தொகுப்பு, கட்டுரைத் தொகுப்பு கொண்டு வர இருக்கிறேன்.

கே : எழுத்தாளர்களுக்குள் குழு மனப்பான்மை அவசியமா?

பதி : தத்துவார்த்த ரீதியான சண்டை ஆரோக்கியமானது. தீவிரமாக நம்புகிற கருத்தை ஸ்தாபிக்கும் முயற்சி இலக்கியத்தை முன்னெடுத்துப் போகும். எழுத்தாளர்களின் குழு மனப் பான்மையில் அரசியல்வாதி மாதிரி உள்நோக்கமோ, லாப நோக்கமோ இல்லை; வெறும் பெர்சனல் ஈகோதான் அடிப்படைக் காரணம்.

கே : புதிதாக எழுத வருவோர்க்கு உங்கள் அறிவுரை?

பதி : BE SINCERE TO YOUR WRITING. பாதி வழியில் பாணி மாறக் கூடாது. எழுத்து, ஆற்றல் சம்பந்தப்பட்ட விஷயம். எதை ஒரு எழுத்தாளன் தேடுகிறானோ தேட விரும்புகிறானோ அதை அவனே தெளிவாய் தீர்மானிச்சிடணும்.

4

உலகத்தமிழ்.காம்

நேர்காணல் 12-10-2002

சந்திப்பு

சிபிச்செல்வன்

நாஞ்சில் நாடன் என்ற பெயரால் அறியப்படுகிற சுப்பிரமணியம் தமிழின் மிக முக்கியமான படைப்பாளிகளில் ஒருவர். எழுபதுகளின் பிற்பகுதியில் தமிழிலக்கியத்துக்கு அறிமுகமான நாஞ்சில் நாடன் இதுவரை நாவல், சிறுகதை, கவிதை, கட்டுரை என்று பல துறைகளிலும், தனது தனித்துவமான எழுத்துகளில் நாஞ்சில் வட்டார வழக்கையும், வாழ்வையும் பதிவு செய்திருக்கிறார். அதுபோலவே பம்பாய் வாழ்வையும், இந்தியாவின் பல பகுதிகளையும், தனது படைப்புகளில் கொண்டு வந்திருக்கிறார். தமிழ் நாவல்களில் பயணத்தை இலக்கிய மாக்கியிருக்கிறார். சங்க இலக்கியத்தில் நல்ல பரிச்சயமும் ஆர்வமும் உள்ள நாஞ்சில் நாடனின் படைப்புகளில் அவை விரவியிருப்பதைப் பார்க்க முடியும். அறிவைப் பறைசாற்றிக் கொள்ளும் முனைப்புடன் துருத்திக் கொண்டிருக்காமல் கதைப்போக்கில் இயல்பாகக் கலந்திருப்பது அவரின் தனித்தன்மைகளில் ஒன்று. இவரது தலைகீழ் விகிதங்கள் நாவல் எழுதி 25 வருடங்களுக்குப் பிறகு சொல்ல மறந்த கதையாக இந்தத் தீபாவளியன்று திரைக்கு வருகிறது.

பணி நிமித்தமாகக் கோவையில் தங்கிவிட்ட இந்த நாஞ்சில் நாட்டுக்காரரை உதவி ஆசிரியர் சிபிச்செல்வன் அவரது இல்லத்தில் சந்தித்துப் பேசினார். தனது படைப்புக்களின் பல்வேறு அம்சங்கள், சக படைப்பாளிகள், சினிமாவிற்கும் தனக்குமுள்ள உறவு, தமிழ்ப் பேராசிரியர்கள் மீதான விமர்சனம் என்று பல அம்சங்களைப் பற்றி விரிவாகவும் வெளிப்படையாகவும் பேசினார். பேட்டியின் தொகுப்பு இருபகுதிகளாக வெளியிடப்படுகிறது.

கே : உங்கள் இளமைக் காலம், குடும்பப் பின்னணி பற்றி...?

பதி : நான் பிறந்தது கன்யாகுமரி மாவட்டம். தனித்தமிழ் நாடு என்று பிரிவதற்கு முன்னால் திருவிதாங்கூர் சமஸ்தானத்திலிருந்தது கன்யாகுமரி. 1956க்குப் பிறகு கன்யாகுமரி மாவட்டமானது தாழக்குடி என்ற பகுதியில் ஒரு கிராமத்தில் 120 வீடுகள்

மட்டுமே உள்ள சின்ன கிராமம். பூதப்பாண்டியைத் தொட்டு ஓடி வருகிற பழையாறு, வீரநாராயணமங்கலத்தைத் தாண்டி திருப்பதிசாரத்திற்குப் பின்வாசல் வழியாக, சுசீந்திரம்போய் கன்யாகுமரி கடலுக்குப் போகிறது. அந்த கிராமத்தில் ஒரு விவசாயக் குடும்பத்தில் பிறந்தேன். வருடத்திற்கு இரண்டு போகம் நெல் விளையும். கன்னிப்பூ, கும்பப்பூ என்று சொல்வோம்.

எங்கள் ஊரில் ஆரம்பப்பள்ளி ஐந்தாவது வகுப்பு வரை இருந்தது. மேற்குப் பக்கம் இறச்சகுளம் என்கிற ஊரில் எட்டாவது வரையும், கிழக்குப் பக்கம் தாழக்குடியில் 11ஆவது வரையிலும் படித்தேன். அப்போது அந்தப் பள்ளியிலிருந்து எஸ்.எஸ்.எல்.சி. தேர்வு எழுத பூதப்பாண்டிக்குப் போகவேண்டும். ஜீவானந்தம் பிறந்த ஊர். மூன்று மைல் தூரம் இருக்கும். அந்த ஊரில் தேர்வு எழுதப்போகும் மாணவன் சோர்ந்து போய்விடக் கூடா தென்பதற்காக, எங்கள் ஓவிய ஆசிரியர் சைக்கிளில் உட்கார வைத்துக் கூட்டிக்கொண்டு போனார். மத்தியான சாப்பாடு வாங்கிக் கொடுத்து, மீண்டும் தேர்வு எழுதவைத்துக் கூட்டிக் கொண்டு வந்தார். 11ஆவது வரை அங்கே படித்தேன். மாவட்டத்தில் இரண்டாவது மாணவனாக வந்தேன். நாகர்கோயிலில் தென் திருவிதாங்கூர் இந்துக் கல்லூரியில் பிரி யூனிவர்சிட்டி (P.U.C.) சேர்ந்தேன்.

எங்கள் குடும்பத்தில் பெரிய கல்விப் பாரம்பரியம் கிடையாது. அதற்காக முட்டாள்கள் என்று அர்த்தம் இல்லை. விவசாய சம்பந்தமான அறிவு உண்டு. பழைய இலக்கியங்களில் ஈடுபாடு உண்டு. ஆனால் முறையான கல்வி பெற்றவர்கள் இல்லை. எங்கள் சித்தப்பா ஒன்பதாவது படிக்கும்போது அரசாங்கத் தேர்வில் சமஸ்தானத்தில் கோல்டு மெடல் வாங்கியவர். அந்தச் சூழல் இருந்தாலும்கூட பிரி யூனிவர்சிடியில் என்ன கோர்ஸ் எடுத்துப் படிக்கவேண்டும் என்று தெரியாது. ஒரு பேராசிரியர் சொல்லி பிசிக்ஸ், மேத்ஸ் எடுத்துப் படித்தேன். அப்போது B.Sc-க்குப் பிறகு M.Sc படிக்கும் வாய்ப்பு அங்கே இருக்கவில்லை. கல்வியில் சிறந்த மாவட்டமாக இருந்தாலும், படிப்பதற்கான வாய்ப்புகள் குறைவாக இருந்தன. M.Sc படிப்பதற்காகத் திருவனந்தபுரம் போனேன். கேரளப் பல்கலைக்கழகத்தில் படித்தேன்.

கே : எப்போது பம்பாய்க்கு போனீர்கள்?

பதி : *1970இல் M.Sc முடித்துவிட்டேன். இரண்டு வருடங்கள் வேலையில்லாமல் சுற்றிக்கொண்டிருந்தேன். கல்லூரி விரிவுரையாளராகப் போகவேண்டும் என்றால், 25000 ரூபாய் கொடுக்க வேண்டும். அப்போது ஒரு கோட்டை நெல் 30 ரூபாய்க்கு விற்றது. அது எங்களுக்குப் பெரிய தொகை. அதைக் கொடுக்கக் கூடிய நிலையில் எங்கள் குடும்பம் இல்லை. 1972 நவம்பரில் வேலை தேடி பம்பாய்க்குப் போனேன். முப்பது வருடம் ஆகிவிட்டது. வடிவீசுவரம் நடராஜய்யர் என்பவரின் நிலங்களை நாங்கள் பயிர் செய்துகொண்டிருந்தோம். அவர் பம்பாயில் எனக்கு ஒரு வேலை வாங்கிக் கொடுக்கிறேன் என்று சொன்னார். நானும் புறப்பட்டுப் போனேன். அந்த நேரத்தில் மகாராஷ்ட்ரத்தில் கடுமையான வறட்சி. வேலை எளிதாகக் கிடைக்கவில்லை. பம்பாய் கலெக்டர் அலுவலகத்தில் 7 ரூபாய் தினக்கூலிக்கு 15 நாட்கள் வேலை பார்த்திருக்கிறேன். அதன் பிறகு நான் இப்போது வேலை செய்துகொண்டிருக்கும் W.H.BRADY & Co-யில் சேர்ந்தேன். அங்கேயும் அதே சம்பளம். 1973 ஜனவரி 8ந்தேதி கேஷுவல் லேபராகச் சேர்ந்தேன். 30 வருடங்களாக இங்கே இருக்கிறேன். பொருளாதாரத்தில் பெரிய அளவில் வசதிகள் இல்லை என்றாலும், எழுத்தாளனாகவும், வாசகனாகவும் இருக்க, இந்தக் கம்பெனி தடை கூறவில்லை. மற்றவர்களைப் போல நானும் வேறு கம்பெனிகளில் முயற்சி செய்திருந்தால் கார், பங்களா என்று வசதிகளுடனும், பெரிய பதவிகளுடனும் இருந்திருக்க முடியும். ஒரு பிராஞ்ச் மேனேஜராக இருந்தாலும், டவுன் பஸ்ஸில் பிரயாணம் செய்கிறேன். வாடகை வீட்டில் குடியிருக்கிறேன். அதில் எனக்குப் பெரிய வருத்தம் இல்லை.*

கே : இலக்கியத்தில் ஆர்வம் எப்போது வந்தது?

பதி : *இலக்கியத்தில் பத்து வயதிலிருந்தே ஆர்வம் வந்துவிட்டது. மேற்கோள் காட்டுகிற வரிகள் ரொம்பப் பிடிக்கும். வரிகள் பிடித்திருந்தால், மொத்தக் கவிஞனின் கவிதைகளைத் தேடிப் போவேன். எங்களூரில் தமிழர் நூல் நிலையம் இருந்தது. அங்கே போய்ப் படித்தேன். சீவக சிந்தாமணியில் பந்தாடுகிற காட்சி சந்தத்தோடு இருக்கும். கேட்க சுகமாக இருக்கும். வசந்த மாலை பந்தாடுகிற காட்சி இருக்கிறதென்றால், நான் தெருவெல்லாம் பந்தாடிக்கொண்டே போவேன். தெருவில்*

இருப்பவர்கள் சிரிப்பார்கள். நான் அதற்காகக் கவலைப் படவில்லை. வசந்தமாலையா வசந்த சேனையா என்பது எனக்கு சரியாக ஞாபகம் இல்லை. பேச்சுப் போட்டி, கட்டுரைப் போட்டிகளில் கலந்துகொள்வேன். பேராசிரியர் பத்மநாபன் என்பவர் எழுதிக் கொடுப்பார். அப்படி என் புத்தக அறிவை வலுப்படுத்திக் கொள்ள ஒரு வாய்ப்பு இருந்தது.

கே: உங்களை எழுத்தாளனாக எப்போது அடையாளம் காண ஆரம்பித்தீர்கள்? யாரை நீங்கள் முன்மாதிரியாகக் கொண்டீர்கள்?

பதி: பதினைந்து வயதிருக்கும் போது குமுதம், ஆனந்தவிகடன் படித்தேன். ஆரணி குப்புசாமி முதலியார், வடுவூர் துரைசாமி அய்யங்கார், தமிழ்வாணன் வரையிலும் மர்மக்கதைகள் படித்தேன். முதன் முறையாக ஒரு மர்மக் கதை எழுதி குமுதத்திற்கு அனுப்பிவைத்தேன். அடுத்த வாரத்திலிருந்தே என் கதை வந்துவிட்டதா என்று தேட ஆரம்பித்துவிட்டேன். அந்த முயற்சியை ஆறு மாதங்களுக்குப் பிறகு விட்டுவிட்டேன். தொடர்ந்து படித்துக்கொண்டேயிருந்தேன். பம்பாய் போய்ச் சேர்ந்த பிறகு இரண்டு மாதங்கள் வேலை இல்லாமலிருந்தேன்.

பம்பாய் தமிழ் சங்கத்தில் ஒரு நல்ல நூலகம் இருந்தது. அங்கேயிருந்து அப்போது தினமும் இரண்டு புத்தகங்களை எடுத்து வந்து படிப்பேன். தமிழ்ச் சங்கத்தில் வழிகாட்டும் படியான நண்பர்கள் கிடைத்தார்கள். வே.நாகராஜன் என்று ஒருவர். வேனா என்போம். தி.ஜானகிராமனின் தெருவில் வாழ்ந்தவர். அவர் அளவிற்கு சிறுகதைகளையும் எழுதக் கூடியவர். ஏதோ காரணத்தால் சிறுகதைகள் எழுதுவதைத் தொடர முடியாமல் போய்விட்டது. அவர் சொல்லி நிறையப் புத்தகங்கள் படிக்க ஆரம்பித்தேன். கலைக்கூத்தன் அறிமுக மானார். அவர் மரபுக் கவிஞர். திராவிடப் பாரம்பரியத்தில் வந்தவர்.

தமிழ்நாட்டிலிருந்து பம்பாய்த் தமிழ்ச் சங்கத்திற்கு சொற் பொழிவாளர்கள் வருவார்கள். மூன்று, நான்கு நாட்கள் தங்கியிருப்பார்கள். நிகழ்ச்சியிருக்கும் நேரம் தவிர மற்ற நேரங்களில், அவர்களுக்கு ஊர் சுற்றிக் காட்டச்சொல்லி 500 ரூபாய் கொடுத்து அனுப்புவார்கள். அந்தச் சமயங்களில் அவர்களோடு பேசி நிறைய விஷயங்கள் தெரிந்துகொண்டேன். பெரும்புலவர் பா.நமச்சிவாயம் நிறைய பாடல்களை சொல்லிக் கொடுத்தார்.

நான் வேலை பார்த்த தொழிற்சாலையில் ஒரு தமிழன்கூடக் கிடையாது. தனிமையில் நிறைய இருந்தேன். ஊரை விட்டு வந்த ஏக்கம் இருந்தது. ஊரில் இருக்கிற விஷயங்கள், உணவு, பண்பாடு, பேச்சு வழக்கு, திருவிழாக்கள், கொடை இப்படிப் பல விஷயங்கள் நினைவுக்கு வந்துகொண்டேயிருக்கும். ஏடு என்று ஒரு தமிழ் பத்திரிகை பம்பாய் தமிழ்ச் சங்கத்திலிருந்து வெளிவந்தது. அதில் கலைக்கூத்தன் ஆசிரியராக இருந்தார். அங்கேதான் எடிட்டிங் கற்றுக்கொண்டேன். எழுதவேண்டிய தேவையிருந்தால் எழுதிக்கொடுப்பேன். அப்படித்தான் எழுத ஆரம்பித்தேன். அப்படி எழுதியது முதலில் கதையா, கட்டுரையா என்பது சரியாக நினைவில்லை.

தலைகீழ் விகிதங்கள் எழுத, தலைமுறைகள் எப்படி காரணமோ, அப்படி மிதவை எழுத, ஜே.ஜே. சில குறிப்புகள் முக்கியமான காரணம். ஆனால் ஜே.ஜே. சில குறிப்புகள் பேசுகிற விஷயங்களை மிதவை பேசவில்லை. ஆனால் அது பேசுகிற சுதந்திரங்களை எடுத்துக்கொண்டது. அதன்பிறகு என் நாவல்களின் பார்வையில் முக்கியமான மாற்றம் ஏற்பட்டு இருக்கின்றது. ஜே.ஜே. சில குறிப்புகள் என்னுடைய Shiftக்கு முக்கியமான காரணம் என்று நினைக்கிறேன்.

என்னுடைய கதைகள் நன்றாக எழுதப்படவேண்டும் என்று ஒரு அக்கறை இருக்கிறது. வண்ணதாசன் எந்த ஒரு நல்ல கதையைப் படித்தாலும் அது தன்னுடைய கதை என்று நினைத்துக் கொள்வேன் என்று எழுதியிருந்தார். ஆனால் நான் ஒரு நல்ல கதை படித்தால் நாம் ஏன் இந்தக் கதையை எழுதி யிருக்கக் கூடாது என்று நினைப்பேன். அது மூத்த எழுத்தாளர் களின் படைப்பாக இருந்தாலும் சரி, இளையோர்களின் படைப்பாக இருந்தாலும் சரி. எனக்கு அப்படித்தான் தோன்றியிருக்கிறது.

கே : **நீங்கள் எழுத ஆரம்பித்தபோது எழுத்துத் துறைக்கு வந்த பிற படைப்பாளிகள் பற்றி...**

பதி : நான் எழுத வந்தபோது வண்ணநிலவன், இராசேந்திரசோழன், பா. செயப்பிரகாசம் வண்ணதாசன், பூமணி போன்றவர்கள் சிறுகதைகளை எழுதிக்கொண்டிருந்தார்கள். என்னோடு சமகால எழுத்தாளர்கள் பலர் இன்று ஒருவிதமான சோர்வு நிலையில் இருக்கிறார்கள். ஆனால் எனக்கு அந்த சோர்வு

கிடையாது. இன்னும் என்னால் active ஆக இருக்க முடிகிறது. நேற்றுக்கூட ஒரு சிறுகதை எழுதியிருந்தேன். யதார்த்தவாதம், பின் நவீனத்துவம், மேஜிக்கல் ரியலிசம் என்று சொல்கிறார்கள். நான் அதை வலிந்து செய்வதில்லை. என்னை உயிரோட்டமாக வைத்துக்கொள்வதற்கு அதைத் தெரிந்துகொள்ள வேண்டி யிருக்கிறது.

கே : இப்போது எழுதுகிறவர்களில் உங்களுக்கு யாரைப் பிடித்திருக்கிறது?

பதி : யூமா வாசுகியின் ரத்த உறவு நாவல் எனக்குப் பிடித்திருந்தது. க.சீ.சிவக்குமார், சூத்ரதாரி, யுவன், பெருமாள் முருகன், கண்மணி குணசேகரன் போன்றவர்கள் நன்றாகச் சிறுகதைகளும், நாவல்களும் எழுதிக்கொண்டிருக்கிறார்கள்.

கே : உங்களுக்குப் பிடித்தவர்கள் பெரும்பாலும் யதார்த்த பாணியில் எழுதுகிறவர்கள். இது தற்செயலாக அப்படி அமைந்ததா? அல்லது நீங்களும் யதார்த்த நாவலாசிரியர் என்பதாலா?

பதி : நான் எழுதியதை யதார்த்தம் என்று சொன்னார்கள். வட்டார வழக்கில் எழுதவேண்டும் என்று எழுதவில்லை. நான் எழுதியதை வட்டார வழக்கு என்றார்கள். எட்டு திக்கும் மதயானையை யதார்த்த எழுத்து என்று எப்படி சொல்ல முடியும். ஆனந்த விகடன் பாம்புக் கதையை யதார்த்தத்தில் எப்படி சேர்ப்பார்கள். விமர்சன வசதிக்காக சில பெயர்களை வைத்துக் கூப்பிடு கிறார்கள் அவ்வளவுதான். சில வகையான எழுத்துகள் ஒருவருக்குப் பிடிக்கும். சில பிடிக்காது.

பழந்தமிழ் இலக்கியத்திலும் எனக்கு ஈடுபாடு இருக்கிறது. சங்க இலக்கியங்களில் அகநானூறு, புறநானூறு பிடிக்கும். மலைபடுகடாம் தெரியாது. இது என் சொந்த ரசனையின் அடிப்படையில் இருக்கிறது. எல்லாவற்றையும் படிக்க முயற்சிக் கிறேன். கோணங்கியின் பாழி நாவல் படிக்க சிரமமாக இருப்பதை என்னுடைய போதாமை என்று எடுத்துக் கொள்கிறேன். கோணங்கியைப் படிக்க முடியவில்லை என்றால் சிக்கல் என்னிடம் இருக்கிறதே தவிர, அவரிடம் இல்லை. லா.ச.ராவின் புத்ர மூன்று நான்கு முறை வாசித்த பிறகுதான் புரிந்தது. நான் எழுத ஆரம்பித்த காலம் யதார்த்த நாவல்களுக்கான காலமாகயிருந்தது. பிறகு மேஜிக்கல் ரியலிசம், பேண்டஸி, ஸ்டரக்சுரலிஸம், போஸ்ட் மாடர்னிசம் இப்படி வேறு இடங்களுக்கு நகர ஆரம்பித்தது.

கே : உங்கள் எழுத்துக்களை இந்த மாற்றம் எந்தளவிற்கு பாதித்தது?

பதி : ஒரு எழுத்தாளன் மாடர்னாவது தானாகவே நடக்க வேண்டும். அப்படி வந்தால் சரியாக இருக்கும். நீங்கள் சொல்கிற யதார்த்த பாணியில் எழுதுவதாகக் கொண்டாலும் ஒரு குறிப்பிட்ட காலத்திற்குப் பிறகு அது போரடிக்கும். யதார்த்த எழுத்து எழுதுபவனுக்கு ஒருவிதமான வசதியிருக்கிறது. மற்ற வகையில் வேறு விதமான வசதிகள் இருக்கிறது. எந்த வகையான வசதி வேண்டும் என்பதை அந்த எழுத்தாளன் தான் தீர்மானிக்கவேண்டும். அதற்கு முன்னால் இருந்த வடிவம் 'மாமிசப் படைப்பு' எழுதும்போது போதுமானதாக இல்லை. அதனால் வேறு வடிவத்தை நோக்கிப் போனேன். எழுத்தை அனுபவிக்க வேண்டுமென்றால், எழுதுகிறவனுக்கு அதில் சுவாரஸ்யம் இருக்க வேண்டும். சில வடிவங்களில் அது கிடைக்காதபோது, நீங்கள் வேறு வடிவத்திற்குப் போகிறீர்கள். சமகாலத்து ஆட்கள் எப்படி எழுதுகிறார்கள் என்பதைக் கவனிக்க வேண்டும்.

மொழி தீவிரமாக மாறிக்கொண்டிருக்கிறது. 30 வருடங் களுக்கும் ஒரே மொழியையே எழுதிக்கொண்டிருக்கக் கூடாது. இன்னும் எழுதிக்கொண்டிருப்பவர்களுக்கு என்ன நேர்ந்திருக்கிறது என்பதையும் கவனித்துக்கொண்டிருக்கிறேன். இதற்கு மேல் இந்த ஆசிரியரை மேற்கொண்டு படிக்க வேண்டாம் என்கிற முடிவிற்கு வாசகன் வந்துவிடுகிறான். எழுதுகிறவனுக்கும் அது இருக்கும். (அவன் honest ஆக ஒத்துக் கொள்ள வேண்டும். அவன் வேறுவிதமான வடிவங்களைப் பற்றி யோசிக்கிறான். திட்டமிட்டுச் சில வடிவ மாற்றங்களைச் செய்யலாம். தானாகவும் சில நடக்கலாம். பின் நவீனத்துவ எழுத்து எழுத்தாளனுக்கு மேலும் சுதந்திரம் வழங்குகிறது. இதை எட்டுத் திக்கும் மதயானை, சதுரங்கக் குதிரை நாவல்களில் அனுபவித்தேன். இதை மேற்கத்திய தாக்கமாக நினைக்க வேண்டியதில்லை. நமது மண்ணிலேயே இருக்கிறது. வெஸ்டர்ன் கல்ச்சர், லிட்ரேச்சர் நம்மை பாதித்துக் கொண்டிருக்கிறது என்பதையும் மறுப்பதற்கில்லை.

30 வருடங்களுக்கு முன்னால் பிலிப் ராத், ஜேக் கரோக், கார்லோஸ் கேசனடா படித்ததில்லை. இப்போது அதையும் படிக்கிற வாய்ப்பு கிடைக்கிறது. காப்கா உங்களுக்குப் பிடிக்கலாம். அதற்காக நீங்கள் காப்காவை தமிழில் போலி செய்ய

வேண்டியதில்லை. எனக்கு ஹெமிங்வேயின் எழுத்துகள் பிடிக்கும். என்னோட எழுத்துகளில் அந்த பாதிப்பு இருக்கும். இஸங்களில் போய் சிக்கிக்கொள்ள வேண்டாம் என்று நினைக்கிறேன். அது ஒரு எழுத்தாளனின் கவலை இல்லை என்று நினைக்கிறேன். முயற்சி செய்து பாருங்கள். அது ஒன்றும் தவறில்லை.

கே: உங்கள் படைப்புகளில் மேலை எழுத்தாளர்களின் பாதிப்பு வந்திருக்கிறது என்று நீங்கள் நினைக்கிறீர்களா?

பதி: கண்ணுக்குத் தெரியாத மாற்றம் என் எழுத்துகளில் நடந்திருக்கிறது. அப்படி இல்லாமல் இருந்திருந்தால் மிதவை போன்ற நாவல்கள் சாத்தியமில்லை. மொழி மாடர்னைஸ் ஆகாதபோது எழுதுவதை எழுத்தாளன் நிறுத்திக்கொள்ள வேண்டும். அப்படி நிறுத்திய ஆட்கள் இருக்கிறார்கள். இல்லை என்றால் எழுத்தாளனுக்குப் பெரிய சரிவு நேரும். தன்னுடைய எழுத்துகளின் போதாமையை உணர்ந்து வேறு சில சோதனை முயற்சிகளைச் செய்ய வேண்டும். இன்று நான் எழுதும் மொழி தலைகீழ் விகிதங்களில் எழுதிய மொழியல்ல. இந்த மொழி எப்படி எனக்குள் மாறி இருக்கிறது? மொழி ஊடகமாக, வாகனமாக மாத்திரமல்ல, என்னோட சிந்தனைகளிலும் மாற்றம் கொண்டுவருகிறது.

30 வருஷங்களுக்கு முன்னால் நான் எழுத நினைத்த விஷயத்தை, இப்போது எந்த மனத்தடையும் இல்லாமல் எழுத முடிகிறது. சிந்தனா ரூபமான ஒரு மாற்றம் வந்திருக்கிறது. அப்போது மொழியும் அதன் சுதந்திரத்தோடுதான் வெளியில் வரும். எப்படித் தேடிக் கண்டடைவது? மொழிக்குள் இருக்கிற விஷயங்கள் எழுத்தாளனுக்குத் தெரியாததல்ல. 25 வருடங்களுக்கு முன்னால் நான் எழுதிய நாவலை, இப்போது எழுத நினைத்தால் அது முடியாது. தொடர்ந்து மாறிக்கொண்டேயிருக்கும்போது, அது முன்னோக்கிப் போக வேண்டும், பின்னோக்கிப் போகக்கூடாது.

கவிதைக்குள் இந்த மொழிமாற்றம் நடந்திருக்கிறது. சி.மணி கவிதைகள், கசடதபற கவிதைகள், ஞானக்கூத்தன், பசுவய்யா, தர்மு சிவராம் கவிதைகளையும் பாருங்கள். இன்றைக்கு இருக்கிற கவிதைகளையும் பாருங்கள். இதில் ஒரு கவிஞனின் திட்டமிடல் இருக்கிறதா என்று கேட்டால், இல்லை என்றே சொல்வேன்.

கே : உங்கள் படைப்புகளில் தொடர்ந்து சங்க இலக்கியத்தின் பாடல்கள் வருகின்றன. இதை நீங்கள் இடம் பொருள் கருதி செய்கிறீர்களா? இல்லை...

பதி : எழுத்தில் மொழி உயிரோடு இருக்கவேண்டும், அது பவர்புல்லாக இருக்கவேண்டும். செறிவாக இருக்க வேண்டும். அதே மொழியைத் திரும்ப எழுதிக்கொண்டிருப்பது, coinage திரும்பத் திரும்ப use பண்ணுவது சலிப்படையச் செய்யும். ஒரு மாற்றுச் சொல் கிடைக்கிறபோது அதைப் போட்டு விடுவேன். அது என் படைப்பை இன்னும் கொஞ்சம் சக்தி வாய்ந்ததாக மாற்றுகிறது சங்க இலக்கியம். அப்படி ஒன்றும் எழுத்தெண்ணிப் படித்தது கிடையாது. பிடித்த பகுதிகளில், சில பாடல்களைப் படித்திருக்கிறேன். சங்க இலக்கியத்தின் பேரில் மிகுந்த மரியாதை உண்டு.

தமிழில் எழுதவருகிற கவிஞனாலும் மற்ற படைப்பாளி களானாலும் நிறைய புத்தகங்கள் படித்திருக்கவேண்டும். நிறைய சொற்கள் கைவசம் இருக்கவேண்டும். அப்போது தான் உங்கள் பிரயோகங்கள் சரியாக வரும். அவன் போட்ட சொல்லை நாம் திரும்பப் பயன்படுத்தக்கூடாது என்று ஒன்றும் கிடையாது. நமது பயிற்சியைப் பிரயோகிக்கும் போது, ஒருவிதமான வேகத்தைக் கொடுக்கிறது. அந்த வாய்ப்பு இல்லை என்றால், கையில் இருக்கிற சொற்கிடங்கி லிருந்துதான் பயன்படுத்திக்கொள்ள முடியும். பழைய இலக்கியங்கள் படிப்பது சொல்லுக்கு மாத்திரமல்ல, பாவங் களுக்கும் பயன்படுத்திக் கொள்ளமுடியும். எவ்வளவு சுருக்கமாகச் சொல்ல முடியும் என்பதைக் கவிதையிலே சொல்லிக் காட்டியிருக்கிறான்.

கே : புதுக்கவிதை பற்றிய உங்கள் பார்வையையும் அனுபவங் களையும் சொல்லுங்கள்.

பதி : ஆரம்பத்தில் நான் கவிதை வாசகன்தான். சிறுகதை, நாவல் எழுதியிருந்தாலும் முதலில் விரும்புவது கவிதையைத்தான். இன்றைய புதுக்கவிதை வெகுதூரம் வந்திருக்கின்றது. நமக்குத் தெரிந்த மொழிபெயர்ப்புக் கவிதைகளை வைத்து பார்க்கின்ற போது, தமிழ்க்கவிதை வெகுதூரம் கடந்து வந்திருக்கின்றது. யூமா வாசுகி, யுவன், மோகனரங்கன் கவிதைகள் பிடிக்கும். இன்னும் இளைய தலைமுறையினர் நிறைய பேர் எழுதுகிறார்கள்.

எல்லோரின் பெயர்களும் சொல்வது சாத்தியமில்லை. அவர்களுக்கு இருக்கிற சுதந்திரத்தை அவர்கள் சரியாகப் பயன்படுத்திக் கொள்கிறார்கள் என்று தோன்றுகிறது. 30 வருடங்களுக்கு முன்னால் இருந்த கவிஞர்களின் வெளிப்பாட்டை விடவும், இன்று எழுதுபவனின் கவிதை வெளிப்படையாக இருக்கிறது. மொழியின் எளிமையை வைத்துச் சொல்லவில்லை. அவனைவிட உணர்ச்சியை இவன் மிக சுதந்திரமாகப் பயன்படுத்துகிறான்.

புரியாமை எல்லா மொழிகளிலும் இருக்கிறது. ஒரு பத்துவரிக் கவிதை முழுக்க முழுக்கப் புரிய வேண்டுமென்பதற்காக, அடுத்த அடுத்த வாசிப்பில் போய் புரிந்து கொள்ள முயற்சிக்கிறேன். ஒரு கவிதையை முழுக்கப் புரிந்து கொள்ள முடியவில்லை என்றால், அது கவிதையின் குறையல்ல. என்னுடைய இன்றைய மனநிலைக்கு, கவிதை வாசிப்புப் பயிற்சிக்கு, அந்தக் கவிதையை என்னால் புரிந்துகொள்ள முடியவில்லை. அவ்வளவுதான் விஷயம்.

கே: கவிதையின் நெடிய வரலாற்றில் உங்கள் கவிதையை எங்கே ஃபிக்ஸ் செய்வீர்கள்?

பதி : என் கவிதைகளைக் கவிதை என்று சொல்லிக்கொள்ள ரொம்பக் கூச்சப்படுகிறேன். கவிதை எழுத முயற்சி செய்திருக்கிறேன். I do not claim that I am a Poet. அந்த அடைப்புக்குள் நான் வரவில்லை. என்னைப் பற்றிய மதிப்பீடு அதுதான். என்னை யாராவது கவிஞர் நாஞ்சில் நாடன் என்று சொன்னால், எனக்குப் பெரிய சிரிப்புதான் வரும். எந்தக் காலத்திலும் நான் கவிஞன் ஆகமுடியாது என்பது எனக்குத் தெரியும். ஆனாலும் கவிதையை எழுத முயற்சி செய்திருக்கிறேன். அது கவிதை என்று ஒத்துக்கொள்வதற்கு சற்று சிரமமாகத்தான் இருக்கிறது. சில விஷயங்களை அந்த வடிவத்தில் சொல்ல வசதியாக இருக்கிறது. அது கவிதைதானா என்பதை விவாதிக்கலாம்.

நாவல், சிறுகதையில் எனக்கு இருக்கிற தன்னம்பிக்கை நிச்சயம் கவிதையில் இல்லை. சில வரிகள் நன்றாக வந்திருக்கலாம். சில பிரயோகங்கள் நன்றாக வந்திருக்கலாம். prose எழுதும்போதுகூட அது வரும். அப்போது இன்னும் கொஞ்சம் இறுக்கி, செதுக்கி செய்யலாம். என் 30 ஆண்டு

கால இலக்கிய வாழ்க்கையில் 40 கவிதைகள்தானே எழுதி யிருக்கிறேன். தொகுப்பாக வைத்திருப்பது ஒரு வசதி கருதி தான். மற்றபடி நான் மதிக்கிற எந்தச் சமகால கவிஞனோடும் குரூப் போட்டோ எடுக்கும்போது கூடப் போய் நிற்க நான் விரும்பவில்லை.

கே: உங்கள் கிண்டல், கேலியை சிறுகதைகளில் அதிகமாக காண்கிறேன். குறிப்பாகப் பண்டிதர்களைத் தொடர்ந்து கேலி செய்கிறீர்கள். ஆனால் நாவல்களில் அப்படி காணப் படுவதில்லையே ஏன்?

பதி : நாவல்களில் அதற்கான சூழல் இல்லை. தமிழ்ப் பேராசிரியரைக் கிண்டல் செய்ய வேண்டும், அவர்கள் பேரில் உள்ள ஆத்திரத்தைத் தீர்த்துக்கொள்ள வேண்டும் என்பதற்காக அப்படிச் செய்வதில்லை. ஒரு கல்லூரியில் என்னைப் பேசக் கூப்பிடுகிறார்கள். மாணவர்களைக் கணக்கில் எடுத்துக் கொண்டு, நவீன இலக்கியத்தைப் பற்றிச் சொல்வதற்காகப் போகிறேன். அதில் 20, 30 மாணவர்கள் ஆர்வத்தோடு என்னுடன் பேசுகிறார்கள். இலக்கியக் கூட்டங்களுக்குக் கூப்பிட்டால்கூட தவிர்த்துவிட்டு கல்லூரிகளுக்குப் போகிறேன். 2 மணி முதல் 4 மணி வரை கூட்டம் என்றால் 4.15 மணிக்கு தமிழ்ப்பேராசிரியர் புறப்பட்டு விடுவார். ஆனால் மாணவர்கள் 6.30 வரையிலும் பேசிக்கொண்டிருப்பார்கள். ஒரு நிகழ்ச்சியை ஏற்பாடு செய்வதற்குப் பேராசிரியர்களுக்குக் கிராண்ட் கொடுக்கிறார்கள். அதற்காகக் கூட்டம் போடுகிறார்கள். சீக்கிரமாக வீட்டிற்குப் போனால் மாட்டுக்குப் புல் அறுத்துப் போடலாம் அல்லது பால் கணக்குப் பார்க்கலாம். அப்படி இருப்பவர்கள் மேல் எனக்கு ஒருவிதமான அவர்ஷன் இருக்கிறது.

ஒருநாள் விடுமுறை எடுத்துக் கொண்டு போனால்தான் அந்தக் கூட்டத்திற்குப் போகமுடியும். நான் தனியார் நிறுவனத்தில் வேலை செய்பவன். குறைந்தபட்சமாக, என் நிறுவனத்தில் கொடுக்கிற ஒரு நாள் சம்பளமாவது ஒரு கூட்டத்திற்குத் தர வேண்டும். ஆனால் இவர்கள் ஒரு பிளாங் வவுச்சரில் கையெழுத்து வாங்கிக்கொண்டு நூறு ரூபாய் கவரில் போட்டுக் கொடுப்பார்கள். மிகவும் அவமானமாக இருக்கும். சிறுகதை எழுதுகிற வாய்ப்பு கிடைத்தால் இதை எழுதிவிடுவேன். ஆனால் இதைச் சொல்வதற்காகவே சிறுகதை எழுதுவதில்லை.

நேற்று வந்த நூல் ஆசிரியர்களைக்கூட ஆங்கிலப் பேராசிரியர் களுக்குத் தெரியும். அவர்கள் அலெக்சாண்டர் டூமாஸோடு நின்றுவிடுவதில்லை. ஆனால் தமிழ்ப் பேராசிரியர்கள் அப்படி இருப்பதில்லை. பல்கலைக்கழக பேராசிரியர்களுக்காக நாவல் பற்றிய வகுப்பு ஒன்றை நடத்தினேன். துரதிர்ஷ்ட வசமாக சதுரங்கக் குதிரை நாவல் அங்கே பாடமாக இருந்தது. நிறையப் பேராசிரியர்கள் என்னிடம் வந்து அந்த நாவலை சொல்லிக் கொடுப்பது கஷ்டமாக இருக்கிறது என்றார்கள். எது இவர்களுக்கு புரியுமோ அதை வைத்துக்கொள்ள வேண்டியது தானே? பாடமாக வைக்கப்படுவதைப் படித்து அவர்கள் முதலில் புரிந்துகொள்ளவேண்டும். ஃபேன்சிக்காக வைக்கக்கூடாது.

வயிற்றுப்பாட்டுக்காகச் சற்றும் சம்பந்தமில்லாத தொழில் செய்கிறேன். நேற்று வந்த புதுப் புத்தகம் கூட வாங்கிவிடுகிறேன். அது என் குடும்பத்திற்குப் போக வேண்டிய பணம். என் மனைவி, மக்களை வஞ்சித்து இந்தப் புத்தகங்களை வாங்கி வருகிறேன். ஆனால் பேராசிரியர்கள் அப்படி வாங்குவதில்லை. இலக்கியத்தில் இன்று என்ன நடக்கிறது என்பதைத் தெரிந்துகொள்வதில் அவர்களுக்கு ஆர்வமிருப்பதில்லை.

கே : **ஆங்கிலப் பேராசிரியர்கள்கூட தமிழ்நாட்டில் பெரியளவிற்குப் புதுப் புத்தகங்களை வாங்கிப் படித்து மாணவர்களுக்கு அறிமுகம் செய்யவோ, சொல்லிக்கொடுக்கவேச் செய்கிறார்கள் என்று சொல்ல முடியாதே?**

பதி : நீங்கள் சொல்வது சரியாக இருக்கலாம். ஆனால் அவர்களில் பெரும்பாலானவர்கள் நிகழ்காலத்தில் நடப்பவைகளைப் பற்றிய அறிவோடு இருக்கிறார்கள். இங்கு அப்படி இல்லை. மருத்துவக் கல்லூரியில் படிக்கிற மாணவர்கள், உங்கள் நாவல்கள் படித்தேன் என்று சொல்லும்போது சந்தோஷமாக இருக்கிறது. இலக்கிய மாணவர்கள் ஆராய்ச்சி செய்வதற்கு கைடு இருக்கிறார். அவருக்குக் கலிங்கத்துப்பரணிதான் தெரியும் என்றால் கடைத்திறப்புப் பற்றி ஆராய்ச்சி செய்யச் சொல்ல வேண்டியதுதானே? ஆனால் அவர்கள் என்ன செய்வார்கள் என்றால் நாஞ்சில் நாடன் நாவல்களில் பெண் பாத்திரங்களைப் பற்றி ஆராய்ச்சி செய்யச் சொல்லுவார்கள். உடனே அந்த மாணவர்கள் நம்மிடம் வருவார்கள். அவர்களுக்கு உதவி செய்வது பெரிய அவஸ்தை. நம்மைப் பற்றிய அனைத்து

வெளியீடுகளையும் எடுத்துக்கொடுக்க வேண்டும். இந்த ஆய்வுகளைப் பல்கலைக்கழக நூலகத்தில் போய்ப் பார்த்தால் அபத்தமாக இருக்கும். என்னுடைய நாவலை ஒரு மாணவர் எம்.பில். ஆய்வு செய்தார். அதில் பைகுலா, குர்லா ஸ்டேஷன்களைக் கதாபாத்திரங்களாகக் குறிப்பிட்டிருக்கிறார். எனது நாவல், சிறுகதை படிக்காமலேயே மனிதன் சந்தோஷமாக வாழ முடியும். அது ஒன்றும் பிராண வாயு அல்ல. எதற்குப் போய் அதை இப்படிப் பீராய வேண்டும்?

கே: இந்த விஷயங்களை நீங்கள் சிறுகதைகளில் சொல்லாமல் கட்டுரைகளில் சொல்லலாமே?

பதி: எனக்குக் கட்டுரைகளில் சொல்வதைவிடச் சிறுகதைகளில் சொல்வது வசதியாக இருக்கிறது. கட்டுரைகளில் செய்ய விரிவான ஆய்வுகளும், புள்ளிவிவரங்களும் வேண்டும். அதற்கான அவகாசம் இல்லை. அதற்கான வாழ்க்கை முறை இல்லை. சிறுகதைகளில் என்னோட அனுபவங்களை, உணர்வு களைச் சொல்கிறேன். புனைகதை சில வசதிகளைத் தருகின்றது. இதுவரை குறிப்பிட்டு மூன்று, நான்கு கட்டுரைகள் எழுதி யிருப்பேன்.

கே: நாவல், சிறுகதை உங்கள் ஃபுட்டிங் என்றால் அதில் எது உங்களுக்குச் சௌகரியமாகவும் வசதியாகவும் இருக்கிறது?

பதி: இரண்டுமே வசதியாக இருக்கிறது. நாவல் மேலும் வசதியாக இருக்கிறது. நாவல் தருகிற சுதந்திரத்தை வேறு ஒரு மீடியம் தருவதில்லை என்று நினைக்கிறேன். நாவல் பரந்த வீச்சுள்ளது. முழுமையாக எழுதலாம். 400 பக்கங்கள் உள்ள நாவலை ஒரு வாசகன் படித்தால் அவனை இரண்டு நாள் உங்களோடு வைத்திருக்கலாம். சிறுகதைக்கோ, கவிதைக்கோ அந்த வாய்ப்பு இல்லை. அதே சமயத்தில் நாவலுக்கு நிறைய உழைக்க வேண்டியிருக்கும். ஒரு கவிதையை நானே 15 முறைகூட செதுக்கிச் செதுக்கி எழுதலாம். நாவலை அப்படி எளிதாகச் செய்ய முடியாது. நாவலை மூன்றாவது முறை டிராப்ட் எழுதுவது, அவ்வளவு லேசான விஷயம் கிடையாது. என்னுடைய முறை என்னவென்றால் இன்று முதல் அத்தியாயம் எழுதுகிறேன் என்றால், அடுத்த அத்தியாயம் அடுத்த வாரம் எழுதும்போது, முதல் அத்தியாயம் படித்துவிட்டு எழுத ஆரம்பிக்கிறேன். 17வது அத்தியாயம் எழுதும்போது, 16வது அத்தியாயம் வரை

படித்துவிட்டுத்தான் எழுதுகிறேன். முதல் அத்தியாயத்தை 15 முறை படிக்க வேண்டியிருக்கிறது. புத்தமாகும் போது பைனல் புரூப் ரீடிங்கை ஒரிஜனலை வைத்துக்கொண்டு நான் பார்ப்பதில்லை. ஒரு லைன் மிஸ்ஸாகிறதென்றால் எனக்குத் தெரிந்துவிடும். கிட்டத்தட்ட மனப்பாடமாகியிருக்கும். அந்த அளவிற்கு ஊன்றிச் செய்ய வேண்டியிருக்கிறது.

கே: முதல் இரண்டு நாவல்களில் வேலை இல்லாதவர்களின் சிக்கல்களை எழுதியிருக்கிறீர்கள். எதனடிப்படையில் இதை நீங்கள் எழுதினீர்கள்?

பதி: படித்துவிட்டு வேலை இல்லாமலிருக்கும் சிரமம் என்ன வென்று உங்களுக்குத் தெரியும். வேலை இல்லை என்றால் ஒரு புழு மாதிரி ஆகிவிடுவீர்கள். தன்னம்பிக்கையே இருக்காது. சிதைந்துபோன மனிதனாகி விடுவீர்கள். சட்டையைத் துவைத்துப் போட்டுக்கொள்ளக்கூடத் தோன்றாது. இது தெரியாமல் இருந்தால், எதற்காக நான் 7 ரூபாய் தினக்கூலிக்குப் போக வேண்டும்.

120 வீடுகள் கொண்ட எங்கள் ஊரில் 8 பட்டதாரிகள் வேலை யில்லாமல் இருந்தார்கள். மார்க்கெட்டில் போய் தேங்காய் விற்பது ஒன்றும் கௌரவக் குறைவான வேலை கிடையாது. தன்னுடைய தோட்டத்தில் வேலை செய்வது, விளைகிற தேங்காய் விற்பது என்ன கௌரவக் குறைச்சலான வேலையா? நான் தொழுவிலிருந்து சாணி அள்ளிப் போய்க் கொட்டி யிருக்கிறேன், கை ஏர் பிடித்திருக்கிறேன். பட்டதாரி ஆகி விட்டதால் இந்த வேலைகள் செய்யமாட்டேன் என்றால் எனக்கு வருத்தமாக இருக்கிறது. இந்த அவதிகள் எனக்கு நாவல்களில் பயன்பட்டிருக்கின்றன.

கே: சதுரங்கக் குதிரை நாவலில் குடும்ப அமைப்பு வேண்டாம் என்று சொல்கிற ஒரு கதாநாயகன் வருவான். திருமணம் என்பது ஒரு social status **என்கிற விஷயத்தை நாவல் முழுவதும் தொடர்ந்து பதிவு செய்துகொண்டே போயிருக்கிறீர்கள். ஆனால் முதல் நாவலில் திருமணம் செய்துகொண்டு அவஸ்தைப் படுகிற ஒருவனின் அனுபவங்களை இதற்கு நேர் எதிராக எழுதியிருப்பீர்கள். இது குறித்து...?**

பதி: இரண்டு பேர் பிரச்சினைகளும் வெவ்வேறானவை. ஆதி யிலிருந்தே தனிமை என்பது மனிதனுக்குச் சிக்கலான

விஷயமாக இருக்கிறது. கல்யாணம் செய்தாலும் தனிமையில் தான் இருக்கிறான், செய்யாவிட்டாலும் தனிமையில்தான் இருக்கிறான். கணவன் மனைவி என வாழ்ந்தாலும் அந்தரங்கமாக அவள் தனியாகவும், அவன் தனியாகவும்தான் இருக்கிறார்கள். கிராமத்தில் இருப்பவர்களுக்கு வேலை கிடைத்துவிட்டால் திருமணம் இயல்பாக நடந்துவிடும். நகரில் வாழ்கிறவர்களுக்கு, பெண்களில் ஸ்பின்ஸ்டர் மாதிரி, ஆண்களிலும் சிலர் கல்யாணம் ஆகாமல் அப்படியே இருந்து விடுகிறார்கள். வெளியுலகில் எப்படி இருந்தாலும், வீட்டுக்குள் போனதும் தோழமை வேண்டும். சில சமயங்களில் 6 மணிக்கு மேல் என்ன செய்வது என்று தெரியாது. தூங்கப்போவது வரைக்கும் என்ன செய்வது? எத்தனை நாளுக்கு சினிமாவிற்குப் போக முடியும்? புத்தகங்களை எத்தனை நாளைக்குப் படித்துவிட முடியும்? இதெல்லாம் கல்யாணம் ஆகாதவன் பிரச்சினைகள்.

கல்யாணம் ஆகாதவர்களுக்கு ஊர்ப் பக்கத்தில் social status வேறு விதமாக இருக்கும். ஒரு பெண்ணிடத்திலிருக்கிற குழந்தையைக் கல்யாணம் ஆகாதவன் கை நீட்டி வாங்க முடியாது. குழந்தையை வாங்கும்போது எதேச்சையாகக் கை அவள் மார் மீது பட்டுவிட்டால், கல்யாணம் ஆனவர் என்றால் தற்செயலாக நடந்து விட்டது என்று நினைத்துக்கொள்வார்கள். கல்யாணம் ஆகாதவர் என்றால் வேண்டும் என்றே கை வைத்ததாக நினைத்துக் கொள்வார்கள். இது ஒரு மனோபாவம். இன்னொரு வீட்டில் சுதந்திரமாக நுழைந்துவிட முடியாது, நண்பனாகவே இருந்தாலும்.

பம்பாய் மாதிரி நகரங்களில் பார்க்கில் உட்கார்ந்து கொண்டு, மியுசிக் கேட்டுப் பொழுது போக்குகிறார்கள். 65 வயது வரை இப்படியுள்ள ஆட்கள் இருக்கிறார்கள். கல்யாணம் ஆகாதவர்களின் முகமே காட்டிக் கொடுத்துவிடும். பெண்களின் பிரச்சினைகள் வேறுவிதமாக இருக்கும். செக்ஸ் ஒரு பிரச்சினை இல்லை என்று நாம் பேசினால்கூட அது ஒரு பெரிய பிரச்சினைதான். How long anybody will masterbate?

கே: **உங்கள் கதைகளில் பாலியல் பிரச்சினைகள் கொஞ்சம் அதிகமாக இருக்கின்றன. இதெல்லாம் கதை எழுதுபவரின் பிரச்சினைகள் என்று குற்றம் சாட்டுவதற்கு என்ன சொல்கிறீர்கள்?**

பதி : பாலியல் பிரச்சினைகளை இரண்டு காரணங்களுக்காக எழுதுகிறார்கள். ஒன்று entertainment-க்காக எழுதுவது. இன்னொன்று எனக்குத் தெரிந்த உண்மையை எழுதுவது. இதன் மூலமாக சில அகப்பார்வைகள் கிடைக்குமா என்று பார்க்கிறேன். அதாவது முன்பு நான் தப்பு என்று நினைத்த பல விஷயங்கள் இன்று தப்பு என்று தோணவில்லை. பேய்க்கொட்டு சிறுகதையைப் பற்றி கேட்டீர்கள். அந்த பெண் 30 வயதிற்குள் இருக்கிறபோது, பாலியல் தேவைக்கு அந்தப் பையனை உபயோகப்படுத்திக் கொள்கிறாள். நான் இதை முழுக்க என்னுடைய அனுபவத்தை வைத்து எழுதவில்லை. ஒரு எல்லை வரைக்கும் என்னோட அனுபவம். இன்னொரு எல்லை வரைக்கும் இன்னொருவரின் அனுபவம். அது இப்படியும் நடந்திருக்கலாம், வேறுவிதமாகவும் நடந்திருக்கலாம். சிலருக்கு எதன் மூலமாகவாவது பாலியல் உணர்வுகள் தூண்டப்பட்டிருக்கின்றது. சிலருக்குச் சில வாய்ப்புகள் கிடைத்திருக்கிறது. சிலருக்கு வாய்ப்பு கிடைப்பதில்லை.

பாலியல் விஷயங்களைக் கிராமம் சகஜமாக எடுத்துக் கொள்கிறது. நகரத்தில் வாழ்கிறவர்களுக்குத்தான் பிரச்சினைகள். கிராமத்து இளைஞன் இதையெல்லாம் தாண்டித்தான் வருகிறான். கிராமத்தில் மாடு, நாய், கோழி போன்றவற்றின் பாலியல் உறவுகளைப் பார்க்க முடியும். சூழ்நிலை தொடர்ந்து பாலியல் விஷயங்களைக் கற்றுக்கொடுத்துக் கொண்டேயிருக்கிறது.

தாலிச்சரண் என்று ஒரு சிறுகதை எழுதினேன். 40 வயதான ஒருவரின் கதை. அக்கா பெண்ணை வீட்டு வேலைகளைச் செய்வதற்காகக் கூட்டிக்கொண்டு வருகிறார். அவள் கர்ப்பமாகி விட்டாள். அந்தக் கதையில் அந்தப் பெண்ணிற்கு வேறு ஒரு உண்மை இருக்கக் கூடும் என்று எழுதினேன். இதைப் படித்த என் நண்பர் அந்தப் பெண்ணை நீயும் கைவைத்து விட்டாயா என்று கேட்டார். இதைக் கேட்டுச் சிரிக்கத்தான் முடிகிறது. வீட்டுக்கு வீடு போய் இதை விளக்கிக்கொண்டு இருக்க முடியாது.

படைப்பு என்பது கலையாக வேண்டும். அனுபவமாக வேண்டும். படைப்பு என்பது mere reporting இல்லை. அல்லது அனுபவத்தை rewrite செய்வதும் கிடையாது. படைப்பாளியின் மனம் செயல்படுகிறது. அவனே கொலைகாரனாகவும் இருப்பான். அவனே நீதிபதியாகவும் இருப்பான். வரிக்கு வரி இது எழுத்தாளன் வாழ்க்கை என்று சொல்வது தவறான உதாரணம்.

உதாரணமாக கும்பமுனி என்னும் என் கதையில் வரும் பாத்திரம் நான்தான். அதே சமயத்தில் கும்பமுனி நானும் இல்லை. இந்த ஒரு மயக்கம் எப்போதும் இருக்கும். படைப்பாசிரியனுக்கு சில அந்தரங்கங்கள் இருக்கும். அது நண்பர்களிடம்கூட பகிர்ந்து கொள்ள முடியாததாகச் சில சமயங்களில் இருக்கும். என்னுடைய படைப்புகள் ஓரளவிற்கு என் அனுபவங்களைச் சார்ந்து இருக்கும், 'மாமிசப் படைப்பு' தவிர.

தலைகீழ் விகிதங்கள் எழுதும்போது எனக்குத் திருமணம் ஆகவில்லை. எட்டுத் திக்கும் மதயானை ஓடிய பாதைகளில் நான் போயிருக்கிறேன். ஆனால் அந்த மாதிரி ஓட்டம் எனக்கு இல்லை. சில அனுபவங்களை வைத்துக் கொண்டு செய்கிறேன். என் சொந்த வாழ்க்கையைப் பற்றித் தெரிந்தவர்களுக்கு எந்தெந்தப் பகுதியில் நான் என்று தெரியலாம். ஆனால் வாசகனுக்கு என்னைப் பற்றிய எந்த விவரமும் தெரியாது. அது அவனுக்கு அவசியமும், தேவையும் இல்லை.

கே : பேய்க்கொட்டு சிறுகதையில் வரும் பாலுறவு தொடர்பான சம்பவமே சதுரங்கக் குதிரை நாவலிலும் வருகிறது...

பதி : ஒரு தகவலுக்காகச் சொல்கிறேன். முதல் டிராப்ட்டில் அவர்கள் உடலுறவு கொள்கிறார்கள் என்றுதான் எழுதினேன். இரண்டாவது முறை எழுதும்போது கனவுக்காட்சியாக எழுதினேன். இரண்டாவது சொல்வது Powerfull ஆக இருக்கிறது. அதாவது கொள்ளாத உடலுறவுதான் கடைசிவரை ஈர்ப்பாக இருக்கிறது. கொண்ட உடலுறவு அன்றோடு முடிந்துபோகிறது. 20 வருடங்களுக்கு முன் இந்த சுதந்திரம் நான் உணர்ந்தது இல்லை. இப்போது காலம் மாறியிருக்கிறது. போஸ்ட் மார்டனிசம் போன்றவை சூழலை இயல்பாக்கியிருக்கிறது. சில விஷயங்களை வெளிப்படையாகப் பேச முடிகிறது.

சங்க இலக்கியத்தில்கூட இலைமறை காயாக சில விஷயங்கள் சொல்லப்பட்டிருக்கின்றன என்கிறார் ஞானக்கூத்தன். கைக்கிளை, பெருந்திணையும் புதிதில்லை.

கல்யாணமாகி எல்லா சுகங்களையும் துய்த்த நமக்கு எதிரில் வருகிற பெண்ணைப் பற்றி வெளிப்படையாகப் பேச முடிகிறதா? ஆண்களுக்கு இவ்வளவு கட்டுப்பாடுகளை வைத்திருக்கிற சமூக அமைப்பில், பெண்களுக்கு இன்னும் எத்தனை மோசமான கட்டுப்பாடுகளை, வரைமுறைகளை

வைத்திருப்பார்கள்? கணவன் பக்கத்தில் இருக்கும்போது பெண்கள் எவ்வளவு இறுக்கமாக இருக்கிறார்கள்? தனியாக சந்திக்கும்போது எத்தனை தோழமையோடு இருக்கிறார்கள்? நான் பாலியல் ரீதியான விஷயங்களைக் குறிக்கவில்லை. சகஜமாக இருக்கிறார்கள் என்று சொல்கிறேன். பயணங்களில் எத்தனை சுதந்திரமாக இருக்கிறார்கள்? வெளிப்படையாகப் பல விஷயங்களைத் தைரியமாக இன்னும் நான் எழுதவில்லை.

பம்பாயில் 20 வருடங்களுக்கு முன்னால் அலிகளைப் பார்த்ததற்கும், இப்போதைய அவர்களைப் பார்ப்பதற்கும் நிறைய மாற்றங்கள் இருக்கின்றன. அவர்களும் சகஜீவிகள்தானே. வேசியாக இருந்தால் என்ன? சோரம் போகிற என்ற சொல்லைக் கூட இந்த அர்த்தத்தில் நான் எழுதுவதில்லை. காசுக்காக இல்லாமல் விரும்பி இன்னொரு ஆணுடன் படுத்துக் கொள்கிற பெண்ணை, நீங்கள் சோரம் போன பெண் என்று எப்படிச் சொல்வீர்கள்?

கே : உங்கள் நாவல்களில் பெரிய பயணங்கள் இருக்கின்றன. அவை வெறுமனே பயணமாக இருக்கவில்லை என்பது புரிகிறது. அதைப்பற்றி...

பதி : பயணம் என்பது ஒரு வகையான வாழ்வு. இங்கேயிருந்து சென்னைக்குப் போகிறபோது வெளியில் பார்ப்பது. மற்றவர்களோடு பேசுவது, புத்தகம் படிப்பது, உலகத்தைப் பார்ப்பது, இப்படிப் பல விஷயங்கள். பயணம் என்பது தூரம் கடப்பதல்ல பயணம் எனக்கு ஒரு வாழ்க்கை என்று நினைக்கிறவன். நிறையப் பயணம் செய்திருக்கிறேன். எந்த வகையான பயணத்திற்கும் உடனடியாகத் தயாராக இருக்கிறேன். வைக்கம் முகம்மது பஷீர் இந்தியா முழுவதும் நடந்திருக்கிறார். நாம் சென்னையைத் தாண்டாமலே ஏதேதோ பேசிக்கொண்டிருக்கிறோம்.

மூன்று நான்கு மாநிலங்கள் தவிர எல்லா இடங்களுக்கும் போயிருக்கிறேன். கல்யாணம் செய்யாமல் இருந்தால் கிடைக்கிற இடத்தில் கை நீட்டிச் சாப்பிட்டு, கோயில் வாசலில் படுத்துத் தூங்கி, இந்தியா முழுக்கப் போயிருப்பேன். நாடோடியாகப் போக வேண்டும் என்கிற எண்ணம்கூட இருந்தது. அது நமது தொன்மத்தில் இருக்கிற ஒரு முறை. பயணம் ஒரு வகையான தேடல்தான். பயணத்தில் என்னென்ன வகையான பொருட்களை எடுத்து வருகிறார்கள் தெரியுமா?

ஒரு இராத்திரிகூட குளிக்காமல், தலையணை இல்லாமல் இருக்க முடியாதவர்கள், ரயிலுக்குள் வந்தவுடன் உடை மாற்றுகிறவர்கள் இப்படி விதவிதமான ஆட்கள். வாழ்க்கையில் இருக்கக்கூடிய அத்தனை சிக்கல்களோடும் நீங்கள் பிரயாணம் மேற்கொள்ள வேண்டியிருக்கிறது. குழந்தைகள் இருந்தால் இன்னும் கேட்கவே வேண்டாம். என்னுடைய பிரயாணங்கள் எனக்கு வகுப்பறைகள் என்று சொல்வேன்.

கே : நாஞ்சில் நாட்டு வட்டார வழக்கில் உங்கள் படைப்புகள் இருக்கின்றன என்று சொல்லலாமா?

பதி : நண்பர் முருகேச பாண்டியன் எட்டுத் திக்கும் மதயானை நாவல் மதிப்புரையில் உலகம் முழுவதும் நாஞ்சில் நாட்டு மொழி பேசுகிறார்களா என்ற கேள்வி எழுப்பியிருக்கிறார். ஒரு விமர்சகன் இதை உணர்ந்திருக்க வேண்டும் என்று எதிர்பார்த்தேன். அதை உணர்ந்திராத பட்சத்தில் அதற்குப் பதில் சொல்ல வேண்டிய அவசியமிருக்கிறது. அதாவது நாவல் எழுதுகிற Process-ல் இருக்கிறபோது, சூழல், mood கொண்டு வருவதற்காக, கதாபாத்திரங்கள் பேசுகிற சூழலைக் கொண்டு வருவதற்காக, கன்னடம், மராட்டி என்று இரண்டு வார்த்தைகள் அந்த மொழியில் பேசிவிட்டு, பிறகு நாவலின் போக்கான நாஞ்சில் நாட்டு மொழியில் பேசுவதாகத் தொடர்கிறேன். தமிழில் எழுதும்போது எந்தத் தமிழில் வைப்பீர்கள் உரையாடலை? பின் நவீனக் கதை எழுதும்போது எந்தத் தமிழில் வேண்டுமானாலும் வைக்கலாம்.

ஒவ்வொரு ஊருக்கும், ஒவ்வொரு தெருவிற்கும் ஒவ்வொரு Slang இருக்கிறது. எனக்கு வசதியான மொழியைத் தேர்ந்து கொள்கிறேன். பிரதேசம் சார்ந்து, இனம் சார்ந்து மொழி மாறுகிறது. முழுக்க நாஞ்சில் மொழியைக் கைவிட்டு வெகு நாட்களாகிவிட்டன. மாமிசப் படைப்பு வரைக்கும்தான் முழுக்க வட்டாரத் தமிழ். purpose கருதித்தான் சில சொற்களைப் பயன்படுத்துகிறேன். என் கைவசம் இருக்கின்ற சொற்களை எழுதுகிறேன். படைப்பாளி தனக்கான மொழியைத் அறிந்தும் தான் தேர்ந்தெடுத்துக்கொள்கிறான். உணவுப் பழக்கவழக்கங்கள் அப்படித்தான். மராத்தி உணவுகள் என்றால் அந்த உணவு எப்படி செய்யப்படுகிறது என்கிற குறிப்புகளைக் கொடுக்கிறேன். வாசகனுக்கு அவன் அம்மா மீன் குழம்பு வைத்தால் எப்படியிருக்கும் என்கிற ஞாபகம் வரும்.

சில சமயங்களில் funக்குச் செய்வதைக்கூட கேள்வி கேட்கிறார்கள். எந்த இடத்தில் நாம் கேலியாக எழுதுகிறோம். எந்த இடத்தில் Serious ஆக எழுதுகிறோம் என்று தெரிந்து கொள்ள வேண்டியது வாசகனின் வேலை. நாஞ்சில் நாடன் பங்குனி மாதத்தில் வேம்பு பூத்திருக்கும் என்றால் அது நிச்சயமாக நடந்திருக்கும். மாசி மாதத்தில் புன்னை மரம் காய்த்திருக்கும் என்றால் காய்த்திருக்கும். அந்த மாதிரித் தகவல்களில் நான் பிழை செய்வதில்லை. மிதவை பம்பாய் வட்டார வழக்கில் இருக்கிறது என்றுதான் சொல்ல வேண்டும். இன்று கோவையில் வேறு மொழியைப் பேசிக் கொண்டிருக்கிறேன். திருநெல்வேலியைத் தாண்டிவிட்டால் என் மொழி மாறிவிடுகிறது. இயல்பாகப் பல விஷயங்கள் மாறிவிட்டன. இன்று நான் நினைத்தால்கூட எழுத முடியாதபடி பல விஷயங்கள் மாறிவிட்டன. பல சொற்கள் மாறிவிட்டன. சில தொழில் சார்ந்த, பண்பாடு சார்ந்த விஷயங்கள் மாறிவிட்டன. நான் பிரயாணம் செய்கிற தூரத்தை விமர்சகன் அனுமானிக்க முடியாது. படைப்பாளி பயணம் செய்த தூரத்தை விமர்சகன் அறிவுபூர்வமாக எய்த முடியாது.

கே: நாஞ்சில் நாட்டு வட்டாரச் சொல்லகராதி தயாரிக்கும் பணி எந்த அளவில் இருக்கிறது?

பதி : அப்படி ஒரு திட்டம் இருந்தது. கி.ராஜநாராயணனைச் சந்திக்கும்போது அவரின் வட்டார வழக்குச் சொல்லகராதி வந்திருந்தது. இதுபோன்ற சொற்கள் நாஞ்சில் நாட்டிலும் இருக்கிறது. கரிசல் சொல்லுக்கும், நாஞ்சில் சொல்லுக்கும் சில பொதுக்கூறுகள் இருக்கின்றன. நீங்கள் ஒரு அகராதி தயாரிக்க வேண்டும் என்று சொல்லி கையோடு ஒரு நோட்டுப் புத்தககமும் பென்சிலும் கொடுத்தார். நான் தீவிரமாக இரண்டு வாரங்கள் செய்தேன். பிறகு முடியவில்லை. உங்கள் படைப்பில் உள்ள சொற்களைத் தொகுத்து அகர வரிசைப் படுத்தினால்கூட போதுமானது என்று சொன்னார். எனக்கு அதற்கான அவகாசம் கிடைக்கவில்லை. அதைச் செய்கிற நேரத்தில் படைப்பாக்கம் செய்ய முடியாமல் போய்விடுகிறது. அந்த வேலையை நான்தான் செய்ய வேண்டும் என்று இல்லை.

என் நண்பர் பேராசிரியர் காக்கும் பெருமாள் அந்த வேலையைச் செய்கிறார். எப்படியோ வந்தால் சரி, அவர்கள் கொண்டு வருகிற அகராதியில் என் சொற்களும் இருக்கும். என்

நாவலை நான்தானே எழுதியாக வேண்டும். அகராதியை யார் வேண்டுமானாலும் செய்யலாம். நிறைய சொற்கள் எனக்கு இப்போது மறந்துவிட்டது. நானே current ஆக இல்லை. முன்னால் ஒரு பொருளைப் பாதுகாப்பாக வைக்க வேண்டு மானால் அதைக் கொண்டுபோய் **கடைக்கேவை** என்று சொல்வார்கள். கடைக்கே என்பது கைக்கெட்டாத தூரத்தில் என்று பொருள். இப்போது நான் கவனிக்கிறேன், நாஞ்சில் நாட்டில் யாரும் அந்தச் சொல்லை உபயோகப்படுத்துகிற மாதிரி தெரியவில்லை. 40 வருடங்களுக்குள் எனக்குத் தெரிந்திருந்தது இன்று அழிந்து போய்விட்டது. இதுபோலப் பல விஷயங்கள் அழிந்து போய்விட்டன. சினிமா வழியாகவும், பத்திரிகைகள் வழியாகவும் ஒருவிதமான தரப்படுத்துதல் நடந்திருக்கின்றது. இதனால் பல விஷயங்கள் போய்விட்டன. நாஞ்சில் நாடன் நாவலைப் படித்தாவது பிற்காலத்தில் வருகிற ஆராய்ச்சி யாளன் தெரிந்துகொள்ளட்டும் என்று தெரிந்தே சில சொற்களை அங்கேங்கே வைத்திருக்கிறேன். பின்னால் தேடினால் கிடைக்காது என்று தெரிந்தே வைத்திருக்கிறேன்.

மொழி என்பது பாம்பு சட்டை உரிக்கிற மாதிரிதான். அது பாட்டுக்கு உரித்துப் போட்டு போய்க்கொண்டேயிருக்கும். சகட்டுமேனிக்கு எல்லார் வீடுகளிலும் சாதம் என்றுதானே சொல்கிறோம். எவனும் சோறு தின்பதில்லை. சாதமாவது பரவாயில்லை பலர் ரைஸ் சாப்பிடுகிறார்கள். உணவுப் பழக்கவழக்கத்திலும் முன்போல இல்லை. வெட்கிரைண்டர் வந்த பிறகு தமிழ்நாடு முழுவதும், தோசை ஒரே மாதிரிதான் எல்லா வீடுகளிலும் இருக்கின்றது. முன்னால் வீட்டுக்கு வீடு தோசையின் ருசி வேறுவேறு விதமாக இருக்கும். அரைக்கும் போது கையிலிருந்து வருகின்ற அந்த fermentation சமாச்சாரம், புளிக்கிற தன்மை, உளுந்து விகிதாச்சாரத்தன்மை எல்லாம் இருக்கும். சினிமா எவ்வளவு சொற்களைத் தூக்கி வீசிவிட்டு பல புதுச் சொற்களை societyக்குள் கொண்டு வந்திருக்கிறது!

மற்றபடி எல்லாப் பிரதேசத்திற்கும் ஒரு தனித்தன்மை இருக்கும். வெளியிலிருந்து பார்க்கின்றவனுக்குத் திருநெல்வேலி தமிழும், நாகர்கோவில் தமிழும் ஒன்றுபோலத் தோன்றும். கன்னியாகுமரி மாவட்டம் மொத்தமும் நாஞ் நாடு என்று நினைத்துப் பேசிக்கொண்டிருக்கிறார்கள். அங்கேயே ஒவ்வொரு இடத்திலும் ஜாதிக்கு ஒரு தமிழ் இருக்கிறது. நாஞ்சில்

நாட்டுக்குள்ளேயே வெள்ளாளன் பேசுகிற தமிழும், ஆசாரி பேசுகிற தமிழும், குயவன் பேசுகிற தமிழும் வேறு வேறு. இது எல்லா ஊர்களிலும் இருப்பதுதான். கன்னியாகுமரி மாவட்டத்திற்கு மட்டுமேயானது இல்லை. எனக்குத் தெரிந்த தமிழில் எழுதியிருப்பேன். எந்தத் தமிழில் எழுதினாலும் அந்தப் பிரதேசக் கூறுகளோடு எழுதவேண்டும். என்னுடைய வருத்தம் என்னவென்றால் இவையெல்லாம் கொஞ்சம் கொஞ்சமாகச் செத்துக்கொண்டிருக்கிறது என்பதுதான்.

கே : உங்கள் நாவல்களில் தமிழ் சினிமாவின் திருப்பங்கள் இருப்பதாக ஒரு குற்றச்சாட்டு இருக்கிறதே, அதைப் பற்றி என்ன சொல்லுகிறீர்கள்?

பதி : ஆமாம். அப்படி ஒரு குற்றச்சாட்டு இருக்கிறது. தலைகீழ் விகிதங்கள் முடிவு பற்றி எனக்கு நிறைய பேர் எழுதினார்கள். செயற்கையாக, வலிந்து செய்யப்பட்டு இருப்பதாகச் சொன்னார்கள். என்பிலதனை வெயில் காயும், மிதவையில் அப்படி யாரும் சொல்லவில்லை. சதுரங்கக் குதிரையில் கொஞ்சம் சினிமா இருப்பதாக சொன்னார்கள். எட்டுத் திக்கும் மதயானையில் இருப்பதாகச் சொன்னார்கள். அது எப்படி குற்றச்சாட்டு ஆகும் என்று தெரியவில்லை. ஒரு நாவல் சினிமா மாதிரி இருப்பது நாவலின் தப்பா? நான் பிற்காலத்திலும் இதை சினிமாவாக எடுக்க வேண்டும் என்ற நோக்கத்தோடு நாவல்களை எழுதவில்லை. நம்புவதும், நம்பாததும் அவரவர் சௌகரியம். சினிமா போல ஒரு நாவல் திருப்பங்களோடும், விறுவிறுப்பாகவும் இருப்பது ஒரு நாவலின் பலவீனமா? எவ்வளவோ நாவல்களை ஆங்கிலத்திலும், பிற மொழிகளிலும் சினிமாக்களாக எடுத்திருக்கிறார்கள். அந்தத் திருப்பங்கள் இருப்பதால்தான் சினிமாவாக எடுக்கப்பட்டிருக்கிறது.

நான் நெடுங்காலம் பம்பாயில் வாழ்ந்தவன். தமிழ் சினிமா பார்ப்பது என்பது அபூர்வ நிகழ்வு. தமிழ் நாட்டுக்கு வந்த இந்தப் பன்னிரு ஆண்டுகளிலும் நான் பார்த்த தமிழ் சினிமாக்கள் அபூர்வ நிகழ்வுகள்தான். தேர்ந்தெடுத்த உலகமொழிப் படங்களைத்தான் பார்க்கிறேன். அதில் எப்படித் தமிழ் சினிமா மாத்திரம் என்னை மோசமாகப் பாதித்துவிட்டது என்று கருதுகிறார்கள் எனத் தெரியவில்லை. ஒருவேளை குந்தி கருத்தரித்தது போலவோ என்னவோ?

எட்டுத் திக்கும் மதயானையில் முடிவை எந்த முடிவாக வைப்பது என்று யோசித்துப் பார்த்தேன். வேறு நாவல்களில் வேறு மாதிரியான முடிவுகளைக் கொடுத்திருக்கிறேன். அதை repeat செய்வதற்கு எனக்கு விருப்பமில்லை. சதுரங்கக் குதிரையில் அவள் வருகிறேன் என்று சொன்னாள். ஆனால் வரவில்லை, அது ஒரு முடிவு. அவள் வந்திருக்கவும் கூடும் என்று ஒரு முடிவு. அவள் வந்திருந்தாலும் சினிமாதான், வராவிட்டாலும் சினிமாதான். எட்டுத் திக்கும் மதயானையில் அவள் ஒரு இம்போடன்டைக் கல்யாணம் பண்ணவேண்டிய நிலை வந்துவிட்டது.

கே : இம்போடண்ட் பாத்திரம் உருவாக்குவதே ஒரு சினிமாவிற்கான தன்மை என்று படுகிறது. அதுவே அந்தக் கதை எங்கே நகரப் போகிறது என்பதை நமக்கு தெரிவித்துவிடுகிறது.

பதி : செண்பகம் அந்த மாப்பிள்ளையோடு வாழ்ந்துகொண்டே, வேண்டுமானால் பூலிங்கத்தோடு செக்ஸ் வைத்துக்கொள்ளலாம். இரண்டாவது அவனே அவளை செடியூஸ் செய்திருக்கலாம். மூன்றாவது அவனோடு ஓடிப்போகலாம். அல்லது டைவோர்ஸ் வாங்கிக்கொண்டு வேறு ஆளைக் கல்யாணம் செய்து கொண்டிருக்கலாம். பூலிங்கம் வழிநெடுக இதே வேலையாக இருக்கிறான், அவன் நோக்கமே இதுதான் என்றும் நீங்கள் கேட்பீர்கள். அவன் அவளைக் கூட்டிக்கொண்டு ஓடுவதற்காகவே அவளை வெர்ஜினாக வைத்திருப்பதாக, அதற்காகவே அவள் கணவனை இம்போடண்ட்டாக வைத்திருக்கிறேன் என்றும் சொன்னார்கள். மூல ஆசிரியன் வேறு ஆள். உரையாசிரியர்கள் வேறு ஆட்கள்.

சில நுட்பமான நயங்களுக்காகச் சில விஷயங்களைத் தள்ளிவைக்கிறோம் அல்லது தாமதப்படுத்துகிறோம். கற்பு என்பது அவள் வெர்ஜினாக இருப்பதில் மட்டுமேவா இருக்கிறது? கணவன் impotant ஆனாலும் அவர்களுக்குள் ஃப்ஸிக்கல் காண்டாக்ட்டே இருந்திருக்காதா? எவ்வளவு விஷயங்கள் தற்செயலாக இருக்கின்றன? நாவல் என்பது தற்செயலான விஷயங்களைப் பேசுவதற்கானது மட்டுமேயல்ல என்பதும் எனக்குத் தெரியும். இதெல்லாம் தொழில்நுட்பம் தெரியாமல் செய்த விஷயங்கள் அல்ல.

கே : தமிழ் சினிமா அவ்வளவு மோசமாகப் பாதித்திருக்கிறது என்று சொல்லலாமே?

பதி : நீங்கள் ஒரு கமர்ஷியல் எழுத்தாளனைப் பற்றி விமர்சனம் சொல்லும்போது அப்படிச் சொல்லலாம். 25 வருடங்களாக எழுதிக்கொண்டிருக்கிறேன். தமிழ் சினிமா என்னைப் பாதித்து அதனால் இந்த எழுத்து வருகிறது என்று சொல்வது என்னைப் பற்றிய மோசமான மதிப்பீடு. தமிழ் சினிமா நான் அதிகம் பார்த்ததுகூட கிடையாது. அதற்கான வாய்ப்புகள் பம்பாயில் கிடையாது. முக்கியமான படங்களை டிவியில் தான் பார்த்திருக்கிறேன். அப்படி விமர்சனம் வைப்பது அறியாமை காரணமாக. நாஞ்சில் நாடன் தமிழ் சினிமா பார்த்து எப்படிக் கெட்டுப் போய்விட்டான் என்பதை நிறுவவேண்டும்.

வரதா பாய் வைத்து 'நாயகன்' சினிமா வந்துவிட்டதால் எட்டுத் திக்கும் மதயானை நாவல் எழுதுவதைத் தள்ளிப் போட்டேன். வரதா பாய் விஷயங்களை வேண்டும் என்றே தவிர்த்துவிட்டேன். தமிழ் சினிமாவோடு ஒப்பிட்டு உங்களுக்கு ஒரு கேள்வி வருகிறதென்றால் அதனால் பாதிக்கப்பட்டது நீங்கள்தான். இல்லையென்றால் எதற்கு ஒப்பிட வேண்டிய அவசியம் வருகிறது? ஒரு நாவலை நாவலாகத்தானே பார்த்து விட்டுப் போகவேண்டும்?. அதற்குத் தமிழ் சினிமாவின் மோசமான பாதிப்பு உங்களிடம் இருக்கிறது என்று அர்த்தம். அது என்னுடைய பிரச்சினை அல்ல.

தமிழ் சினிமாவிற்கு வருவதற்காகவே 'தலைகீழ் விகிதங்கள்' எழுதினேன் என்ற விமர்சனங்கள்கூட நாளை வரலாம். 1975இல் எழுதிய நாவல் 2002இல் சினிமாவாகிறது என்றால், அந்த நாவலின் வலு பற்றி யோசிக்க வேண்டும். எத்தனை நாவல் 25 வருடங்களுக்குப் பிறகும் படிக்கப்படுகிறது? என்னுடைய அபிப்ராயத்தில் என் நாவல்களின் வரிசையில் அதற்குக் கடைசி இடம்தான் கொடுப்பேன்.

போன வருடம் நான் உடல்நிலை சரியில்லாமல் படுத்திருந்தபோது, போன இடம் புல் முளைத்திருக்க வேண்டும். சினிமாவிற்கான வாய்ப்பு பிறகு வந்தது. அதனால் எனக்கு லாபமுமில்லை, நஷ்டமுமில்லை. வேண்டுமானால் என்னைக் கடனிலிருந்து மீட்டது என்று சொல்லலாம். இந்த சினிமா

வெற்றி பெற்றால் வேறு ஒன்றிரண்டு நாவல்கள் சினிமாவிற்குப் போகலாம். நாஞ்சில் நாடன் கோடம்பாக்கத்துத் தெருக்களில் சுற்றித் திரிகிறார் என்றுகூட ஒரு விமர்சனத்தை வைக்க முடியும். எந்தத் தயாரிப்பாளரை, எந்த இயக்குநரைப் போய் பார்த்திருக்கிறேன்? எத்தனையோ பேர் என் நாவலை சினிமா எடுக்க அணுகியிருக்கிறார்கள். 30 வருட எழுத்து வாழ்க்கையில் 'தீபம்' தவிர எந்தப் பத்திரிகை வாசலையும் நான் மிதித்தது இல்லை. கணையாழி வாசலுக்குக்கூட நான் போனதில்லை.

கே : நீங்கள் வாங்கிய விருதுகள், பரிசுகள் பற்றி...

பதி : அமுதன் அடிகள் பரிசு, கஸ்தூரி சீனிவாசன் பரிசு, தமிழக அரசின் பரிசு என பத்துப்பன்னிரண்டு வாங்கியிருக்கிறேன். எல்லாப் பரிசுகளின் மொத்தப் பண மதிப்பையும் கூட்டிச் சொன்னால் ரூ.28,400/-.

கே : 'தலைகீழ் விகிதங்கள்' சொல்ல மறந்த கதை சினிமாவாக எப்படி மாறியது என்பதைப் பற்றிச் சொல்லுங்கள்.

பதி : தங்கர்பச்சான் 15 வருடங்களாகச் சொல்லிக்கொண்டிருந்தார். நான் உடல்நிலை சரியில்லாதபோது என்னைப் பார்க்க வந்தார். அப்போதும் சொன்னார். சென்னைக்குப் போய் விட்டு போன் செய்து படமாக எடுப்பதாகச் சொன்னார். லட்ச ரூபாய் கொடுத்தார். இந்தியாவில் ஒரு நாவலுக்குப் பெருந்தொகை வாங்கியவர் நாஞ்சில் நாடன் என்று பத்திரிக்கையில் போடுகிறார்கள். 5 லட்சம் வாங்கியதாகவும் போடுகிறார்கள். மிச்சம் பணம் யார் தருவார்கள் என்று தெரியவில்லை.

சினிமாவில் கதை வறட்சியிருப்பதால் நம்மைத் தேடி வருகிறார்கள். எப்படி வணிக இதழ்கள் தீவிர எழுத்தாளர்களை நோக்கி திரும்பி வருகிறார்களோ அப்படி. அது கால நெருக்கடி. இல்லையென்றால் நாஞ்சில் நாடன் இருக்கிறானா, செத்தானா என்பது பற்றி ஆனந்தவிகடன், குமுதம் பத்திரிக்கை களுக்கு என்ன கவலை? ஆனந்த விகடன் பொன் விழா மலருக்கு நான் அனுப்பிய கதையைத் தேர்ந்தெடுக்கவில்லை. பரிசுக்குத் தேர்ந்தெடுக்கவில்லையென்றாலும் உங்கள் கதை பிரசுரிக்கப்படும் என்று ஆசிரியரிடமிருந்து கடிதம் வந்தது. வந்த 15 நாட்கள் கழித்துக் கதையைத் திருப்பி அனுப்பி

யிருந்தார்கள். அதே ஆனந்த விகடன் 25 வருடங்கள் கழித்து என்னிடம் முத்திரைக் கதை கேட்கிறார்கள். பவள விழா மலருக்குக் கதை கேட்டுப் பிரசுரிக்கிறார்கள். ஒரு காலத்தில் நம்மைத் தீண்டாத குமுதம் இப்போது தீராநதி என்கிற பேரில் நம்மிடம் கதை கேட்கிறது. இது அவர்களின் நெருக்கடி. நான் வானளவு வளர்ந்துவிட்டேன் என்ற அர்த்தத்தில் அல்ல. இலக்கியவாதிகளையும் பொருட்படுத்தவேண்டிய நெருக்கடி வணிகப் பத்திரிக்கைகளுக்கு வந்திருக்கிறது. சினிமாக்களுக்கும் வந்திருக்கிறது. என் நாவலை சினிமாவாக்க முடிவுசெய்து அதற்குப் பணமும் கொடுத்து பிறகு அதற்குக் கொஞ்சம் ஒத்துழைப்பு தருவதை நான் பாவமாகக் கருத வில்லை. என்னால் முடிந்த ஒத்துழைப்பை நான் தந்திருக்கிறேன். எனக்கொரு சந்தேகம். தமிழ் சினிமாவின் தாக்கம் கொண்டு மலிந்த நாவலை ஏன் மறுபடி தமிழ் சினிமாவுக்குக் கேட்கிறார்கள்?

கே: அந்தப் படத்தில் உங்கள் பங்கு எந்த அளவிற்கு இருக்கிறது?

பதி: திரைக்கதையும், உரையாடலும் தங்கர்பச்சான் தான் செய்திருக்கிறார். முழுக்க அவருடைய பொறுப்பு. நாவலை சினிமாவாக எடுக்கிற சிக்கல் என்னவென்று கூட இருந்து பார்க்கிறபோதுதான் எனக்குத் தெரிந்தது. பாரா பாராவாக அப்படியே நாவலை சினிமாவாக எடுக்க முடியும் என்று நான் நினைக்கவில்லை. ஹெமிங்வே நாவலையும் நான் வாசித் திருக்கிறேன். அது சினிமாவாக வந்ததையும் பார்த்திருக்கிறேன். இரண்டும் வேறு வேறு வடிவங்கள் என்று நான் புரிந்து கொண்டிருக்கிறேன். தமிழ் சினிமாவிற்கு 2.30 மணி நேரம் ஓடுவதற்கேற்ப 60 அல்லது 65 காட்சிகள் வேண்டும். என் நாவலை 300 காட்சிகளாகப் பிரிக்கலாம். முழுவதும் படமாக எடுத்தால் 12 மணி நேரப் படமாக எடுக்க வேண்டியிருக்கும்.

காட்சி ரூபமாக எதை எடுக்கவேண்டும் என்பதை அவர்கள் தான் தீர்மானிக்க வேண்டும். நான் சினிமா இயக்குநராக இருந்தால்தான் என் சினிமாவை எடுக்க முடியும். இன்னொரு இயக்குநருக்கு அது சாத்தியமே இல்லை. கன்னியாகுமரி மாவட்டத்தைச் சார்ந்த நடிகர்களுக்கு வேண்டுமானால் ஒரு வேளை என் மொழியைக் கொஞ்சம் உயிரோட்டமாகக் கொண்டுவரும் சாத்தியமிருக்கலாம். தங்கர்பச்சான் பத்திரக்

கோட்டைக்காரர். அவர் எப்படி நாஞ்சில் நாடனின் மொழியைக் கையாள முடியும்? எனக்கு ஒரு நாவல் எழுதும்போது, இன்னொரு மொழியைக் கையாள முடியாதபோது தங்கர் பச்சான் எப்படிக் கையாள முடியும்?. நான் டப்பிங்கில் பார்த்த போது அவர்கள் சிரமம் என்னவென்று எனக்குப் புரிந்தது.

முக்கியமான கதாபாத்திரங்கள் இருக்கின்றன. 25 வருடங்களுக்கு முன் இருந்ததை இன்றும் அப்படியே காட்டி விட முடியுமா? பெரும்பாலான எழுத்தாளர்கள் தங்கள் நாவல்களை சினிமாவாக்க விட்டுக்கொடுக்க வேண்டும். சினிமா அளவிற்கு technology oriented medium வேறு ஒன்று இல்லை.

கே : இதற்கு முன்னால் உங்களுக்கு சினிமாவில் அனுபவங்கள் இருந்ததா?

பதி : அழகி படத்திற்கு 4 காட்சிகளை நாஞ்சில் தமிழில் மாற்றி எழுதிக் கொடுத்தேன். கணக்கு வாத்தியார் நாகர்கோவில் ஆள். அவர் பேசுவதை நாஞ்சில் மொழிக்கு மாற்றினேன். படத்தில் ஒரு காட்சிதான் இருக்கிறது. **பாரதியில் ஒரு நண்பர்** என்ற முறையில் ஞான. ராஜசேகரனுக்கு வேண்டி சாயாஜி ஷிண்டேக்கு வசனங்கள் சொல்லிக்கொடுக்க உதவினேன். **முகம், மோகமுள்** படங்கள் எடுக்கும்போது கலந்து பேசியிருக்கிறார். அதில் என்னோட பங்கு என்று ஒன்றுமில்லை.

கே : பெண் கவிஞர்கள் பற்றி?

பதி : நான் கவிஞர்களைப் பெண், ஆண் என்று பார்க்கவில்லை. அவர்கள் எழுதுவது கவிதையா இல்லையா என்பதுதான் எனக்குப் பிரச்சினை. ஒரு பெண்ணின் பிரச்சினைகளை அவள் தான் சரியாகச் சொல்ல முடியும். நிறைய பேர் கள்ளத் தொண்டையில்தான் பாடிக்கொண்டிருந்தார்கள். இப்போது தான் வாய் விட்டுப் பாடுகிற குரல்களைக் கேட்க முடிகிறது. இவர்களின் கவிதைகள் பிரச்சினைகளுக்குப் பக்கத்தில் வந்து பேசுகின்றன. ஒரு ஆணின் வெளிப்பாட்டுச் சூழல் நிச்சயமாக ஒரு பெண்ணுக்கு இருப்பதாகச் சொல்ல முடியவில்லை. அதை சூசகமாக, பூடகமாக, அலிகரியாகத்தான் பேச முடிகின்றது. அவர்களுக்கென்று ஒரு குடும்பம் இருக்கின்றது. அங்கே நின்று அவர்கள் எதிர்கொள்ள வேண்டியிருக்கிறது. அது நமது சூழலில் உள்ள பிரச்சினை. இன்று எழுதும்போது

25 வருடத்திற்கு முன்பு கற்பழிக்கப்பட்டிருக்கிறாயா என்று கேள்வி எழுப்புகிற சூழலில் நாம் வாழ்ந்து கொண்டிருக்கிறோம். பெண் கவிஞர்களுக்கு என்ன மாதிரியான சிக்கல்கள் வரும் என்பதையும் கவனத்தில் கொள்ள வேண்டியிருக்கிறது. இதுபோன்ற சிக்கல்களைத் தாண்டியும் இப்போது எழுத வந்திருக்கிறார்கள்.

கே : உங்கள் கதைகள் பற்றிய அம்பையின் குற்றச்சாட்டு பற்றி...

பதி : அம்பை என்மீது மிகுந்த பரிவு கொண்டவர். மறத்திற்கும் அன்பே துணை. விடுதியில் டாய்லெட்டுக்குப் பக்கத்தில் தங்கியிருக்கும்போது வீர மராட்டியர் மூத்திர வாடை என்று எழுதியிருப்பதை அவர் ஆட்சேபம் தெரிவிக்கிறார். வீர மராட்டியர் என்றாலும் அவன் மூத்திரமும் வாடை அடிக்கத்தான் செய்கிறது என்பதைச் சொல்லத்தான் எழுதறேன். தமிழ், மராத்தி என்று பேதப்படுத்திப் பார்ப்பதற்காக அப்படி எழுதவில்லை. அவர் சொன்னபோது அப்படிப் பார்க்கவும் நேரும் என்று தெரிந்து கொண்டேன். இன்னும் பெரிய தொடை, பெரிய மூலையில் ஆர்வம் போகவில்லையா என்று எழுதினார். சில சமயங்களில் நமக்குள்ளும் ஒரு Bias Operate ஆகிறது. செல்வந்தர்கள் மீது எனக்கு ஒரு Bias இருந்தது. என்னைவிட உயர் ஜாதி என்று நான் நம்பியவர்கள் மீது எனக்கு Bias இருந்திருகிறது. Ultra Modernஆக இருப்பவர்கள் மீதும், பெரிய பெரிய வேலைகளில் இருப்பவர்கள் மீதும் எனக்கு ஒரு Bias இருந்தது. நான் எழுதிக்கொண்டு போகும்போது அப்படி வந்துவிடுகிறது. ஆனால் சில விஷயங்களை எனக்கு சொன்னால்தான் தீரும்.

கே : எழுத்தாளனுக்கு என்ன தெரிந்திருக்க வேண்டும்?

பதி : இசைக் கலைஞனுக்கு ராகங்கள் பற்றித் தெரிந்தால் போதும், ஓவியனுக்கு வண்ணங்கள் பற்றித் தெரிந்தால் போதும், சிற்பிக்கு எந்தக் கல்லிலிருந்து என்ன வரும் என்று தெரிந்தால் போதும். ஆனால் எழுத்தாளனுக்கு எல்லாமே தெரிந்தாக வேண்டும். அறிவியல், அரசியல், வரலாறு, தத்துவம், நுண் கலைகள் இப்படி நிறைய விஷயங்கள் தெரிந்திருக்க வேண்டும். ஆகவே அவன் புத்திசாலியாகவும் இருக்க வேண்டும். ஆனால் எழுத்தாளன் என்றாலே ஒரு இளக்காரப் பார்வை சமுதாயத்தில் வந்துவிட்டது. அவன் பெரிய வெளிநாட்டுக்

கார் வைத்துக் கொள்ளவில்லை. பெரிய சொத்துகளை எதுவும் வைத்துக் கொள்ளவில்லை. ஆகவே இவன் அற்பமான ஜீவி என்று மதிப்பீடு செய்கிறது. இதை இலக்கியவாதிகளும் செய்கிறார்கள். இலக்கியவாதி அல்லாதவனும் செய்கிறான்.

கே : மதிப்புரைகள், முன்னுரைகள் ஏன் அதிகமாக எழுதுவதில்லை?

பதி : பெருமாள் முருகனின் நிழல் முற்றம், ஆறாவயல் பெரியய்யாவின் கவிதைத் தொகுப்பு, மரபின் மைந்தன் முத்தையாவின் கவிதைத் தொகுப்பு, அண்ணாச்சி நெல்லை கண்ணனின் குறுக்குத் துறை ரகசியங்கள் என முன்னுரைகள் எழுதியிருக்கிறேன். எனக்கு அவகாசம் இருந்து, என்னிடம் கேட்டால் நான் எழுதியிருக்கிறேன். ஆ.மாதவன், நீல.பத்ம நாபனுக்கு மதிப்புரை எழுதியிருக்கிறேன். நேர்மையான விமர்சனங்கள் எழுதினால் யாரும் விஷம் வைத்துக் கொன்று விட மாட்டார்கள். நீல.பத்மநாபனின் படைப்புலகம் நூலுக்கு மதிப்புரை எழுதியதற்கு அவர் வருத்தப்பட்டார் என்று கேள்விப்பட்டேன். அது எனக்கு வருத்தமாக இருந்தது. நான் எழுதிய மதிப்புரைக்காக எனக்கு வருத்தமில்லை. ஆனால் அவர் வருத்தப்பட்டார் என்பது எனக்கு வருத்தமாக இருந்தது.

அவரின் சிறுகதைகள் முழுத் தொகுப்புக்கு, இந்தியா டுடேவில் இருந்தபோது, வாஸந்தி மதிப்புரைக்கு அனுப்பியிருந்தார். நான் மறுத்துவிட்டேன். அவர் சாகித்திய அகாடமியில் இருப்பதால் உங்களுக்குப் பாதிப்பிருக்கும் என்பதால் நீங்கள் எழுத மாட்டேன் என்கிறீர்களா என்றார். அவருக்குச் சாதகமாக எழுதினாலும் அவரால் எனக்கு வாங்கித் தர முடியாது என்று சொன்னேன். ஜே.ஜே. சில குறிப்புகள் வந்து இரண்டு மாதத்தில் நான் மதிப்புரை எழுதியிருக்கிறேன். ஒரு படைப்பாளியை வலிந்து போய் பாராட்டுவதும் பிடிக்காது. Discourage செய்வதும் பிடிக்காது. திட்டமிட்டு, வஞ்சகமாக எழுதுவதெல்லாம் மதிப்புரை தர்மத்திற்கு எதிரானது.

படைப்பு என்பதும் விமர்சனம் என்பதும் வேறு வேறு. விமர்சனத்திற்குப் பரந்து பட்ட கூர்மையான அறிவு வேண்டும். தமிழில் எத்தனை பேருக்கு இரண்டும் இருக்கிறது? முன் தீர்மானங்கள் இல்லாமல் இன்றைய தமிழ்ச் சூழலில் யாராவது எழுதுகிறார்களா மதிப்புரைகள் என்பது இன்னொரு கேள்வி.

கே : அடுத்த திட்டம்?

பதி : ஒரு சிறுகதைத் தொகுப்பு வரப்போகிறது. மிதவை அடுத்த பதிப்பு வரப்போகிறது. கட்டுரைகள் தொகுப்பு ஒன்று கொண்டு வரும் திட்டமிருக்கிறது. ஒரு நாவல் செய்யும் திட்டம் இருக்கிறது. எழுத்திலிருந்து ஓய்வு பெறுவதற்கு முன்னால் இன்னொரு நாவல் செய்யத் திட்டம். என் அலுவலகச் சூழல் பற்றி எழுதத் திட்டம். தமிழில் அப்படி ஒன்று வரவில்லை. தனியார் அலுவலகச் சூழலில் இருக்கிற ஊழல்கள் பற்றியும், கொடுங்கோன்மை, வன்முறைகள் எல்லாவற்றையும் பதிவு செய்யவேண்டும்.

5

குங்குமம்

நேர்காணல் 02-05-2003

சந்திப்பு

கல்லை அன்சாரி

'தலைகீழ் விகிதங்கள்' என்ற நாவல் 'சொல்ல மறந்த கதை' என திரைப்படமாக வந்தது. இந்நாவலை எழுதிய நாஞ்சில் நாடனின் மனம் நெகிழ்ந்த பேட்டி:

சிறுகதைகள் மட்டுமே என்றிருந்த என்னை 'நாவல்' எழுத நண்பர்கள் தூண்டியபோது அது எனக்கு இயலுமா என்ற கேள்வி குடைந்தது. நண்பர் கவிஞர் கலைக்கூத்தன் 'உன்னால் முடியும், செய்' என்றபோது ஒரு உத்வேகம் பிறந்து எழுதத் துவங்கினேன். 'தலைகீழ் விகிதங்கள்' 1977-ல் பிரசவமாயிற்று. மலைப்பாக இருந்தது.

அலுவலகத்தில் கிடைத்த ஊதியமும், புதினங்களுக்குக் கிடைத்த ராயல்டிகளும் குடும்பச் செலவுகளுக்கும், குழந்தைகளின் படிப்புகளுக்கும் மட்டும் போதியதாக இருக்கும். காலத்தின் தேவைக்கு செய்யாத மருத்துவ பரிசோதனைகளால் பின்பு இருதய நோய் இருப்பது கண்டுபிடிக்கப்பட்டு, சர்க்கரை நோயும், கொழுப்பை மட்டுமே கண்ட்ரோல் செய்து வந்த எனக்கு இதய நோய்க்கு அறுவை சிகிச்சை செய்ய வேண்டுமென்ற கட்டாயம் வந்த சென்ற ஆண்டில் அந்த இடைப்பட்ட நாட்கள் சுமையாயிற்று.

விஷயமறிந்து வந்தவர் விஜயா பதிப்பக உரிமையாளர் மு.வேலாயுதம் அவர்கள்தான். என் நல்லது கெட்டது எல்லாவற்றிற்கும் அவரே என்பதை உணர்த்தினார். மருத்துவமனையில் என்னிடம் எவ்வித பிரதிபலனையும் பாராது முழுத் தொகையையும் கட்டி அறுவை சிகிச்சைக்கு ஏற்பாடு செய்தார்.

அறுவை சிகிச்சை முடிந்ததும் விஷயம் பலருக்குத் தெரிய வந்து ஓடோடி வந்தனர். பலர் உதவ முன்வந்தபோது வேலாயுதம் ஒருவரே முன்னின்று செய்த உதவிக்கு அவருக்கு நன்றி கூறினர்.

அந்த நேரத்தில் என் ஆத்ம நண்பரும், என் தீவிர வாசகருமான தங்கர்பச்சான் மருத்துவமனைக்கு வந்து நலம் விசாரித்து பேசிக் கொண்டிருந்தபோது டக்கென்று கூறினார், 'உங்கள் தலைகீழ் விகிதங்களை'த் திரைப்படமாக்க வேண்டும். சம்மதமா?' என்று கேட்டார்.

நான் ''போங்கய்யா, உங்களைப்போல பலபேர் வந்து கேட்டாச்சு. குசும்பு வேண்டாம்'' என்று கூறி விட்டுவிட்டேன்.

அப்போது அவரது 'அழகி' வந்து பிரபலமாக ஓடிக் கொண்டிருந்த நேரம். ''எனது அடுத்த படம் உங்கள் கதைதான்'' என்று கூறிச் சென்றுவிட்டார். என்னிடம் பல டைரக்டர்கள் சந்திக்கும் வேளைகளில் கூறுகின்ற வாசகம் இதுவென்பதால் அவர் கூறியதை நான் பெரியதாக எடுத்துக் கொள்ளவில்லை.

மருத்துவமனையிலிருந்து வீட்டுக்கு வந்து ஓய்வெடுத்துக் கொண்டிருந்த ஒரு தினத்தில் வீட்டுக்கு போன் செய்து ''நாளை வீட்டுக்கு வருகிறேன். எனக்கு நேரம் ஒதுக்கிவையுங்கள்'' என்று சொன்னார் தங்கர்பச்சான்.

மறுநாள் வீடு வந்தவர் என்னையும், என் மனைவியையும் நிறுத்தி சாஷ்டாங்கமாகக் காலில் விழுந்து, ஐம்பதாயிரம் ரூபாயைக் கையில் பணமாகக் கொடுத்தும், ஐம்பதாயிரம் ரூபாய்க்கு காசோலையுமாக ஒரு லட்சம் கொடுத்து தலைகீழ் விகிதங்களை, சொல்ல மறந்த கதை என திரைப்படமாக்கினார்.

அவர் தந்த பணம் என் இதய அறுவை சிகிச்சைக்குப் பட்ட கடனை அடைக்க பெரியதாகப் பயன்பட்டது.

'சொல்ல மறந்த கதை' திரைப்படமாக வளர, வளர என்னைப் பற்றிய விமர்சனங்களும் பத்திரிகைகள் வாயிலாக, தொலைக்காட்சி வாயிலாக வளரத் தொடங்கிற்று.

இந்தியாவிலேயே அதிக தொகைக்கு விற்கப்பட்ட கதை.

ஐந்து லட்ச ரூபாய் விலை கொடுத்துள்ளார் தங்கர்பச்சான்.

வேறு ஒருவருக்கு அட்வான்ஸ் வாங்கிக் கொடுத்த கதையை அதிக தொகை கொடுத்ததால் தங்கர்பச்சானுக்கு, நாஞ்சில் நாடன் கொடுத்து விட்டார் என்பது போன்ற விமர்சனங்கள்.

இவைகள் அனைத்தும் அவர்களே, தங்கள் கற்பனைகளில் வெளியிட்ட செய்திகள். ஒருதலைப்பட்சமான இந்தச் செய்திகள், மருத்துவர்கள் என் அறுவை சிகிச்சைக்குப் பிறகு 'மனதில் அதிக அழுத்தம் வைக்காதீர்கள்' என்று அறிவுறுத்தலுக்கு எதிராக அமைந்தது.

உண்மையில் நான் 'சொல்ல மறந்த கதை'க்குப் பெற்றது ஒரு லட்சம் ரூபாய் மட்டுமே. அந்தப் பணம் என் இதய அறுவை சிகிச்சைக்குப் பட்ட கடனை அடைக்கப் பயன்பட்டது. நல்ல நேரத்தில் தங்கர்பச்சான் செய்த உதவி இது.

6 இனிய உதயம்

நேர்காணல் 2003

சந்திப்பு

சிவதாணு

தமிழ் இலக்கியத்தில் 1977-ல் நாஞ்சில் நாட்டு வட்டார வழக்கில் எழுத ஆரம்பித்தவர் நாஞ்சில் நாடன். 1993-ஆம் ஆண்டு 'சதுரங்கக் குதிரை' நாவலைத் தமிழக அரசு சிறந்த நாவலாகத் தேர்ந்தெடுத்துப் பரிசு வழங்கியது. அந்த நாவலுக்கு கஸ்தூரி சினிவாசன் அறக்கட்டளையும், புதியபார்வை - நீலமலைத் தமிழ்ச்சங்கமும் பரிசு வழங்கியது. 1986-ஆம் ஆண்டு சிறந்த நாவலாக 'மிதவை' தேர்ந்தெடுக்கப்பட்டு தெய்வத்தமிழ் மன்றமும், பம்பாய் தமிழ் எழுத்தாளர் சங்கமும் பரிசு வழங்கியுள்ளது. கொல்கத்தா தமிழ் மன்றப் பரிசு, இலக்கியச் சிந்தனைப் பரிசு மூன்றும், அமுதன் அடிகள் இலக்கியப்பரிசு என்று பல பரிசுகளைப் பெற்றுள்ளார். இவரது சிறுகதைகள் பல மலையாளம், ஆங்கில மொழிகளில் மொழிபெயர்க்கப்பட்டுள்ளன. இவரது முதல் நாவலான 'தலைகீழ் விகிதங்கள்' இயக்குனர் தங்கர்பச்சானால் 'சொல்ல மறந்த கதை' என்று திரைப்படமாக எடுக்கப்பட்டுள்ளது.

நாஞ்சில் நாடன், கோவை காந்திபுரத்தில் ஒரு தனியார் நிறுவனத்தில் பணிபுரிகிறார். அவரது அலுவலகத்தில் அவரை இனிய உதயத்திற்காக சந்தித்து உரையாடினோம். அவசர அலுவல்கள் பல இருந்தும் அதையெல்லாம் ஒதுக்கி வைத்துவிட்டு, சுமார் இரண்டு மணி நேரம் நம்மிடம் உரையாடினார்.

கே : *எழுத ஆரம்பித்தது எப்போது? எது உங்களை எழுதத் தூண்டியது?*

பதி : 74-ஆம் ஆண்டு எழுத ஆரம்பித்தேன். படிச்சு முடிச்சுட்டு 72-ஆம் ஆண்டு கடைசியில் பாம்பே போனேன். அங்கு எனக்கு நிறைய தனிமை இருந்தது. நண்பர்கள் யாருமில்லை. நேரம் இருந்தது. படிப்பது ஒன்றுதான் நேரம் தொலைப்பதற்கு இருந்த ஒரே வாய்ப்பு. நிறைய படிக்க ஆரம்பித்த பிறகு நாமும் ஏதாவது

சொல்லலாமேன்னு தோன்றியது. சொல்வதற்கு என்னிடம் நிறைய விஷயங்கள் இருந்தன. முதலில் சிறுகதையாகச் சொல்லலாமுனு தோணிச்சு. எழுதினேன்.

கே : 'என்பிலதனை வெயில் காயும்' நாவல் உங்கள் கல்லூரி வாழ்வை மையமாக வைத்து எழுதியதா?

பதி : ஓரளவுக்கு என்னுடைய கல்லூரி அனுபவம்தான். நான் படித்த கல்லூரி நாகர்கோவிலில் உள்ள தென்திருவிதாங்கூர் இந்துக் கல்லூரி. அங்கு 64 முதல் 70-ஆம் ஆண்டு வரை படித்தேன். முழுக்க முழுக்க அந்த அனுபவம் மட்டுமே கிடையாது.

கே : நாஞ்சில் நாட்டு வட்டார வழக்கில் எழுத ஆரம்பித்தபோது மக்களிடம் வரவேற்பு எப்படி இருந்தது?

பதி : நல்ல வரவேற்பு இருந்தது. அதற்கு முன்பு வட்டார இலக்கியத்தில் ஆர்.சண்முகசுந்தரம், நீல.பத்மநாபன், சுந்தரராமசாமி (ஒரு புளியமரத்தின் கதை) ஆகியோர் எழுதிக் கொண்டிருந்தார்கள். வட்டார மொழியில் உரையாடல்களைக் கையாளும்போது படைப்பினுடைய உயிர்த்தன்மை உச்சத்தில் இருக்கும். என்னைப் பெரிதும் பாதித்தது நீல.பத்மநாபனின் எழுத்துக்கள் தான். அவருடைய 'தலைமுறைகள்' நாவலை படிக்கவில்லை என்றால் என்னால் 'தலைகீழ் விகிதங்க'ளே எழுதியிருக்க முடியாது.

கே : காலச்சுவடில் நாஞ்சில் நாட்டு வெள்ளாளர் வாழ்க்கை முறையில் உள்ள நல்லது, கெட்டது இரண்டையும் எழுதினீர்கள்? இதற்கு அச்சமூக மக்களிடம் இருந்து எதிர்ப்பு வந்ததா?

பதி : ஒரு எதிர்ப்பும் இல்லை. அச்சமூகத்தின் மீது ஒரு அக்கறையுடன் இந்தச் சமூகம் இப்படி தேங்கிக் கிடக்கிறதே என்ற ஆதங்கத்தில்தான் அதை எழுதினேன். மருத்துவனுடைய நோக்கம் நோயைக் குணப்படுத்துவதுதான். நோயைக் குணப்படுத்துற நோக்கில் நோயாளியோட எதிர்ப்பு பற்றி மருத்துவர்கள் கவலைப்பட மாட்டார்கள். இந்தக் கட்டுரையைப் பொறுத்தமட்டில் எதிர்ப்பு வந்திருந்தால் அதை ஒரு நல்ல விஷயமாக எடுத்துக் கொண்டிருப்பேன். அந்தச் சமூகத்தின் மீது அக்கறை கொண்ட பெரும்பாலான மனிதர்கள் என்னுடைய கவலையைத்தான் பகிர்ந்துகொண்டார்கள்.

தொகுப்பு – மு.வேலாயுதம்

கே : மக்கவழி, மருமக்க வழி - கொஞ்சம் விளக்குங்களேன்?

பதி : மருமக்க வழிதான் நாஞ்சில் நாட்டின் பூர்வகுடி வெள்ளாளர்கள். மக்கவழி தென்பாண்டி நாட்டிலிருந்து குடியேறியவர்கள். குடியமர்த்தப்பட்டவர்கள். பெரும்பாலும் அவர்கள் சைவ வெள்ளாளர்களாக இருந்து மக்கவழி வேளாளர்களாகத் திரிந்தவர்கள்.

கே : உங்களுடைய நாவலில் பெரும்பாலும் ஒரு பயணம் உள்ளது. இது எதனால்?

பதி : எனக்குப் பயணத்தில் அதீத ஈடுபாடு உண்டு. 25 வயதிலிருந்து பயணம் பண்ண ஆரம்பித்தேன். முப்பது வருடமாகப் பயணம் பண்ணிக்கொண்டே இருக்கிறேன். ஒவ்வொரு பயணமும் ஒரு புத்தகத்தினுடைய அத்தியாயமாகவே இருக்கிறது. பயணம் என்னுடைய வாழ்க்கைமுறை.

கே : 'வட்டார வழக்கில் எழுதும் படைப்புகள் அந்தப் படைப்பாளியின் காலத்திலேயே செத்து விடுகிறது' என்று சா.கந்தசாமி சொல்லி இருக்கிறாரே. அதைப் பற்றி...

பதி : அது சா.கந்தசாமியோட கருத்து. அந்தக் கருத்தைச் சொல்ல அவருக்குச் சுதந்திரமுண்டு. ஆனால் இலக்கியம் என்று ஏற்றுக் கொள்ளப்பட்ட வட்டார மொழியில் எழுதப்பட்ட நாவல்கள், சிறுகதைகள் எதுவும் செத்துப் போகவில்லை. ஒரு புத்தகத் தினுடைய மரணம் என்பது நகர மொழியில் எழுதப்பட்டதா, வட்டார மொழியில் எழுதப்பட்டதா என்பதைச் சார்ந்து இல்லை. கோபல்ல கிராமம், தலைமுறைகள், ஒரு புளியமரத்தின் கதை இவையெல்லாம் வெளியாகி முப்பதாண்டுகளுக்குப் பிறகும் தொடர்ந்து மறுபதிப்புகள் வந்துகொண்டே இருக்கின்றன. வட்டார வழக்கு என்பது படைப்பாளி தேர்ந்தெடுத்துக் கொள்ளும் வெளிப்பாட்டு மொழி. அவன் அதைக் கையாளும் முறையில் தான் அதனுடைய உயிர்ப்போ, மரணமோ சம்பவிக்கிறது. அதுவன்றி சா.கந்தசாமி கருதும் விதத்தில் அல்ல.

கே : மும்பை வாழ்க்கை, கோவை வாழ்க்கை - இரண்டையும் நாஞ்சில் நாட்டு வாழ்க்கை முறையோடு எப்படிப் பார்க்கிறீர்கள்?

பதி : என்னுடைய படைப்பு இலக்கியத்தின் அடித்தளம் நாஞ்சில் நாடு. பெரும்பான்மையாக நான் கையாண்ட வாழ்க்கை அனுபவங்கள் எல்லாம் நாஞ்சில் நாட்டைச் சார்ந்தவை.

வாழ்க்கையைப் பற்றி எனக்கு ஒரு பார்வையைத் தந்தது மும்பை. வாழ்க்கை மாத்திரம் அல்லாமல் நவீன சினிமா, நவீன பன்மொழி நாடகங்கள், சிற்பம், ஓவியம், கர்நாடக - இந்துஸ்தானி இசை போன்றவற்றின் அறிமுகத்தையும், அனுபவத்தையும் தந்தது மும்பை வாழ்க்கைதான். மும்பை வாழ்க்கை தந்த பார்வையின் வெளிச்சத்தில் என்னால் நாஞ்சில் நாட்டைப் பார்க்க முடிந்தது. கோவையில் கடந்த பதினைந்து ஆண்டுகள் வாழ்ந்தாலும், என்னுடைய எழுத்தில் கோவை வாழ்க்கை பதிவாகவில்லை. எனக்கு நாஞ்சில் நாட்டையும், மும்பையையுமே இன்னும் சொல்லித் தீரவில்லை.

கே : உங்களுடைய 'தலைகீழ் விகிதங்கள்' நாவல் 'சொல்ல மறந்த கதை'யாகப் படமாக்கப்பட்டது. அந்தப் படம் சரியாக எடுக்கப்பட்டதாக உணர்ந்தீர்களா?

பதி : நாவலை சினிமா ஆக்குவதில் நிறைய சிக்கல்கள் உள்ளன. 400 பக்க நாவலில் அவர்களால் சினிமாவுக்காக எடுக்கப்படுவது பத்து அல்லது பன்னிரண்டு காட்சிகள்தான். இன்றைய தமிழ்சினிமாச் சூழலில் ஒரு நாவலை அதன் பூரணத்துவம் குன்றாமல் சினிமா ஆக்குவதன் சாத்தியம் மிகக்குறைவு. அடிப்படையில் ஒரு நாவல் வாசிப்புத் தரும் அனுபவமும், சினிமா தரும் அனுபவமும் வெவ்வேறானது. நாவலை கையில் வைத்துக்கொண்டு சினிமாவாகப் பார்ப்பது சரியான அணுகுமுறையில்லை. எழுத்தாளன், இயக்குநர் இருவருமே அவரவர் துறை சார்ந்த படைப்பாளர்கள். அவரவர்க்கான சுதந்திரமும், கட்டுப்பாடும் வெவ்வேறானவை. என்னுடைய நாவலின் சாரம் கெடாமல் இருந்தால் அதுவே எனக்குப் போதும்.

கே : நிறைய எழுதியுள்ளீர்கள். மற்ற மொழியில்.... அதாவது மலையாளம், வங்காளத்தில் இந்த அளவு எழுதியிருந்தால் மக்களிடம் அதிகம் கவனம் பெற்றிருப்பார்கள். இதுபோன்ற வருத்தம் ஏதாவது உங்களுக்கு உண்டா?

பதி : கவனம் என்பது புகழ் பெறுதல். அதன் மூலமாகப் பணம் சம்பாதிப்பது என்று பொருள் கொள்கிறோம். என்னுடைய பாதை நான் நெடுஞ்சாலையில் பயணம் போவதா அல்லது ந.பிச்சமூர்த்தி சொல்வதுபோல பாதையில்லா காட்டில் பயணம் போவதா என்ற பலநாள் கேள்விக்குப் பிறகு தேர்ந்தெடுத்துக் கொண்டதாகிவிட்டது. இதில் மக்கள்

கவனம் பற்றியெல்லாம் அக்கறை இல்லை. ஆனால் தொடர்ந்து படைப்புகள் வாசிக்கப்படுகின்றன. என்னுடைய படைப்பு களுக்குத் தேர்ந்த வாசகர்கள் நிறைய பேர் இருக்கிறார்கள். முப்பதாண்டுகளுக்கு முன்பு எழுதிய நாவல்கூட இன்றும் வாசிப்புத்தரத்துடன் வாழ்ந்து கொண்டுதான் இருக்கிறது. எனக்கு அது போதுமானது. எந்தக் கலைஞனும் லாப, நஷ்டக் கணக்கை சுமந்துகொண்டு அலைவதில்லை.

கே : தமிழ் சாகித்திய அகாதமியைப் பற்றி பல படைப்பாளிகளிடம் கடுமையான விமர்சனம் உள்ளது. தங்களின் நிலைப்பாடு என்ன?

பதி : என்னைப் பொறுத்தமட்டில் அது விற்பதற்கும், வாங்கு வதற்குமான ஒரு வணிக ஏற்பாடு. படைப்பாளி சம்பந்தப் பட்ட விஷயம் அல்ல. தப்பித்தவறி எப்போதாவது ஒரு விபத்துப்போல நல்ல படைப்புகளுக்கு இந்தப் பரிசு கிடைக்க நேர்வதுண்டு. இது தானாகத் தனது தகுதிக்கும், திறமைக்கும் கிடைக்கும் என்று எந்தப் படைப்பாளியாவது எதிர்பார்த்துக் கொண்டிருந்தால் ஏமாந்து போவார்கள்.

கே : பெண் கவிஞர்கள் தங்களின் உடல் மொழிகளில் எழுதுவதை ஆபாசம், வக்ரம் என்று சிலர் கடுமையாக எதிர்க்கிறார்கள். தாங்கள் இதை எப்படி எடுத்துக் கொள்கிறீர்கள்?

பதி : ஒருவிதமான ஆபாசமும் இல்லை. வக்ரமும் இல்லை. மனதளவில், உணர்ச்சியளவில் அதை இலக்கியமாக வெளிப் படுத்துவதில் ஆணுக்கு உண்டான சகல சுதந்திரங்களும் பெண்ணுக்குமுண்டு. நமது மொழியில் இது மிகவும் தாமதமாக வெளிப்பட்டுள்ளது. இவர்கள் ஆபாசம் என்றும், வக்ரம் என்றும் எதைச் சொல்கிறார்கள் என்றே எனக்குத் தெரிய வில்லை. பெண் உடல் ஆபாசம், பெண்மொழி ஆபாசம், பெண்ணின் வேட்கை வக்ரம், பெண்ணின் சுதந்திரத்தாகம் வக்ரம் என்று சொல்பவர்கள் பிற்போக்குவாதிகளும், மன நோயாளிகளுமாகவே இருப்பார்கள். அவ்வையாரும், ஆண்டாளும் சங்க இலக்கியப் பெண்பாற் புலவர்களும் அன்று எடுத்துக்கொண்ட சுதந்திரத்தில் அரைப்பங்கு கூட இன்றைய பெண் இலக்கியவாதிகள் எடுத்துக் கொள்ளவில்லை என்பதே உண்மை!

கே : சமீபத்தில் தாங்கள் படித்த நாவல் எது?

பதி : தமிழில் இது நாவல்களின் காலம். கடந்த இரண்டு, மூன்றாண்டுகளில் சிறப்பான பல நாவல்கள் வெளிவந்துள்ளன. ஜெயமோகனின் 'காடு', 'ஏழாம் உலகம்', யுவன் சந்திரசேகரின் 'குள்ளச்சித்திரன் சரித்திரம்', 'பகடையாட்டம்', ராஜ் கௌதமனின் 'சிலுவைராஜ் சரித்திரம்', ஜோ.டி. குரூஸ் எழுதிய 'ஆழி சூழ் உலகு', கோபாலகிருஷ்ணனின் 'மணல் கடிகை', சுதேசமித்திரனின் 'காக்டெய்ல்', உமாமகேஸ்வரியின் 'யாரும் யாருடனும் இல்லை', ச.பாலமுருகனின் 'சோளகர் தொட்டி.', எஸ்.ராமகிருஷ்ணனின் 'நெடுங்குருதி' போன்ற நல்ல நாவல்கள் வாசிப்புக்கு வெவ்வேறு அனுபவங்களைக் கொடுக்கிறது.

கே : தற்போது எழுதிவரும் இளம் படைப்பாளிகளுக்குத் தாங்கள் கூறுவது...

பதி : இதுவரை வெளியான கவிதை, சிறுகதை, நாவல் மீதான சரியான வாசிப்பு இருக்கணும். தங்களுடைய மொழிக்கிடங்குகளில் போதுமான சொல் சேகரம் இருக்கணும். தங்களுடைய அனுபவங்களுக்கு நாணயமாக இருக்கணும். வெற்றி, தோல்விகளில் கவலையற்று முயற்சிகளில் தீவிரமாக இருக்கணும்.

கடுமையான உழைப்பு வேண்டும். சமகாலப் படைப்புகளை உடனுக்குடன் படித்துவிட வேண்டும். இலக்கியம் சார்ந்து இயங்கினாலும் பிற நுண்கலைகளான சினிமா, நாடகம், சிற்பம், ஓவியம், இசை ஆகியவற்றிலும் தீவிரமாக ஈடுபட வேண்டும்.

7

பிம்பம்

நேர்காணல் 15-08-2005

சந்திப்பு
பிரபாகர்

நாஞ்சில் நாடன்... தமிழ் இலக்கியவாதிகளில் முதல் பத்து மிகச்சிறந்த எழுத்தாளர்களில் இவருக்கும் இடமுண்டு. வாழ்க்கையை வெகு இலகுவாக ரசித்திருக்கிறார் என்பது இவரது முதிர்ச்சியான எழுத்துகளில் தெரியும்... 35 வருடங்களாக சிறுகதைகள், நாவல்கள், கவிதைகள், கட்டுரைகள் என எழுத்திலக்கியத்தின் எல்லாத் தடங்களிலும் கால் பதித்துவிட்டார். இவருடைய தலைகீழ் விகிதங்கள் என்னும் நாவல் தங்கர்பச்சானின் சொல்ல மறந்த கதையாக வெளிவந்திருக்கிறது. ஒவ்வொரு ஆண்டும் இவருடைய படைப்புகள் இலக்கிய மன்றங்களில் விருதுகள் பெற்றுக்கொண்டே இருக்கின்றன. 'ஒரு மனிதன் அவனுக்கான கோபுரத்தையும் அவனே கட்டிக் கொள்கிறான். அவனுக்கான சவக்குழியும் அவனே தோண்டிக் கொள்கிறான்' என்கிறார். ஒரு மிகப்பெரிய கவனிக்கத்தக்க எழுத்தாளர் என்ற வெளிப்பாடு இல்லாமல்... குளுகுளு அறையில் பிம்பத்துக்காக ஜில்லென்று அவர் அளித்த பேட்டி இதோ...

கே : நீங்கள் எழுதுவதற்கான நிர்பந்தம் என்ன?

பதி : 1973ல் பாம்பேயில் இருந்தேன். 45 பேர் வேலை செய்யும் ஒரு தொழிற்சாலையில் தனித்துவிடப்பட்டதாகவே உணர்ந்தேன். அங்கு யாரிடமும் என்னால் தமிழில் பேச முடியாது. எனக்கு அப்போது நிறைய நேரம் கிடைத்தது. பம்பாய் தமிழ்சங்கத்திற்கு போய் தினமும் இரண்டு புத்தகம் எடுத்துவரும் வழக்கமிருந்தது. நேரம் கிடைக்கும்போது எல்லாம் ரயில் நிலையத்தில் நின்று வேடிக்கை பார்ப்பேன். சென்னைக்கு செல்லும் வண்டியைப் பார்க்கும் போதெல்லாம் எனக்குத் தொண்டை அடைக்கும். ஊருக்குச் செல்வது என்பது எளிதான காரியமல்ல. 2, 3 வருடங்களுக்கு ஒரு முறைதான் செல்ல முடியும். நேரம்,

வாசிப்புகள், ஏக்கங்கள் எல்லாம் சேர்ந்து ஏன் எழுதக்கூடாது என்று தோன்றியது. 1975ல் முதன்முதலாக விரதம் என்றொரு சிறுகதையை எழுதினேன். சென்னையில் இலக்கியச் சிந்தனை என்ற ஒரு அமைப்பு என்னுடைய சிறுகதையை சிறந்த சிறுகதை என்று தேர்ந்தெடுத்தது. பிறகு எழுதத் தொடங்கினேன். நிறைய அங்கீகாரம் பாராட்டும் கடிதங்கள் வந்தன. நம்மாலும் எழுத முடியும் என்று தோன்றியது. எனக்கும் நிறைய விஷயங்கள் சொல்வதற்கு இருந்தன. அந்த காலங்களில் மிக வேகமாக எழுதினேன், ஒரு மாதத்தில் 4, 5 கதைகள் வரை எழுதினேன்.

கே : உங்கள் கதைக்களம் என்று எதைத் தேர்ந்தெடுத்தீர்கள். நீங்கள் வாழ்ந்த, நீங்கள் அனுபவித்ததை மட்டுமா?

பதி : நான் என்னுடைய பர்சனல் எக்ஸ்பீரியன்ஸ் இல்லாமல் எதையும் எழுதுவது இல்லை. என்னுடைய கதைகள் கற்பனை கிடையாது. கற்பனைகள் இருந்தாலும் அதன் விகிதாச்சாரம் குறைவாகவே இருக்கும். அதாவது நான் அனுபவப்பட்டது, அல்லது அனுபவித்த மாதிரியான அனுபவங்கள். அதனுடைய வலி, சந்தோஷம் அல்லது வியப்பு... அதாவது நான் பீல் பண்ணுகிறமாதிரி இருக்கும் விஷயங்களை எழுதுகிறேன்.

கே : அப்படியானால் உங்களுடைய ஒவ்வொரு கதையிலும் நீங்கள் வாழ்ந்திருக்கிறீர்கள்!

பதி : என்னுடைய சொந்த அனுபவம். அல்லது நான் சாட்சியாக நின்றது அல்லது அந்த அனுபவத்தை வேறு ஏதாவதின் மூலமாக பெற்றது... இவற்றை மையப்படுத்தி எழுதுகிறேன். கற்பனையிலும் எழுதலாம். ஆனால் அனுபவம் என்பது படைப்புக்கு ஒரு பலம். தலைகீழ் விகிதங்கள் 1975ல் எழுதினேன். ஒரு வேலையில்லா பட்டதாரி திருமணம் செய்து கொண்டு படும் துன்பங்களைப்பற்றி எழுதியிருந்தேன். ஆனால் எனக்கு அப்போது திருமணம் ஆகவில்லை. ஒரு Married Young Person's Experience-ஐ வைத்துத்தான் எழுதினேன். அதாவது ஒரு நோயாளியின் நிலைமை நமக்கிருந்தால் என்ன ஏற்படும் என்று அவனிடமிருந்து அந்த வலியைப் பார்த்து உணர்கிறோம். அதைப்போல நாம் Project செய்து பார்க்கிறோம்.

கே : உங்கள் 'தலைகீழ் விகிதங்கள்' 'சொல்ல மறந்த கதையாக' வெளிவந்திருக்கிறது. நீங்கள் எழுதியதற்கும், திரைப்படத்தில் வந்த Output-க்கும் வித்தியாசம் இருக்கிறதா?

பதி : நிறைய இருக்கின்றன. Basically Novel என்பது வேறு, சினிமா என்பது வேறு. முழு நாவலையும் எடுப்பதென்றால் அதைப் பத்து படங்களாக எடுக்க வேண்டியதிருக்கும். ஒரு 2½ மணி நேரம் படத்தில் பாடல்கள், காமெடி, சண்டைக்காட்சிகள் இவற்றை நீக்கிவிட்டு பார்த்தால் 40 நிமிடங்கள் கதை இருந்தால் போதும். ஒரு வில்வண்டியில் 7 மைல் தூரம் பயணம் செய்வதை நான் விவரித்து 10 பக்கங்கள் எழுதியிருப்பேன். ஆனால் சினிமாவில் சில வினாடிகள் போதும். அடிப்படையில் எனது கதையை எடுத்துக் கொண்டார்களே தவிர முழுக்க முழுக்கப் பயன்படுத்தக் கிடையாது. நாவல்கள் சினிமாவாக ஆவது ஒன்றும் புதிதல்ல. 'பதேர் பாஞ்சாலி' என்ற 600 பக்க நாவலில் சினிமாவில் அவருக்குத் தேவையான Essence-ஐ மட்டும் எடுத்துக் கொண்டார். எழுத்துக்கும் Visual Media-வுக்கும் வித்தியாசம் இருக்கிறது. எழுத்தில் நேரடியாக உரையாட முடியும். நான் அழும் இடங்களில் நீங்களும் அழமுடியும். சிரித்த இடங்களில் உங்களையும் சிரிக்கவைக்க முடியும். என்னுடன் பேருந்தில் பயணம் செய்யும் வாசகனுக்கு நான் யாரென்று தெரியாது. ஆனால் நீங்கள் வாசிக்கும்போது நான் உங்களுடன் இருக்கிறேன். அந்த Serious attention வேறு வகையானது.

கே : உங்கள் கனவுப்படைப்பு என்று எதிர்காலத்திட்டம் ஏதாவது வைத்திருக்கிறீர்களா?

பதி : சில Short Stories, ஒரு நாவல், அந்த மாதிரி இருக்கிறது. சில சூழல்களில் எல்லாவற்றையும் நாம் சொல்ல முடியாது. என்னுடைய Communication-ல் problem கிடையாது. நீங்கள் எப்படி Receive செய்கிறீர்கள் என்பதில் உள்ளது. அதை என்னுடைய கனவுப்படைப்பு என்று சொல்லமுடியாது. எத்தனையோ விஷயங்கள் நமக்குள் பதிவாகின்றன. ஆனால் திடீரென்று ஒரு சம்பவம் மட்டும் உள்ளிருந்து வரும். இதை எழுதலாம் என்று தோன்றும் 'பேய்க் கொட்டு' என்ற சிறுகதை 16 வயதில் அனுபவித்த சம்பவம்.

ஆனால் அதை எழுத எனக்கு 50 வயது ஆகியது. ஒரு சில விஷயங்கள் எழுத Maturity தேவைப்படுகிறது. ஒரு

மாம்பழத்தின் கொட்டை அதனுடைய முளைப்பைத் தீர்மானிப்பதுபோல அது நம்முடைய கண்ட்ரோலில் இல்லை. அந்த சம்பவத்தின் அழுத்தம்தான் அதை தீர்மானிக்கிறது.

கே : வட்டார வழக்கு என்ற உரையாடல் தொனியில் இருந்து மாறுபட்டு உங்களுடைய கதைகளை எழுதினீர்கள். ஏன் இந்த வேறுபாடு...?

பதி : எல்லோரும் அவர்களுடைய வட்டார மொழியில்தான் எழுதுகிறார்கள். நான் நாஞ்சில் நாட்டில் பிறந்து வளர்ந்தவன். எனக்கு நெருக்கமான, பழக்கமான மொழியைத்தான் தேர்ந்தெடுத்துக் கொள்ள முடியும், என்னுடைய மொழியைக் கையாளுகிற போது என்னை Perfect ஆக வெளிப்படுத்திக் கொள்ள முடியும். என்னுடைய 25 வயது வரை அனுபவப் பட்டதை இதுவரை எழுதியிருக்கிறேன். அவற்றைப் பதிவு செய்து முடித்துவிட்டு வேண்டுமானால் மற்ற தொனிகளைக் கையாளலாம்.

கே : உங்களுடைய தனித்தன்மை இயல்பானதா? அல்லது ஏதாவது ஒரு விஷயம் தீர்மானித்ததா?

பதி : நான் தனித்தன்மையோடு இருக்கவேண்டும் என்று Plan செய்யவில்லை. ஒவ்வொருவரும் ஒரு விஷயத்தை வேறுவேறு கோணங்களில் பார்க்க முடியும். இது ஒருவருடைய பார்வை சார்ந்த விஷயம். இதில் பல Contributing factors இருக்கிறது. என்னுடைய தனித்தன்மை இதில் எங்கிருந்து வந்ததென்றால், ஒருவர் சொல்லமுடியாத விஷயத்தை எப்படி என்னால் சிறப்பாகச் சொல்ல முடியும் **என்கிற பொழுதுதான்** தனித்தன்மை என்கிற விஷயம் வருகிறது. என்னுடைய **பார்வை, சிந்தனை** மேலும் நிறைய எழுதிப் பழகிய பிறகு அதிலிருந்து மீள முடியாது. உதாரணமாக 'அசடு' என்னும் சொல் சாதாரணமாக Brahmin Community-யில் அதிகமாக புழங்கக்கூடியது. நான் இதுவரை 5000 பக்கங்கள் எழுதியிருப்பதாகக் கொண்டால் ஒரு பக்கத்தில்கூட அந்த வார்த்தை இல்லை. இது நான் Conscious ஆக தவிர்த்தது கிடையாது. ஆனால் இது என் Vocabulary-ல் பதிவாகவில்லை. ஒரு உணர்ச்சியை வெளிப்படுத்தும் போது Nearest to my Emotion ஆன வார்த்தைகளை பயன் படுத்துகிறேன். ஒருவேளை இவை என் தனித்தன்மையைத் தீர்மானிக்கலாம்.

கே : சிறுகதைகள், நாவல்கள், கவிதைகள் போன்ற பன்முகத் தன்மைகளில் உங்கள் கற்பனையை எவ்வாறு Balance செய்கிறீர்கள்?

பதி : கருதான் இவற்றைத் தீர்மானிக்கிறது. இது நாவலுக்கான Matter ஆ கவிதையில் சொல்லலாமா என்று. இது ஒரு Unconsious stateல் நடக்கிறது. என்னுடைய Process of writingல் ஒரு தீர்மானத்துடன் எழுத அமர்கிறேன். ஒரு சிறிய சம்பவத்தை Short Storyயாக எழுதினால் நன்றாக இருக்கும் என்று நினைக்கிறேன், எழுதுகிறேன். ஆனால் நாவல் அப்படியல்ல. நாவல் என்பது ஒரு பெரிய Canvas. சிறுகதை கவிதைக்கு அருகாமையில் உள்ளது. அந்த அளவுக்கு செறிவாக அடர்த்தியாக... கூர்மையாக இருப்பது. நாவல் என்பது ஒரு Freeயான களம். அதில் நீங்கள் எதைப்பற்றி வேண்டுமானாலும் பேசலாம். இன்னொரு வகையில் சொன்னால் சிறுகதை என்பது ஒரு மாட்டைப் புல்வெளியில் ஒரு முளையில் கட்டி வைப்பது போல. அது மேய்வதற்கான இடம் தீர்மானிக்கப் பட்டது. நாவல் என்பது கட்டப்படாத மாட்டைப்போல. அதற்கென்று ஒரு எல்லை கிடையாது.

கே : வெகுஜன ரசிகர்களால் நவீனத்துவ எழுத்தாளர்கள் ரசிக்கப் படுவது இல்லை. அவர்கள் மத்தியில் இவர்கள் அடையாளப் படுத்தப்படுவதுகூட இல்லை. ஏன் என்று நினைக்கிறீர்கள்?

பதி : எந்தக் கலையிலும் இந்த இரண்டு நிலைப்பாடு உண்டு. இசையை எடுத்துக்கொண்டால் எந்த வகையில் நமது வாழ்க்கையில் புழங்குகிறது? சினிமா இசை வடிவில். ஆனால் இசை என்பது முற்றிலும் வேறு ஒன்றாகவும் இருக்கிறது. கர்நாடிக் கிளாஸிக் என்று எடுத்துக்கொண்டால் அந்தக் காலத்தில் இருந்து இன்று வரை உள்ள மரபு வேறு, இந்த சினிமா மரபு வேறு. அடிப்படையில் எந்தக் கலையுமே எல்லோரையும் மகிழ்ச்சியாக வைத்திருப்பதற்கே தோன்றின. Serious Literature அதையும் தாண்டி என்னவாக இருக்கிறோம், என்ன செய்கிறோம் என்ற கேள்வியை எழுப்புகிறது. தனக்குத் தானே கேள்வி எழுப்பிக்கொள்ள வைப்பது. இசையைப் போலதான் இதுவும். Fine Arts என்று வரும்போது அதனுடைய followers என்றுமே குறைந்து கொண்டேதான் வருவார்கள். இருந்தாலும் நுட்பம் தேடி வரும் வாசகர்கள் இந்த மாதிரி தேடலில்தான் வந்து சேர்வார்கள். அதனுடைய நம்பர்ஸ்

தான் குறைவாக இருக்கும். அதனால் நமக்கு பாப்புலாரிட்டியை பற்றி அச்சம் இல்லை. அதற்கான தேவையும் இல்லை. நவீனத்துவம் பின் நவீனத்துவம் என்பது இந்த கால கட்டத்தின் வெளிப்பாட்டு முறை. இதை வாசிக்கமாட்டேன் என்றால் தேவையில்லை. ஒரு கோயிலுக்குள் செல்பவர்களில் எத்தனைபேர் சிற்பங்களை ரசிக்கிறார்கள்? கோயிலுக்குள் இருக்கும் யானை சிற்பத்தின் தும்பிக்கையை உடைத்துப் பார்ப்பவர்கள் நம்ம ஆட்கள்தானே. எந்த கஜினி முகமதுவும் வரவில்லை. என்னுடைய பாதையைத் தேர்ந்தெடுத்த பிறகு நான் எதைப்பற்றியும் கவலைப்படுவதில்லை. முதலில் எனக்கு சந்தோசம் வேண்டும். ஒரு திருப்தி வேண்டும். இப்போது இந்த ரோட்டில் வடிவேலு நடந்தால் பின்னால் ஒரு 10,000 பேராவது போவார்கள். ஆனால் நாஞ்சில் நாடனைப் பற்றி யாருக்குமே தெரியாது. அவரைவிட நாஞ்சில் நாடன் கீழானவனில்லை. நாம் அதைத் துறந்துவிட்டு வேறு வழியில் இயங்கிக் கொண்டிருக்கிறோம். கவனிக்கப்படவேண்டுமென்ற அவசியம் இல்லை.

கே : பெண்ணிலக்கியவாதிகளின் இலக்கியம் சர்ச்சைக்குள்ளாவது பற்றி...

பதி : அவர்கள் அதிரடியான மொழியைப் பயன்படுத்துகிறார்கள். கவனிக்கப்பட வேண்டும், அதிர்ச்சி ஏற்படுத்த வேண்டும் என்று, அது ஒன்றும் தவறில்லை. நீண்டநேரம் தூங்கும் தன் குழந்தையை ஒரு தாய் முதலில் எழுப்பி பார்க்கிறாள், தட்டுகிறாள். சத்தம் போட்டுப் பார்க்கிறாள் ஒரு கட்டத்தில் தலையில் தண்ணீரை ஊற்றிவிடுகிறாள். அப்போது அலறிப் பிடித்து விழிக்கிறது. அதைப்போல்தான் அவர்களும், சில சமயம் சுடு தண்ணீரை ஊற்றிவிடுகிறார்கள்... இல்லையென்றால் பெண்களின் வெளிப்பாடுகளை நாம் கவனிப்பதில்லை. ஆனால் அவர்களுக்குள் வக்கிரம் இருக்கிறது, அவர்கள் விகாரமானவர்கள் என்பதிலெல்லாம் எனக்கு உடன்பாடில்லை. பழங்கால ஓலைச்சுவடிகளில், செப்புத்தகடுகளில், கல்வெட்டு களில் இருந்த பல சொற்கள் அழிந்துவிட்டன. ஆனால் மக்களிடையே புழங்கிவரும் கெட்டவார்த்தைக்கு எந்தச் சான்றும் இல்லை. எந்த இலக்கியத்திலும் அது எழுதப் படவில்லை. அதைக் கவிதை வாயிலாக எடுத்து வீசும்பொழுது மக்கள் Shock ஆகிறார்கள். பாலியல் என்று எடுத்துக் கொண்டால்

எல்லா ஆணும் பெண்களைப் போகப் பொருளாகத்தான் பார்க்கிறான். ஒரு பெண் தன்னுடைய ஆணை எவ்வாறு பார்க்கிறாள் என்று யாரும் நினைத்துப்பார்ப்பது கிடையாது. பெண்ணுக்கான பல விஷயங்கள் மறுக்கப்படும்போது அவள் பாலியல் மூலமாக தன்னுடைய Complaintஐ வெளிப்படுத்துகிறாள். அவளும் ஒரு மனிதப்பிறவி என்பதை ஏற்றுக்கொள்ள ஆண் மறுக்கிறான். அவள் தன்னுடைய Expressionயை வெளிப்படுத்தும் போது Societyயில் பெரிய பிரச்சினை வருகிறது. இவற்றை யெல்லாம் பெண்கள் இலக்கியம் மூலமாக வெளிப்படுத்து கிறார்கள். இவற்றை நம்மால் ஜீரணிக்க முடியவில்லை. சங்க கால இலக்கியத்திலிருந்து பெண்களாலேயே இது பேசப் பட்டு வருகிறது. சல்மாவும், மாலதி மைத்திரியும், சுகிர்தராணியும், உமாமகேஸ்வரியும் எழுதுவதில் என்ன தவறு இருக்கிறது. சல்மா சொல்கிறார் என்றால் அது சல்மாவின் வார்த்தைகள் அல்ல. அது ஒட்டுமொத்த பெண்மையின் வார்த்தை. என் மனைவி, என் பிள்ளை, என் அம்மா என்று எல்லோரையும் சேர்த்துத்தான் பார்க்கவேண்டும். ஆண் வெளிப்படையாக ஒரு நடிகையை ரசிக்கும்போது பெண் ஒரு நடிகனை ரசிப்பதை அவனால் பொறுத்துக்கொள்ள முடியவில்லை.

கே : விமர்சனங்களை எப்படி ஏற்றுக்கொள்கிறீர்கள்?

பதி : நன்றாக இருக்கிறது என்றால் கொஞ்சம் சந்தோஷமாக இருக்கும். நன்றாக இல்லை என்று சொன்னால் ஏன் அப்படிச் சொல்கிறார். ஒருவேளை உண்மையிலேயே இது நன்றாக இல்லையோ? நாம் கூறிய செய்தி முழுமையாகச் சென்று சேரவில்லையோ என்று யோசனை செய்து பார்ப்பேன். ஆனால் எப்போதும் விமர்சனத்தை Positive ஆகவே எடுத்துக் கொள்வேன். எழுத ஆரம்பித்த காலங்களில் என்னைவிட 25 வயது மூத்த மரியாதைக்குரிய நண்பர் ஒருவரிடம் சென்று என் கதையைக் காண்பித்தேன். அவர் அதைப் படித்துவிட்டு 'It is not better than a toilet paper' என்று சொன்னார். அதற்கு வருத்தப்பட்டு பேனாவை மூடிவைத்துவிட்டு போகவில்லை. அவர் நம்மிடம் பெரிதாக எதிர்பார்க்கிறார். கோப்பெருஞ் சோழனின் யானையைப் பற்றி முத்தொள்ளாயிரத்தில் ஒரு கவிதை இருக்கிறது. பகை மன்னனின் வெண்கொற்றைக் குடையையெல்லாம் பட்டத்து யானை பிடுங்கி எறிந்து கொண்டிருந்ததாம். சந்திரனும் கிட்டத்தட்ட அந்த வெண்

கொற்றக் குடை மாதிரி இருந்ததால் அதையும் பிடுங்கி எறிய தன் தும்பிக்கையை நீட்டியதாம். அதுபோலத்தான் முயற்சி செய்ய வேண்டும். ஆங்கிலத்தில் ஒரு பழமொழி இருக்கிறது. 'வானத்தைக் குறிவைத்தால்தான் பாட்டி மூக்கையாவது தொட முடியும்'.

கே : உங்களை மேம்படுத்திக் கொள்ள என்ன செய்கிறீர்கள்?

பதி : தினமும் படிக்கிறேன். நேற்று வெளியான புத்தகம் வரை, இன்று வரை என்ன நடந்துகொண்டு இருக்கிறது என்று தெரிந்து கொள்வேன். எனக்கு வாசிப்பு என்பது Entertainment கிடையாது. அது ஒரு Serious Business. நான் ஒரு வாசகனாக மட்டும் இருந்தால் என்னுடைய வாசிப்பு சுகத்துக்காக படித்துவிட்டு போகலாம். ஒரு படைப்பாளியாகவும் இருப்பதால் Serious ஆக அதில் என்ன இருக்கிறது என்று தெரிந்துகொள்வேன் ஒரு Student- போல. மற்ற கலைகளையும் பற்றி தெரிந்துகொள்கிறேன். ஒரு சிற்பி படிக்காதவனாக இருக்கலாம். ஆனால் ஒரு எழுத்தாளன் சிற்பக்கலையைப் பற்றி தெரிந்துகொள்ளாமல் இருப்பதில் பயனில்லை. நான் பெரும்பாலும் கர்நாடிக் கிளாசிக் இசையைக் கேட்பேன். அதற்காக சினிமா பாடல்களை வெறுப்பவன் அல்ல. நல்ல சினிமாப் பாடல்களுக்கும் பயணிக்கும்போது தாளம் போடுவேன்.

கே : எந்த வகையான சினிமாக்களைப் பார்க்கிறீர்கள்...?

பதி : எல்லாவகையான உலகத்தரம் வாய்ந்த சினிமாக்களையும் பார்க்கிறேன். மலையாளம், ஹிந்தி, ஆங்கிலம், ஈரானியப் படங்கள்... நல்ல படங்களை நான் தவறவிடுவதே இல்லை. பம்பாயில் இருக்கும்போது நிறைய நல்ல நாடகங்கள் பார்க்கும் வாய்ப்பு கிடைத்தது.

கே : பிடித்த சினிமாக் கலைஞர்?

பதி : எத்தனையோ உலகத்தரம் வாய்ந்த சினிமாக்கள் பார்த்திருந்தும் 'சத்யஜித்ரே'தான் எனக்குப் பிடித்த கலைஞர்.

8 முனைவர் பட்ட ஆய்வு

நேர்காணல் 2005

சந்திப்பு

ஆனந்தவல்லி

கே : நாவல் எதார்த்தவியல் இரண்டிற்குமான தொடர்பு?

பதி : நாவல் என்பதோர் படைப்பிலக்கிய வகை. கவிதை, கட்டுரை, சிறுகதை, நாடகம் என்பன பிறவகைகள். வகை என இங்கு நான் குறிப்பிடுவது வடிவம் சார்ந்தது. நாவல் என்ற வடிவத்தின் உள்ளே உத்தி சார்ந்து, களம் சார்ந்து, காலகட்டம் சார்ந்து, நாவல் எடுத்துப் பேசும் கருதுகோள் சார்ந்து பகுப்புக்கள் உண்டு. நாவலாசிரியன் இவற்றையெல்லாம் கருத்தில் கொண்டு தனது படைப்பு வடிவம், மொழி, உத்தி என்பனவற்றைக் கையாள்கிறான். திறனாய்வாளர்கள் நாவலின் போக்கு குறித்து அவர்களது பார்வையில் பட்டபடி அதனை இனம் பிரிக்கிறார்கள். யதார்த்தவியல், நவீனத்துவம், பின்னவீனத்துவம் என. இந்தப் பிரிவினை நாவலை எழுதும் பாணி சார்ந்தது. பாணி என்பதும் காலத்துக் காலம் மாறக்கூடியது. ஆசிரியரைப் பொறுத்தும் மாறலாம். யதார்த்தவியல் எனும் புனைகதைப் பாணி, நாவலில், சிறுகதையில் ஐம்பது ஆண்டுகளுக்கு முன்பு தீவிரமாகக் கையாளப்பட்டது. வட்டார வழக்கு எனப்பட்டதும் அதன் உட்பட்டது. பின்பு படைப்பிலக்கியப் போக்கு மாறத் தொடங்கியபோது, யதார்த்தவியல் நாவல்களின் செல்வாக்கு குறையலாயிற்று. 'யதார்த்த வாதம் செத்து விட்டது' என்று கூடப் பேசினார்கள் திறனாய்வாளர்கள். ஆனால் இன்றும் கண்மணி குணசேகரன், யூமா. வாசுகி, சு.வேணுகோபால் போன்ற படைப்பாளிகள் யதார்த்தவியலை வெற்றிகரமாகக் கையாள்கிறார்கள். கண்மணி குணசேகரனின் 'அஞ்சலை', 'நெடுஞ்சாலை' போன்ற நாவல்கள் மிகச் சமீப காலத்தில் எழுதப்பட்ட யதார்த்தவியல் நாவல்களுக்கு சிறந்த எடுத்துக்காட்டுக்கள்.

கே : உங்களுடைய எழுத்து அரசியல் எதை நோக்கியது?

பதி : எனது எழுத்து அரசியல், நேர்மையை நோக்கியது. பொது வாழ்வில் தூய்மை, சேவை மனப்பான்மை, உண்மையான மக்களாட்சித் தத்துவப் பிடிப்பு, மானுடம் பேணுதல் எனும் உன்னதத் தளங்களில் கால்கொள்வது. படைப்பு என்பதன் நோக்கம் மானுடத்தின் மேம்பாடு என்றாலும் அதன் கலைத் தன்மை உன்னதத்தை நோக்கிப் பயணப்பட வேண்டும் என்று விரும்புவதும் வெற்றுக் கோஷங்கள், சமகாலச் செலாவணிக்குத் தோதான பிரச்சாரங்கள் இவற்றை மறுப்பதும் எனது எழுத்து அரசியல். படைப்பாளியின் எழுத்துக்கும் வாழ்க்கைக்கும் ஆன இடைவெளி குறுகலாக இருக்கவேண்டும் என்று விரும்புகிறேன்.

படைப்பு மொழி புதுமையாகவும் நூதனமாகவும் இருக்க வேண்டும் சுற்றி வளைக்காமல் நேரடியாகவும் வெடிப்புறவும் பேசவேண்டும். சாதி, கட்சி, அதிகார மையங்களைப் புறக்கணித்து துணிவுடனும் சுதந்திரமாகவும் இயங்கவேண்டும் என்ற அரசியலை நோக்கிய பயணமாக என் எழுத்து அமைய வேண்டும் என்று ஆசைப்படுகிறேன்.

எந்தக் காலத்திலும் படைப்பு, அதிகாரத்துக்கும் அரசியல் மையங்களுக்கும் எதிராக இயங்கியது என்று நம்புகிறவன் நான். எனது எழுத்தும் அந்த அரசியல் பாதையைத் தேர்ந்தெடுத்துப் பயணம் செய்கிறது என நம்புகிறேன்.

கே : 'நாஞ்சில்' நாடன் - நகர வாழ்வினை மையமிடுவதன் காரணம்?

பதி : நாஞ்சில் நாடன் சின்னஞ்சிறிய கிராமத்தில் வாழ்ந்தவன், 25 வயது வரை. பிறகே அவனுக்கு நகரமும் பெருநகரங்களும் அறிமுகமாகின்றன. கிராம வாழ்க்கையின் பிடி தளர்வடையாமல் இருந்த காலத்தில் படைப்புக்கள் கிராம வாழ்க்கையை மையமிட்டன. எழுதவந்த காலத்தில் என் நினைவுகளும் பசுமையாக இருந்தன. நகரவாழ்க்கை என்மீது ஆட்சி செலுத்தாமல் இருந்தது. பின்பு எனது வாழ்க்கைக் களம் மாறியதுபோல என் அனுபவத்தளமும் மாறுதல் அடைந்தது. ஏறத்தாழ 35 ஆண்டுகளாக எழுதுகிற எனக்கு வாழ்க்கை அறிமுகம் செய்த பரப்பு கிராமமும் நகரமும். இரண்டுக்குமான வேறுபாடு எனக்குத் தெரியும். அதேசமயம் நாவல் பாணியில்

என் போக்கும் மாறுகிறது. யதார்த்தவியலில் தொடங்கிய என் எழுத்து நவீனத்துவத்தை வந்து சேர்கிறது. கிராமம் மேன்மையானது நகரம் கீழ்மையானது எனும் கருத்தும் மாறுகிறது. இரண்டிலும் நல்லது - கெட்டது உண்டு என்பது புலப்பட்டது.

என் எழுத்தின் மையம், எனது அனுபங்களுக்கு நேர்மையாக இருத்தல். அனுபவம் கிராமத்தில் கால்கொண்டிருந்த காலம் கடந்து நகரத்தில் அடைக்கலம் ஆகும்போது எழுத்தும் நகர்மயப்படுகிறது.

மேலும் கிராமத்தை எழுதினால் என்ன, நகரத்தை எழுதினால் என்ன, நேர்மையாக எழுதினால் போதாதா?

கே : வறுமையும் தனிமையும் உங்கள் நாவலின் கருவாக இருப்பது ஏன்?

பதி : ஏனெனில் என் வாழ்க்கையில் பெரும்பகுதி வறுமையில் இருந்தது. இன்றும் குடியிருக்க சொந்த வீடு இல்லாத எழுத்தாளன். சொல்லப் போனால் எனது வறுமைதான் என்னை நாவலாசிரியனாக ஆக்கியது எனலாம். எனது கைமுதல் வறுமையாகும் போது நான் அதையே நாவலின் கருவாகக் கையாண்டேன்.

தனிமை என்பது மற்றுமோர் அவலம். பெருங்கூட்டத்திலும் தனிமையாக உணர்பவன் நான். பெரும் கொண்டாட்டங்கள், பண்டிகைகள் எனக்கு துக்கம் தருகின்றன இன்றும். என்னுடைய பிரச்சினை அது. விரதம் இருந்து, பதினெட்டாம் படி மிதித்து, சபரிமலை சாஸ்தா சந்நிதியில் நிற்கும்போதும் இங்கு எதற்கு வந்தோம் என்று எனக்குத் தோன்றும்.

இந்தத் தனிமையும் வறுமையும் எனக்கோர் வாழ்க்கை பற்றிய பார்வையைத் தந்திருக்கலாம். அந்த வெளிச்சத்தில் நான் படைப்பை ஆக்க முயன்றிருக்கலாம். அவையே எனது தனித்துவமாகவும் இருக்கலாம்.

இப்போது நான் வறுமையில் இல்லை. ஆனால் சமயங்களில் ISOLATED ஆக உணர்கிறேன். ஒரு அநாதைபோல உணர்கிறேன். இதற்கு யாரென்ன செய்யவியலும்?

கே: நாவலின் தலைப்பை உத்தியாகப் பயன்படுத்துகிறீர்களா?

பதி: தலைப்பு வெளிப்படையாக இருக்கக்கூடாது என்றொரு எண்ணம் உண்டு எனக்கு. அது நாவலின் உட்கிடக்கையை சூசகமாக உணர்த்துவதாக இருக்க வேண்டும் என்று எண்ணுபவன். மேலும் நுட்பமானதாகவும் தொல்லிலக்கியச் சாரம் கொண்டதாகவும் இருக்கவேண்டும் என்பதென் விருப்பு. நாவலுக்கு மட்டும் என்றில்லை, இதுவரை நான் எழுதிய சிறுகதைகள், கவிதைகள், கட்டுரைகளின் தலைப்புகளையும் அவ்வாறே பயன்படுத்தினேன். அல்லால், 'வங்கணத்தின் நன்று வலிய பகை' என்றெவரும் கட்டுரைக்குத் தலைப்பு வைப்பார்களா? எனது நாவல், சிறுகதை, கட்டுரை, தலைப்புகளை மட்டும் எவரும் ஆய்வுக்கு எடுத்துக்கொள்ளலாம்.

மேலும் 'தலைப்பு'க்களின் மூலம் வாசகனைப் பழந்தமிழ்ச் சொல்லாடல்களை மோந்து பார்க்கச் செய்கிறேன். தமிழில் வெளியான யூமா வாசுகியின் கவிதைத் தொகுப்பின் தலைப்பு - 'அமுத பருவம் வலம்புரியாய் அணைந்ததொரு சங்கு'. தலைப்புக்களும் இலக்கியத்தின் சாத்தியப்பாடுதான். சா.கந்தசாமியின் நாவல் தலைப்பு 'அவன் ஆனது'.

எனவே தமிழில் தலைப்புகளுக்கு என்றொரு மரபு உண்டு. 'நெடுநல் வாடை' என்று தலைப்பு வைத்தவர்கள்தானே நாம்?

கே: தங்களது படைப்புகள் மரபுகளை கட்டமைக்கிறதா? கட்டுடைக்கிறதா?

பதி: படைப்பாளி மரபில் நின்றுகொண்டு மரபை மீற முயல்கிறவன். மரபு அறியாதவன் புதிய மரபுக்கு பங்களிக்க இயலாது. மரபு என்பது பிற்போக்கானது என்பது சிலரது நம்பிக்கை. நான் மரபை மதிக்கிறவன், தேவைக்கு, சரியெனப்பட்டால், மரபை மீறுகிறவன். என் கட்டுரைகள் மரபில் அமைந்தவை அல்ல, மீறுகிறவை. மரபின் பலத்தைப் புறக்கணிப்பது மடமை என்று கருதுகிறேன். வேரில்லாமல் விழுது இல்லை.

என் படைப்புக்கள் மூலம் மரபை கட்டமைக்கவும் நான் முயலவில்லை, கட்டுடைக்கவும் முயலவில்லை. அதற்கான வலு என் படைப்புக்களுக்கு உண்டு என நான் நம்பவில்லை.

'பழையன கழிதலும் புதியன புகுதலும்
வழுவல கால வகையினானே'

என்பதுதான் நேர்மையான கருத்து.

காலம்தான் மரபைக் கட்டும், மரபை உடைக்கும். அது தனிமனிதச் சாதனையல்ல. காலத்தின் கூட்டுச் சாதனை. கட்டுடைக்கிறேன் அல்லது கட்டமைக்கிறேன் எனக் கூறிச் செல்வதல்ல காலம். தம்மைக் காலமாகக் கணக்கிட்டு அங்ஙனம் கூவும் படைப்பாளிகளும் உளர். காலம் பதிலுரைக்கும்.

சங்க மரபு, பக்தி மரபு, புராண மரபு, சிற்றிலக்கிய மரபு எனத் தமிழ்க் கவிதையில் எத்தனை இல்லை? ஒன்றைச் சீரணித்து மற்றது. ஒன்றை தோற்கடித்து மற்றது அல்ல.

மரபின் பலத்தை உள்வாங்கிச் செரித்து புதிய மரபைத் தோற்றுவிக்கும் முயற்சியை நான் வரவேற்பவன்.

கே : அரசியலை ஆங்காங்கே எள்ளியிருப்பது முழுமையாகச் சொல்ல முடியாத நிலையினாலா?

பதி : வாசகர் நினைப்பதுபோல், அரசியல் செயல்பாடுகளை விமர்சிப்பதற்கு எழுத்தாளனுக்கு எந்த சுதந்திரமும் இல்லை. படைப்பாளி என்பவன் போராளியும் அல்ல. மன்னராட்சி, மொகலாயர் ஆட்சி, ஆங்கில ஆட்சி, இந்நாட்டு மன்னர்களின் மக்களாட்சி எதுவானாலும் கண்ணுக்குப் புலப்படாத அடக்கு முறைக்கு ஆட்பட்டே வாழ்கிறவன் படைப்பாளி. பணம், பதவி, அதிகாரம் இவற்றை நச்சாமல் துணிந்து செயல்பட்டவர், செயல்படுகிறவர் தமது உயிருக்கும் உடமைகளுக்கும் அஞ்சும் சூழலே என்றும். எனவே மறைமுகமாக, உருவக உத்திகளுக்குள் புகுந்து படைப்புக்களின் ஊடே தனது கருத்துக்களைச் சொல்லும் நெருக்கடி படைப்பாளிக்கு இருக்கிறது. ஆனால் இந்த மறைமுகச் சாடல், எள்ளலின் நோக்கம் 'பாம்பும் சாகக்கூடாது, கோலும் உடையக் கூடாது' என்பதல்ல. மேலும் நேரடியான அரசியல் சார்பு நாடகம், சிறுகதை, நாவல் எழுதினால் அன்றி முழுமையான அரசியல் விமர்சனம் படைப்பில் சாத்தியமில்லை. கட்டுரை எனில் அது வேறு. கவிதையும் பல யுத்திகளையே கையாள்கிறது. மேலும் படைப்பாளிக்கு பண, இன, மத, கட்சி ஆதரவு கிடையாது. அவனை சைக்கிள் ஏற்றிக் கூடக் கொன்றுவிட இயலும். ஆனால் அவனால்

எள்ளாமல், விமர்சிக்காமல், சாடாமல் தப்பித்துப் போகவும் இயலாது. கிட்டத்தட்ட 'நெருக்கடி கால' நிலைமையில் வாழ்ந்து கொண்டிருக்கும் தமிழ் எழுத்தாளனுக்கு வேறு மார்க்கமும் இல்லை.

எனினும், கதைப்போக்குக் கெடாமல், துருத்தாதவாறு, படைப்பிலக்கியத்தின் உள்ளே மறைமுகமாயும் கட்டுரைகளில் நேரடியாகவும் எனது அரசியல் பார்வை வெளிப்பட்டிருக்கிறது.

கே : உங்களுடைய நாவலில் 'பெண் ஆளுமை' குறைவு எதனால்?

பதி : நான் நாவல்கள் எழுதிக்கொண்டிருந்த 1975-1998 காலகட்டத்தில், பெண்கள் என நெருங்கி நான் பழகியவர்கள் என் அப்பாவைப் பெற்ற ஆத்தா, அம்மையைப் பெற்ற ஆத்தா, அம்மை, சித்தி, சகோதரிகள், இரண்டு அத்தைகள், மனைவி, மகள், ஆசிரியையாக இருந்தவர், அண்டை அயலில் அக்கா என்றும் மதனி என்றும் பெரியம்மா என்றும் உறவுமுறை சொல்லி அழைத்தவர் எனும் பெண்கள் மாத்திரமே. எனவே பரந்துபட்ட அளவில் பெண்கள் பற்றிய புரிதல் எனக்கு இருந்ததாகச் சொல்ல இயலாது. மேலும் எனது படைப்புக்கள் அனுபவங்கள் சார்ந்தவை, அனுமானங்கள் சார்ந்தவை அல்ல. அஃதோர் காரணமாக இருக்கலாம். மற்றும் நிறையப் பெண்களுடன் பழகியதாலேயே பெண்மை பற்றிய சரியான புரிதல் வந்துவிடும் என்றும் சொல்வதற்கில்லை. பெண் மனம் பற்றி எனக்கென்ன தெரியும் என்ற நியாயமான அச்சம் காரணமாக இருக்கலாம். மேலும் எனது நாவல்கள் பெரும்பாலும் ஒற்றை ஆண்பாற் பாத்திரத்தைச் சுற்றி நெய்யப்பட்டவை. எனவே வலிந்து பெண் ஆளுமைகளைத் திணிக்கும் ஆர்வமும் தேவையும் அற்றுப் போயிருக்கலாம். அல்லது திறனாய்வாளர், வாசகர் உணரும் வேறு எந்தக் காரணமாகவும் இருக்கலாம்.

ஆனால் எனக்கு வேறுவிதமான கேள்விகள் உண்டு. எதற்காக என் எழுத்து வகைப்பட்ட நாவலில் 'பெண் ஆளுமை' குறைவற்று இருக்கவேண்டும்? ஒரு படைப்பின் தேவை என்ற ஒன்று படைப்பாளியின் சுதந்திரமல்லவா? பெண் ஆளுமை, ஆண் ஆளுமை என போத நிலையில் பகுத்துச் செயல்படுவது படைப்பில் சாத்தியமா? இல்லாத ஒன்றைத் தேடுவது முறையா? எங்கேனும் நான் பிரகடனப்படுத்தியதுண்டா பெண் ஆளுமைகள் அல்லது ஆண் ஆளுமைகள் பற்றி எழுதப் போகிறேன் என?

கே : பெரும்பான்மையான கதாபாத்திரங்கள் பழியுணர்ச்சியுடன் பின்னப்பட்டிருப்பதன் காரணம் என்ன?

பதி : பழிஉணர்ச்சியுடன் பின்னப்பட்டிருப்பதாகச் சொல்வதை என்னால் ஏற்றுக்கொள்ள இயலவில்லை. பழியுணர்ச்சி யாருக்கு, படைப்பாளிக்கா? அந்த நோக்கத்துடன் கதா பாத்திரங்களைப் பின்னுவது நேர்மையான படைப்பாளிக்கு அழகல்ல. நீதிக்கும் போதனைக்கும் முற்போக்கு வரையறைக்கும் அரசியல் கோட்பாடுகளுக்கும் உள்நின்று, திட்டமிட்டு எழுதுபவர்களுக்கு அது சரியாக இருக்கலாம். எனது கதாபாத்திரங்களுக்கு சூழல், சந்தர்ப்பம் சார்ந்து பழியுணர்ச்சி இருக்கலாம், இருந்திருக்கிறது. ஆனால் அது படைப்பாளி தன் விருப்பத்துக்கு கொண்டு செலுத்துவது அல்ல. தன்போக்கில், தன்னியல்பில் நடப்பது. படைப்பென்பது நெசவல்ல, ஊற்று. இதில் படைப்பாளி ஒரு நிமித்தம் மாத்திரமே!

கே : உங்கள் படைப்பு, உங்கள் இலக்கை அடைந்ததாக எண்ணுகிறீர்களா?

பதி : எந்தப் படைப்பாளிக்கும் இலக்கு என்பது தற்காலிகமானது. தொடர்ந்து அது மாற்றி வைக்கப்பட்டுக்கொண்டே இருப்பது. இலக்கை நிர்ணயிப்பவனும் அவன்தான், நகர்த்தி வைப்பவனும் அவன்தான். இந்தத் தொடர் செயல்பாட்டில் இலக்கை எய்துவது எங்ஙனம்? எங்கோ ஒரு புத்தக முன்னுரையில் எழுதி இருப்பேன் - நான் தொட நினைப்பது வானம், தொட முடிந்ததோ பாட்டி மூக்குதான் என்று. ஒவ்வொரு படைப்பு நிகழ்ந்த பின்பும் படைப்பு மனம் கொள்வது பெருத்த ஆயாசம். புணர்ச்சி முடிந்த பின் ஏற்படும் களைப்பு போல என வேறெங்கோ எழுதினேன். இதில் இலக்கை அடைந்ததாகப் பெருமிதம் கொள்வது எங்ஙனம்? தனது படைப்பில் திருப்தி கொண்ட மனம் தொடர்ந்து படைப்பில் ஈடுபடுமா என்றும் ஒரு கேள்வி உண்டு. அங்ஙனம் திருப்தி கொண்டாலும் அது தற்காலிகமானது. பெரும் கனவுகளை இலக்காகக் கொண்டவன் படைப்பாளி. கனவு எனும்போதே அது சாத்தியமற்றது என்றும் ஆகிறது. கனவு காண்பதும், கனவை வளர்த்துக் கொள்வதும், கனவைக் கானல் நீர் போலப் பின்தொடர்ந்து போவதும், தோற்று பின் வாங்குவதும் அல்லது அயர்ந்து நிற்பது தான் படைப்பு மனம். என் படைப்பு மனமும் அதுதான்.

படைப்பில் இலக்கை அடைவது என்பது வெற்றிக் கம்பத்தை விளையாட்டு வீரன் தொடுவது அல்லது தொடமற்போவது போன்றதல்ல. படைப்பில் இன்றியமையாதது முயற்சி, வெற்றி தோல்வி அல்ல. நானும் என் போக்கில் இயங்கிக் கொண்டிருக்கிறேன். என்னைப் பொருத்தவரை முயற்சி முக்கியம், இயக்கம் முக்கியம், இலக்கை அடைவது அல்லது அடைய முடியாமற் போவது பொருட்படுத்தத் தக்கதல்ல.

கே : வர்க்க வேறுபாடு குறித்த தங்களுடைய பார்வை...

பதி : சமூக ஏற்றத்தாழ்வுகள் பற்றிய எனது பார்வை எனது எல்லாப் படைப்புகளிலும் வெளிப்பட்டிருக்கிறது. அதைத் தாண்டி இன்று பேச என்ன இருக்கிறது? வர்க்க வேறுபாடு பற்றியும் அதனை ஒழிப்பது பற்றியும் பேசியவர்களே அதிகாரமும் ஆணவமும் பெருநிதியமும் பெற்ற புதிய மேலாண்மை வர்க்கமாக உருவெடுத்திருக்கிறார்கள். அவர்கள் வாரிசுகள் வணங்கப்படும் வர்க்கமாக உருவெடுத்திருக் கிறார்கள். ஒரு வர்க்கம் உருமாறி இன்னொரு வர்க்கமாக உருவெடுக்கிறது. என்றுமே ஒழிக்கப்பட முடியாததாய் வேறுபாடு பூதாகரமாய் எழுந்து அச்சமூட்டுகிறது. இதில் திகைத்து நிற்கிறேன் நான். 'தீங்கு தடுக்கும் திறன் இலேன்'.

9

‘எழுத்து’

பத்தி 10-02-2005

சந்திப்பு

தினமணி நிருபர்

தமிழ் வாசகர்களிடையே நன்கு அறிமுகமானவர் நாஞ்சில் நாடன். தமிழ் இலக்கியத்தில் அதிரடி, ஆர்ப்பாட்ட உத்திகளைப் பயன்படுத்தாமல், குழுச் சார்பு, பின்புலம், தாங்குமேடை ஏதுமின்றித் தமிழில் எழுதிக் கொண்டிருப்பவர். தனது கருத்துகளை நேர்மையாகவும் மென்மையாகவும் சொல்லக்கூடியவர். இதுவே இவருக்கும் இவர் எழுத்துக்கும் பலம். அண்மையில் திருச்சி வந்திருந்த அவரிடம் ஒரு பேட்டி.

கே : தற்போதைய தமிழ் நாவல்கள் பற்றி...

பதி : திருப்திகரமாகவே உள்ளன. ராஜ் கௌதமன் எழுதிய ‘சிலுவைராஜ் சரித்திரம்’, ஜெயமோகனின் ‘காடு’, ‘ஏழாவது உலகம்’, ஜோ. டி. குரூஸின் ‘ஆழி சூழ் உலகு’ நன்றாக உள்ளன. அழகிய பெரியவன், கண்மணி குணசேகரன் போன்றோர் நன்கு எழுதி வருகின்றனர். யுவன் சந்திரசேகரின் ‘குள்ளச் சித்திரன் சரித்திரம்’, ‘பகடையாட்டம்’, சூத்திரதாரி எழுதியுள்ள ‘மணல் கடிகை’ போன்றவை குறிப்பிடத்தக்கவை. சுதேசமித்திரன் ‘காக்டெயில் என்றொரு நாவல் எழுதியுள்ளார்.

முன்பெல்லாம் குடும்பம், சமுதாயம் சார்ந்த போராட்டங்கள், பிரச்சினைகளே அதிகம் எழுதப்பட்டன. தற்போது இதுவரை எழுதப்படாத, கவனம் கொள்ளப்படாத விஷயங்கள் அதிகம் எழுதப்படுகின்றன. இந்தப் போக்கு ஆரோக்கியமானது. மற்ற இந்திய மொழிகளோடு ஒப்பிட்டால் தமிழில் நல்ல படைப்புகள் வந்திருக்கின்றன. ஆனால் உலகத் தரத்துடன் ஒப்பிட முடியுமா என்பது தெரியவில்லை.

கே : எதனால் அப்படிச் சொல்கிறீர்கள்?

பதி : ஆங்கிலத்திலும் உலகமொழிகளிலும் 100 ஆண்டுகளுக்கு முன் எழுதப்பட்ட நாவல்கள் இன்றளவும் புதுவாசிப்பைத் தருவதாக உள்ளன. தாஸ்தாவ்ஸ்கி, காப்கா போன்றவர்களது நாவல்களை இப்படிக் கூறமுடியும். அதுபோலத் தமிழில் சுட்டிக்காட்ட முடியவில்லை.

கே : இதற்கான காரணம்?

பதி : இங்கு சிறுசிறு பிரச்சினைகளைப் பற்றியே அதிகம் எழுதப் படுகிறது. நமது எழுத்தாளர்கள் நெருக்கடியை நேரடியாக எதிர்கொள்வதில்லை. அதற்கான ஆன்ம பலம், உழைப்பு இல்லை. பசியைக்கூட பலர் நேர்மையாக உணர்ந்திருக்க மாட்டார்கள்.

பண்பாட்டு ரீதியிலான மோதல்களை எதிர்கொள்ளப் பயப்படுகிறான் தமிழ் எழுத்தாளன். புதிதாக ஓர் இடத்துக்குப் போனால் உணவில்கூட சமரசம் செய்து கொள்ளாதவர்கள், எப்படிப் புதிய சவால்களைச் சந்திக்க முடியும்?

நேர்மையான, தீவிரமான முயற்சி இருந்தால் நல்ல படைப்பை உருவாக்க முடியும். பெரும்பாலும் உறவினர்களைக் கதாபாத்திரமாக வடித்து எளிதாக நாவல் எழுதும் போக்கே உள்ளது. முன்வைக்கும் சில பிரச்சினைகளையும் பயத்துடன், தயக்கத்துடனே எழுதுகிறார்கள்.

அரசியல்வாதிகளை எதிர்க்கும் தைரியம் இல்லை. அரசியல்வாதிகளின் பார்வை தன் மீது படாதா என்ற ஏக்கத்துடன் அணுகுகிறார்கள். ஒரு விருது வாங்கவோ, பணி இட மாற்றத்துக்கோ, கல்விக்கூட அனுமதிக்கோ அவர் உதவுவாரே என்று நினைக்கின்றனர்.

இங்கு முழுநேர எழுத்தாளர்கள் இல்லை. எழுத்தாளனுக்கு உரிய அகந்தையுடன் இங்கு அனைவரும் இல்லையே?

கே : தமிழில் அதிக மொழிபெயர்ப்பு நூல்கள் வருகின்றன. இதில் ஒருவகையான இலக்கியத் திணிப்பு காணப்படுகிறதே...

பதி : மொழிபெயர்ப்பாளர் தனக்கு பிடித்ததைத்தான் மொழி பெயர்ப்பார். லத்தீன் அமெரிக்க எழுத்துகளும் கறுப்பின எழுத்துகளும் அதிகம் முன்னிலைப்படுத்தப்படுகின்றன.

தொகுப்பு - மு.வேலாயுதம்

சோரன்டினோ போன்றோரது மொத்தக் கதைகளும் மொழி பெயர்க்கப்பட்டுள்ளன. வேறு மொழிகளில் இதுபோல இருக்குமா என்பது தெரியவில்லை. இதைத் தவறாகப் பார்க்க வேண்டியதில்லை.

கே : ஆனால், தமிழ் எழுத்தாளர்களின் எழுத்திலும் இந்த மொழி பெயர்ப்பு பிரதிபலிப்பது சரியாக இருக்குமா?

பதி : லத்தீன் அமெரிக்க எழுத்துகளால் உந்தப்பட்டுச் சிலர் தமிழில் எழுத முயற்சிக்கிறார்கள். அதேநேரம் லத்தீன் அமெரிக்க எழுத்தாளர்களின் வாழ்க்கை அதிரடித் திருப்பங்கள் கொண்டது. அவர்களது வாழ்க்கை எழுதுவதுடன் முடிவடைந்து விடுவதில்லை. வாழ்க்கையுடன் எழுத்து இரண்டறக் கலந்திருக்கிறது. அவர் களிடம் வெளிப்படும் தைரியம் நம் எழுத்தாளர்களிடம் இருக்கிறதா? சமகாலப் பிரச்சினைகள் பற்றித் தமிழில் பெரிதாகப் பேசப்படுவதில்லையே.

கேரளத்தில் எழுத்தாளர்களுக்கு அதிக மரியாதை தரப்படுகிறது. இந்த அங்கீகாரத்தால் எழுத்தாளர்களது பொறுப்பும் அதிக மாகிறது. அங்கு ஒவ்வொரு பிரச்சினை பற்றியும் எழுத்தாளர்களது கருத்துகள் பத்திரிகைகளில் முக்கிய இடம்பெறுகின்றன. இங்கு நிலைமை அப்படியில்லை. இங்குள்ள பல எழுத்தாளர்கள் வாக்களிக்கக்கூடச் செல்வதில்லை.

கே : தமிழில் இலக்கிய வாசிப்பு குறைந்து போனது பற்றி உங்கள் கருத்து என்ன?

பதி : கடந்த ஒரு தலைமுறை இளைஞர்களுக்கு இலக்கியம் அதிக பரிச்சயமில்லாமல் போனதற்கு ஆசிரியர்களே காரணம். 60-70களில் திரைப்படத்துக்குச் செல்லும் இளைஞர்களின் கையில்கூட ஒரு புத்தகம் இருக்கும். திராவிட இயக்கங்களின் ஆதரவால் மு.வ., பாரதிதாசனின் எழுத்துகள் பெருமளவில் படிக்கப்பட்டன. அந்த வாய்ப்பு இன்று இல்லை.

தற்போதுள்ள கல்லூரிப் பேராசிரியர்களில் பலருக்கேகூட தமிழின் முக்கியமான எழுத்தாளர்கள் பெயரோ, அவர்களது முக்கியமான படைப்போ தெரியவில்லை. பிறகு எப்படி இறைஞர்கள் படிப்பதற்கான ஊக்கம் கிடைக்கும்?

10 குமுதம் தீராநதி

நேர்காணல் ஏப்ரல் 2008

சந்திப்பு
கடற்கரய்

"கதாநாயக நடிகனுக்கு படத்துக்கு மூன்று கோடி ரூபாய் சம்பளம் தருகிறார்கள். பத்தாயிரம் ரூபாய் மாசம் சம்பளம் வாங்கும் உயர்நிலைப்பள்ளி ஆசிரியன் அந்தத் தொகையை ஊதியமாகப் பெற 300 ஆண்டுகள் பணி செய்யவேண்டும். முந்நூறு நெடிய ஆண்டுகள், முப்பது தலைமுறைகள். கூலிக்காரன் என்றால் ஆயிரம் ஆண்டுகள். அழுகை வரவில்லையா உங்களுக்கு? எனக்கு வருகிறது. நடிகனைத் தொட்டுப் பார்க்க விரும்பியவர் நாம், நடிகையைக் கோயில் கட்டி கும்பிட்டவர் நாம், கவர்ச்சி நடிகை குடித்து மிச்சம் வைத்த எச்சில் சோடாவை அண்டாவில் விட்டு நீர் சேர்த்துக் கலக்கி அரை கிளாஸ் பத்து ரூபாய் எனப் பிரசாதம் விநியோகித்தவர் நாம், பச்சைக்குத்திக் கொள்ளவும் தீக்குளிக்கவும் செய்பவர் நாம், நடிகைக்குத் தீண்டல் தாண்டிப் போனால் பிரார்த்தனைக் கூட்டங்கள் நடத்துபவர் நாம். மன்றங்கள் நடத்தி மாற்று மன்றத்தின் பட்டினிக் குடலைக் கிழித்து மாலை போடுபவர் நாம் - நம்மை நாம் என்ன பெயர் சொல்லி அழைப்பது? ஏமாளி என்றா? மூடன் என்றா? மூர்க்கன் என்றா? கல்தோன்றி மண் தோன்றாக் காலத்தே வாலுடன் பிறந்த வாயப்பன் என்றா?" என்று அங்கதம் பொங்க பேசும் நாஞ்சில் நாடன் தமிழின் செவ்வியல் படைப்பாளி. 'தலைகீழ் விகிதங்கள்', 'என்பிலதனை வெயில் காயும்', 'மாமிசப் படைப்பு', 'மிதவை', 'சதுரங்கக் குதிரை' 'எட்டுத் திக்கும் மதயானை' என்ற ஆறு நாவல்களும்; 'தெய்வங்கள் ஓநாய்கள் ஆடுகள்', 'வாக்குப் பொறுக்கிகள்', 'உப்பு', 'பிராந்து', 'சூடிய பூ சூடற்க' என்னும் ஐந்து சிறுகதை தொகுப்புகளும் 'நாஞ்சில் நாட்டு வெள்ளாளர் வாழ்க்கை' 'நஞ்சென்றும் அமுதென்றும் ஒன்று', 'நதியின் பிழையன்று நறும்புனல் இன்மை' என்னும் மூன்று கட்டுரை தொகுப்புகளும் 'மண்ணுள்ளிப் பாம்பு' என்ற ஒரு கவிதைத் தொகுப்பையும் எழுதி இருக்கிறார். இவரது மொத்தக் கதை

களையும் முழுத் தொகுப்பாக 'நாஞ்சில் நாடன் கதைகள்' என்ற தலைப்பில் 'தமிழினி' பதிப்பகம் வெளியிட்டிருக்கிறது. கூடவே இரு கட்டுரைத் தொகுப்பையும், மற்றவையெல்லாம் 'விஜயா' பதிப்பகம் வெளியிட்டவை. இனவரைவியல் நூலை 'காலச்சுவடு' வெளியிட்டிருக்கிறது.

கோவை சிங்காநல்லூர் ஐயர் லே-அவுட் பகுதியில் வசிக்கும் அவரை ஒரு மாலைப் பொழுதில் தீராநதிக்காக சந்தித்தோம்.

கே : உங்களுடைய முதல் சிறுகதையான 'விரதம்' 1975 ஜூலை மாதம் 'தீபம்' இதழில் வெளிவந்திருக்கிறது. உடனே அந்தக் கதைக்கு 'இலக்கிய சிந்தனை' பரிசும் கிடைத்திருக்கிறது. அப்போது உங்களுக்கு உத்தேசமாக 28 வயதிருக்கும். அன்றிலிருந்து தொடர்ந்து இடைவிடாமல் முப்பது ஆண்டுகளுக்கு மேலாக சமகால இலக்கியப் பரப்பில் இயங்கிக் கொண்டிருக்கிறீர்கள். இந்த ஆண்டோடு அறுபது வயதை எட்டி இருக்கிறீர்கள். அன்றைக்கு உங்களுக்கு எழுத்தின் மீதாக உண்டான ஆர்வம், வாசிப்பிலிருந்து இன்றைக்கு நீங்கள் அடைந்திருக்கும் 'இடம்' வரைக்குமான விஷயங்களை வாசகப் பதிவிற்காக ஞாபகப்படுத்தி பேசுங்களேன்?

பதி : ஆரம்பத்தில் என்னுடைய தனிமையைக் கொல்வதற்காகத் தான் எழுத ஆரம்பித்தேன். பிறமாநிலத்தில் சென்று பணி செய்யவேண்டிய கட்டாயம். பேச்சுத் துணைக்கோ, சுக, துக்கங்களைப் பகிர்ந்துகொள்வதற்கோ ஒரு தமிழனோ, மலையாளியோ கூட இல்லாத சமயத்தில் தன்னந்தனியனாக உணர்ந்தேன். ஒருபுறம் பிறந்து வளர்ந்த ஊரின் ஞாபகங்கள் மனதை அழுத்திக்கொண்டிருக்கும் சமயத்தில் ஒரு வடிகாலாக எழுத ஆரம்பித்தேன். 'விரதம்' மாதிரியான சிறுகதைகள் எழுத வந்ததன் மூலம் நான் இழந்த அல்லது தொலைத்த ஒரு உலகத்தை எனக்குள்ளாகவே மறுவெளிப்பாடு செய்து பார்த்துக் கொண்டேன். அதிலொரு சுகம் இருந்தது எனக்கு. அப்படி எழுதியபோது தொடர்ந்து இதே வழியில் போகலாம் என்று ஒரு தைரியம் கிடைத்தது.

ஆரம்பத்தில் Nostalgiaவாக உருவான என் எழுத்து நாள் போகப் போக Nostalgia என்ற இடத்தோடு மட்டும் நின்று விடவில்லை. பிறந்த வளர்ந்த இடம் பற்றி, என்னுடைய சூழல் பற்றி,

சமூகம் பற்றி, எனக்குத் தெரிந்த விஷயங்கள் பற்றி, என்னுடைய நேரடியான அனுபவங்கள் பற்றி எனக்கு நிறைய சொல்வதற்கு இருந்தது. இதை ஒரு பகிர்தல் என்று வேண்டுமென்றால் வைத்துக்கொள்ளலாம். இந்தப் பகிர்தலுக்கு என்னுடைய சிறுகதைகளையும், நாவல்களையும் பயன்படுத்திக் கொண்டேன். இப்படித்தான் தொடங்கினேன். பின்னால் எனக்கென்று ஒரு பார்வை ஏற்பட்டது. இதற்கான தடயம் சிறு வயதிலேயேகூட இருந்திருக்கலாம். ஆனால் அது துலக்கம் பெறாமல் இருந்தது. பிறகு ஒரு துலக்கம் கிடைத்த பிற்பாடு மேலும் தீவிரமாக என்னால் எழுத முடிந்தது. இப்படித்தான் முப்பத்து நான்கு வருடமாக நான் எழுதிக் கொண்டிருக்கிறேன்.

இந்த வடிவங்கள், யுக்திகள் பற்றிய விஷயங்களை எல்லாம் கற்றுத் தேர்ந்துகொண்டு நான் எழுத வரவில்லை. எனக்கெது எளிதாக வாய்த்ததோ, எனக்கெது எளிதாக எழுத வந்ததோ அதில்தான் நான் தொடர்ந்து சென்றேன். இந்த வடிவச் சிக்கல்களுக்குள்ளாக நான் எப்போதும் திகைத்து நின்றதில்லை.

கே : உங்களின் தனிமையைக் கொல்வதற்காகவே எழுத ஆரம்பித்தீர்கள் என்பது சரி, அப்படி எழுத ஆரம்பிப்பதற்கு முன்னமே உங்களுக்கு கதை, நாவல்கள் வாசித்த அனுபவம் இருந்ததா?

பதி : என்னுடைய பதிநான்கு பதினைந்து வயதிலேயே வாசிக்க ஆரம்பித்து விட்டேன் - எனக்கெது புரிந்ததோ அதை. தொடக்கத்தில் எல்லா இளைஞர்களுக்குமே அந்தக் காலத்தில் கல்கி, சாண்டில்யன் போன்றவர்களின் சரித்திரக் கதைகள் மீது பெரிய ஆர்வம் இருந்தது. பிறகு வடுவூர் துரைசாமி அய்யங்கார், ஆரணி குப்புசாமி முதலியார் போன்றவர்களின் துப்பறியும் மர்மக் கதைகள் மீதும் பெரிய ஆர்வம் இருந்தது.

இவர்கள்தான் முதலில் என்னை வாசிப்பை நோக்கி நகர்த்தினார்கள். எங்கள் ஊர் வீரநாராயணமங்கலத்தில் நூலகமொன்று இருந்தது. கன்னியாகுமரி மாவட்டத்தில், நாஞ்சில் நாடு என்ற பகுதியில், பழையாற்றங் கரையிலுள்ள ஒரு சின்ன, ரொம்ப அழகான விவசாய கிராமம் அது. சுற்றிலும் நெல் வயல், வாழை, தென்னை இந்த மூன்றுதான் முக்கிய பயிர்கள். அப்புறம் கன்றுகாலிகள் என்று. இவ்வாறான சூழலோடுதான் என்னுடைய வாசிப்பும் சேர்ந்து நகர்ந்தது.

எங்கள் ஊர் நூலகத்தில் கல்கி, சாண்டில்யன், நா.பார்த்தசாரதி பின்னால் தொடர்ந்து அகிலன். அதன்பிறகு அநுத்தமா, மு.வரதராஜன் இப்படி தொடர்ந்து போனது. ஒரு காலத்திற்குப் பிறகு மர்மக்கதைகள் வாசிப்பதற்கான ஈடுபாடு குறைய ஆரம்பித்தது. மர்மக்கதை எழுத்தாளர்கள் எண்ணிக்கையில் பெரிய அளவில் நம்மிடம் இல்லை. நான்கு ஐந்து பொருட்படுத்தக் கூடிய எழுத்தாளர்களைத் தவிர்த்து சரித்திரக் கதைகள் என்பது சொல்லும்படியாக, இல்லை. இப்படி படித்துக் கொண்டிருந்த சமயத்தில் அதாவது, என்னுடைய 26, 27 வயதில் நான் பாம்பேக்கு குடிபெயர்ந்தேன். அங்கு பம்பாய் தமிழ்ச்சங்கத்தில் ஒரு நூலகம் இருந்தது. அங்கு உறுப்பினராக சேர்ந்தேன். அந்த நூலகத்திலிருந்து வீட்டிற்கு தினமும் இரண்டு புத்தகங்கள் வாசிக்க எடுத்துக்கொண்டு போகலாம். இந்தச் சந்தர்ப்பத்தில் தினமும் இரண்டு புத்தகங்கள் படித்தேன். ஏறக்குறைய 400, 500 பக்கங்கள் தினமும் படித்தேன். அதற்கான நேரமும் சாவகாசமும் எனக்கிருந்தது. அப்போது அந்த நூலகத்தில் வே.நாகராஜன் என்ற ஒருவர் இருந்தார். 'வேனா' என்ற பெயரில் அந்தக் காலத்தில் சிறுகதைகள் எழுதியிருக்கிறார். தொகுப்பாக எதுவும் வரவில்லை. அவருக்கு பூர்வீகம் கும்பகோணம். தி.ஜானகிராமனின் தெருவாசி. நண்பர். அவர், 'கிருஷ்ணன் நம்பியைப் படிச்சிருக்கியா?' 'நீல பத்மநாபனைப் படிச்சிருக்கியா?' என்று கேட்டு நல்ல நல்ல புத்தகங்களை அறிமுகம் செய்தார். சுந்தரராமசாமியை அவர்தான் எனக்குச் சொல்லிக்கொடுத்தார். அவர் சொல்லச் சொல்ல அந்தப் புத்தகங்களைத் தேடிப் படிக்க ஆரம்பித்தேன். ஏற்கெனவே நான் படித்துக்கொண்டிருந்த அகிலன், பார்த்தசாரதி, கல்கி, சாண்டில்யன், அநுத்தமா, லக்ஷ்மி இவர்களைத் தாண்டின ஒருவிஷயம் எனக்குக் கிடைத்தது. கிருஷ்ணன் நம்பி அப்போது மொத்தமே இரண்டு புத்தகங்கள்தான் எழுதி இருந்தார். அப்போதுதான் நீல.பத்மநாபன் 'தலைமுறைகள்' நாவலை எழுதி முடித்திருந்தார். பிறகுதான் 'பள்ளிகொண்டபுரம்' வந்தது. இப்படி அன்று தொடர்ந்து இன்றைக்கு வரைக்கு ஒரு தரமான வாசிப்பிற்கு என்னை ஆட்படுத்திக்கொண்டு தான் இருக்கிறேன். இன்றைக்கு சமகாலத்தில் வெளிவந்திருக்கும் எல்லா இளைய எழுத்தாளர்களின் புத்தகங்களையும் நான் வாசித்துக் கொண்டுதான் இருக்கிறேன்.

கே : அன்றைக்கு ஆரம்பித்து இன்றைக்கு நீங்கள் வந்து நிற்கும் இடம் வரைக்கும் மனநிறைவைத் தரக்கூடிய ஓர் எல்லையை எட்டி இருப்பதாக நீங்கள் உணருகிறீர்களா?

பதி : இதை இரண்டு விதமாகப் பார்க்கலாம். ஒன்று - என்னால் செய்ய முடிந்ததை நான் செய்திருக்கிறேன். அப்படிப் பார்க்கும்போது ஒரு நிறைவெனக்கிருக்கிறது. இரண்டு - நான் செய்தது போதுமா என்று பார்த்தால் எனக்கு இன்னும் செய்வதற்கு நிறைய இருக்கிறது. அதைச் செய்துவிட்டு சென்றுவிட வேண்டும் என்ற எண்ணமும் எனக்கிருக்கிறது. இதை நான் அகம்பாவமாகச் சொல்வதாகக் கூட நீங்கள் எடுத்துக்கொள்ளலாம்.

சில விஷயங்களை நான்தான் சொல்லியாக வேண்டும் என்ற எண்ணம் எனக்கிருக்கிறது. இதை நான் சொல்லவில்லை யென்றால், இது தமிழ் மக்களுக்கு சொல்லப்படாமலேயே கூட போய்விடக் கூடிய ஓர் அபாயம் இருக்கிறது என்பது எனக்குத் தெரிகிறது. இதை நீங்கள் கர்வமாக எடுத்துக்கொண்டாலும் சரி, அல்லது வேறு எப்படி எடுத்துக் கொண்டாலும் எனக்கு சரிதான். சாதாரணமாக ஒரு 'விரதம்' என்று சிறுகதையை எழுத ஆரம்பித்து நேற்றைக்கு 'டைம்ஸ் இன்று' வெளியான 'கோம்பை' வரைக்கும் எடுத்துக் கொண்டு பார்த்தால், ஒரு குறிப்பிட்ட தூரத்திற்கு அந்த தீப்பந்தத்தைத் தூக்கிக் கொண்டு நான் நடந்திருக்கிறேன் என்று என்னால் உறுதியாகச் சொல்ல முடியும். இது என்னால் சாத்தியமாகி இருக்கிறது. தமிழிலக்கிய உலகில் சிறுகதை என்ற பிரிவிலேயோ அல்லது நாவல் என்ற பிரிவிலேயோ இருக்கின்ற மொத்த தூரத்தையும் நான் கடந்துவிட்டேன் என்று சொல்லவில்லை. ஆனால் என்னால் முடிந்த தூரத்தை கடந்திருக்கிறேன்.

கே : உங்களுடைய சிறுகதையிலோ கட்டுரையிலோ அல்லது நாவல்களிலோ பழந்தமிழ் இலக்கியங்கள் மிகுதியாக கையாளப் பட்டிருக்கின்றன. அப்படிப் பயன்படுத்தும்போது அது துருத்திக் கொண்டு நிற்காமல் தன்னியல்பாக அவற்றை எடுத்துப் பிரயோகிக்கிறீர்கள். திருமந்திரம், சைவத் திருமுறைகள், திருக்குறள், சங்கப்பாடல்கள், கம்பராமாயணம், சிலப்பதிகாரம் என்று உங்களின் பழந்தமிழ்ப் பற்று ஒரு கல்வியாகவே உங்கள் படைப்பிலக்கியத்தில் போதிக்க, வாசிப்பிற்கான சுவை கூட்ட வந்து வந்து விழுகிறது. வெள்ளாளப் பிள்ளைமார்கள் மரபின்

பாரம்பரிய தொடர்ச்சியாகவே ஒரு பழந்தமிழ் பாண்டித்யம் சர்வசாதாரணமாகவே புழங்கும். அந்த அறிமுக அறிவுகூட உங்களின் படைப்புகளுக்கு உதவி இருக்கலாம். ஆனால் நீங்கள் முதலில் கதை சொல்லத் தொடங்கி பிற்பகுதியில் ஒரு சங்கப் புலவனைப்போல உரைநடையில் கதைபாட ஆரம்பித்திருக்கிறீர்கள். நவீன செவ்வியல் மரபைச் சேர்ந்த ஒரு படைப்பாளியாகவே உங்களை நான் அடையாளப்படுத்த விரும்புகிறேன். உங்களுக்குக் கிடைத்த பழந்தமிழ் இலக்கிய பரிட்சயம் விருப்பத்தின்பால் அமைந்ததா? அல்லது கல்விப் புலம் சார்ந்ததா? ஏனென்றால் நீங்களொரு கணிதவியல் வகுப்பைச் சார்ந்த மாணவனென்பதால் கேட்கிறேன்?

பதி : பழந்தமிழ் இலக்கியப் பயிற்சி என்பது என்னுடைய குடும்பத்தின் மூலமாக எனக்குக் கிடைக்கவில்லை. என்னுடைய குடும்பம், ரொம்ப சாதாரணமான அன்றாடங் காய்ச்சும் விவசாயக் குடும்பம். வெள்ளாளர் மரபில் குறிப்பிட்ட சில குடும்பங்கள் மட்டுமே தேவாரம், திருவாசகம் மற்ற சைவத் திருமுறைகள் பற்றிய அறிமுகத்துடனிருக்கும். இது எல்லா குடும்பத்திற் குள்ளும் இருக்குமென்று சொல்ல முடியாது. நூறு குடும்பங்களில் ஒன்று அல்லது இரண்டு குடும்பத்திற்குத்தான் அந்த வாய்ப்பு அதிகம். என் குடும்பம் அதற்கு தொடர்பில்லாத விவசாயக் குடும்பம்.

நானெப்படி பழந்தமிழ் இலக்கியத்திற்குள் வந்தேனென்றால், ஆரம்பப் பள்ளியைத் தாண்டி உயர்நிலை பள்ளிக்கு வருகின்ற போதே பள்ளியில் நடக்கின்ற பேச்சுப் போட்டி, கட்டுரை போட்டிகளிலெல்லாம் கலந்து கொள்வேன். அப்படி கலந்து கொள்கிறபோது எங்கள் ஊரில் படித்தவர்களிடம், விஷயம் தெரிந்தவர்களிடம் 'நான் இந்தத் தலைப்பில் பேசப் போறேன் அல்லது எழுதப் போறேன். எனக்கு எழுதிக் கொடுங்கள்' என்று கேட்டு எழுதி வாங்கிக் கொள்வேன். மூன்று அல்லது நான்கு பக்கங்கள் எழுதிக் கொடுப்பார்கள். நான் மனப்பாடம் செய்வேன். அவர்கள் எழுதிக் கொடுக்கும்போது அந்தக் கட்டுரையை அல்லது பேச்சை செறிவாக்குவதற்காக அங்கங்கே பழந்தமிழ் பாடல் வரிகளை செருகுவார்கள். பொங்கலின் சுவையைக் கூட்ட முந்திரிப் பருப்புகளைச் சேர்த்து நாம் சுவையேற்றுவதைப் போல பழந்தமிழ் பாடல்களை சேர்த்து எழுதி தருவார்கள். அச்சுவைக்கு பழக்கப்பட்ட நான் பிறகு எஸ்.எஸ்.எல்.சி.

படிக்கும்போது தனியாகவே அந்த 'முந்திரிப் பருப்புகளை' தேடத் தொடங்கினேன். பள்ளிப் படிப்பு முடிந்த பிற்பாடு நானே என்னுடைய பேச்சுகளுக்கு, கட்டுரைகளுக்கான புத்தகங்களைத் தேடி எழுதுவதற்கான பயிற்சி எனக்கு வந்துவிட்டது. திருக்குறள், கவிமணி, நாமக்கல் கவிஞர், பாரதியார், பாரதிதாசன் பிறகு பாடப்புத்தகத்தில் இருக்கின்ற செய்யுள்கள் என்று ஊன்றிப் படிக்க ஆரம்பித்தேன். பாடத் திட்டத்தில் மனப்பாடப் பாடல்களாக இருந்தாலும் இல்லாவிட்டாலும் அந்தப் பாடல்கள் எனக்கு மனப்பாடமானதாகி விடும். செய்யுள்களில் அப்படி ஒரு ருசி எனக்குத் தெரிய ஆரம்பித்தது.

நான் எட்டாம் வகுப்பு படிக்கின்றபோது சீவகசிந்தாமணி யிலிருக்கின்ற பாடல்கள் என்னுடைய பாடப்புத்தகத்தில் இருந்தது. வசந்த சேனை பந்தாடுகின்ற இரண்டு பாடல்கள் ரொம்ப சுவாரஸ்யமான சந்தமுள்ள பாடல். ரொம்ப சுவையாக இருக்கும். எனக்கென்ன அப்போது தோன்றியதென்றால் அந்த சீவகசிந்தாமணி முழுக்க இப்படித்தான் பாடல்கள் இருக்கும்போல என்று. எங்கள் ஊர் நூலகத்திலிருந்து அந்தப் புத்தகத்தை வீட்டிற்கு எடுத்துக் கொண்டுப் போனேன். தெருவில் அதை எடுத்துக் கொண்டு போகும்போது ஊர் மக்கள் எல்லோரும் என்னை ஒரு மாதிரியாக பார்த்தார்கள். ''எதுக்குடா இந்த தண்டி புத்தகத்தை தூக்கிட்டுப் போற? தலைக்கடியில வெச்சு தூங்கறதுக்கா?'' என்று கேலி பேசினார்கள். நான் ஒரு கௌரவத்திற்காக புத்தகத்தை மூன்று நாட்கள் வீட்டில் வைத்திருந்து விட்டு திரும்பக் கொண்டு வந்து கொடுத்து விட்டேன். என்னால் அதை படிக்க முடியவில்லை. எப்படி ஒரு எட்டாம் வகுப்பு மாணவனால் அதைப் படிக்க முடியும்? ஆக, இப்படி எந்தப் புத்தகம் கையில் கிடைத்தாலும் நான் படிக்க ஆரம்பித்தேன். செய்யுள், உரைநடை, கதை, கவிதை என்று பலவிதமாக படிக்க ஆரம்பித்தேன். அப்போதெல்லாம் பத்தாம் வகுப்பிலேயே பாடத்திட்டத்தில் 'குகப்படலம்' இருந்தது. சிலப்பதிகாரத்தினுடைய 'வழக்குரை காதை' இருந்தது. வாசிப்பில் தேர்ச்சி வருகின்றபோது அந்த மொழி உங்களை வசீகரிக்கின்றது. 1964-ல் நான் எஸ்.எஸ்.எல்.சி. படித்தபோது எனக்கு தமிழ் சொல்லித் தந்த ஆசிரியர்கள் எல்லாம் ஈடுபாட்டோடு சொல்லித் தந்தார்கள். கூலிக்கு மாரடிக்கவில்லை. அன்றைக்கு இருந்த தமிழாசிரியர்கள் உரைநடையை வாசிப்பதைப் போல செய்யுளை வாசிக்க

மாட்டார்கள். அதை பிரித்து சொற்கள் தெளிவாக, அர்த்தம் தெளிவாக புரிகின்ற விதத்தில் பாட்டைச் சொல்லிக் கொடுப்பார்கள். அப்படி இரு முறை, மூன்று முறை அவர்கள் பாட்டை சொல்லும்போது அந்தப் பாட்டெனக்கு மனப்பாடமாகி விடும். இன்றைக்குள்ள சமகால கல்வி மாணவர்கள் அந்தக் கல்வி முறையை இழந்துவிட்டார்கள். இன்றைய தமிழாசிரியர் பலரும் தமிழ் சொல்லித் தரும் முறை அறியாதவர்கள்.

இன்னொன்றையும் இங்கு நான் சொல்ல வேண்டும். ஆரம்பக் காலத்தில் எனக்குக் கொஞ்சம் அரசியல் ஈடுபாடு இருந்தது. ஏ.கே.கோபாலன் காலத்தில் அதாவது 1962-ம் ஆண்டு வாக்கில் இந்தோ-சீனா யுத்தம் வந்ததில்லையா, அப்போது ஒரு பொதுவுடமைவாதி எங்க ஊரில் வந்து தலைமறைவு வாழ்க்கை வாழ்ந்து கொண்டிருந்தார். கம்யூனிஸ்ட் கட்சி இரண்டாகப் பிரியாத காலம் அது. அவர் ஒரு மலையாளி. அவருடைய மனைவிக்கு எங்கள் ஊர்தான் சொந்த ஊர். மலையாள நாளிதழ்களைத்தான் படிப்பார். எங்களுடன் கோட்பாடுகள் சம்பந்தமாக உரையாடுவார். அவர் மூலமாக பொதுவுடமை கருத்துக்களை தெரிந்து கொள்ள ஆரம்பித்தேன். அதேபோல எங்கள் வீட்டிற்கு 'திராவிட நாடு' பத்திரிகை வரும். என் சித்தப்பா அப்பத்திரிகையை தொடர்ந்து வாங்கிக் கொண்டிருந்தார். கன்னியாகுமரி மாவட்டத்தில் தோன்றிய முதல் இரண்டு தி.மு.க. கிளைகளில் எங்கள் ஊரும் ஒன்று. முத்தாரம், முரசொலி, தென்றல் இப்படி தி.மு.க. சார்புடைய பத்திரிகைகள் தொடர்ந்து ஊருக்கு வந்துக்கொண்டிருந்தன.

அப்புறம் அரசியல் சொற்பொழிவுக் கூட்டங்கள் கேட்க ஆரம்வித்தேன். அநேகமாக அன்றைய காலத்தில் எல்லாத் தலைவர்களின் சொற்பொழிவுகளையும் கேட்டிருக்கிறேன். ஈ.வெ.ரா. ஈ.வெ.கி.சம்பத், நெடுஞ்செழியன், அண்ணாதுரை, சி.பி.சிற்றரசு, பி.ராமமூர்த்தி, எஸ்.ஏ.முருகானந்தம், கே.டி.கே. தங்கமணி, ம.பொ.சி. இப்படி எல்லா சொற்பொழிவு களையும் கேட்டிருக்கிறேன். இந்தத் தலைவர்கள் சொற்பொழிவு களின் நடுவில் சில கவிதை வரிகளை மேற்கோள் காட்டுவார்கள். திருக்குறளை, பாரதியை மேற்கோள் காட்டுவார்கள். பாரதிதாசனை கண்டிப்பாக மேற்கோள் காட்டுவார்கள். மு.வரதராசனின் வரிகளை மேற்கோள் காட்டுவார்கள். இப்படி அரசியல் கூட்டங்களுக்கு போவதால் என்னுடைய

சிந்தனை வளத்தைப் பெருக்கிக் கொள்ள வாய்ப்பாக அது அமைந்தது. பின்னால் தான் இலக்கிய மதிப்பீட்டின்படி, அளவீட்டின் படி எது சிறந்தது? எது அதைவிட சிறந்தது? எது அதைவிட அதைவிட சிறந்தது? என்று ஒப்பிடுகின்ற தன்மை எனக்கு மிக பிற்பாடுதான் வந்தது. அதனால் நான் சகட்டு மேனிக்கு எல்லாவற்றையும் படித்தேன். இதன் மூலம்தான் எனக்கு சமூகம் சார்ந்த ஒரு பார்வை கிடைத்தது. அரசியல் சார்ந்த பார்வை கிடைத்தது. இலக்கியம் சார்ந்த பார்வை கிடைத்தது.

1964-ல் எஸ்.எஸ்.எல்.சி. முடித்துவிட்டு பி.எஸ்.சி. படிக்க வருகிறேன். 1967 தேர்தலில் தான் திராவிட முன்னேற்றக் கழகம் தமிழ்நாட்டில் முதல்முறையாக பெரும்பான்மையான இடங்களைப் பிடித்து வெற்றி கொள்கிறது. 1962 தேர்தலிலேயே ஒன்பதாவது படிக்கும்போது நான் வாடகை காரில் உட்கார்ந்து 'மைக்' பிடித்துக்கொண்டு 'வாக்காள பெருமக்களே!...' என்று பேசி தி.மு.க.விற்காக ஓட்டு சேகரித்திருக்கிறேன். காலையிலிருந்து மாலை வரைக்கும் கிராமம் கிராமமாக போய் பிரச்சாரம் செய்திருக்கிறேன். பிறகு இந்த அரசியல் கட்சிகள் பற்றிய அபிப்ராயம் தலைகீழாக மாறியது. ஆகவே அரசியல் நடவடிக்கைகளையெல்லாம் ஒருபுறம் ஒதுக்கி வைத்துவிட்டு தொடர்ந்து வாசிப்பதில் மட்டும் கவனம் செலுத்த ஆரம்பித்தேன்.

கே : **என்னுடைய கேள்வி, பழந்தமிழ் இலக்கியங்களை தனிப் பாடமாக கற்றீர்களா?**

பதி : தனியாகப் பாடமாக எடுத்து நான் படிக்கவில்லை. பழந் தமிழ் இலக்கிய அறிமுகம் என்பது நானே தேடிக்கொண்டது. அதற்கு என்னுடைய ஆசிரியர்களும் உதவி இருக்கிறார்கள். நான் பி.எஸ்.ஸி. படிக்கும்போது வகுப்பு இல்லாதபோது நூலகத்தின் மாடியில் அமர்ந்து படித்துக் கொண்டிருப்பேன். அப்போது கீழே எம்.ஏ. பாடம் நடந்துகொண்டிருக்கும். நான் மேல் இருந்தே அந்தப் பாடத்தை கவனிப்பேன். ஒரு நாள் ஆசியர் 'என்ன பார்க்குற?' என்றார். 'பாடம் கவனிக்கிறேன்' என்றேன். 'பாடம் கவனிப்பதாக இருந்தால் பின் பெஞ்சில் வந்து உட்கார்ந்து கவனி' என்றார். உடனே போய் உட்கார்ந்து விட்டேன். தென் திருவிதாங்கூர் இந்துக் கல்லூரியில் தமிழ்

எம்.ஏ. மட்டும் இருந்தது. கன்னியாகுமரி மாவட்டத்தில் வேறு எந்தக் கல்லூரியிலேயும் 'PG கோர்ஸ்' கிடையாது. டாக்டர் எஸ்.சுப்ரமணியன், டாக்டர் இ.வி.மணி, டாக்டர் அரசு ஆறுமுகம், புலவர் கே.சி.தாணு, தெ.ந.மகாலிங்கம் என்று எங்கள் கல்லூரியில் தமிழில் திறமை வாய்ந்த நிறைய ஆசிரியர்கள் இருந்தார்கள். பின்னால் நான் பம்பாய்க்குப் போய் வாசிப்பைத் தொடர்ந்த காலத்தில் காரைக்குடி அழகப்பா இன்ஜினியரிங் கல்லூரியில் மேனேஜராக இருந்த ரா.பத்மநாபன் என்பவர் பம்பாய் தமிழ்ச்சங்கத்தின் கம்பன் வகுப்பெடுத்துக் கொண்டிருந்தார். இவர் தமிழ்க்கடல் ராய.சொக்கலிங்கத்தின் மாணவர். அதில் பதினேழு மாணவர்கள் சேர்ந்தோம். வாரத்தில் மூன்று நாட்கள் வகுப்பு. தொழிற்சாலையில் வேலை முடிந்தவுடன் நான் ஒழுங்காக வகுப்பிற்கு போய்விடுவேன். உரையே இல்லாமல் மர்ரே ராஜம் அய்யர் போட்டிருந்த கம்பராமாயணம் புத்தகத்தை எங்கள் கையில் கொடுத்து விட்டு, வை.மு.கோபாலகிருஷ்ணமாச்சாரியார் உரையை கையில் வைத்துக் கொண்டு பாடம் நடத்துவார். இந்த பதினேழு மாணவர்கள் என்பது நாட்பட நாட்பட பதினொன்றாகி, ஒன்பதாகி, ஏழாகி, மூன்றாகி, இரண்டாகி கடைசியில் ஒன்றாக ஆனது. அந்த ஒரே மாணவன் நான்தான். கடைசியில் அவர் என்ன சொன்னார்? இந்த ஒரு மாணவனுக்காக ஏன் நான் வகுப்பிற்கு வரவேண்டும். 'நீ வேண்டுமானால் என் வீட்டிற்கு வா' என்றார். நான் போனேன். முகம், கை, கால் அலம்பி விட்டு வீட்டிற்கு சென்றால் அந்த அம்மா, ஆசிரியர் மனைவி (எனக்கு மாமி தெரியாது. அம்மா தான் தெரியும்) எனக்கு காபி போட்டுக் கொண்டுவந்து கொடுப்பார். என் வாழ்நாளில் Best Coffeeயை அங்குதான் முதன்முதலில் குடித்தேன். என்னுடைய ஆசிரியர் தீவிர பக்தர். சைவ நெறி, கம்பன் மீது பெரிய ஈடுபாடு. அவர் ராமர் பட்டாபிஷேக படத்திற்கு முன்னால் உட்கார்ந்துதான் பாடம் நடத்துவார். நான் அந்த வயதில் தீவிர நாஸ்திகன். ஆனால் எங்களுக்குள் ஒரு பரஸ்பரம் மரியாதை இருந்தது. அப்படி மூன்று வருடம் பாடம் கேட்டேன். அவருடைய சிறப்பென்னவென்றால் வெறும் கம்பனோடு மட்டும் பாடத்தை நிறுத்திக்கொள்ள மாட்டார். மார்கழி மாதம் என்றால் திருப்பாவை - திருவெம்பாவை படிப்போம் என்று அதை சொல்லிக் கொடுப்பார். கிட்டத்தட்ட திருப்பாவை திருவெம்பாவை முழுக்க எனக்கு மனப்பாடம்.

அதேபோல தேவாரம், திருவாசகம் சொல்லிக் கொடுப்பார். கம்பனில் 13 ஆயிரத்துச் சொச்சம் பாடல்கள் ரசிகமணி டி.கே. சிதம்பர நாத முதலியார் இடைச்செருகல் என்று தள்ளிய பாடல்கள் உட்பட சேர்த்து அவரிடம் பாடம் கேட்டிருக்கிறேன். பாடம் எடுக்க உடல் நலம் இல்லை என்றால் அபிராமி அந்தாதி, கோளறு பதிகம், ஜெயதேவர் அஷ்டபதி பாடல் காசட்டுகளைப் போட்டு கேட்கச் சொல்வார். அவருக்குத் திருக்குறளில் நல்ல புலமை இருந்தது. சமய இலக்கியம் மீது எனக்கு ஓரளவு பரிச்சயம் கிடைத்ததற்கு முக்கிய காரணம் ரா.பத்மநாபன் தான். அவர்தான் 'நாராயணீய'த்தை தமிழ் செய்தார் பின்பு.

கே: **அந்தக் காலத்தில் தி.மு.க. சார்புள்ளவனாக அரசியலில் தீவிரமாக இயங்கி இருக்கிறேன் என்று நீங்கள் சொன்னீர்கள். மிகப்பெரிய பொருளாதார மேதையான டாக்டர் பா.நடராஜன் அவர்களை எதிர்த்து தி.மு.க. சார்பில் பிரச்சாரம் செய்தீர்கள். அன்றைக்கு விடலைத்தனமாக அரசியல் களத்தில் நீங்கள் எதிர்த்தவர் மிகப்பெரிய ஆளுமையானவர். இன்றைக்கு அதை யோசிக்கும்போது நெருடலாக உணருகிறீர்களா? தவறு இழைத்து விட்டோம் என்ற குற்றஉணர்ச்சி மேலெழுகிறதா?**

பதி: அதாவது 1962 வருடத் தேர்தல் என்று நினைக்கிறேன். டாக்டர் பா.நடராஜன் என்பவர் எகிப்திய அரசுக்கு பொருளாதார ஆலோசகராக இருந்தார். திருமந்திரத்தை ஆங்கிலத்தில் மொழி பெயர்த்தவர் அவர். உண்மையிலேயே மேதைதான். அப்போது நான் ஒன்பதாம் வகுப்பு மாணவனாக இருப்பேன் என்று நினைக்கிறேன். அந்தத் தேர்தலில் சிறுவர்கள் தேர்தல் பிரச்சார வண்டிகளின் பின்னால் ஓடுவது, சுவரொட்டிகளை ஒட்டுவது என்று இருந்தபோது, நான் பிரச்சார வண்டியில் மைக் பிடித்திருந்தேன். அந்தத் தேர்தலில் நடராஜன்தான் ஜெயித்தார்.

ஜெயித்த பிற்பாடு அவருக்கு எங்கள் ஊரிலேயே ஒரு வரவேற்பு கொடுத்தார்கள். ஊரைச் சார்ந்தவன் என்ற முறையில் நான் வரவேற்பு உரை ஆற்றினேன். ரொம்ப சின்னப் பையன்தான் நான். அன்று பேச எனக்கு சிலர் எழுதியும் தந்தார்கள். கொஞ்சம் நானாகவும் பேசினேன். நான் பேசியதைப் பார்த்துவிட்டு 'பையன் நன்றாகப் பேசுகிறான்! ஆனால் கொஞ்சம் வழிதப்பி நிற்பதைப் போலத் தெரிகிறது?' என்று ஒரு கருத்தைச் சொன்னார். அதை இப்போது யோசித்துப் பார்க்கும்போது ரொம்ப அவமானமாகத்தான் கருதுகிறேன். எவ்வளவு

பெரிய மேதை? திருமந்திரத்தை தமிழில் படித்துப் புரிந்து கொள்வதே எவ்வளவு சிரமமான காரியம். அதை ஆங்கிலத்தில் மொழி பெயர்த்திருக்கிறார். ஒரு அரசாங்கத்திற்கு பொருளாதார ஆலோசகராக இருந்தவர். தமிழ்நாட்டிற்கு திட்டக் கமிஷன் சேர்மேனாக' வந்தவரை நாம் இப்படி எதிர்த்து செய்திருக் கிறோமே என்று பின்னால் யோசித்துப் பார்க்கின்றபோது வருத்தமாகத்தான் இருக்கிறது.

கே: தொடர்ந்து உங்களின் படைப்புகளில் உணவு வகைகளுக்கு அதிக முக்கியத்துவம் கொடுக்கிறீர்கள். அதுவும் போகிறப் போக்கில் சொல்லாமல் உணவு முறைகளில் புதைந்திருக்கும் செய்முறை, செய்நேர்த்தி, பண்பாட்டுக் கூறுகள், அது சமூகத்திற்குள் எவ்வாறு கையாளப்படுகிறது என்ற கலாச்சார தகவல்களையெல்லாம் பிரக்ஞை பூர்வமாக பதிய வைத்திருக் கிறீர்கள். அண்மையில் நீங்கள் எழுதி இருக்கும் 'யாம் உண்பேம்' சிறுகதை வரை இது தொடர்ந்து வந்திருக்கிறது. சுந்தரராமசாமி வீட்டில் எதேச்சையாக ஒரு சந்திப்பில் ஜெயமோகனை பார்த்தபோது, ''நீங்க குலசேகரம் பக்கம்தானே? அந்தப் பக்க மெல்லாம் அவியலிலே மாங்கா போடும் வழக்கம் கிடையாதே'' என்று பேச்சை சாப்பாட்டின் பொருட்டே தொடங்குகிறீர்கள். 'அன்னம்' அதன் பொருட்டு உங்களின் படைப்புகளில் 'வேள்வி' பெறுகிறது?

பதி : இது ஒரு நனவிலி மனநிலையிலிருந்துதான் உருவாகிறதென நினைக்கிறேன். அல்லது ஆழ்மனநிலை என்றுகூட வைத்துக் கொள்ளலாம். எது பொருத்தமானதோ அதை தேர்ந்தெடுத்துக் கொள்வது உங்களின் சௌகர்யம். இதற்குக் காரணம் என்ன என்று யோசிக்கும்போது நான் இளம்பருவத்தில் தாங்கொணா வறுமையை அனுபவித்திருக்கிறேன். இதையெல்லாம் ஃபேஷனுக்காக இன்று சொல்லிக் காட்ட விரும்பவில்லை. அறுவடை காலத்தில் மூன்று வேளைக்கும் சோறு இருக்கும். மாதத்தில் ஓரிரு நாட்கள் தோசைக்கு போடுவார்கள். எங்கள் ஊரில் நெல்லைத் தவிர வேறு பயிர் கிடையாது. கம்மங்கூழ் எங்களுக்குத் தெரியாது. சோளம் தெரியாது. கேழ்வரகு தெரியாது. நாங்கள் அரிசியை நம்பி வாழ்கிறவர்கள். அறுவடையான நாலுமாதத்தில் நெல் காலியாகி விடும். கடனுக்கு நெல் வாங்க வேண்டும். இந்த வறுமை என்னைத் தொடர்ந்து கல்லூரிப் படிப்பு முடிகின்ற வரை தாக்கிக் கொண்டுதான் இருந்திருக்கிறது.

ஆகவே சோற்றினுடைய அருமை என்பது எனக்குத் தெரியும். ஒருவரின் வீட்டுவாசலில் போய் நின்று குடிக்க சுடு கஞ்சி கொடுங்கள் என்று கேட்டு வாங்கி சாப்பிடுகின்ற ஒரு எளிய மாணவனின் மனநிலை என்ன என்பது எனக்குத் தெரியும். நல்ல சாப்பாடு என்பதே கல்யாண வீட்டில்தான் கிடைக்கும். 21 கூட்டான் என்று எங்கள் ஊர்ப்பக்கம் சொல்வார்கள். அத்தனை வகை வகையான சாப்பாடுகள் பரிமாறப்படும். கிடைக்குமோ கிடைக்காதோ என்பதற்காக முதல் பந்தியில் சாப்பிட உட்கார்ந்து பாதியிலேயே எழுப்பிவிடப்பட்டிருக்கிறேன். பல சமயங்களில் இப்படி நடந்திருக்கிறது. ஆக, தொடர்ந்து வறுமை என்பது என்னை தாக்கிக் கொண்டிருக்கிறது. இதெல்லாம் சேர்ந்து உணவு மீது அபரிமிதமான காதலை, வெறியை, விருப்பத்தை - எந்தச் சொல்வேண்டுமானாலும் போட்டுக் கொள்ளலாம் - எனக்கு ஏற்படுத்தி இருக்கிறது. இப்போது நான் சம்பாதிக்கிறேன். ஓரளவுக்கு சோத்துக்கவலை இன்றிதான் இருக்கிறேன். நினைப்பதை இன்று என்னால் வாங்கிச் சாப்பிட முடியும். ஆனாலும் உணவை என்னால் வீண் செய்ய முடியாது.

அதேபோல பம்பாய் மாதிரியான வெளிமாநிலத்திற்கு சென்ற பிற்பாடு நம் கலாச்சாரம் சார்ந்த உணவுகளின் நெருக்கடி ஏற்படுகிறது. சாதாரணமாக தமிழ்நாட்டுத் தமிழர்கள் கொத்தவரங்காயை விரும்பிச் சாப்பிடமாட்டார்கள். ஆனால் பம்பாய் சென்றால் சாப்பிட்டுதான் ஆகவேண்டும். இங்கு கத்தரிக்காய் சாப்பிடாதவர்கள் கூட பம்பாய்க்குச் சென்றால் சாப்பிட்டே தீரவேண்டும். ஆக, இப்படியான நெருக்கடி எந்த வகையான உணவின் மீதும் ஒரு காதலை ஏற்படுத்துகிறது. எந்த வீட்டிற்குச் சென்றாலும் சாப்பிடுகின்ற சாப்பாடு நன்றாக இருந்தால் இன்னும் கொஞ்சம் போடுங்கள் என்று கேட்டு வாங்கிச் சாப்பிடக் கூடியவன் நான். என்றைக்குமே சாப்பாட்டின் முன்னால் கூச்சப்படமாட்டேன். நான் விரும்பி உண்கிறவன். கொஞ்சம் கொச்சையாக சொன்னால் நானொரு நல்ல சாப்பாட்டு ராமன். சாப்பாட்டு ராமன் என்ற அந்த நிலை யிலேயே நின்றுவிடாமல் மேற்கொண்டு அதை பற்றி கேள்வி களை எழுப்பிக்கொண்டு தொடர்ந்து போய்க் கொண்டிருக்கிறேன். ஒரு பெங்காலி வீட்டில் எப்படி 'தால்' தயாரிப்பார்கள் என்பது எனக்குத் தெரியும். வங்காளத்தில் தோலுடன் கூடிய உளுந்தை வேகவைத்து அதில் 'தால்' செய்து பொரித்த

அயிலை மீனை போட்டுக் கொடுப்பார்கள். இதற்கெல்லாம் ஒரு ரசனையை உருவாக்கிக் கொள்ளவில்லை என்றால் நீங்கள் அதை அனுபவிக்க முடியாது. வேண்டாம் என்று அதைத் தவிர்த்தால் அந்த அனுபவத்தினை நீங்கள் தவறவிடுகிறீர்கள். நான் அந்த அனுபவத்திற்கு என்னைத் தயார்படுத்திக் கொள்கிறேன். அதைத்தான் என் எழுத்தில் பதிவு செய்கிறேன். வெறுமனே சாப்பிட்டேன் என்று சொல்லாமல் அந்த அனுபவத்தை வாசகனுக்கு ஏற்படுத்துகின்ற விதத்தில் சொல்லவேண்டும். அப்படித்தான் சொல்லிக் கொண்டு இருக்கிறேன்.

அப்புறம் பயிர் வகைகள் எனக்கு ரொம்பப் பிடிக்கும். காய் கறிகளை பசுமையாக பார்ப்பது பிடிக்கும். காய்கறிகளை வாங்கு கிறேனோ இல்லையோ உழவர் சந்தைக்குப் போய் காய்கறிகளை தினமும் பார்த்துவிட்டுத் திரும்புவேன். மலர்களைப் பார்ப்பதைப் போல கத்தரிக்காய் குவியலாக இருப்பதையும், வெண்டைக்காய் குவியலாக இருப்பதையும் பார்ப்பதென்பது ஒரு கிளர்ச்சி ஊட்டக்கூடிய விஷயமாக இருக்கிறது. நீங்கள் ரோஜாவையும், முல்லையையும், மல்லிகையையும் பார்த்துத் தான் கிளர்ச்சி அடைய வேண்டுமென்ற அவசியமில்லை. அதற்கு ஒரு வாசனை உண்டென்றால் இதற்கும் ஒரு வாசனை இருக்கிறது. பறித்த உடன் வெண்டைக்காயை மோந்து பார்த்தால் அதற்கு என்றொரு வாசனை இருக்கும். பறித்தவுடன் பால் வடிகின்ற புடலங்காய்க்கு ஒரு வாசனை இருக்கிறது. கத்தரிக்காய் களிலேயே எத்தனை ரகம் நம்மிடம் இருந்திருக்கிறது தெரியுமா? மண்ணை நேசிக்கின்றவனுக்கு, மண்ணினுடைய மக்களை நேசிக்கின்றவனுக்குத்தான் இப்படியான பார்வைகள் இருக்கும் என்று எனக்குத் தோன்றுகிறது.

கே: **நீங்கள் குறிப்பிடுவதைப்போல ஒவ்வொரு காய்கறியிலேயும் பல்வேறு வகைகள் இருந்திருக்கின்றன. இன்றைக்கு ஒரு கை விரலில் அடக்கி விடுகின்ற எண்ணிக்கைகளுக்கு சுருங்கிப் போய்விட்டன. சிலி நாட்டிலிருந்து பச்சை மிளகாய் வந்த பிற்பாடுதான் 'அல்சர்' என்று புதுவகை நோய் நம் சந்ததிகளுக்கு அறிமுகமாகிறது. பச்சைமிளகாய்க்கு முன்னால் 'மிளகு'க்கு பழக்கப்பட்டவர்கள் நாம். இப்படி பல்வேறு வகைகளிலிருந்து சுருங்கி ஒன்றை நோக்கி மட்டுமே விதைப்பு, உற்பத்தி, விற்பனை என்பதை நினைத்தால் உங்கள் மனசு கொதிக்கவில்லையா?**

பதி : இதைப் பெரிய சமூக இழப்பென்றுதான் நினைக்கிறேன் என்றாலும் நமது அல்சருக்குக் காரணம் பச்சை மிளகாய் அல்ல. ஒவ்வொரு மண்ணிற்கும் தோதான காய்கறிகள் நம்மூர்களில் விளைகின்றன. ஆம்பூர் அல்லது ஆற்காட்டில் விளைகின்ற கத்திரிக்காயின் ருசி வேறு. தஞ்சாவூரில் விளைகின்ற கத்திரிக் காயின் ருசி வேறு. நாகர்கோவிலில் விளைகின்ற கத்திரிக்காயின் ருசி வேறு. இப்படி ருசியில் சின்ன வித்தியாசங்கள் இருக்கின்றன. அதன் நிறத்தில் வித்தியாசம் இருக்கிறது. வடிவத்தில் வித்தியாசம் இருக்கிறது. பின்னால் விவசாய ஆராய்ச்சி நிலையங்கள் எல்லாம் வருகின்றபோது மகசூல் மாத்திரத்தையே மனசில் வைத்துக்கொண்டு வீர்ய விதை, வீர்ய பயிர், வீர்ய சாகுபடி என்று தரப்படுத்திவிட்டார்கள். கன்னியாகுமரி மாவட்டத்தில் மட்டும் 67 வகையான நெல்கள் பயிரிடப் படுவதாக ஆய்வாளர் அ.கா.பெருமாள் சொல்கிறார். எனக்கே இருபது முப்பது நெல்களின் பெயர்கள் தெரியும். கட்டிச் சம்பா என்று ஒரு ரகம். சுத்தமான சம்பா அரிசி. அது கேரளாவில் பயன்பாட்டில் இருக்கின்ற மட்டை அரிசி இல்லை. நம்முடைய மண்ணுக்கே உரிய வகையைச் சேர்ந்தது. நம்முடைய சீதோஷ்ணத்திற்கு, நம்முடைய காற்றிற்கு, மழைக்கு தாக்குப்பிடிக்கின்ற ஒரு பயிர் இது. இவர்கள் வேறு பயிர்களை அறிமுகம் செய்து கட்டிச் சம்பாவை அழித்து விட்டார்கள். வல்லரக்கன் என்ற ஒரு நெல் வகை. அரிசிமாவில் செய்கின்ற பலகாரங்களுக்கு பெண்கள் விரும்பி பயன் படுத்தும் அரிசி வகை. தொண்ணூறு நாட்களில் அறுவடை செய்கின்ற 'அறுவங் கொறுவா' என்று ஒரு பயிர். இவை எல்லாம் இன்று எங்கே?

இப்படி மண் சார்ந்த பல விஷயங்களை நாம் இன்றைக்கு இழந்தாயிற்று. 'அரிக்கிராவி' என்ற நெல் இன்றைக்கு கிடைக்குமா என்று தெரியவில்லை. 'அறுவங்குறுவா' கிடைக்குமா தெரியவில்லை. 'கல்மணல்வாரி' என்று ஒரு நெல் வகை. 'தட்டாரை வெள்ளை' என்ற நெல்லை எங்கள் ஊர் வடமதியில் விதைப்பார்கள். கார், பசானம் என்று சொல்வார்கள். ஒன்று பொடியில் விதைப்பது. மற்றது தொழியில் விதைப்பது. 'வாசறுமிண்டான்' என்ற நெல்லை நடுவார்கள். அந்த அரிசியை சோறு பொங்கி இலையில் போட்டால் பிச்சி வெள்ளைப் பூ மாதிரி வெள்ளை வெளேர் என்று இருக்கும். அதேபோல 'காணம்' என்ற பயிறு வகை இருந்தது. கொள்ளு என்று இதைச்

சொல்வார்கள். இதை மலையாளத்தில் 'முதிரை' என்பார்கள். சங்க இலக்கியத்தில் பயன்படுத்தப்பட்டிருக்கும் சுத்தமான தமிழ்ச்சொல்லிது. இதில் கருப்பு, வெள்ளை என்ற நிறத்தில் தனித்தனியாகவும் கருப்பு வெள்ளை இரண்டும் சேர்ந்த நிறத்திலும் இருக்கும். இப்போது வீரிய விதை உற்பத்தி மூலம் தவிட்டு நிறத்திலானது மட்டுமே கிடைக்கிறது. சுவையும் கெட்டுப் போயிற்று.

அதேபோல் தட்டைப் பயிறு. இதை நாங்கள் பெரும் பயிறு என்போம். இது சிகப்பு, கருப்பு, வெள்ளை என்று மூன்று நிறங்களில் கிடைத்தது. இன்றைக்கு தவிட்டு நிறம் மட்டும் தான். அப்புறம் மொச்சை, கருத்த மொச்சை தென்மாவட்டங் களில் கிடைக்கிறது. கருத்த எள்ளிற்கும் வெள்ளை எள்ளிற்கும் குணங்களில் வேறுபாடு உண்டு. பாகற்காயில் மிதிபாகற்காய் என்று ஒன்று உண்டு. தரையில் படரும். சின்ன குமிழ் மாதிரி தான் இருக்கும். அதை இன்று காண்பதற்கில்லை. இப்படி பல விஷயங்களை நம்முடைய சந்ததிகள் இழந்து கொண்டிருக் கின்றன. நம்மால் இதற்கு என்ன செய்யமுடியும்? புலம்பத் தான் முடியும். நம்மாழ்வார் போன்ற இயற்கை விஞ்ஞானி களிடம் கேட்டால் கண்ணீர் விட்டு கதறுகின்ற மாதிரி கதை கதையாகச் சொன்னார்.

கே : நமது நாடு அடிப்படையில் விவசாய நாடு. விவசாயிகளுக்கு முன்னுரிமை கொடுக்க வேண்டிய நமது அரசியல்வாதிகள் அணு ஆயுத ஒப்பந்தத்தை தலையில் தூக்கிக் கொண்டு திரிகிறார்கள். சமீபத்தில் MIDSஐ சேர்ந்த நாகராஜன் என்பவர் விவசாயத் தற்கொலைச் சாவுகள் குறித்து மேற்கொண்ட ஆய்வின் முடிவில் 89362 பேர் தற்கொலை கொண்டிருப்பதாக ஒரு தகவலை வெளி யிட்டிருக்கிறார். 2002க்கு பிறகு 30 நிமிடத்திற்கு ஒரு விவசாயி தற்கொலை செய்து கொள்வதாக புள்ளிவிபரம் தெரிவித் திருக்கிறார். இதற்கெல்லாம் ஒரு விவசாய படைப்பாளியாக எப்படி சஞ்சலப்படுகிறீர்கள்? எப்படி வெளிப்படுத்துகிறீர்கள்?

பதி : என்னுடைய படைப்புகள் மூலமாகத்தான் இந்த ஆதங்கத்தை யெல்லாம் நான் வெளிப்படுத்துகிறேன். சமீபத்தில் 'யாம் உண்பேம்' சிறுகதையின் ஒரு விவசாயின் சோகத்தைதான் நான் சொல்லி இருக்கிறேன். தமிழ்நாட்டில் இருக்கின்ற விவசாயிகளுடன் பீகாரில் இருக்கின்ற ஒரு விவசாயியின் நிலைமையை ஒப்பிட்டுப் பார்த்தால் அவனுடைய நிலைமை

அதலபாதாளத்தில் இருக்கிறது. இன்றைக்கும் குடிநீருக்காக மூன்று நான்கு கிலோ மீட்டர் நடக்க வேண்டிய நிலை அவர்களுக்கு இருக்கிறது. ஒரு நாளைக்கு இரண்டு சுக்கா ரொட்டி கிடைக்காமல் பட்டினி கிடக்கின்றவர்கள் அங்கு இருக்கிறார்கள். அவனால் எப்படி தன்னுடைய பிள்ளைகளுக்கு கல்வி கொடுக்க முடியும்? நான் இருபது வருடத்திற்கு முன்னால் சந்தித்த கை வண்டி இழுக்கின்ற ஒரு உ.பி.த் தொழிலாளி யிடம் வறுமை குறித்து பேசியபோது "சாப்பிடுவதற்கான ரொட்டியின் மாவு அளவுக் குறைவாக இருந்தால் 'சப்ஜியில் காரத்தை ஏற்றிவிடுவோம்' என்றார். காரம் அதிகமாக இருந்தால் குழந்தைகள் அதிகமாக தண்ணீர் குடித்துவிடுமாம். இப்படித்தான் இருக்கின்றது தொழிலாளிகளின் நிலைமை, விவசாயிகளின் நிலைமை.

பத்து வருடத்திற்கு முன்னால் விற்பனையான சோப்பின் விலை இன்றைக்கு எவ்வளவு கூடி இருக்கிறது? அன்றைக்கு அதே விவசாயப் பொருளின் விலை இன்றைக்கு எத்தனை மடங்கு கூடி இருக்கிறது என்று ஒப்பிட்டுப் பார்த்தால் சோப்பின் விலை நான்கு மடங்கு உயர்ந்திருக்கிறது. ஒரு பருவத்தில் தக்காளியின் விலை கூடுதலாக இருக்கிறது என்று தக்காளி போட்டால் விலை கிலோ எட்டு அணாவிற்கு இறங்கி விடுகிறது. அதேபோல் வெங்காயம், முப்பத்திரண்டு ரூபாய் உயர்கிறது என்று பார்த்தால் உடனே இரண்டு ரூபாய்க்கு இறங்கிவிடுகிறது. வெங்காயம், உருளைக்கிழங்கும் வட மாநிலங்களில் ஆட்சியையே தீர்மானிக்கக் கூடியதாகக்கூட இருக்கிறது. ஆக, இங்கே விவசாயத்தை புறக்கணிக்கின்ற ஒரு அரசியல் அமைப்புத்தான் நம் நாட்டில் இருக்கிறதென்று எனக்குத் தோன்றுகிறது.

கே : யதார்த்த வகை எழுத்து என்பது இன்றும் பலருக்கு உவப்பளிக்கக் கூடிய எழுத்தாகவே இருக்கிறது. ரியலிஸம் என்ற சொல்லே ஜெர்மானிய மொழிச் சொல்லான 'Real Politik' என்ற பதத்திலிருந்து பெறப்பட்டது. 'Real' என்பது யதார்த்தம். 'Politik' என்பது ஆங்கிலச் சொல் குறிக்கும் அரசியல் என்ற பொருளிலிருந்து பெறப்பட்டது. இச்சொல்லை முதன்முதலாக 'பிஸ்மார்க்' என்பவர்தான் உச்சரித்தார். ஐரோப்பிய அதிகாரம் சமநிலையில் பயன்படுத்தப்பட வேண்டும் என்றநோக்கில் அவர் இந்தச் சொல்லை உபயோகித்தார். பிரெஞ்சு நாவலாசிரியரான

'பால்ஸாக்' ரியலிஸத்தின் தந்தையென்று அறியப்பட்டவர். அவர் பிரான்ஸ் நாட்டில் வாழ்ந்த மிகப் பெரிய மேட்டுக் குடிகளிலிருந்து திருடன், தாசி என்று விளிம்பு நிலை மனிதர்கள் வரைக்கும் மிகத் துல்லியமாக சித்திரித்தவர். அதேபோல க்யுஸ்தாவ் ப்ஃளோபெரின் மாதாம் வொவொரி (Madame Bouary) ஒரு மகத்தான ரியலிஸ நாவலாகும். தமிழில் ஜெயகாந்தன் இதையொட்டி எழுதிய எழுத்தாளராக நம்மால் எடுத்துக் கொள்ள முடியும். அதேபோல மலையாளத்தில் தகழி சிவசங்கரப் பிள்ளையைச் சுட்டலாம். இப்படி உயரிய அரசியல் தத்துவார்த்த பார்வையுடன் விழிப்புற்ற இந்த இஸத்தையொட்டி தமிழில் எழுதும் பல சமகால எழுத்தாளர்களுக்கு (விதிவிலக்கும் உண்டு) கொஞ்சம் கூட அரசியல் பார்வையே அற்று வெறும் உரை யாடலை மட்டுமே எழுதுவது யதார்த்தமான எழுத்தாக இங்கு போதிக்கப்படுகிறது. ஒரு சமூகம் ஏன் கல்வி கற்கும் சமூகமாகத் தொடர்ந்து இருந்து வருகிறது? ஒரு சமூகம் ஏன் தொடர்ந்து வறுமையின் பிடியிலேயே சிக்கிச் சீரழிகிறது? ஒருவன் எப்படி பணக்காரனாக இருக்கிறான்? ஒருவன் ஏன் ஏழையாகவே இருக்கிறான்? பாரதி கூட 'கஞ்சி குடிப்பதற்கு இலார். இதன் காரணம் இதுவென்ற அறிவுமிலார்' என்கிறார். அரசியல் புரிதலோடு கூடிய பார்வையும் எழுத்தில் சேர்ந்து பதியப்பட வேண்டாமா?

பதி : நீங்கள் குறிப்பிடுவதைப்போல எல்லாவற்றிற்குள்ளும் அரசியல் என்பது இருக்கிறது. ஒரு முருங்கை மரத்தைப் பற்றி பேசினாலும் அதற்குள் ஒரு அரசியல் இருக்கிறது. சமகால எழுத்தாளர் களுக்கு ஒரு அரசியல் பார்வை இருக்கிறதா என்பதில் எனக்கு சந்தேகம் இருக்கிறது அல்லது இருந்தே எழுதுவதற்கு தயக்கம் காட்டுகிறார்களா என்ற கேள்வியும் இருக்கிறது. அரசியல் வாதிகளை, நிர்வாகத்தை எதற்குப் பகைத்து கொள்ள வேண்டும் என்ற ஒரு எண்ணம் இருக்கிறது. எழுத்தாளனுக்கு தினமும் நல்ல செய்தித்தாள் படிக்கிற பழக்கமாவது இருக்கிறதா என்ற ஐயம் வருகிறது எனக்கு. இதைப் பொதுமைப்படுத்திச் சொல்ல வில்லை. ஈழத்தில் இருக்கின்ற மாதிரி ஒரு பிரச்னை இங்கில்லை. ஒரு ஜீவ மரணப் போராட்டத்தின் நெருக்கடிக்குள் தமிழ்நாட்டு எழுத்தாளன் இல்லை. இவர்களுக்குத் தெள்ளத் தெளிவாக தெரியும், சூழ்நிலை மாசுப்பட்டிருக்கிறது என்று. சுற்றுச்சூழல் மோசமாக இருக்கிறது என்று. நதிகள் மாசு பட்டிருக்கிறது என்று. தகுதியானவர்களுக்கு வேலை

கிடைக்கவில்லை என்று. தகுதியானவர்களுக்கு தகுதியான வேலை கிடைக்கவில்லை என்று. இந்த அரசியலை நேருக்கு நேர் சந்திப்பதில் சமகால எழுத்தாளனுக்கு ஒரு பயம் இருக்கிறது. போன தலைமுறை எழுத்தாளனுக்கு இருந்த பயத்தை விட சமகால எழுத்தாளனுக்கு இந்தப் பயம் கூடுதலாக இருக்கிறது.

இலக்கியம் என்பது ஒரு பார்வையில் பொழுதுபோக்கு என்றிருந்தாலும் கூட அதைத் தாண்டிய ஒரு பயன் நிலை அதற்கு இருக்கிறது. ஆகவே அடிப்படையான சில கேள்விகளை ஒரு கவிதை, ஒரு சிறுகதை, ஒரு கட்டுரை எழுப்பவேண்டிய தேவை இருக்கிறது. அகவய பயணியான எழுத்தாளனுக்கு இந்தச் சிக்கல்கள் இல்லை. சட்டம் அவனுக்கு ஒரு அச்சமல்ல. ஆனால் யதார்த்தத்தை எழுத வருகின்றவனுக்கு பிரச்னை இருக்கிறது. ஏனென்றால் யதார்த்தம் மூர்க்கமாக இருக்கிறது. இந்த யதார்த்தத்தை நேரடியாக சொல்லியாக வேண்டும். நெத்தியடியாகச் சொல்ல வேண்டியதாக இருக்கிறது. அப்படி நெத்தியடியாக சொல்வதெல்லாம் யதார்த்தமா என்ற உபகேள்விகளும் பின்னால் வரும். யதார்த்தமும் நமக்கு அளவற்ற சுதந்திரத்தை வழங்கி இருக்கிறது. இந்தச் சுதந்திரத்தை தமிழ் எழுத்தாளன் பரிபூர்ணமாக பயன்படுத்திக் கொள்கிறானா என்ற கேள்வியை நமக்கு நாமே கேட்டுக் கொள்ள வேண்டிய தேவையும் எழுகிறது. நொய்டாவில் 52 உடல்களை தோண்டி எடுத்தார்கள். அவர்களின் கை எலும்பு கிடைக்கிறது. கால் எலும்பு கிடைக்கிறது. torso கிடைக்கவில்லை என்றால் அதனுடைய காரணங்கள் என்ன? பத்திரிகைச் செய்திகள் கூறுகின்றன. இதில் சிறுநீரகங்கள் களவாடப் பட்டிருக்கின்றன என்று. அப்போது 52 நபர்களின் சிறுநீரகங் களும் 104 நபர்களுக்கு போய்ச் சேர்ந்திருக்கின்றன. அப்போது அதை வாங்கியவர்கள் யார்? இதை நடத்தி வைக்கின்ற மருத்துவமனைகள் எவை? அதன் நிர்வாகிகள் யார்? அறுவை செய்த மருத்துவர்கள் யார்? உதவி செய்த செவிலியர்கள் யார்? இவர்களுக்கு எல்லாம் மயக்க மருந்து கொடுத்தவர்கள் யார்? இப்படி விரிந்துகொண்டே போகவேண்டும் ஒரு எழுத்தாளனின் சிந்தனை. இது குறித்தெல்லாம் விசாரணை இருக்கிறது. வழக்கு இருக்கிறது. தீர்ப்புகள் வரும் என்ப தெல்லாம் ஒருபுறம் இருக்கட்டும். ஆனாலும் இதுகுறித்து எழுத்தாளனின் தீர்ப்பு என்ன? உங்கள் வாசகனுக்கு நீங்கள் சொல்லப்போவதென்ன? இந்தப் பொறுப்பு எழுத்தாளனுக்கு

இல்லையா? ஆக, இதன் மூலம் பெரும்பாலான தமிழ் எழுத்தாளர்கள் கோழைகளாக இருக்கிறார்கள் என்று நாம் சொல்லவேண்டியது இருக்கிறது.

சமீபகால என்னுடைய கதாப்பாத்திர படைப்பான 'கும்பமுனி' மூலம் சமூகத்தில் இருக்கின்ற சிக்கல்கள் சம்பந்தமான என்னுடைய எதிர்வினைகளை நான் செய்துகொண்டுதான் இருக்கிறேன். என்னுடைய எல்லா கட்டுரைகளிலும் நான் வெளிப்படையாகவேதான் பேசுகிறேன்.

கே : 'குடி' என்ற பழக்கம் நம் சமகாலச் சூழலில் ஒரு அவச் சொல்லாக மாற்றப்பட்டிருப்பதைக் குறித்து தொடர்ந்து மூன்று கட்டுரைகள் எழுதி இருக்கிறீர்கள். 'உண்ணற்க கள்ளை' கட்டுரை இறுதிக் கட்டுரை என்று நீங்கள் குறிப்பிட்டாலும் இன்னும் நீளுமென்று நான் நினைக்கிறேன். 'கள்' உண்பது என்பது வெப்பம் தகிக்கும் பூமத்திய ரேகை அருகாமையில் வாழ்கின்ற நமது குடிகளுக்குப் பண்பாடு சம்பந்தப்பட்டது என்பதை தாண்டி உடல்நலம் சம்பந்தப்பட்டதாகிறது. கள் ஒரு அருமருந்து 'பனை மரம்'தான் நமது தமிழகத்தின் தேசியச் சின்னம். ஆனால் இன்று 'கள்' அந்நியமாக்கப்பட்டு கூடவே குற்றமாகவும் மாற்றப்பட்டிருக்கிறது. ஆனால் மதுபான வகைகள் அரசு அங்கீகரிக்கும் ஒன்றாக இன்றைக்கு இருக்கிறது. 'தரமான' குடிகாரர்களின் பட்டியலை வெளியிடும்போது ஜெயமோகன் உங்களுக்கு முதலிடம் வழங்கி இருந்தார். 30 ஆண்டுகளுக்கு மேலாக நிதானமான குடிகாரனாக நீங்கள் இருப்பது குறித்தும் எழுதியும் இருக்கிறீர்கள். ஆண் பெண் இரு பாலரையும் சேர்த்து ஆறரைக் கோடிக்கு சற்று அதிகமுள்ள தமிழக மக்கள் தொகையில் இந்த வருடம் தீபாவளி பண்டிகை நாளில் மட்டும் (பத்திரிகை தகவலின்படி) 60 கோடிக்கு மது விற்பனையாகி இருப்பதாக தெரியவருகிறது. அரசு இதன் மூலம் தனது வருவாயை அதிக அளவில் குவித்திருக்கிறது. நான் என்ன கேட்க வருகிறேன் என்றால் உங்களைப் போல 'தரமான' குடிகாரர்கள் என்பது சொற்ப எண்ணிக்கையை ஒட்டியது. பெரும்பாலான குடித்தனங்களில் 'குடி' கலாச்சாரம் என்பது குடும்பத்தைச் சிதைப்பதாக இருக்கிறது. இதை எப்படி நியாயப் படுத்துகிறீர்கள். மெத்தப் படித்த குடிகாரர்களின் அளவீடுகளை வைத்து விளிம்பு நிலை மக்களின் வாழ்வியலுக்கும் சேர்த்து நியாயம் உரைப்பது சரியா?

பதி : இதில் இரண்டு அடிப்படையான வேறுபாடுகள் இருக்கிறது. ஒன்று குடிப்பவன், இன்னொன்று குடிகாரன். இதில் நான் முதல் வகையைச் சேர்ந்தவன். இன்னும் சொல்லப் போனால் குடிகாரன் என்பவனை 'அடிக்ட்' என்று நாம் எடுத்துக் கொள்ளலாம். குடிப்பவன் என்பவனை குடிக்கின்ற பழக்க முள்ளவன் என்று நாம் எடுத்துக் கொள்ளலாம். இதில் குடிக்கின்றவன் மொத்த மக்கள் தொகையில் எவ்வளவு? குடிகாரன் என்பவன் எத்தனை சதவீதம் என்று நாம் பிரித்து பார்க்கிறோம். ரோட்டில் விழுந்து கிடப்பவன், பொண்டாட்டியை அடிப்பவன், வாங்குகின்ற சம்பளத்தையெல்லாம் குடித்து விட்டு வீட்டுக்குப் போகிறவன் என்பவர்கள் எல்லாம் ஒரு குறிப்பிட்ட சதவீதம் மட்டும்தான்.

இவர்களைக் கணக்கில் எடுத்துக்கொண்டு குடிப்பவனை எல்லாம் குடிகாரன் என்று முடிவுக்கு வந்து தீர்ப்பெழுகதலாகாது. இந்தச் சிக்கல் எல்லாவிதமான நுகர் கலாச்சாரத்திலும் இருக்கின்ற ஒன்று. குடிப்பழக்கமே இல்லாத ஒருவன் தினமும் எழுபது ரூபாய் எண்பது ரூபாய் செலவு செய்து ஹோட்டலில் பரோட்டாவும் சிக்கனும் சாப்பிட்டு விட்டு வீட்டுக்கு போகவும் செய்கிறான். இவனும் ஒரு வகையில் குடும்பத்திற்கு எதிராக செயல்படுபவன்தான். திரும்பத் திரும்ப என்னுடைய மூன்று கட்டுரைகளிலும் நான் சொல்ல வருகின்ற விஷயம்: அதை அறம் சார்ந்த விஷயமாக பார்க்கவில்லை என்பதும், ஒரு ஒழுக்கம் சார்ந்த விஷயமாக பார்க்கிறேன் என்பதும். இங்கு நீங்கள் குடிப்பதை தேர்ந்தெடுக்கவில்லை என்றால் ரொம்ப நல்லது. குடிப்பதை நீங்கள் விரும்புகிறீர்கள் என்றாலும் ரொம்ப நல்லதே.

'குடி' என்ற ஒன்றை பெரிய அளவில் நாம் நம் சமூகத்திற்குள் அறிமுகப்படுத்தி விட்டோம். இது கடந்த 50 ஆண்டுகளில் நம்முடைய நாட்டில் ஏற்படுத்தப்பட்ட விஷயம். இனி திரும்பிப் போவது முடியாத காரியம். நீங்கள் விரும்பினாலும் திரும்பிப் போக முடியாது. சினிமா பார்த்து கெட்டுப் போனவர்கள் எத்தனை பேர் நம் சமூகத்தில் இருக்கிறார்கள்? எங்கள் ஊரில் அல்வா வாங்கி தின்னே கெட்டு போனவர்கள் என்று ஒரு பட்டியல் சொல்கிறார்கள். ஆக நான் என்ன சொல்ல வருகிறேன் என்றால் ஒருவனுடைய குடிப்பழக்கத்தை வைத்து அவன் நல்லவனா? கெட்டவனா? என்ற நற்பத்திரத்தை வழங்காதீர்கள்

என்று தான். நம்முடைய சமண நூல்களும் அதற்கு பிற்பாடு வந்த நீதிநூல்களும் சொல்வதில் ஒரு உண்மை உள்ளது. 'நஞ்சுண்பான் கள் உண்பானே' என்கிறது குறள். 'சான்றோரால் எண்ணப்பட வேண்டாதவர்' என்றும் வள்ளுவர் பேசுகிறார். அதை நான் மறுக்கவில்லை. இதையெல்லாம் குடியை அதீதமாக கையாண்டு கெட்டுப் போய்விட்டதே என்பதற்கான எச்சரிக்கை சொல்லாகத்தான் நாம் கொள்ளவேண்டும்.

கே : 'ஊதுபத்தி' என்ற உங்களின் சிறுகதை பெருத்த எதிர் வினையைச் சந்தித்தது. ''தனது வெள்ளாளச் சாதி வெறியை மீண்டும் நிரூபிக்கிறார்'' என்று குற்றஞ் சுமத்தப்பட்டு அதை மனோன் மணியம் சுந்தரனார் பல்கலைக்கழகத்தில் பாடமாக வைக்கக் கூடாது என்று துணை வேந்தருக்கும் அமைச்சருக்கும் கடிதம் அனுப்பப்பட்டது. இந்தச் சாதித் திமிர் குற்றச்சாட்டை இடித்துரைத்து 'Should The Autor Be Killed' **என்ற கட்டுரையைக் கூட எழுதி இருக்கிறீர்கள். அதில் புதுமைப்பித்தன், சுஜாதா, சுந்தரராமசாமி, ஜெயமோகன் எல்லோருக்கும் இதுதான் நடந்தது என்று வருந்துகிறீர்கள். ஒரு படைப்பு சாதிய பின்புலத்தோடு வாசிக்கப்படுவதென்பது ஒரு சரியான முறையா? ஆரோக்கியமான போக்கா?**

பதி : இதை ஆரோக்கியமான போக்கில்லை என்பதுதான் என்னுடைய கருத்தும். உண்மையாக நேர்மையாக எழுத வருகின்ற எவனும் முதலில் தன்னுடைய சாதியைக் கடந்தாக வேண்டும். சாதியைக் கடந்தாக வேண்டுமென்று சொல்கிறபோது அவன் தனிமனிதனாக இருந்தால் மட்டுமே அது சாத்தியம். அவனொரு குடும்ப மனிதனாக இருக்கின்றபோது அவனால் எல்லா சந்தர்ப்பத்திலும் சாதியை கடந்தவனாக தன்னை பீற்றிக் கொள்ள முடியாது. அதில் நெருக்கடிகள் உண்டு. என்னை பொறுத்த அளவில் ஒரு எழுத்தாளன் என்பவன் தன்னுடைய எழுத்துக்கள் மூலமாகவோ அல்லது தன்னுடைய செயல்பாடுகள் மூலமாகவோ பிற ஜாதியை இழிவுபடுத்துகிறானா? தன் ஜாதிக்கு மட்டும் வக்காலத்து வாங்கி பேசுகிறானா? தன் ஜாதியே உயர்வானதென்று நினைக்கிறானா? அதன் மூலமாக வன்முறையில் ஈடுபடுகிறானா என்று ஒரு கணக்கெடுத்துப் பார்த்தால்தான் அது நேர்மையான கணிப்பாக இருக்க முடியும். தெரிந்தோ தெரியாமலோ நான் வெள்ளாள சாதியில் பிறந்திருக்கிறேன். வேளாண்மை என்பது விவசாய சம்பந்தப்

பட்ட சாதி. இது ஒவ்வொரு மாநிலத்திலும் ஒவ்வொரு வகையான பெயர்களில் வழங்கப்படும். ஆய்வாளர் அகா.பெருமாள் தன் ஆய்வின்படி தமிழ்நாட்டில் 66 வகையான வெள்ளாளர்கள் இருக்கிறார்கள் என்கிறார். அதில் ஒரு வகை வெள்ளாளர் குடும்பத்தில் நான் பிறந்திருக்கிறேன். நான் பிறந்த வகுப்பு சிறுபான்மை வகுப்பை சார்ந்த சாதி. எங்கள் சாதியில் ஒரு எம்.எல்.ஏ. வருவதுகூட சிரமம். ஒரு காலத்தில் நிலவுடைமையாளர்களாக இவர்களில் சிலர் இருந்திருக்கிறார்கள். எல்லா வெள்ளாளர்களும் நிலவுடைமை யாளர்கள் அல்ல. 10 சதவீதமானவர்கள் நிலவுடமையாளர்கள் என்றால் 90 சதவீதம் விவசாய கூலிகளாக இருந்திருக்கிறார்கள். 'சேட்'களிலும் பிச்சைக்காரர்கள் உண்டு என்பதுபோல. என் மீது 'இவன் வெள்ளாளர் சாதிக்கு எதிராக எழுதுபவன்' என்ற குற்றச்சாட்டும் என் சாதியைச் சேர்ந்தவர்கள் வைக்கிறார்கள். ஆனால் ஏதோ இதற்குள் ஒரு அரசியல் இருக்கிறது என்று நான் நினைக்கிறேன். ஒரு நோக்கத்தோடு என்மீது சுமத்தப்படுகின்ற குற்றச்சாட்டுகளுக்கு நான் பதில் சொல்வதாக இல்லை.

கே : **'நேர்காணல்' என்ற உங்கள் சிறுகதையில் எழுத்தாளர் 'கும்பமுனி'க்கு சாகித்ய அகாதமி விருது கிடைக்கிறது. உடன் அவ்விருதை கும்பமுனி மறுத்துவிடுகிறார். அது பரபரப்பில் செய்தியாகி விடுகிறது. 'எள்ளல்' தொனிக்கும் விதத்தில் கதை நீளுகிறது. 'நேர்காணல்' கதை வெளியானது 1998-ம் வருடம். ஆனால் சில வருடங்களுக்கு முன்னால் நாகர்கோவிலில் அமைச்சர் முன்னிலையில் உங்களுக்கு விருது வழங்க முன் வந்தபோது நிஜத்தில் நீங்கள் மறுத்தீர்கள். ஆக, உங்களின் உள்மன சித்திரம்தான் கும்பமுனி மூலம் கதையாகி இருக்கிறது. சில மாதங்களுக்கு முன்பு 'இயல் விருதின் மரணம்' என்று ஜெயமோகன் 'தமிழனி'யில் ஒரு கட்டுரை எழுதி இருந்தார். இலக்கிய வெளிக்குள் விருதுகளின் இருப்பென்னவென்று நீங்கள் நினைக்கிறீர்கள்?**

பதி : தமிழ்நாட்டில் பதினொன்றோ பனிரெண்டோ பல்கலைக் கழகங்கள் இருக்கின்றன. இந்தப் பல்கலைக் கழகங்கள் எல்லா முதலமைச்சர்களுக்கும் டாக்டர் பட்டம் வழங்கு கின்றனர். எனக்கு தெரிந்து நடிகர் விஜய் என்பவருக்கு ஒரு பல்கலைக் கழகம் டாக்டர் பட்டம் வழங்கி இருக்கிறது. திரைப்பட பாடலாசிரியர் வைரமுத்துவிற்கு இரண்டு

பல்கலைக் கழகங்கள் டாக்டர் பட்டங்கள் வழங்கின. நாற்பது வருடங்களாகத் தொடர்ந்து எழுதிக் கொண்டிருக்கிற ஓர் எழுத்தாளனுக்கு ஏதாவது ஒரு பல்கலைக் கழகம் ஏதாவது ஒரு டாக்டர் பட்டம் வழங்கி இருக்கிறதா? ஒரு பல்கலைக் கழக 'செனட்'டிற்கு அல்லது துணைவேந்தருக்கு நேற்றைய சமூகத்தையும், இன்றைய சமூகத்தையும் பற்றிச் சிந்திக்கின்ற, சமூக அளவில் செயல்படுகின்ற படைப்பிலக்கியவாதிகள் குறித்து ஏதாவது அக்கறை இருக்கிறதா? இப்படி ஒரு படைப்பாளி இருக்கிறான் என்று நினைப்பாவது அவர்களுக்கு இருக்குமா? இதே சூழல்தான் பரிசு தருகின்ற நிறுவனங் களிலும் இருக்கிறது. சிறந்த எழுத்தாளர்களுக்கு இந்த மொழியில் எந்த விருதும் கொடுக்கப்படவில்லை. ஆ.மாதவனுக்கு கொடுக்கப்படவில்லை. நகுலனுக்கு கொடுக்கப்படவில்லை. ஒரு மொழியின் உச்ச நிலையில் செயல்படுகின்றவர்களுக்கு வழங்கப்படாமல் அதே மொழியில் தரம் குறைந்து செயல்படு பவர்களுக்கு வழங்கப்படுகின்றது. விருதுகள் இன்று கொடுக்கப் படுவன அல்ல. வாங்கப்படுவன. அதற்கு சாதிப்பலம், பணபலம், அதிகாரபலம் அதிகமாக வேண்டும்.

கே: உங்களுடைய உரைநடை இலக்கியங்களை படித்து விட்டு கவிதையைப் படித்தால் அதில் கவிதைக்கான அம்சம் குறைந்திருப்பதாக நான் நினைக்கிறேன். அது சரியா?

பதி: சரிதான் என்று நினைக்கிறேன். நான் கொஞ்சம் கவிதைகள் எழுத முயற்சி செய்தேன். என்னுடைய முதல் காதல், கவிதையின் மீதுதான். ஆனால் எந்தக் காலத்திலும் என்னை நான் கவிஞனாக உணர்ந்ததில்லை. நான் கவிதை எழுத முயற்சித்தாலும் அது கிட்டத்தட்ட ஒரு செய்யுள் வடிவத்தில் தான் வெளிவருகிறது. ஆகவேதான் தொடர்ந்து கவிதை முயற்சியில் நான் ஈடுபடவில்லை.

11

விகடன் புக்ஸ்

நேர்காணல் நவம்பர் 2008

சந்திப்பு
மகாதேவன்

'தொட்டில் பழக்கம் சுடுகாடு மட்டும்' என்று சொல்வார்கள். எந்தவொரு விஷயத்தையும் சிறுவயதிலேயே கற்றுக் கொடுத்து விட்டால் அது நீண்ட நாட்களுக்கு நிலைத்து நிற்கும். வாசிப்புப் பழக்கமும் அதற்கு விலக்கு அல்ல.

நான் பள்ளியில் படித்துக் கொண்டிருந்த 1950-களில் ஆசிரியர்கள், தங்கள் மாணவர்களைக் கட்டுரைப் போட்டி, பேச்சுப் போட்டு போன்வற்றுக்கு ஆர்வத்துடன் தயார்படுத்துவார்கள். போட்டிகள் பெரும்பாலும் பழம்பெரும் இலக்கியங்களை அடிப்படையாகக் கொண்டதாகவே இருக்கும். 10-12 வயது வருவதற்குள் திருக்குறள், நாலடியார், ஆண்டாள் பாசுரம் போன்றவற்றில், மாணவர்களுக்கு தேர்வு சார்ந்த தேவையைத் தாண்டி ஒரு நல்ல பரிச்சயம் ஏற்பட்டுவிடும்.

செய்யுளை ஓசை நயத்தோடு அற்புதமாகப் பாடிக் காட்டுவார்கள். ஐம்பது வருடங்கள் கழிந்த பிறகும் எனக்கு அந்தப் பாடல்கள் எல்லாம் நன்கு மனப்பாடமாக இருக்கின்றன.

> 'கற்பூரம் நாறுமோ கமலப்பூ நாறுமோ
> திருப்பவளச் செவ்வாய்தான் தித்தித்திருக்குமோ
> மருப்பொசித்த மாதவன்தன் வாய்ச்சுவையும் நாற்றமும்
> விருப்புற்றுக் கேட்கின்றேன் சொல் ஆழி வெண்சங்கே!'

- அன்று படித்தது இன்றும் நினைவில் இருக்கிறது.

திராவிட இயக்கம் தமிழகத்தில் பல இடையூறுகளை ஏற்படுத்தியிருந்தாலும், வாசிப்பு அனுபவம் வளர்வதற்கு அது ஆற்றிய பங்கை யாரும் குறைத்து மதிப்பிட முடியாது.

அடுக்குமொழிப் பேச்சு என்பது ஒரு எளிய மனிதனை எழுத்து, வாசிப்பு பக்கம் ஈர்க்கக்கூடிய சக்தியுடையது. பத்து கிலோமீட்டர், இருபது கிலோமீட்டர் தூரத்தில் விருப்பத்துக்குரிய தலைவர்களின் சொற்பொழிவு நடக்கிறதென்றால் வேர்க்க விறுவிறுக்க இரண்டு மூன்று பேராகச் சைக்கிளில் போய் அல்லது நாலைந்து பேராக நடந்து போய் கேட்கும் ஆர்வம், அந்த அலங்காரப் பேச்சால் உருவாக்கப்பட்டிருந்தது. அந்தப் பேச்சைக் கேட்கும் ஒருவர் மெள்ள புத்தகங்களை வாங்கிப் படிக்க ஆரம்பிப்பார்.

அரசு சார்பில் கிராமங்கள்தோறும் நூலகங்கள் ஆரம்பிக்கப் பட்டன. அவை மிகவும் சிறப்பாகவும் இயங்கிவந்தன. கிராமத்து வாழ்க்கையில் அப்போது மிகுதியான ஓய்வு நேரம் இருந்தது. பெண்கள் சிறுவர்களாகிய எங்களை அனுப்பி ஏதாவது புத்தகங்கள் எடுத்துவரச் சொல்லி வாசிப்பார்கள். தொடர்கதைகளைத் தொகுத்து வைத்து பைண்ட் செய்து படிப்பார்கள்.

ஆண்களைப் பற்றிக் கேட்கவே வேண்டாம். ‘உத்யோகம் புருஷ லட்சணம்’ என்பார்கள். ஆனால், உண்மையில், ‘புத்தகம் புருஷ லட்சணம்’ என்று சொல்லும் அளவுக்கு கையில் எப்போதும் புத்தகம் இருக்கும். அது ஒரு கவுரவத்துக்குரிய விஷயமாக இருந்தது. சினிமாவுக்குப் போகும்போதுகூட கையில் புத்தகம் இருக்கும்.

ஐம்பது வருடங்களுக்கு முன்பிருந்த நூலகர்களும் நன்கு விஷயம் தெரிந்தவர்களாக இருந்தார்கள். நாம் தேடிப் போகும் புத்தகம் எந்த அலமாரியில் இருக்கும் என்பதை துல்லியமாகச் சொல்ல முடிந்தவர்களாக இருப்பார்கள். நூலகத்தில் அந்தப் புத்தகம் இல்லையென்றால் அதைக் குறித்துவைத்துக்கொண்டு வாங்கித் தரும் அளவுக்கு ஆர்வம் கொண்டவர்களாக இருந்தார்கள். இன்று நான் சில நூலகங்களை ஆர்வத்தின் காரணமாகச் சென்று பார்த்தேன். நூலகருக்கு எந்த நூல் எங்கிருக்கிறது என்று ஒன்றுமே தெரியவில்லை. ஒரு நூல், அந்த நூலகத்தில் இருக்கிறதா இல்லையா என்பது கூடத் தெரியவில்லை.

எந்தத் தேதியில் அந்த நூலகத்துக்கு புத்தகம் வந்ததோ அந்த வரிசையில் அடுக்கி வைத்திருக்கிறார்கள். எழுத்தாளர் பெயரின் அடிப்படையிலோ, சப்ஜெக்ட் அடிப்படையிலோ அடுக்கவில்லை. சரி நூலகர்கள்தான் இப்படியென்றால் படிக்க வருபவர்கள் அதைவிட மோசமாக நடந்து கொள்கிறார்கள்.

எங்கள் காலத்தில் ஜெராக்ஸ் எல்லாம் கிடையாது. ஏதாவது ஒரு நூல் எங்களுக்குத் தேவையென்றால் உட்கார்ந்து ஒவ்வொரு வரியாக எழுதி, பிரதி எடுப்போம். ஆனால், இன்றோ எல்லா வசதிகளும் இருக்கிறது. அப்படியும் சில நூலகங்களில் நான் பார்த்தபோது புத்தகங்களில் பல பக்கங்கள் கிழிக்கப்பட்டிருந்தன. இது எவ்வளவு பெரிய அராஜகம் பாருங்கள். பொறுமையின்மை, அலட்சியம், அதிசுயநலம், வன்முறைப் போக்கு என எல்லா தீயஅம்சங்களும் இதில் வெளிப்படுகிறது.

எனது வாசிப்பின் அடுத்த கட்டமாக துப்பறியும் நாவல்கள், கல்கி, சாண்டில்யன் எழுதிய சரித்திர நாவல்கள் படிக்க ஆரம்பித்தேன்.

சாண்டில்யனை ரொமான்டிக்காக எழுதுபவர் என்று பலர் குற்றஞ்சாட்டுவதுண்டு. ஆனால், சரித்திர விஷயத்தில் அவர் எந்தப் பிழையான தகவலையும் தந்ததில்லை.

ஒரு கதை... 'ஜலதீபம்' என்று நினைக்கிறேன்; மராட்டிய மன்னர் சிவாஜியின் தளபதி ஒருவரைப் பற்றியது. அதில் கோட்டைகள், அரண்மனைகள் பற்றி சில குறிப்புகள் இடம்பெற்றிருந்தன. நான் மஹாராஷ்டிரா போனபோது அந்தக் கதையில் குறிப்பிடப்பட்டிருந்த இடங்கள் அப்படியே இருந்ததைக் கண்டு வியந்து போனேன்.

அதுபோல, ஒரு சரித்திரக் கதை எழுதும்போது அந்தக் காலகட்டத்தில் புழக்கத்தில் என்ன சொல் இருந்ததோ அதையே பயன்படுத்தினார்கள். 'மாவட்டம்' என்றொரு சொல்லை அவர்கள் பயன்படுத்தியதில்லை. இது 50 வருடங்களுக்கு முன்னால் வந்த சொல். அந்த அளவுக்கு பிரக்ஞைபூர்வமாகவே சரித்திரக் கதைகளை எழுதியிருக்கிறார்கள். அதன்பிறகு, தினமணியில் வரும் பொருளாதாரக் கட்டுரைகளைப் படிக்க ஆரம்பித்தேன்.

அலுவல் நிமித்தமாக நான் பம்பாய்க்குச் சென்றேன். அங்கிருந்த பம்பாய் தமிழ் சங்கத்தினருடன் நெருக்கமான தொடர்பு ஏற்பட்டது. அங்கிருந்த நூலகத்தில் மிக அற்புதமான நூல்கள் படிக்கக் கிடைத்தன. வே.நாகராஜன் என்பவர் தமிழ்சங்கத்தின் செயலாளராக இருந்தார். அவர் தான் எனக்கு நவீன தமிழ் இலக்கியத்துடன் அறிமுகம் ஏற்படுத்தித் தந்தார். எனக்கு ஏற்கெனவே சங்கத் தமிழ் இலக்கியங்களுடன் மிகுந்த ஈடுபாடு இருந்தது. பம்பாயில் இருந்தபோது ரா.பத்மநாபன் என்பவரிடம் கம்பராமாயணம் படித்தேன். அவர் பழந்தமிழ் இலக்கியங்களில் பலவற்றை எனக்கு அருமையாக கற்றுத் தந்தார்.

பொதுவாக ஒருவருடைய வாசிப்பு பழக்கம் வளர வேண்டுமானால் தாய்மொழிக் கல்விக்கு அதிக முக்கியத்துவம் தரவேண்டும். எந்த ஒரு நாட்டைச் சேர்ந்தவராக இருந்தாலும் தாய்மொழியில் வெளியாகும் நூல்களைத்தான் எளிதில் படிக்க முடியும்.

உலக மொழிகளிலேயே இனிமையான மொழியாக பாரதியால் சொல்லப்பட்ட வளமான மொழியான தமிழ் மொழியில் ஈடுபாடு வரவைக்க வேண்டுமானால் எந்த சிரமமும் படத் தேவையில்லை. அதிலும் தமிழர்களுக்கு தமிழ் படைப்புகளின் மீது ஆர்வத்தை ஏற்படுத்துவது என்பது குழந்தைக்கு தாய் மேல் பாசத்தை ஏற்படுத்த முயல்வதைப் போன்றது. தாயையும் சேயையும் பிரிக்காமல் இருந்தாலே போதும்.

இன்றைய நிலையில் மருத்துவம், பொறியியல், கணினி போன்ற தொழில் சார்ந்த கல்விக்கே அதிக முக்கியத்துவம் தரப்படுகிறது. இந்தப் படிப்பு படிப்பவர்கள் தமிழ் பாடப் பிரிவை, 35 மதிப்பெண் பெற்று பாஸானால் போதும் என்ற மனோ பாவத்துடன் மிகவும் துச்சமாகவே மதித்துப் படிக்கிறார்கள். ஃப்ரொஃபஷனல் துறைக்குப் போகவேண்டுமானால், தமிழிலும் அதிக மதிப்பெண்கள் எடுக்க வேண்டும் என்று நமது அரசாங்கம் சட்டம் கொண்டுவர வேண்டும். அப்போதுதான் தமிழை உரிய மரியாதை கொடுத்துப் படிப்பார்கள். அது நிச்சயமாக தமிழ் படைப்புலகை நோக்கி ஒருவரை ஆற்றுப்படுத்தும்.

12

ஆனந்த விகடன்

நேர்காணல் ஜூன் 2008

சந்திப்பு
தளவாய் சுந்தரம்

முழுக்கை சட்டை, பாலிஷ் செய்யப்பட்ட பளபளக்கும் ஷூ, சட்டையை இன் செய்து கச்சிதமான தோற்றத்தில் ஓர் உயர் அதிகாரி போல் இருக்கிறார் எழுத்தாளர் நாஞ்சில் நாடன். பேசத் தொடங்கினால், தோளில் துண்டும் வேஷ்டியுமாக குளத்தங் கரையோரம் நின்று கவலையோடு வயக்காட்டைப் பார்க்கும் கிராமத்து விவசாயியாக மாறிவிடுகிறார் மனிதர்! ஆறு நாவல்கள், நூறுக்கும் மேற்பட்ட சிறுகதைகள், விவாதங்களை எழுப்பிய பல கட்டுரைகள் என தமிழ் மொழிக்கு செழுமை சேர்த்த தனித்துவமான எழுத்தாளர்களில் ஒருவரான நாஞ்சில்நாடனா இவர் என ஆச்சரியம்!

மாறிவரும் சமூக மதிப்பீடுகள் முன் மனிதர்களும் மண் சார்ந்த உறவுகளும் என்னவிதமான மாற்றங்களுக்கு உள்ளாகி இருக்கிறார்கள் என்பதை நுட்பமாகவும் ஆழமாகவும் எடுத்துரைப்பவை நாஞ்சில் நாடன் படைப்புகள். நகரங்களுக்கு குடிபெயரும் படித்த கிராமத்து இளைஞர்களின் தவிப்பை இவர் அளவுக்கு இயல்பாக பதிவு செய்தவர்கள் யாரும் இல்லை. இலக்கியம், பண்பாடு, அரசியல், சினிமா, குடி எனப் பல்வேறு விஷயங்கள் குறித்த நாஞ்சில் நாடனுடனான மிக நீண்ட சந்திப்பின் ஒரு பகுதி இங்கே...

கே : பொங்கல், தமிழர்கள் பண்டிகை. ஆனால், நாம இப்போ தீபாவளியைக் கொண்டாடுவது மாதிரி பொங்கலில் ஆர்வம் காட்டுவதில்லையே?

பதி : பொங்கல் தமிழர்களுக்கான பண்டிகை எனச் சொல்வதுடன் எனக்கு முரண்பாடு இருக்கு. பொங்கல், விவசாயிகள் பண்டிகை. தமிழ்நாட்டில் புறக்கணிக்கப்பட்டவர்கள் விவசாயிகள். விவசாயத்தையும் இயற்கையையும் மதிக்காத ஒரு சமூகம், எப்படி அவர்கள் பண்டிகையை மட்டும் தங்கள் பண்டிகையாகக் கொண்டாட முடியும்? தமிழ்நாடு தவிர, எனக்கு தெரிந்தது

வங்காளம், மகாராஷ்டிரா, ஆந்திரா உட்பட பல மாநிலங்களில் வேறு பெயரில், வேறு வடிவத்தில் இந்தப் பண்டிகை விவசாயிகளால் கொண்டாடப்படுகிறது. எனவே, பொங்கலை தமிழ்நாட்டுக்கு மட்டுமான ஒரு பண்டிகையாக எடுத்துக் கொள்ள முடியாது.

திராவிட அரசியலுக்குப் பிறகுதான், தைப் பொங்கலுக்கு தமிழர்கள் பண்டிகை என்ற சாயம் ஏற்றப்பட்டது. சரி, தமிழர்கள் பண்டிகை என்றே வைத்துக்கொள்வோம்; எல்லாத் தமிழர்களும் பொங்கலைக் கொண்டாடுகிறார்களா என்ன? தமிழினத்தில் பதினைந்து சதவிகிதமான கிறிஸ்தவர்களும் இஸ்லாமியர்களும் பொங்கல் கொண்டாடுவதில்லை. நகரத்தில் வாழ்பவர்கள், விவசாயம் சம்பந்தப்படாதவர்கள் ஆகியோருக்கும் பொங்கலுக்கும் என்ன சம்பந்தம்? அவர்களைப் பொறுத்த வரை பொங்கல் என்பது டி.வி. நிகழ்ச்சிகளும், புதிய சினிமாக்களும் சினிமா நடிகர்களும் பட்டி மண்டபங்களும் மட்டும்தானே.

ஃபேஷன் என்கிற பெயரில் நம்மீது நிறைய விஷயங்கள் திணிக்கப்பட்டிருக்கின்றன. நம் நிலத்துல வெளைகிற தானியங்களைக் கொண்டே செய்கிற பண்டிகைப் பலகாரங்கள் பல இருக்கு. அரிசி, தேங்காய், சர்க்கரை மூன்றும் இருந்தா சர்க்கரைக் கொழுக்கட்டை; சர்க்கரைக்குப் பதிலா உப்பு சேர்த்தா உப்பு கொழுக்கட்டை. இதுல எதையும் வெளியே இருந்து வெலைக்கு வாங்கலை. இப்படி நூற்றுக்கணக்கானப் பலகாரம் செய்து சாப்பிட்டுருக்காங்க நம்ம தாத்தாவும் பாட்டியும். அறுபது வருஷத்துக்கு முந்தி நாஞ்சில் நாட்டுக்காரன் ஜிலேபி, அல்வா, லட்டுன்னு எதையாவது கண்டிருப்பானா? ஆனால், இன்னைக்கு எந்த ஊரு ஸ்வீட் ஸ்டாலாக இருந்தாலும் அங்கே குறைந்தது பதினைந்து வகையான ஸ்வீட்களைப் பார்க்கலாம். அதில ஒன்னு கூட தமிழ்நாட்டுப் பலகாரம் கிடையாது. எல்லாமே வடநாட்டில் இருந்து இறக்குமதி ஆனவை. கொஞ்ச நாளைக்கு முன்னால வரைக்கும் சில கடைகள்ல அதிரசம் பார்க்கலாம். இப்போது அதுவும் இல்லை. நம்ம நாட்டுப் பலகாரங்கள் மறக்கடிக்கப்பட்டு, இந்த ஸ்வீட்கள் எல்லாம் ஏன் நம்மீது திணிக்கப்பட்டிருக்கிறது? கிராமத்து வாசலுக்கு புரோட்டா கடை வந்தாச்சு. கிராமத்து மனுசனுக்கு ஹோட்டல்ல போய் சாப்பிட வேண்டிய அளவுக்கு என்ன

நெருக்கடி வந்தது? இதெல்லாம்தான் நாகரிகம், வளர்ச்சின்னு பேன்ஸியாக ஆக்கப்பட்டிருக்கிறது. இவை நமக்கு என்ன நன்மைகள் செய்திருக்கின்றன? இந்த மாற்றங்கள் ஆரோக்கியமான மாற்றங்கள் இல்லை.

கே : **சுதந்திரத்துக்குப் பிறகு, கடந்த அறுபது வருடத்துல எமர்ஜென்ஸி உட்பட எவ்வளவோ பெரிய அரசியல் மாற்றங்களை தமிழ்நாடு சந்திச்சிருக்கு. ஆனால், இதற்கான எதிர்வினை, பதிவுகள்ங்கிறது நவீன தமிழ் இலக்கியத்தில் மிகக் குறைவு. நவீன இலக்கியப் படைப்பாளிகளில் பலர் அரசியல், சமூக பிரச்னைகளைப் பற்றி கருத்து சொல்வது மிகக் குறைவு. ஏன் படைப்பாளிகள் அரசியலில் இருந்து ஒதுங்கி இருக்க விரும்புறாங்க?**

பதி : உண்மைதான். தமிழ் எழுத்தாளனுக்கு அரசியல் கருத்து சொல்வது பற்றி அச்சம் இருக்கு. எலுமிச்சம் பழம் புளிக்கும்னு தமிழ் எழுத்தாளனுக்கும் தெரியும். ஆனால், புளிக்குன்னு எழுத்தில் 'கமிட்' பண்ண இவன் ஏழு நாட்கள் யோசிக்கிறான். அதனால ஏதாவது பாதிப்பு, கெடுதல் வருமா? ஒருவேளை எலுமிச்சம் பழம் இனிப்பா இருந்துட்டா; நாம சொல்றது தப்பா போயிடுமோன்னு இவனுக்கே உறுதி இல்லை. எல்லோரையும் மாதிரி பாதுகாப்பா, சௌகரியமா இருந்துட்டுப் போயிருவோம்னு நினைக்கிறான். ஆனால், இப்படி பாதுகாப்பை நினைச்சு கவலைப்படுபவன் எப்படி சுதந்திரமான எழுத்தாளனா இருக்க முடியும்? ஓவியன், சிற்பி, இசைக் கலைஞன் எல்லோரையும்வடி கூடுதல் சமூகப் பொறுப்பும் அக்கறையும் உள்ளவன் எழுத்தாளன்.

தேனியில இருந்து ஆண்டிப்பட்டி வழியா மதுரைக்கு வர்ற வழியில இருந்த ஒரு மலையை இப்போ காணோம். கிரானைட்டா எக்ஸ்போர்ட் ஆயிடுச்சு. அந்நியச் செலாவணி, தேசிய வருமானம்னு வர்த்தக நிபுணர்கள் சொல்றாங்க. மக்களுக்கும் சந்ததிகளுக்கும் சொந்தமான, நிரந்தரமான ஒரு இயற்கைச் செல்வத்தை இல்லாம ஆக்குவதற்கான உரிமையை உனக்கு யார் தந்தான்னு எழுத்தாளன் கேட்க வேண்டாமா?

முப்பது வருஷத்துக்கு முன்னாடி திருவனந்தபுரம் கோவளம் பீச்சுக்குப் போனா, எல்லாப் பகுதிக்கும் போயிட்டு வர முடியும். அதன் அழகை ரசிக்கலாம்; உட்கார்ந்து இளைப்பாறலாம். ஒரு சாதமாரண குடிமகனா இந்த உரிமை, இப்போது

பறிக்கப்பட்டு பத்து சதமானம் மக்களுக்கு தாரை வார்க்கப் பட்டுள்ளது. என் பாக்கெட்டுல பத்தாயிரம் ரூபாயும் ஸ்டார் ஹோட்டல்ல அறையும் போட்டிருந்தா மட்டும்தான் இப்போ அந்தக் கடலை நான் ரசிக்க முடியும். நான் ஒன்னும் அந்த இடத்தை வெட்டி வீட்டுக்கு எடுத்துட்டுப் போயிடப் போவதில்லையே. ஒரு அரைமணி நேரம் அந்த இடத்தைப் பார்ப்பதற்கான உரிமை சாதாரண குடிமகனுக்கும் அவன் பிள்ளைகளுக்கும் மறுக்கப்படுகிறது. ஒரு பொதுச்சொத்தை செல்வந்தவர்கள் கூறுபோட்டிருக்கிறார்கள். என் நாட்டின் இயற்கையில் எனக்குப் பங்கு இல்லையான்னு ஒரு எழுத்தாளன் கொதிச்சு எழுந்திருக்க வேண்டாமா?

ஒரு நாள்ல, ஒவ்வொரு டிராபிக்கிலயும் எவ்வளவு நேரம் காத்திருக்க வேண்டியிருக்கு? என்னுடைய அரை மணிநேரம், உங்கள் அரைமணி நேரம், இன்னும் லட்சக்கணக்கான மக்களின் அரை மணி நேரங்கள் பாழாய்ப் போயிட்டு இருக்கு. எவ்வளவு சத்தம், எவ்வளவு தூசி? இதுக்கெல்லாம் யார் பொறுப்புங்கிற கேள்வி ஒரு எழுத்தாளனுக்கு வரணும் இல்லையா? வரும்; ஆனால், அதை எழுத்துல வெளிப்படுத்தப் பயப்படுகிறான்.

நான் எழுத்தாளனை நேரடி அரசியல்ல ஈடுபடுன்னு சொல்லலை. இந்த சமூகத்துக்கு நீ கடமைப்பட்டவனா, இல்லையான்னு தான் கேட்கிறேன். இப்படி உங்களையும் உங்க சமூகத்தையும் பாதிக்கிற, உங்களைச் சுற்றி நடக்கிற விஷயங்களைக் கண்டுக்காம எப்படி எழுதமுடியும்? படைப்புகளின் அர்த்தம் என்ன? சமூக ரீதியாகவும், மதரீதியாகவும், வர்க்கரீதியாகவும் எந்த வகையில் அநியாயம் நடந்தாலும் அதைச் சொல்றதுதானே படைப்பு. வங்காளம், மகாராஷ்டிரா, கேரள மாநில எழுத்தாளர்களுக்கு இருக்கும் சமூகப் பொறுப்பு தமிழ் எழுத்தாளனுக்கு இருக்கான்னு கேட்டால் இல்லைன்னுதான் சொல்வேன்.

இன்னொரு பக்கம், எதுக்கு அதிகாரத்திலும் அரசியலிலும் இருப்பவங்களைப் பகைச்சிக்கணும், நாளைக்கு அவனால ஒரு காரியம் ஆகவேண்டி இருக்கும்ங்கிற ஒரு எதிர்பார்ப்பு இப்போது எழுத்தாளர்களுக்கு உருவாகி இருக்கு. எனக்கோ, முந்தின தலைமுறை எழுத்தாளர்களுக்கோ இல்லாத எதிர்பார்ப்பு இது. முப்பது வருஷத்துக்கு முன்னாடி... முப்படை களுக்கான ஒரு நிகழ்ச்சி. அதில், அல்லா ரக்கா தபேலா, பிஸ்மில்லாகான் ஷெனாய் கச்சேரி. பிஸ்மில்லாகான்

வாசித்துக் கொண்டிருக்கும்போது இரண்டாவது, மூன்றாவது தளங்களில் இருந்து ஒரு சலசலப்பு. பிஸ்மில்லா கான், ''சுப்ரகோ'' என்று இரண்டு முறைக் கேட்டுக் கொள்கிறார். சலசலப்புக் குறையவில்லை. மூன்றாவது முறை, ஷெனாயைத் தூக்கி பைக்குள் வைத்துக்கொண்டு எழுந்து போய்விட்டார். அல்லா ரக்கா, தபேலாவை மூடுகிறார். இந்திய அரசின் மூப்படை தளபதிகளும், மகாராஷ்டிரா கவர்னரும் முன் வரிசையில் உட்கார்ந்திருக்கிற ஒரு அரங்கத்தில் அவர்களை நிராகரித்துவிட்டு செல்கிற ஒரு கர்வம் அந்தக் கலைஞர்களுக்கு இருந்தது. ''நீ யாரா இருந்தால் எனக்கென்ன; என்கிட்ட இருப்பது சரஸ்வதி; வித்தை, அதுக்கு முன்னால நீ பணிந்து தான் ஆகணும்'' என்கிறார் பிஸ்மில்லாகான். அமெரிக்காவுக்கு வந்து செட்டிலாகிருங்கன்னு பிஸ்மில்லாகானைக் கூப்பிடுறாங்க. அங்கே விஸ்வநாதர் ஆலயமும், கங்கா மாவும் இருக்கான்னு கேட்கிறார், அவர்.

நம் மரபிலும் கலைஞர்களுக்கு இந்த செம்மாந்த நிலை இருந்திருக்கிறது. கிழிந்த துணியை உடுத்திக் கொண்டு, அரசனுக்கு முன்னாடி, 'வளநாடு உனதோ, மன்னவனும் நீயோ; உன்னை அறிந்தோ தமிழை ஓதினேன்' என்கிறான் கம்பன். அரசன் நினைச்சா 'லக்கலக்கலக்க'ன்னு கம்பன் தலையை சீவி இருக்க முடியுமே. அரசன் செய்யலை; சாதாரண கிழிஞ்ச துணி உடுத்தியக் கம்பனைக் கண்டு அவன் பயந்திருக் கிறான். இப்போதுள்ள கவிஞர்கள், ''நீ எழுதுவதுதான் தமிழ். உன் முன்னாடி பேனா எடுக்கவே எனக்குக் கூசுது'' என்கிறார்கள். இப்படி எதிர்பார்ப்போடு இருக்கிறவன் எப்படி கலைஞன்ங்கிற கர்வத்தோட அநியாயத்தை எதிர்க்க முடியும்? பிஸ்மில்லா கானுக்கும், அல்லா ரக்காவுக்கும், கம்பனுக்கும், ஜெய காந்தனுக்கும் இருந்த கர்வம் இல்லைன்னா இலக்கியத்துல எதுவுமே செய்ய முடியாது.

சரி, அவ்வளவு கர்வமா இருக்கும்படியா தமிழ்ச் சமூகம் எழுத்தாளனை வெச்சிருக்கா என்றால் தயக்கத்தோடு இல்லை என்றுதான் சொல்லவேண்டும். ஆக, தமிழ் எழுத்தாளனின் பயத்துக்கு நியாயம் இருக்குங்கிறதை மறுக்க முடியாது. இந்த சமூகத்தில் எழுத்தாளனுக்கு என்ன மரியாதை இருக்கு? சினிமாவுக்குப் பாட்டு எழுதுகிறவங்களும், அரசியலிலும் அதிகாரத்திலும் பெரிய பதவிகளில் இருப்பவங்களும்தானே

இங்கே உலக மகா கவிஞர்கள். ஒரு தேசிய ஆங்கிலப் பத்திரிகையில் லா.ச.ராமாமிருதம் பற்றிய ஒரு கட்டுரைல, அவர் படத்துக்கு பதிலா லா.சு.ரங்கநாதன் படத்தைப் போட்டுருக்காங்க. பத்திரிகை ஆசிரியருக்கே லா.ச.ராமாமிருதம் யாருன்னு தெரியலை. இந்த லட்சணத்துல வாசகர்களுக்கு எப்படி லா.ச.ரா.வைத் தெரியும்? நண்பர் ஒருவர் சொன்னார் ஹங்கேரியில் பிரேக் ஏர்போர்ட்ல இறங்கி வெளியே வந்ததும், பெரிய விளம்பரப் பலகை ஒன்று நம்மை வரவேற்கிறது. 'நீங்கள் மொசார்ட்டும் காஃப்காவும் பிறந்த ஊருக்கு வருகை தருகிறீர்கள்' என்றிருக்கு அதுல. சென்னையில அதுமாதிரி ஒரு போர்ட் வச்சா, என்ன எழுதுவாங்கங்கிறதை நான் சொல்லித் தெரிய வேண்டியதில்லை. நியாயமா ஒரு கலைஞனுக்கு கிடைக்கவேண்டிய அங்கீகாரம் மரியாதை எல்லாவற்றையும் இங்கே யாரோ பறிச்சிகிட்டுப் போறாங்க. கேரளாவிலோ, கர்நாடகத்திலோ மகாராஷ்டிராவிலோ இது நடக்குமா? ஒரு கொத்து வேலை, தச்சு வேலை செய்கிறவனுக்குக் கிடைக்கிற கூலிகூட, ஒரு சிறுகதைக்கு செலவழித்த உழைப்புக்காக எழுத்தாளனுக்கு கிடைப்பதில்லை. மனைவி, குழந்தைகளுக்கான எவ்வளவு நேரத்தை செலவழித்து அந்தக் கதையை அவன் எழுதியிருப்பான். மாதம் எத்தனை ஆயிரம் ரூபாய்க்கு புத்தகம் வாங்கியிருப்பான்.

ஒரு எழுத்தாளன் எதிர்மறையான கருத்தைச் சொன்னா, அவன் உயிருக்கும் உடமைக்கும் பாதுகாப்பற்ற சூழல்தான் இங்கே இருக்கு. ஒரு டிவிஎஸ் 50-ல வந்துகூட அவனை இடிச்சு கொன்னுட முடியும். அந்த அளவுக்கு பலமில்லாத தனி ஆள் அவன். வெளியில உள்ள ஆபத்துகளைவிட இலக்கியத்துக் குள்ளேயே இருக்கும் ஆபத்து இன்னும் மோசம். பெண்ணியத் துக்கும் தலித்தியத்துக்கும் பொதுவுடமை தத்துவத்துக்கும் ஆதரவா எழுதுவது சுலபம். முற்போக்கானவனா உங்களைக் காட்டிக் கொள்ளமுடியும். சரக்கு செலவாணி ஆகும். ஆனால், இவற்றை விமர்சனம் பண்ணி எழுதுவது சிரமம். மீறி எழுதினா பயங்கரமான எதிர்ப்புகளை நீங்கள் சந்திக்க வேண்டி இருக்கும். இந்த எதிர்ப்புகளை தன்னால சந்திக்க முடியுமா என்ற அச்சம் எழுத்தாளனுக்கு இருக்கு. 'பின்தொடரும் நிழலின் குரல்' எழுதியதுக்காக ஒரு பகுதியினரால் இன்றும் ஜெயமோகன் காழ்ப்புடன் பார்க்கப்படுகிறார். என் காதுபடப் பேசிஇருக்கிறார்கள், கோவைக்கு அவர் வந்தால் காலை

உடைப்பேன் என்று. ஏன் ஒரு படைப்பாளி, ஒரு அரசியல் கட்சியை விமர்சித்து எழுதக்கூடாது? இதனாலதான் யாரையும் காயப்படுத்தாம, புண்படுத்தாம, நிரந்தரமான ஒரு வேலை, குடும்பம்னு சர்வ நிச்சயங்களோட வாழ்ந்துட்டு போயிருவோம்னு படைப்பாளி நினைக்கிறான்.

அச்சமும் கவலையும் உள்ள எழுத்து தன் ஜீவனையும் ஆற்றலையும் இழந்துவிடுகிறது. எழுத்தாளன், தான் சரின்னு நினைப்பதை சொல்ல முதல்ல இந்த சமூகம் அவனை மதிக்கனும்.

கே : ரவிக்குமார், சல்மா, கனிமொழி, தமிழச்சின்னு நவீன இலக்கியவாதிகள் அரசியலுக்கு வருகிறாங்களே?

பதி : படைப்பாளிகள் அரசியலுக்கு வர்றது நல்லதுதான். நடைமுறை அரசியல்வாதிகளைவிட நடைமுறை சமூகப் பிரச்னையை இவங்க அதிகம் உணர்ந்திருப்பாங்கதான். ஆனால், படைப்பாளியா எந்தளவுக்கு சமூகப் பொறுப்புணர்வோடு இருந்தாங்களோ, அப்படியே அரசியல்லயும் இருக்காங்களா என்பதுதான் முக்கியம். இருந்தாதான் அவர்கள் அரசியலுக்கு வருவதில் அர்த்தம் இருக்கு. இப்போதான் இவங்க எல்லோரும் வந்திருக்காங்க. எனவே, பொறுத்திருந்து பார்த்துதான் இவங்களை மதிப்பீடு செய்யமுடியும்.

கே : 'சினிமாவில் சிகரெட் காட்சிகளைத் தடைசெய்யணும்'னு அன்புமணி ராமதாஸ் சொல்லி வருகிறார். விஜய் 'என் படங்களில் இனிமே சிகரெட் காட்சிகள் இடம்பெறாது'ன்னு சொல்கிறார். இது ஒரு படைப்பாளியின் சுதந்திரத்தில் தலையிடுவது ஆகாதா?

பதி : சினிமாவில் சிகரெட் குடிக்கலாமா, கூடாதா என்பதை கதையும் காட்சியும்தான் தீர்மானிக்கவேண்டும். புகை பிடிப்பது தவறு, அதைத் தடுக்கனும்னா, சினிமாவில் சிகரெட் காட்சிகளை இல்லாமல் செய்து, சிகரெட் பாக்கெட்டுல சின்னதா 'சிகரெட் உடல்நலத்துக்கு தீங்கானது'ன்னு குறிப்பிட்டா மட்டும் போதுமா? புகையிலைப் பயிர்செய்வதில் கட்டுப்பாடுகள் கொண்டு வரணும். சிகரெட் கம்பெனிகளின் லைசன்ஸைக் கேன்சல் செய்யனும். ஆனால், அதைச் செய்யமாட்டாங்க. ஏன்னா, அதன் மூலம் வரும் வருமானத்தை இழக்க இவங்கத் தயாரா இல்லை. அரசு மதுபானக் கடைகளால் மட்டும்

ஆண்டுக்கு ஏழாயிரம் கோடிக்கு மேல் வருமானம் வருகிறது. அதை வாங்கி பாக்கெட்டுல போட்டுட்டு, ‘குடி குடியைக் கெடுக்கும்’னு யாருக்கு இவங்க போதிக்கிறாங்க?

கள், நம்ம ஊர்ச் சரக்கு; உணவும் மருந்தும் சேர்ந்த இயற்கையான போதைப் பொருள். ஆனா, அதைத் தவறுன்னு தடை பண்ணியிருக்காங்க. கேரளா, ஆந்திரா, கர்நாடகான்னு நம்மைச் சுற்றியிருக்கிற எல்லா மாநிலங்கள்லயும் கள் இறக்கலாம், குடிக்கலாம். அந்த மாநிலங்கள்ல சரியா இருக்கிற ஒரு விஷயம் நம்ம மாநிலத்துல மட்டும் எப்படி தப்பா போச்சு? கள் இறக்க அனுமதிச்சா ஏழாயிரம் கோடி வருமானம் பாதியாக ஆயிரும். கள் இறக்கினா ஒரு சமூகமே வாழும். 150 ரூபாய்க்கு குடிக்கிறவன், 50 ரூபாயில் திருப்தியா குடிச்சிட்டு மிச்ச 100 ரூபாயை வீட்டுல கொண்டுபோய் கொடுப்பான். அந்த 100 ரூபாயை அவனிடம் இருந்து பிக்பாக்கெட் அடிக்கத் தான் கள்ளைத் தடைசெய்து, ஐ.எம்.எஃப்.எல் சரக்குகளை அரசாங்கமே விற்குது.

சரி, ஏழாயிரம் கோடி ரூபாய் வருமானம் தருகிறவங்கன்னு குடிமகன்களை இந்த அரசாங்கம் மரியாதையா நடத்து தான்னா அதுவும் இல்லை. மூன்று ரூபாய் கொடுத்து டீ குடிக்கும்போது கிடைக்கிற மரியாதை டாஸ்மாக் பார்களில் கிடைப்பதில்லை. டீக் கடையில், போன உடனே ‘வாங்க’ங் கிறான்; டேபிளைத் துடைக்கிறான்; தண்ணீர் கொண்டு வந்து வைக்கிறான்; லைட், ஸ்ட்ராங், சுகர் கம்மி, ஆத்தாம, சூடு குறைவான்னு நாம சொல்றதுக்கு தக்கபடி போட்டு தர்றாங்க. ஆனா அரசாங்கம் நடத்துற டாஸ்மாக் பார்ல... உலகத்துல உள்ள மொத்த சாக்கடை ஈக்களும் அங்கதான் இருக்கு. டேபிளைத் துடைப்பதேயில்ல; குடிச்சி போட்ட பாட்டில் அங்கேயே கிடக்கும். எலி, பெருச்சாளி, குப்பைக்கு குறைவே கிடையாது. கொசுக்கடி இருக்க முடியாது. பாட்டில், சைடு டிஸ் சேர்த்து இவன் கொடுக்கிற தொன்னூறு ரூபாய்க்கு அரசாங்கம் தருகிற பரிசு இவ்வளவு துன்பங்களும். வேற எந்தத் தொழில்லயாவது வாடிக்கையாளனை இவ்வளவு கேவலமா நடத்த முடியுமா? மூன்று ரூபாய் மதிப்புள்ள சைடு டிஸ்ஸை பத்து ரூபாய்க்கு விற்கிறான்; ஏழு பைசா மதிப்புள்ள பிளாஸ்டிக் கப்பு ஒரு ரூபாய். தண்ணீர் இலவசம் கிடையாது. ‘குடி குடியைக் கெடுக்கும்’னு பிரசாரம் செய்கிற அரசாங்கமே

தான் இந்த கொள்ளைகளை கண்டுக்காம அனுமதிக்குது. கொத்து வேலைக்காரன், பஸ் கண்டக்டர், சாதாரணக் கூலித் தொழிலாளி போன்றவங்கதான் இங்க குடிக்க வர்றாங்க. சமத்துவம், சகோதரத்துவம், சமூகநீதி பேசுகிற சோஷலிச அரசாங்கம் தன் குடிமக்களையே பன்றியைவிட கேவலமா நடத்துகிறதை டாஸ்மாக் பார்ல பார்க்கலாம்.

எப்படி இத்தனைக் கொடுமைகளையும் குடிமகன்கள் பொறுத்துகிறாங்க? குடிப்பதை அவன் ஒரு குற்றவுணர்வோடு செய்கிறான். அப்படி செய்ய அவன் பயிற்றுவிக்கப்பட்டிருக் கிறான். ஏன் குடிக்கிறது சம்பந்தமா ஒருவர் குற்றவுணர்வு அடையணும்? குடிக்கிறது ஒன்றும் கொலை மாதிரியான குற்றம் கிடையாதே. அசைவம் சாப்பிடுவது எப்படி என் தேர்வோ, அதுபோல குடிப்பதும் என் தேர்வு. குடி சரியா, தப்பா என்பது அடிப்படையில் மனுஷனுக்கு மனுஷன் மாறுபடும் விஷயம். இங்கிலீஷ்காரன் குடிப்பது சரி, நான் குடிப்பது தப்புன்னா எப்படி? குடி, ஒழுக்கம் சார்ந்த ஒரு விஷயமே தவிர, அறம் சார்ந்த விஷயம் இல்லை. முன்னெல்லாம், ‘குடிக்கலைன்னா இவர் செத்துப் போயிருவாரு’ங்கிற மாதிரி டாக்டர் பிரிஸ்கிரிப்ஷன் இருந்தாதான் பிராண்டி ஷாப்களில் பிராண்டி வாங்க முடியும். அப்புறம் அதைத் தளர்த்தி, ஆறரை கோடி தமிழர்களில் பத்து வயசுக்கு மேல் நாற்பது வயசுக்கு உள்ள ஒரு தலைமுறைக்கு குடியை அறிமுகம் செய்தது யார்? அரசாங்கம்தானே. இந்த முரண்பாடு உண்மையிலேயே எனக்குப் புரியமாட்டேங்குது.

கே : ஜெயமோகன், எஸ்.ராமகிருஷ்ணன் போன்ற எழுத்தாளர்கள் சினிமாவுக்கு வந்திருக்கிறார்கள். உங்களுக்கு ஒரு வாய்ப்பு வந்தால், நீங்க வருவீங்களா?

பதி : சினிமாவுக்கு எழுதுகிற எண்ணம் எனக்கு எப்போதுமே இல்லை. சினிமாவில் எனக்கு நிறைய நண்பர்கள் இருக்காங்க, என் மீது மரியாதை வெச்சிருக்காங்க. நானும் அவங்க மேல மரியாதை வெச்சிருக்கேன். எனக்குத் தெரிந்து பிரமாதமான எழுத்தாளனாக வந்திருக்கக்கூடிய அனேகம் பேர் உதவி இயக்குநர்களாக சினிமாவில் இருக்காங்க.

பல இயக்குநர்கள், அவர்களுக்கு பிடிச்ச எழுத்தாளர்னு என்னைச் சொல்றாங்க; சந்தோஷம். ஆனால், அப்படிச் சொல்கிற பெரும்பாலான சினிமாக்காரங்க, தொடர்ந்து என் படைப்புகளில் இருந்து திருடுறாங்க என்பதுதான் வருத்தத்

துக்குரிய விஷயம். ஊர்ல சொல்வாங்க... பிள்ளையில்லாதவன் சொத்துன்னு. நம்மூர் சினிமாக்காரங்களுக்கு தமிழ் நாவல் களும் சிறுகதைகளும் பிள்ளையில்லாதவன் சொத்து மாதிரி. வேண்டியதை, வேணும்கிற போது எடுத்துக்கிறாங்க. அந்தப் படைப்புக்கு சொந்தக்காரனிடம் அனுமதி பெறவேண்டும்; உரிய அங்கீகாரம் கொடுக்கனும்; அதற்கான விலையைக் கொடுக்கனும்னு எதுவுமே கிடையாது. கி.ராஜநாராயணனுக்குப் பிறகு தமிழ் சினிமாக்காரங்களால அதிகம் கொள்ளை யடிக்கப்பட்ட எழுத்தாளன் நானாகத்தான் இருப்பேன்.

என் படைப்புகளில் வேண்டியதை அவங்க எடுத்துக் கொள்ளலாம். ஆனால், ஒரு காட்சியை எடுத்துக்கொண்டால் கூட அதற்கான அங்கீகாரத்தையும் ஊதியத்தையும் எனக்குத் தரணும் என்றுதான் கேட்கிறேன். ஒரு காட்சியில் தலையைக் காட்டிக்கிட்டுப் போறவனுக்கு கூட சம்பளம் கொடுத்தாகனும். ஒரு பாட்டு காசுகொடுக்காம வாங்க முடியுமா? ஆனால், அந்தக் காட்சியை எழுதினவனுக்கு அது அவனுக்கு சொந்தம்கிற அங்கீகாரம்கூட இல்லை. நண்பர், தெரிந்தவர், மரியாதைக்குரிய எழுத்தாளர் என்று சொல்லிகிட்டு இப்படி புறவாசல் வழியா எடுத்துக்கொண்டு போவது திருட்டு இல்லாமல் வேற என்ன? கடந்த இருபது வருஷமா இந்தத் திருட்டை நான் சந்தித்துக் கொண்டிருக்கிறேன். நீதிமன்றத்தில் வழக்கு தொடுப்பதுக்கான அரசியல், பொருளாதார பின்புலம் எனக்குக் கிடையாது. நானோ அன்றாடம் காய்ச்சி. என் 'தலைகீழ் விகிதங்கள்' நாவல் தான் 'சொல்ல மறந்த கதை' சினிமாவாக வந்தது. 'அக்ரிமெண்ட்' போட்டு, முறையா உரிமையை வாங்கிதான் தங்கர்பச்சான் செய்தார். படம் வந்தபோது, 'இது நாஞ்சில் நாடனின் நாவலைத் தழுவியது' என ஆரம்பத்துல கார்ட் போட்டிருந்தார். தியேட்டரில் நானே பார்த்தேன். ஆனால், பிறகு டி.வி.யில் இதுவரை ஐந்துமுறை அந்தப் படத்தைப் பார்த்துவிட்டேன். ஆரம்பத்துல இருந்த அந்தக் கார்டைக் காணோம். இப்பவும் என் ஆத்மார்த்தமான நண்பர்தான் தங்கர்பச்சான். ஏன் எனக்கு இதைச் செய்தார்? எனக்கு நியாயமாகச் சேரவேண்டிய அங்கீகாரத்தை எப்படி ஒரு சக படைப்பாளியே மறுக்கலாம். இது எவ்வளவு நாணயக் குறைவானக் காரியம். எத்தனைக் கோடி செலவழித்துப் படம் எடுக்குறாங்க. எழுத்தாளனுக்கு உரிய பணத்தையும் அங்கீகாரமும் ஏன் கொடுக்க மாட்டேங்கிறீங்க?

என் சிறுகதைத் தொகுப்பு புதிதாக வந்தால், குறைந்தது நூறு பிரதிகளாவது உதவி இயக்குநர்கள் வாங்குவாங்க. வாசிக்கிறப்ப கிடைக்கிற இலக்கிய அனுபவத்துக்காக அவங்க வாங்கலை. பழையது எல்லாவற்றையும் திருடியாச்சு, புதிசா என்ன திருடலாம் எனப் பார்க்குறாங்க. இதிலிருந்து எந்தக் காட்சியைச் சுடலாம், எந்த ஐடியாவை எடுத்துக் கொள்ளலாம் என்ற மோசடி உத்தியோடுதான் படிக்கிறாங்க. இந்த அடிப்படை நேர்மை, நாணயம் இல்லாத ஒருவர் எப்படி கலைஞனாக இருக்க முடியும்? எப்படி ஒரு நல்லக் கலைப் படைப்பை அவனால் சமூகத்துக்கு தந்துவிட முடியும்? சினிமாக்காரங்க கூட பேசிக் கொண்டிருக்கவே எனக்கு பயமாக இருக்கு. நாம பேசிக் கொண்டிருக்கும்போதே குறிப்பு எடுத்துக்கிறாங்க. அடுத்த சினிமாவில் அது காட்சியா வந்துவிடும்.

ஒருத்தன் எனக்குப் போன் பண்ணுகிறான்... ''நான் இன்னார் இயக்குநரின் இன்னார் அஸிட்டென்ட் பேசுகிறேன். வெள்ளாளச் சமூகத்தில் தாலி அறுத்தா என்ன சடங்கு செய்வாங்க?'' கன்சல்டன்ஸிக்காக கூப்பிடுகிறான். ஒரு பல் டாக்டருக்கு போன் பண்ணி, ''எனக்கு பல் வலி. என்ன மாத்திரை சாப்பிடனு''ம்னு கேட்க முடியுமா? ''சொத்துல சின்ன பிரச்னை இருக்கு. என்ன பண்ணலாம்''னு வக்கீலுக்கு போன் பண்ண முடியுமா? அதற்கு கூலி கொடுக்கனும். ஆனால், எழுத்தாளனிடம் மட்டும் இலவசமா கவுன்சிலிங் செய்யலாம். வெள்ளாளச் சமூகத்தின் சடங்குகள் பற்றி என் புத்தகத்துல நிறைய இருக்கு. அதைத் தேடிப் படிக்கக்கூட அவனுக்கு நேரம் இல்லை. ஆனால், நான் எந்த ஊர்ல, என்ன வேலையில இருப்பனோங் கிறதைப் பத்தி கவலையே படாம போன் பண்ணுகிறான். இப்படிப்பட்டவங்க எந்த சமூக அநீதிக்கு எதிராப் போராட முடியும்? எந்தக் கலையை நிறுவிவிட முடியும்? அரசியல்வாதி களைக் குறை சொல்ல இவங்களுக்கு என்ன யோக்கியதை இருக்கு? அரசியல்வாதிகளை விட எந்தவகையில் இவங்க மேலானவங்க? இன்றைக்கு காலையில் பேப்பரில் படித்தேன்... ஒரு இயக்குநர் திருட்டு விசிடி விற்பதைப் பிடித்திருக்கிறார். ஏன்யா, உன் படத்தின் விசிடி விற்றா அது திருட்டு; என் கதையில் இருந்து இரண்டு காட்சியை உருவினா அது திருட்டு இல்லையா? நீ செய்கிற அதே செயலைத்தானே அவனும் செய்கிறான். நான் தொழில்துறையில் இருந்தவன். ஏழு முதல் எட்டு சதவிகிதம் லாபம்தான் பெரும்பாலானவர்களின்

எதிர்பார்ப்பு. ஆனால், இவங்க வட்டி மட்டுமே பதினைந்து சதவிகிதம் கொடுக்கிறாங்க. என்றால், எவ்வளவு லாபம் எதிர்பார்க்கிறாங்கன்னு கணக்கிடுங்க.

கே : ஆரம்பத்துல இருந்தே நாஞ்சில் வட்டார மொழி எழுத்தாளரா அடையாளம் காணப்படுறீங்க. தொடக்க காலங்களில், வட்டார மொழிகளில் எழுதுவதை தமிழின் தனித்தன்மை சிதைந்து விடும் என்று தமிழறிஞர்கள் விமர்சித்தார்கள். இதற்கு உங்கள் பதில் என்ன?

பதி : அறிஞர்ங்கிறவன் யாரு? எழுதப்பட்டவற்றைத் தொகுத்து தன் அறிவைப் பெருக்கிக் கொண்டவன். ஆனால், கலைஞன் தன் அனுபவத்தின் மூலமாக வாழ்வில் இருந்து பெறுகிறவன். எனவே, அறிஞர் மாதிரி கலைஞனால் வாழ்வைப் பார்க்க முடியாது. அறிஞர்களின் முக்கியத்துவத்தை நான் மறுக்கலை. இப்படி மொழியை தண்ணீரிலும் அமிலத்திலும் போட்டுக் கழுவி, அவிச்சு சுத்தம் பண்ணி, பொதுத்தமிழ்ல எழுதனும்னு சொல்கிற அறிஞர்களுக்கு ஒரு அரசியல் இருக்கு. தமிழைச் செம்மொழி ஆக்க தோள் கொடுக்கிறவங்க நாங்கதான்னு மார்தட்டிக்கிறாங்க இவங்க. ஆனால், உண்மை நிலவரம் என்ன? தமிழ் பேராசிரியர்களும் அறிஞர்களும் அறியாத லட்சக் கணக்கான சொற்கள் நம் வட்டார மொழிகள்ல இன்னும் இருக்கு. இந்தச் சொற்களைப் பாதுகாத்து, பதிவு பண்றது வட்டார மொழி எழுத்துகள்தான். மொழிங்கிறது ஒரு வாழ்க்கை. தஞ்சை, செம்புலம், நாஞ்சில்னு ஒவ்வொரு புலத்துக்கும் ஒரு வாழ்க்கை இருக்கு. அந்த வாழ்க்கையை அந்த வட்டார மொழியிலதான் சொல்லமுடியும்.

எங்கள் ஊர்ல 'இளநீர்' என்ற சொல்லைப் பயன்படுத்துவதில்லை. 'கருக்கு'ன்னுதான் சொல்லுவோம். பனைமர மட்டை ஓரங்களில் கருப்பா ஒரு பகுதி இருக்கும். அதை வச்சு எதையும் அறுக்கலாம். அதையும் கருக்குன்னுதானே சொல்லுவோம். மேலும், கருக்கு அருவான்னே ஒரு அருவா இருக்கு. எங்கே, எந்த இடத்துல சொல்றேங்கிறதை வச்சி வாசகர்கள் அதை புரிஞ்சிக் கிறாங்க. அப்புறம் ஏன் நான் உன்னுடைய வசதிக்காக, சௌகரியத் துக்காக என்னுடைய சொல்லை மாத்திக்கனும். மொழியை சுத்தம் பண்ணி எழுதினா, அதனுடைய உயிர்த்தன்மை செத்துப் போயிடும். அதன்பிறகு, மறைமலையடிகளும் மு.வ.வும் எழுதின தமிழைத்தான் எல்லோரும் பின்பற்ற வேண்டியிருக்கும்.

ஒவ்வொரு படைப்பாளியும், காலத்தால் அழிந்துவிடச் சாததியமுள்ள ஆயிரக்கணக்கான சொற்களைப் புடிச்சு வைச்சிருக்கான். இப்படி, படைப்பாளிதான் தமிழை செம்மொழி ஆக்குகிறான்; அறிஞர்களோ, பேராசிரியர்களோ, அரசியல் வாதிகளோ ஆக்கலை. அறிஞர்கள், சிலப்பதிகாரத்தையும் கம்ப ராமாயணத்தையும் மட்டுமே திரும்பத் திரும்ப ஆராய்ச்சிப் பண்ணி தமிழைச் செம்மொழி ஆக்கமுடியாது. சமகால இலக்கியத்துல என்ன நடக்குன்னு பார்க்கனும்.

கே : இது அவசர யுகம். பரபரப்பா இருந்தால்தான் சம்பாதித்து வாழ முடியும்கிற நிலை. இதில் ஒருவர் ஏன் இலக்கியம் படிக்கனும்?

பதி : புத்தகம் படித்தும் இசை கேட்டும் ரிலாக்ஸாகப் பழகிக் கொள்ளாத ஒரு சமூகம், நாற்பது வயசுல சைக்கியாட்ரிஸ்ட் அல்லது தியான மாஸ்டர் கிட்டேதான் போகனும். எதிர்காலத்துல இந்தியாவில் சைக்கியாட்ரிஸ்டுக்கு அமோகமான பிஸினஸ் இருக்கு.

குறிப்பு: ஆனந்த விகடன் பத்திரிகைக்காக எடுக்கப்பட்ட நேர்காணல். இதன் சுருக்கமான வடிவம் ஆனந்த விகடன் இதழிலும் கொஞ்சம் விரிவான பகுதி விகடன் இணையதளத்திலும் வெளியானது.

13

குங்குமம்

மனவிலாசம் 9 ஜூலை 2009

சந்திப்பு
டி. அருள் எழிலன்

வாசிப்பனுபவம் எப்போது தொடங்கியதோ, அப்போதிலிருந்தே மொழி ஆர்வம் எனக்குள் வளர்ந்தது. அதிலிருந்தே நான் உருவானேன். நாகர்கோவில் தென் திருவிதாங்கூர் இந்து கல்லூரியில் படித்த காலத்தில் இந்திக்கு எதிரான மாணவர் கிளர்ச்சியில் கலந்து கொண்டதையே சமூகத்துக்கான - தமிழ் மொழிக்கான போராட்ட உணர்வாக நான் பார்க்கிறேன்.

வேலைக்காக மும்பை சென்றேன். அங்கே தனியார் நிறுவனத்தில் தினக்கூலியாக ஏழு ரூபாய் ஊதியத்தில் வேலை. அங்கிருந்த 40 பேரில் நான் மட்டுமே தமிழன். மிக மோசமான வறிய சூழலில் இருந்து வந்த நான், வாழ்வை தனியாக எதிர்கொண்டது அப்போதுதான். ஆனால் தனிமையையும் அதன் நிமித்தம் ஏற்படுகிற சலிப்பையும் போக்கிக்கொள்வதற்கான தேடலும்தான் என்னை இலக்கியத்தின் பக்கம் கொண்டுவந்தது.

குமரி மாவட்டத்தில் காய்ந்த தென்னங்கீற்றால் வேயப்பட்ட கிடுகுவேலி கலாச்சாரத்துக்குள் வாழ்ந்து பழகியவன் நான். மும்பை போன்ற பெருநகரத்தில் என் ரசனை சார்ந்த விஷயங்களை நான் தேடினேன். அன்றைய சூழலில் ஏராளமான நவீன நாடகக் குழுக்கள் மும்பையில் இயங்கிவந்தன. பின்னாளில் சினிமாவில் பிரபலமான ஓம்பூரி, நஸ்ருதீன் ஷா போன்றோர் கூட அப்போது மும்பை நாடகக் குழுக்களுடன் தொடர்பில் இருந்தார்கள். மோகன் ராகேஷ் இந்தியில் எழுதிய 'ஆதே அதுரே' என்கிற நாடகத்தை சரஸ்வதி ராம் நாத் தமிழில் மொழிபெயர்க்க, அதை மும்பையில் 'அரையும் குறையும்' என்னும் நாடகமாக அரங்கேற்றினோம். நல்ல வரவேற்பு. 'கூத்துப்பட்டறை' முத்துசாமியின் 'நாற்காலிக்காரர்', இயக்குநர் ஞானராஜசேகரனின் 'வயிறு' போன்ற நாடங்களையும் அங்கு நிகழ்த்தினோம்.

ரசனை சார்ந்து இன்றைய இளைஞர்கள் மும்பையில் தங்களுக்கான ஒரு இடத்தை இப்படித் தேட முடியுமா? தெரியவில்லை!

எழுதிய எதையுமே நான் இலக்கியம் என்றோ, புனைவு என்றோ நம்பியதில்லை. 'பிரசுரத்துக்குத் தகுமா' என்கிற குழப்பம் என்னிடம் இருந்தது. 1975-ல் 'விரதம்' என்றொரு கதை எழுதி அதை நா.பார்த்தசாரதி ஆசிரியராக இருந்த 'தீபம்' இதழுக்கு அனுப்பினேன். வெளியாகி, இலக்கிய சிந்தனை அமைப்பின் அந்த மாதக் கதை யாகவும் தேர்ந்தெடுக்கப்பட்டது. எழுத்தின் மீது நம்பிக்கை கொண்டது அப்போதுதான். அப்போது தி.மு.க. மும்பை தாராவி கிளைச் செயலாளராக கலைக்கூத்தன் இருந்தார். அவர் என்னை எழுதத் தூண்டினார். வண்ணதாசன் என்னை 'நாவல் எழுது' என்றார். முதன் முதலாக நாவல் எழுதினேன். அதுதான் 'தலைகீழ் விகிதங்கள்'. ஞானராஜசேகரன்தான் அந்த நாவலை எடிட் பண்ணினார். அன்று தொடங்கி இன்று வரை 6 நாவல்களும் 105 சிறுகதைகளும் எழுதியிருக்கிறேன்.

நாஞ்சில் நாட்டு வாழ்க்கையை அதன் வட்டாரத் தன்மையோடு சிறப்பாக வெளிப்படுத்துகிறவர் நாஞ்சில் நாடன் என்கிற எண்ணம் பலருக்கும் உண்டு. அதே அளவு பொதுவான தமிழிலும் உரை யாடவும் எழுதவும் முடியும் என்பது என்னைக் கவனிக்கிற நண்பர் களுக்குத் தெரியும். இந்த வட்டார வழக்கு எனப்படும் மக்கள் மொழி பல நேரங்களில் கொச்சைப்படுத்தப்படுகிறது. ஒரு மொழி ஒரே மாதிரியான பொதுத்தன்மையோடு எங்கும் பேசப்படுவதில்லை. மராத்தியை எடுத்துக் கொண்டால் கொங்கனிலும் மராத்வாடாவிலும் விதர்பாவிலும் வித்தியாசங்களோடு பேசுகிறார்கள். ஒவ்வொன்றுக்கும் நுட்பமான வேறுபாடுகள் உண்டு. தமிழும் வடதமிழகத்தில், மத்திய தமிழகத்தில், கொங்கு மண்டலத்தில், நாஞ்சில் நாட்டில் என பல வேறுபாடுகளோடு பேசப்படுகிறது. இந்த நுட்பமான வேறுபாடுகூட இந்த நவீன யுகத்தில் மறைந்து வருகிறது. ஆனாலும், பொது மொழியால் வெளிப்படுத்த முடியாத சில உணர்வுகளை வட்டார மொழிகள் வெளிப்படுத்துவதையும் காணமுடிகிறது.

முப்பதடி ஆழத்திலிருந்து முளைத்து வந்தவன் நான். ஒருவேளை உணவோ, கல்வியோ அதைப் பெற்றுக்கொள்கிற பொருளாதாரப் பின்புலமோ... எதுவுமே எனக்கு இருந்ததில்லை. அன்னம் இட்டவர்கள், உடை வாங்கிக் கொடுத்தவர்கள், பழைய பாடப்

புத்தகங்கள் கொடுத்தவர்கள் என நூறு பேர் என்னை கைதூக்கி விட்டவர்கள். சித்தியும் சித்தப்பாவும்தான் கல்வி கொடுத்தவர்கள். அவர்கள் இல்லை என்றால் நான் எம்.எஸ்சி. வரை படித்திருக்க முடியாது.

'தனியாக என் உழைப்பிலேயே முன்னேறினேன்' என்று சொன்னால், பொய் பேசுகிறேன் என்றே அர்த்தம். ஒரு மனிதன் தனியொருவனாக முன்னேறுவது இல்லை. அதில் இந்தச் சமூக மனிதர்களின் பங்கு இருக்கிறது. அதனாலேயே எனக்கு இந்தச் சமூகத்தின் மீதான மறக்க முடியாத - மறக்கவும் கூடாத பொறுப்பும் நன்றியும் இருக்கிறது.

அப்பா வைத்த பெயர் சுப்ரமணிய பிள்ளை. இந்தப் பெயர் மிகச் சாதாரணமாக இருப்பதாகவும், தனித்த அடையாளம் வேண்டும் என்றும் விரும்பியபோது, 'நாஞ்சில் நாடன்' என்று எனக்கு நானே பெயர் சூட்டிக்கொண்டேன். கவிமணி தேசிகவிநாயகம் பிள்ளை 'நாஞ்சி நாடன்' என்ற பெயரில் சில காலம் எழுதியிருக்கிறார். அப்புறம் எழுதாமல் விட்டிருக்கிறார். அந்த வகையில் நான் இதை அவரிடமிருந்தே எடுத்திருக்கிறேன். அப்பா, அம்மா வைத்த அந்த எளிமையான பெயரைத் தொலைத்துவிட்ட வருத்தமும் இருக்கிறது.

ஒரு கிழவன் மரிக்கும்போது அவனோடு கூடவே ஒரு வாசக சாலையும் மரித்துப் போகிறது என்கிறது ஆப்ரிக்கப் பழமொழி. அதுபோல நான் வாழ்ந்து பழகிய என் சமூகம் பற்றி சொல்வதற்காக சில விஷயங்கள் இருப்பதாக நினைக்கிறேன். என்னால் மாத்திரமே சொல்ல முடிகிற விஷயங்கள் அவை. ஒருவேளை சொல்லாமலே என் காலத்தை முடித்துக்கொண்டால் அது எதிர்காலத் தலைமுறைக்குத் தெரியாமலேயே போய்விடுமே... அந்த வகையில் என் மூதாதையர்கள் பற்றி மூன்று பாகங்களாக ஒரு நாவல் எழுதுகிறேன். அதில் இந்த மண்ணும் மக்களும் நம்பிக்கைகளும் பழக்கவழக்கங்களும் கொஞ்சம் வரலாறும் இருக்கும். நாஞ்சில் நாட்டு உணவுப்பழக்க வழக்கங்கள் பற்றியும் ஒரு நூல் எழுதுகிறேன்.

எனது 'எட்டுத் திக்கும் மதயானை' நாவல் விரைவில் சினிமா வாகலாம். சுகா என்ற இயக்குநரின் 'படித்துறை' என்ற படத்துக்கு இசைஞானி இளையராஜா இசையமைக்கிறார். நான், ஜெயமோகன், எஸ்.ராமகிருஷ்ணன் என சில எழுத்தாளர்கள் பாடல்கள் எழுதுகிறோம். இதைத்தாண்டி சினிமாவுக்கும் எனக்குமான தொடர்பு என்பது காலத்தால் சாத்தியப்பட்டால் சரிதான்!

14 ஆனந்த விகடன்

நேர்காணல் 12-01-2011

சந்திப்பு
ரீ. சிவக்குமார்

சக மனிதர்கள் மீதான அக்கறையும் சமூகம் மீதான கோபமுமே நாஞ்சில் நாடனின் எழுத்து. 'சூடிய பூ சூடற்க' சிறுகதைத் தொகுப்புக்காகச் சாகித்ய அகாடமி விருது பெற்றுள்ள நாஞ்சில் நாடன், ''என்னைப் பார்த்து எழுத வந்தவர்கள், எனக்கு முன்பு சாகித்ய அகாடமி விருது பெற்றுவிட்டார்கள். இது தாமதமாக எனக்குக் கிடைத்த விருதுதான்!'' - என்று சொல்லி சிநேகமாகச் சிரிக்கிறார். இலக்கியம், சினிமா, அரசியல் எனப் பல தளங்களிலும் தன் கருத்துக்களை இங்கு பகிர்ந்து கொள்கிறார் நாஞ்சில்நாடன்.

கே : *சாகித்ய அகாடமி விருது... மகிழ்ச்சியா?*

பதி : இது ஓர் அங்கீகாரம்... அடையாளம். அவ்வளவுதான். அது இருக்கட்டும். அதனால் என்ன நிகழும்?

கேரளாவின் புகழ்பெற்ற எழுத்தாளர் எம்.டி.வாசுதேவன் நாயருக்கு ஞானபீட விருது கிடைத்தது. அவர் வீட்டுக்குப் பாராட்ட வந்த நின்ற கார்களில் கேரள முதல்வர் ஏ.கே.அந்தோணியின் காரும் ஒன்று. ஆனால், யோசித்துப் பாருங்கள். தமிழகத்தில் ஓர் எழுத்தாளருக்கு ஞானபீட விருதே கிடைத்தாலும் முதலமைச்சர் வீடு தேடிவந்து பாராட்டுவாரா?

எழுத்தாளரே தன் சொந்த செலவில் சால்வையும் பூச்செண்டும் வாங்கிக்கொண்டு, புகைப்படக் கலைஞரையும் கூட்டிக் கொண்டு முதல்வர் இடத்துக்குச் செல்லவேண்டும். மறுநாள் செய்தித்தாள்களில் அது செய்தியாக வரும், 'ஞானபீட விருது வென்ற எழுத்தாளர், முதல்வரிடம் வாழ்த்துப் பெற்றார்!' என்று. ஆக, முதல்வர் அப்போதும் எழுத்தாளரை வாழ்த்துவது இல்லை, முதல்வரிடம் எழுத்தாளன் தான் வாழ்த்துப் பெற வேண்டும்.

தமிழ்ச் சமூகம் சினிமாவுக்குப் பின்னால் அலைவது. இரண்டு காட்சிகளில் தலைமுடியைக் கலைக்கும் நடிகனுக்குக் கொடுக்கும் மரியாதையை எழுத்தாளனுக்குத் தருவது இல்லை. நடிகர்களுக்கும் அரசியல்வாதிகளுக்கும் பல்கலைக்கழகங்கள் டாக்டர் பட்டம் தருகின்றனவே... ஏதாவது ஓர் எழுத்தாளருக்கு எப்போதாவது டாக்டர் பட்டம் வழங்கப்பட்டு இருக்கிறதா?

கே : இப்போது இலக்கியத்தை சினிமாவுக்குள் நுழைவதற்கான விசிட்டிங் கார்டுபோல சிலர் பயன்படுத்துகிறார்களே... பிறகு, அவர்கள், 'என் கதையைச் சிதைத்து விட்டார்கள்' என வருத்தம் தெரிவிப்பதில் உங்களுக்கு உடன்பாடு உண்டா?

பதி : முதலில் ஒன்றைப் புரிந்துகொள்ள வேண்டும். ஒரு நாவலை எடுத்துக் கொண்டால், அது முழுக்க முழுக்க எழுத்தாளனின் களம். ஆனால், சினிமா என்பது பலர் கூடி இழுக்கும் தேர். சினிமாவுக்குப் போகிற எழுத்தாளன்... சினிமா வேறு, எழுத்து வேறு என்பதில் சரியான புரிதலுடன் இருக்க வேண்டும். நான் வட்டார வழக்கில் எழுதிய 'தலைகீழ் விகிதங்கள்' நாவல் 'சொல்ல மறந்த கதை' என சினிமாவாக வெளியான போது, அதில் ஒரு வட்டார வழக்குச் சொல் ஒன்று கூட இல்லை. ஆனால், அதுதான் சினிமா!

ஆறு பக்கங்கள் எழுதித் தள்ளுவதை இயக்குநர் ஒரே ஒரு ஷாட்டின் மூலம் கடந்து விடுவார். இதை எல்லாம் கணக்கில் கொண்டுதான் என் கதையைச் சினிமாவாக மாற்றுவதற்கு சம்மதிக்கிறேன். அதன் பிறகு, 'நாவலைச் சினிமா சிதைத்து விட்டது!' என்று புலம்புவதில் அர்த்தமே இல்லை!

கே : சினிமா இருக்கட்டும், அரசியலுக்குப் போகிற எழுத்தாளர்களை ஆதரிக்கிறீர்களா?

பதி : இல்லை. அரசியல் என்பது இப்போது ஒரு தொழில். சொல்லப் போனால், மிக மோசமான தொழில்!

ஊழல் பண்ணத் தெரிந்தவன், சாதிரீதியாக அரசியல் பண்ணத் தெரிந்தவன், தன்மானத்தைத் துறக்கத் தெரிந்தவன் இவர்கள் தான் இன்றைய அரசியலுக்குத் தகுதியானவர்கள். ஒருவேளை இலக்கியவாதிகள் அரசியலுக்குப் போனால், அரசியல் மேம்படுமே என்று கேட்கலாம். சினிமா எவ்வளவு தரம் கெட்டுப் போனாலும், படைப்பாளிகள் பங்கெடுக்கும்போது

அதை மீட்டெடுக்க முடியும். ஆனால், அரசியல் மீள முடியாத ஒரு சாக்கடை. இப்போது அரசியலுக்குப் போன இலக்கியவாதிகளையே எடுத்துக்கொள்வோம். அவர்கள் எழுதித் தள்ளும் ஆதர்சங்களுக்கும் அவர்களின் அரசியலுக்கும் ஏதாவது தொடர்பு இருக்கிறதா? இதில் விதிவிலக்குகளே இல்லை. மேலும், அரசியலுக்குப் போகிற இலக்கியவாதிகள் மீது இலக்கியவாதிகளுக்கே மரியாதை கிடையாது. சுருக்கமாகச் சொல்லப்போனால், குற்றம் செய்யக் கூசாத மனோபாவம் தான் அரசியலுக்குத் தேவை!

கே : விஜயகாந்த், குஷ்பு, விஜய் போன்றவர்கள் சினிமாவில் இருந்து அரசியலுக்கு வருவதையாவது ரசிக்கிறீர்களா?

பதி : தமிழக அரசியல் என்பது சினிமா கவர்ச்சியின் உச்சம். நான்கு படங்களில் தலை காட்டுகிற நடிகர்கள், ஒருகட்டத்தில் தான் முதல் அமைச்சர் ஆகிவிடலாம் என்ற நினைப்பதும் நம்புவதும் எனக்கு இன்னமும் கலாசாரப் புதிராகவே இருக்கிறது. ஒரு குடிமகன் என்ற வகையில் ஒரு நடிகன் அரசியலுக்கு வருவது தப்பு இல்லைதான். ஆனால், ஓர் இசைக் கலைஞன், ஓவியன் இவர்களுக்கு எல்லாம் வராத மனத் துணிவு சினிமா நடிகனுக்கு மட்டும் எப்படி வருகிறது என்பதுதான் கேள்வி. ஒரு கட்டத்தில் மக்களுக்கு அறிவுரை சொல்பவனாக நடிகன் மாறி விடுகிறான். மக்களுக்குச் சொன்னால்கூடப் பரவாயில்லை... அறிஞர்களுக்கே அறிவுரை சொல்பவனாகவே நடிகன் மாறிவிடுகிறான். படிப்பறிவில் பின்தங்கியுள்ள பீகார் போன்ற மாநிலங்கள்கூட சினிமா பைத்தியத்தால் சீரழிய வில்லை. தமிழகம் அளவுக்கு வேறு எந்த மாநிலத்திலும் நாட்டு நடப்புகள் குறித்து இவ்வளவு அசிரத்தைகள் இல்லை!

கே : சினிமா மட்டும்தான் தமிழ் கலாசாரத்துக்கு அபாயமானதா என்ன?

பதி : கலாசாரம் என்பது எப்போதும் நிலையான ஒன்று இல்லை. அது மாறிக்கொண்டே இருப்பது. ஆனால், மரபைக் கணக்கில் எடுக்காத கலாசார மாற்றம் பாழ். அற மதிப்பீடுகளும் ஒழுக்க விழுமியங்களும்தான் ஒரு பண்பாட்டின் வேர்கள். தமிழ் சினிமாதான் தமிழ் சமூகத்தின் மாபெரும் சாபக்கேடு. தமிழ் சமூகம் அளவுக்குச் சினிமாவின் கேடுகளை உள்வாங்கிக் கொண்ட சமூகம் வேறு எதுவும் கிடையாது. அதுபோக, அரசியலும் ஊடகமும் கல்வியும் நம் சமூகத்தை நாசம்

செய்துகொண்டு இருக்கின்றன. கறிக்கோழியை வளர்ப்பதற்கும் குழந்தைகளை வளர்ப்பதற்கும் பெற்றோர்களிடம் எந்த வித்தியாசமும் இருப்பதில்லை. பிராய்லர் கோழியை வளர்ப்பதைப் போல பிள்ளைகளை வளர்த்தால், அந்தச் சமூகம் எப்படி உருப்படும்? படிப்பு, வேலை இதைத் தவிர, மனித வாழ்க்கைக்கு அர்த்தங்களே இல்லையா? குறிக்கோள்களே இல்லையா? நமது சமூகம் எப்படி மதிப்பீடுகளை இழந்து கிடக்கிறது என்பதற்கு ஓர் உதாரணம் சொல்கிறேன். சில நாட்களுக்கு முன் எனக்கு பி.எஸ்.என்.எல்லில் இருந்து ஒரு தொலைபேசி அழைப்பு. எடுத்துப் பேசினால், 'ஹாய், மச்சான் சௌக்கியமா?' என்றது. அது ஒரு பதிவு செய்யப்பட்ட குரல். எதிர்முனையில் இருப்பவர் யார்? எழுத்தாளரா, கொலைகாரரா, ஆசிரியரா, நோய்வாய்ப்பட்டவரா, அவருக்கு என்ன வயது இருக்கும் என்று எந்தக் குறைந்தபட்ச அறிவும் இல்லாமல் கூவுகிற வியாபாரக் குரல்கள் என்னை இம்சை செய்கின்றன!

கே : இன்றைய மாணவர்களுக்கு அரசியல் உணர்வு இல்லாமல் இருக்கிறதே?

பதி : உண்மைதான். தேசிய உணர்வு, அதற்குப் பிறகு இந்தி எதிர்ப்புப் போராட்டம் எழுந்த காலத்தில், தமிழ் உணர்வு ஏற்பட்ட காலம் எங்கள் மாணவப் பருவக் காலம். ஆனால், இப்போது உள்ள மாணவர்களோ, 'மானாட மயிலாட' பார்ப்பதற்குச் செலவழிக்கும் மணித்துளிகளைச் செய்திகளைப் பார்ப்பதற்குச் செலவழிக்க மனம் இல்லாமல் இருக்கிறார்கள். ஆனால், இன்னொரு விஷயத்தையும் நாம் ஒப்புக்கொள்ள வேண்டும்.

மாணவர்கள் பின்பற்றக்கூடிய அளவுக்கு, இன்று எந்தத் தலைவனுக்குத் தகுதி இருக்கிறது? தேசியக் கொடி பறக்கும் காரில் உட்காரும் தகுதிகூட இல்லாதவர்கள்தான் இன்றைய தலைவர்கள். நயவஞ்சகர்களை, துரோகிகளை எப்படிப் பின்பற்ற முடியும்?

இன்று ஸ்பெக்ட்ரமில் ரூ.1,76,000 கோடி ஊழல் என்பதை ஜோக்காகப் புரிந்துகொள்ளும் அளவுக்கு நாம் சுரணை அற்றவர்களாக மாறி விட்டோம். ஒரு புதுப்படம் வெளியானால், முதல் ஏழு நாட்கள் இருக்கையை நிரப்புபவர்கள் பள்ளி, கல்லூரி மாணவர்கள்தானாம். உணர்ச்சிவசப்படுவதும் போராடுவதும் தான் இளைய தலைமுறையின் இயல்பே. ஆனால், இன்றோ எது நடந்தாலும் ஈரத்தில் ஊறிக்கிடக்கும் எருமையைப்போல இருக்கிறான் இளைஞன்.

எல்லோருக்குமே படிக்க வேண்டும் சம்பாதிக்க வேண்டும் என்பதைத் தாண்டி, எந்தக் குறிக்கோளும் இருப்பதாகத் தெரியவில்லை!

கே : ஈழப் பிரச்னை ஒரு படைப்பாளியாக உங்களை எப்படிப் பாதித்தது?

பதி : வெகுவாக! அடுத்து வெளிவர இருக்கிற என்னுடைய 'பச்சை நாயகிகள்' என்னும் கவிதைத் தொகுப்பில் ஈழம் சார்ந்த அரசியல் கவிதைகள் நிறைய இருக்கும். நான் ஒரு படைப்பாளி. என்னுடைய மறுப்பைப் படைப்பாகத்தான் பதிவு செய்ய முடியும். ஆனால் பல படைப்பாளிகள் தங்கள் எதிர்ப்புகளையும் உணர்வுகளையும் படைப்பாகக்கூட பதிவு செய்யவில்லை என்று தான் நினைக்கிறேன். ஆனால், இந்தத் தலைவர்கள் என்ன செய்தார்கள்? என்னை ஒரு மலையாள எழுத்தாளர் கேட்டார், 'இவ்வளவு பெரிய இன அழிப்பு நடந்திருக்கிறதே... ஏன், உங்கள் ஊரில் ஒரு முனிசிபல் கவுன்சிலர்கூட ராஜினாமா செய்யவில்லை?' என்று. மௌனத்தைத் தவிர, வேறு எந்தப் பதிலும் என் வசம் இல்லை. ஈழப் பிரச்னையைப் பொறுத்தவரை அலட்டிக்கொள்கிறோமே தவிர, எல்லாமே பாசாங்கோ என்று தோன்றுகிறது. நிறைய இளைஞர்களுக்குப் பிரச்னையே என்னவென்று புரியவில்லை!

கே : இணையதளத்தில் எழுதும் இளைஞர்களின் எண்ணிக்கை அதிகரித்து இருக்கிறதே?

பதி : மகிழ்ச்சிதான். ஆனால், இவர்கள் எவ்வளவு ஆழமாகப் படிக்கிறார்கள் என்கிற சந்தேகம் உண்டு. முன்பு எழுத்தாளர்கள், சமகாலம் மற்றும் முற்காலத்தைச் சேர்ந்த எழுத்தாளர்களை வாசித்துவிட்டுத் தான் எழுதினார்கள். ஆனால், இணையத்தில் எழுதும் எழுத்தாளர்களிடம், வாசிப்புப் பழக்கம் மிகமிகக் குறைவு. இணையத்தில் வம்பு வழக்குகளும் கிசுகிசுக்களும் அதிகமாகி விட்டன!

கே : மற்றவர்களைக் குற்றம்சாட்டுவது சரி. எழுத்தாளர்கள் என்றாலே குடிகாரர்கள், குழு மோதலில் ஈடுபடுபவர்கள் என்றுதானே மற்றவர்கள் நினைக்கிறார்கள்?

பதி : குடி என்பதே நண்பர் வட்டம்தானே! யார் இங்கே குடிக்காமல் இருக்கிறார்கள்? எல்.ஐ.சியில் வேலை பார்ப்பவர்கள், வங்கியில் பணிபுரிபவர்கள், ஆசிரியர்கள், வழக்கறிஞர்கள்,

ஐ.டி. துறை ஊழியர்கள் என நண்பர்கள் சேர்ந்தால் குடிக்கத்தானே செய்கிறார்கள். அதுபோல இலக்கியவாதிகளும் நண்பர்களாகச் சேர்ந்தால் குடிக்கிறார்கள். காசு இருக்கிறவன் அடுத்தவனுக்கு வாங்கித் தருகிறான். இல்லாதவன் அடுத்தவனோடு சேர்ந்து குடிக்கிறான். நாலு லார்ஜுக்கு மேல் போனால் சண்டை வருவது எல்லாப் பக்கமும் இருக்கும் இயல்புதான். எழுத்தாளர்களுக்கு மட்டும்தான் குடித்தால் சண்டை வருகிறதா என்ன? எல்லா எழுத்தாளனும் ஏதோ ஒரு வகையில் மொழிக்கும் சமூகத்துக்கும் பங்காற்றவே செய்கிறான். எனவே சச்சரவுகள், சர்ச்சைகளை வைத்து மட்டுமே எழுத்துலகத்தை மதிப்பிட முடியாது.... கூடாது!

கே : இன்று புத்தக வெளியீட்டு விழாக்களும் சினிமா பூஜைகளுக்கும் வித்தியாசம் இல்லாமல் போய்விட்டதே, பளபளப்பான ஆளுமைகள் தானே புத்தக விழாக்களில் கலந்து கொள்கிறார்கள்?

பதி : அப்படி பொத்தாம்பொதுவாகச் சொல்லாதீர்கள். கண்மணி குணசேகரன், அழகிய பெரியவன், கீரனூர் ஜாகிர் ராஜா சு.வேணுகோபால் இவர்களின் புத்தக வெளியீட்டு விழாவுக்கு எல்லாம் எந்த சினிமாக்காரர், எந்த வி.ஐ.பி. வருகிறார்?

சென்னையில் இருக்கும் எழுத்தாளர்களுக்கு இருக்கிற வசதி அது. புத்தகம் வெளியிடும் பதிப்பகங்களின் வியாபார உத்தி களையும் சார்ந்தது இது. ஆனால், இதில் ஒன்றும் தவறு இருப்பதாகத் தெரியவில்லை. அன்று ஒரு நாளாவது, ஒரு சினிமா பிரபலம் ஓர் எழுத்தாளனைப் பாராட்டி நாலு வார்த்தைகள் பேசிவிட்டுத்தான் போகட்டுமே! நமக்கு எதற்காக வேகணும்?

15

அமுதம்

நேர்காணல் குறிப்பு மார்கழி 2011

சந்திப்பு

சிவன்

முதலில் நாஞ்சில் நாடன் அவர்களுக்கு 'வாழ்த்துக்கள்' சொல்லி விடுகிறேன். இப்போதுதான் கொடுக்கிறார்கள் என்று ஓர் ஆதங்க மிருந்தாலும் இப்பவாவது கொடுத்தார்களே என்று ஆசுவாசம் கொள்ள முடிகிறது. 'எட்டுத் திக்கும் மதயானை' வந்த போதாவது கொடுத்திருக்க வேண்டும். அதன்பிறகும் இந்த ஆண்டு, இந்த ஆண்டு என எதிர் பார்த்து, எதிர்பார்ப்பையே விட்டிருந்தேன். பிறகு அகாதமியின் செயல்பாடுகள் பற்றிய செய்திகளில் எதையும் காதில் கருத்தில் நான் வாங்கிக் கொள்வதேயில்லை. நாலைந்து நாள்கள் கழித்து யாரேனும் சொல்லக் கேட்டுத் தெரிவதோடு சரி. அவரே சில மேடைகளில் ஆவேசப் பட்டிருக்கிறார். ஆனால் அது அவருக்காக வெளிப்படுத்தியதல்ல, அகாதமியின் மொத்த நவீன எழுத்தாளர்களின் மீதான புறக்கணிப்பையே அவர் சாடினார். முந்தைய நாள் ஆ.மாதவனுக்கு விஷ்ணுபுரம் விருது வழங்கும் விழாவில்கூட.

சுந்தரராமசாமிக்குக் கொடுக்காமலே விட்டார்கள். ஆ.மாதவனுக்கு இனிச் சாத்தியமில்லை என்கிறார்கள் (அவர்கள் கொண்டிருக்கும் விதி களின் படி). நாஞ்சில் நாடனுக்கு விருது கொடுப்பது பற்றி இலக்கிய சூழலுக்குள்ளேயே பல்வேறு விவாதங்கள். பொறாமைகளும் இருக்கலாம். ஒருவேளை விருது வருகின்ற நேரம் இவர் மறுத்துவிடக் கூடும் (நேர்காணல் - கும்பமுனி போல) என்று கருதியிருந்தேன். ஆனால், அவர் மறுத்திடாமல் ஏற்றுக் கொள்ள வேண்டும் என்று விரும்பி யிருந்தேன். நாஞ்சில் நாடன் படைப்புகள் பிற மொழிகளுக்குப் போய்ச் சேரவேண்டும் என்ற ஆவல் மட்டுமல்ல; தொடர்ந்து நிராகரிக்கப் பட்டு வரும் படைப்பாளர் வரிசையென்ற ஒன்று இல்லாமலாக்கப் பட்டு, ஓர் ஆரம்பச் செயல்பாடாக இவ்வாண்டு நாஞ்சில் நாடனுக்கு வழங்குவதன் மூலம், அகாதமியின் அகத்தில் பூசப்பட்டிருக்கும் தார் அழிக்கப்பட்டு இனி அது துலங்கப் பெறும் என்னும் நம்பிக்கையும் ஏற்படவேண்டும். விருது 'வாங்கும்' அரசியல் புரிவதற்குத் தன்

மூளையை கசக்கிக் கொள்வதற்கு பதில் படைப்பைச் செம்மை யாக்குவதற்கே யாரும் முயலவேண்டும் எனும் பாடத்தை அகாதமி எல்லோர் மனத்திலும் உருவாக்க வேண்டும் என்றும் விழைகிறேன்.

நாஞ்சில் நாடனுக்கு ஏன் விருது தரவேண்டும் என்ற கேள்விகள் எழலாம். நிச்சயம் எழும். எந்தக் குழுமனப்பான்மையும் இல்லாமல் ஒட்டுமொத்த தமிழகமும் இதைக் கொண்டாடும் என நான் நம்ப வில்லை. வாழ்க்கையை விட்டு ஓடி ஒளிந்துகொள்ள இருட்சந்து களையும் மூலைகளையுமே தந்து செல்லும் ஒரு நபருக்கு ஈயாமல், வாழ்க்கையின் மேல் வேட்கை கொண்டு நெருங்குகையில் ஓங்கி உதைத்துத் துரத்தும் சமூக அரசியல் தந்திரங்களை, பொட்டென்று பொடனியில் அறைந்து மொழியும் ஓர் எழுத்தாளனுக்கு நல்குவது சாலவும் நன்று.

'தலைகீழ் விகிதங்கள்' நாவலைப் படித்துவிட்டு நாஞ்சில் நாடனின் பிற படைப்புகள் என்ன என்று தேடிய்போது நண்பர்களே அவருடைய சிறுகதைத் தொகுப்புகளையும் 'என்பிலதனை வெயில் காயும்', 'எட்டுத் திக்கும் மதயானை' ஆகிய நாவல்களையும் அறிமுகம் செய்தார்கள். அதன் பிறகே நான் சிற்றிதழ் இலக்கியத்தின் பக்கம் நகரத் தொடங்கினேன். அதுவரை வணிக இதழ்களின் கதைகளையும் கனவுகளுக்கும் அரிப்புகளுக்கும் தீனி போடும் நாவல்களையும் படித்துக்கொண்டே வாழ்வின் மீதான பெருங்கசப்பைச் சுமந்தலைந்து கொண்டிருந்தேன். நாஞ்சில் நாடனின் கதைகளை வாசித்த பிறகே, புதுமைப்பித்தன் அழகிரிசாமி தி.ஜா., கி.ரா., வண்ண நிலவன், வண்ணதாசன், சாரு, ஜெயமோகன் என என் வாசிப்புப் பரப்பை அதிகப் படுத்திக் கொள்ள முடிந்தது. கவிதைகளில் மனுஷ்யபுத்திரனுக்குப் பிறகே விக்ரமாதித்யன், நகுலன், தேவதேவன், பாலைநிலவன், யூமா வாசுகி, உமாமகேஸ்வரி, மாலதி மைத்ரி எனத் தொடர்ந்து செல்ல முடிந்தது. இப்படிச் சொல்வதை வைத்து 'நாஞ்சில் நாடனிலிருந்து...' என்று பொருள்படுத்திக் கொள்ளக் கூடாது. நாஞ்சில் நாடன் சென்றிருக்கும் தூரம் என்பது வெகு தொலைவானது. அவருடைய படைப்புகள் குறித்து ஒரு விமர்சகனின் பார்வையிலான விமர்சனம் அல்ல இது. ஒரு தேர்ந்த வாசகனின் பார்வையில்தான் இதை முன் வைக்கிறேன். ஓர் எழுத்துக் கலைஞனுக்குச் செய்யும் மரியாதை யாகவும் கூட இதைக் கொள்ளலாம். இன்று விமர்சனம் என்னும் பெயரில் ஏதேதோ அளவீடுகளை வைத்துக் கொண்டு பல்வேறு இசங்களை அள்ளி வீசி மார்க்வெஸ்ஸையும் போர்ஹேவையும்

மொழிந்து, இதைப் படித்துப் புரிந்துகொள்ளவிருக்கும் நேரத்தில் விமர்சனத்திற்கு ஆட்பட்ட எழுத்தாளரின் மொத்த கதைகளையும் படித்துவிடலாமெனத் தோன்ற வைத்துவிடுகிறார்கள்.

நாஞ்சில் நாடன் ஓர் உண்மை விளம்பி. அதுவும், தனக்கு எழுதும் பொழுது எந்த அளவு கோபம் வெளிப்படுகிறதோ அதை அப்படியே எழுத்தில் பதியவைத்துவிடும் பாங்கை அதிகம் கொண்டிருப்பவர். புதுமைப்பித்தன் போல, யாரோடும் யாரையும் ஒப்பிடுவது எனக்குப் பிடிக்காது என்றபோதும் இதைச் சொல்லிடத் தான் தோணுகிறது. நாஞ்சிலின் கதை மாந்தர்கள் பெரும் கற்பனையோ நாம் காணாத தேசத்து மனிதர்களோ இல்லை. நம்முடன் வாழ்ந்து கொண்டு வரும் நம்மைச் சுற்றி வாழும் மனிதர்கள்தான். அது மட்டுமல்ல, நாமேதான் அவர்கள். ஒரு பூலிங்கம் பாத்திரத்தை நானாகவே உணர்ந்தேன். கோலாப்பூர் சாலைகளிலும் சாங்லி, இச்சல்கரஞ்சித் தெருக்களிலும் திரிந்தபோது என்னை எப்படி உணர்ந்தேனோ, எப்படியெல்லாம் அலைவுற்றேனோ அதை பூலிங்கத்தின் வாழ்விலும் உணர்ந்தேன். நாஞ்சிலின் கதைகளில் நாம் காணக் கிடைப்பது வாழ்வின் வன்மம், சூழல் நம்மீது விழத்தட்டும் சுருக்கு, எவ்வளவு தண்ணீர் குடித்தாலும் உள்நாக்கில் ஒட்டிக் கொண்டு போக மறுக்கும் கசப்பு. ஆனால் அவற்றைத் தொடர்ந்து வாசிப்பதின் மூலமாக வாழ்க்கையின் கொடிய இருளைக் கடந்து விடத் துடிக்கும் உத்வேகமும் நம்பிக்கையும் நம்மை அறியாமல் நமக்குள் முளைக்கின்றன என்றே கண்டுக் கொண்டேன். பிரியாணி சாப்பிட்டுச் செத்துப்போன மன காவலப் பெருமாள் பிள்ளையின் அனுபவம் அவருடையது மட்டுமல்ல. என் உறவுக்காரர் ஒருவர் திருமணப் பந்திகளில் என்னிடம் சலித்துக் கொண்டார், ''எதுக்கு எல்லாக் கல்யாணத்துலயும் காலங்காத்தாலயே பிரியாணியைப் போட்டுத் தொலைக்கிறாங்க. சாப்பிட்டா உள்ளயும் போக மாட்டேங்குது, செரிக்கவும் மாட்டேங்கிது!'' இதே சலிப்பையே நாஞ்சில் நாடனும் உணவு விஷயம் பேசும்போதெல்லாம் காட்டுவார். சென்னை போன்ற பெருநகரங்களில் நாம் கேட்கும் ஒரு எளிய உணவை மறுத்து பிரியாணியைக் கொண்டுவந்து திணிக்கும் உணவகங்களே அதிகம். தயிர்சாதம் என்று கேட்டுவிட்டால் உதட்டு பிதுக்கலும் முறைப்புமே கிடைக்கும். ஒரு சமூகம் தன் உணவை மறந்து வேறொரு உணவுக் கலாச்சாரத்திற்கு மாறிவிட்டதின் எரிச்சலும் கோபமும் நாஞ்சில் நாடனுக்கு தொடர்ந்து வெளிப்பட்டுக் கொண்டே இருப்பது அவரை இன்னும் நெருக்கமாக உணரவைக்கிறது. மாம்பழங்களிலேயே ஆறாயிரம் வகை இருக்கிறது என்று மேடை

தோறும் முழங்குபவர் உணவு விசயத்தில் கேட்கவா வேண்டும். 'ஐந்து விரல்களில் பிசைந்து தின்னும் ஈடுபாடு, ஸ்பூனில் கிளறிச் சாப்பிடுவதில் இல்லை. கீரைத்தண்டு புளிக்கறியும் சோற்றுப் பருக்கைகளும் சம்பந்தம் இல்லாமல் கிடந்தன'. (வந்தான் வருவான் வாராநின்றான்).

அவருடைய சிறுகதைகளில் காட்டியிருக்கும் இச்சமூகத்தின் மீதான வெறுப்பையும் எப்போதும் எனக்குள் தகித்துக் கொண்டிருக்கும் வெக்கையாகவே உணரமுடிகிறது. ஆனால் அந்த வெக்கையை அவருடைய எழுத்து நடையில் நகைச்சுவையின் வழியாகக் கடந்து செல்லும்போது அதில் இலக்கிய அனுபவத்தை, இந்த சமூக வாழ்வின் மீதான வேறொரு பார்வையை, பாலையின் நடுவே சிறுநிழலைக் கண்டுகொள்கிறேன். நகைக்க நகைக்க வாசிக்க வைப்பதின் மூலமாக, சமூகம் என்மீது திணித்த இயலாமையை ஆற்றாமையை, அந்நகைப்பின் ஊடாக பகடையாகவும் அங்கதமாகவும் மாற்றிக் கொண்டு தொடர்ந்து செல்ல வைத்துவிடுகிறார். 'எளிமையான மனிதர். தூய கதர்வேட்டி, கதர்ச் சட்டை, கதர்த் துண்டு, கதர்க்கோமணம்...' (வாக்குப் பொறுக்கிகள்).

வாக்குப் பொறுக்கிகள் கதையும் பிராந்து கதையும் வேறுபோலத் தோன்றினாலும் இச்சமூகத்தின் ஒரே அவல நிலையைத்தான் இருவேறு முரணாகக் காட்டியிருக்கிறார் எனத் தோன்றுகிறது. வாக்குப் பொறுக்கிகளில் மக்கள் எந்த மாதிரியான மனிதர்களை நம்பு கிறார்கள்; நம்ப வைக்கப்படுகிறார்கள் என்பது உணர்த்தப்படுகிறது. பிராந்து எப்படியான மனிதரை இச்சமூகம் பைத்தியமாக்குகிறது என்பதை உணர்த்துகிறது. 'அந்த தொகுதியில் - என்னதான் சமயச் சார்பற்ற சமத்துவக் குடியரசு என ஐந்தாம் வகுப்பு முதல் பாடம் நடத்தினாலும் - மருமக்க வழி வேளாளன் ஒருவனைத் தவிர மகாத்மா காந்தியே வந்து தேர்தலுக்கு நின்றாலும் ஜெயித்துவிட முடியாது. ஆகவே, எல்லா அரசியல் கட்சிகளும் அங்கு ஒரு மருமக்கள் வழி வேளாளனைத்தான் வேட்பாளனாக நிறுத்தும். (வாக்குப் பொறுக்கிகள்).

என்னதான் காலங்காலமாக சாதிகள் இல்லையடி பாப்பா என்று பாடம் படித்தாலும் தன் சாதிக்காரரைப் பார்த்தவுடன் புத்தி தன்னால் பல்லிளிக்கிறது. உண்மையிலேயே நல்ல மனிதன் ஒருவன் ஊருக்குள் வாழ்ந்தால் அவனை பொழைக்கத் தெரியாத மனுசன் என்றே ஊர் சொல்கிறது. 'ஊர்ப் பொதுக்காரியங்களுக்கு பெரிய குடவண்டிக்கார மூத்த பிள்ளைகள் ஐந்தும் பத்தும் எழுதும்போது நன்கொடை என்று நூற்றியொரு ரூபாய் எழுதும்

பிராந்து', 'எவனும் பசியென்று சொல்லி எதுரே வந்தால், ராமையாப் பிள்ளை காபிக்கடையில் தன் பெயரைச் சொல்லி சாப்பிடச் சொல்லிவிட்டு போயிற்று' (பிராந்து).

மந்திரமூர்த்தி என்ன செய்தாலும் அதன் பின்னால் அவரை பிராந்து என்றே அழைக்கிறது ஊர். பின்னே, புணர்ச்சி விதிகளில் ஒன்றின்படி இடுப்பசைத்து ஆடுவதை ரசிக்க விடாமல் விமர்சனம் செய்தால் ஊர் வேறு என்னச் சொல்லி அழைக்கும்.

'வெக்கங்கெட்டுப்போயி பாத்துக் கிட்டு இருக்கா, மானங் கெட்டதுகோ ஆடுக ஆட்டத்தை... எந்திரிச்சு வா...' (பிராந்து).

நாஞ்சிலின் கதைகளை இப்படி ஒவ்வொன்றாகச் சொல்லிச் சொல்லி விளக்கம் கொடுத்துக் கொண்டு போவது எனது நோக்கமன்று. விருது அறிவிக்கப்பட்ட பிறகாவது புதிய வாசகர்கள் அவருடைய கதை களைத் தேடிப் படிக்கத் தொடங்குவார்கள் என்று கருதுகிறேன். நாஞ்சிலின் அறச்சீற்றமும் சமூகத்தின் மீதான கோபமும் அவரை இன்னும் உயர்ந்த இடங்களுக்கு இழுத்துச் செல்லவே போகிறது. உலகத்தின் எல்லா நல்ல கலைஞர்களையும் அதுவே வழிநடத்துகிறது. அவரே 'பிராந்து' தொகுப்பின் முன்னுரையில் சொன்னதுபோல 'எல்லாத் தடங்களையும் அழித்துவிட்டு காடு செழிக்க வேண்டும் மறுபடியும்'.

வைக்கோல் படப்புக்குத் தீ வைத்துவிட்டு ஓடிப்போகும் பூலிங்கம் போலத்தான் ஏதோ ஒரு காரணத்தால், ஊர் மீதான ஏக்கத்தை மட்டும் நிரந்தரமாகச் சுமந்துகொண்டு இன்றைய எல்லா தென்னக இளைஞர்களும் ஏதேதோ பெருநகரங்களில் தனக்கான வாழ்வு தேடி, ஒரு இருப்பைத் தேடி, ஒரு செண்பகாவைத் தேடி அலைந்து திரிந்து கொண்டிருக்கிறார்கள்.

நாஞ்சில் நாடனின் கட்டுரைகளும் கதைகளும் காத்திரமானவை. நாம் பார்க்க மறந்த, பார்த்தும் ஏதும் செய்யவியலாமல் தெருவில் தன்னை ஒடுக்கிக் கொண்டு செல்லும் நாய்போல ஒதுங்கிச் செல்லும் நமக்கு கையாலாகாதச் செயல்களை மனசாட்சியின் குரலாய் நின்று ஒரு விளாசு விளாசுபவை. பேருந்துகளில், பொது இடங்களில் தினம் சந்திக்கும் இடர்கள், பாதகங்கள், கைப்பேசித் தொந்தரவுகளின் போதும் நாஞ்சிலின் தீ நமக்கும் கொஞ்சம் எரிந்து தகிக்காமல் விடாது. அந்தத் தீயை வளர்த்துவிடும் துருத்தியே நாஞ்சில் நாடனின் எழுத்துகள்.

நாஞ்சில் நாடனுக்கு மட்டுமல்லாமல் சாகித்ய அகாதமிக்கும் வாழ்த்துக்கள் சொல்ல வேண்டும். தகுதியறிந்து தலையறிந்து சூடியிருக்கிறார்கள் ஒரு முதல் பூ.

16 விசுவாமித்திரன்

நேர்காணல் ஜனவரி 16-31-2011

சந்திப்பு
'க்ளிக்' ரவி

"**எ**ந்த மொழியையும் தேவையில்லாமல் வெறுப்பதென்பது என்னால் முடியாது" - சாகித்ய அகாடமி விருது பெற்ற எழுத்தாளர் நாஞ்சில் நாடனுடன் ஒரு பேட்டி.

இந்த ஆண்டின் சாகித்ய அகாடமியின் பரிசு நாஞ்சில் நாடன் அவர்களுக்கு 'சூடிய பூ சூடற்க' என்ற சிறுகதைத் தொகுதிக்கு வழங்கப் பட்டுள்ளது. பெரும்பாலான இலக்கியவாதிகளும் இதுகுறித்து திருப்தியும், மகிழ்ச்சியும் அடைந்துள்ளனர். இவர் ஆனந்தவிகடனில் நாற்பத்திரண்டு வாரங்கள் 'தீதும் நன்றும்' என்ற தலைப்பில் எழுதி வந்த தொடர் கட்டுரைகள் அனைவரது வரவேற்பையும் பெற்றன. ஒவ்வொரு சமூகப் பிரக்ஞை உள்ள மனிதனும் தான் மனதுக்குள் வருந்தி வெளியில் சொல்ல முடியவில்லையே என்று வருத்தப்பட்ட அத்தனை பிரச்சினைகளையும் அழகாக எடுத்துக்காட்டுகளுடன் விளக்கி எழுதினார். இவரது படைப்புகளில் தான் சொல்ல விரும்பும் விஷயங்களை நேரடியாகச் சொல்லும் பாணியைக் கையாண்டதனால் வாசகர்கள் இவரது படைப்புகளை மிகவும் ரசித்து படிக்கின்றனர்.

சமூகத்தில் நிகழும் அவலங்களை, மனித மனத்தில் ஏற்படும் மாற்றங்களை, அதனால் சமூகத்திலும், சுற்றுப்புறச் சூழ்நிலையில் ஏற்படும் பாதிப்புகளை மிகவும் தெளிவாக எடுத்துக் கூறுவதாக அமைந்திருப்பது இவரது சிறப்பு.

கே : தங்களது தொடக்க காலம் பற்றியும் இலக்கியத்தில் தங்களுக்கு ஆர்வம் வந்த விதம் பற்றியும் கூறுங்களேன்?

பதி : எனது கல்லூரிப் படிப்பு முடிந்ததும் தொழில் நிமித்தமாக மும்பைக்குச் சென்று வசிக்க வேண்டியதாயிற்று. ஒரு சிறு வேலையில் இருந்தேன். நேரமும் நிறைய இருந்தது. மும்பை தமிழ்ச் சங்கத்துக்குச் சென்று நிறைய படிக்க ஆரம்பித்தேன். தமிழ் இலக்கியங்களுடனான பரிச்சயமும் அங்கேதான்

நிகழ்ந்தது. கம்பராமாயணத்தை மாலை நேர வகுப்பாக ரா.பத்மனாபன் எடுப்பார். முதலில் நிறைய மாணவர்கள் இருந்தார்கள். ஆனால் படிப்படியாகக் குறைந்து நான் ஒருவன் மட்டுமே மாணவன் என்ற நிலை வந்தபோது ஆசிரியர் என்னை அவரது வீட்டுக்கே தினமும் வந்து பாடம் கேட்கச் சொன்னார். மாலை எப்போது வரும் என்று காத்திருப்பேன். அவர் இல்லத்துக்குச் சென்றதும் அருமையான காப்பியை ஆசிரியரது மனைவி வழங்குவார். பெரிய ராமர் பட்டாபிஷேகப் படம் இருக்கும். அதற்கு முன் அமர்ந்துதான் பாடம் சொல்லித் தருவார். அப்போது நான் நாத்திகனாக இருந்தேன். ஆனால் அதைப் பற்றி அவர் பெரிதுபடுத்தியது கிடையாது. தவிர கம்பனிடம் இருந்த நயத்தை அனுபவிக்க என்னுடைய நாத்திகம் குறுக்கே நின்றதும் கிடையாது. ஆழ்ந்த இலக்கியத்தை அப்போது கற்றது எனது வாழ்நாள் முழுவதற்கும் அனுபவிக்க முடிகிறது. அருமையான காலங்கள் அவை! வேலையில் இருந்து கொண்டேதான் எனது இலக்கியம் தொடர்ந்தது.

கே : மும்பையில் தாங்கள் இருந்த காலத்தில் தாங்கள் நிச்சயமாக இந்தி மொழியையும் பயின்றிருப்பீர்கள். பல இலக்கியவாதிகளுக்கு இந்தி மொழி என்றாலே ஒரு விரோதம் உள்ளது. அதைப்பற்றி?

பதி : மும்பையில் இருந்த காலத்தில் இந்தி தானாக வந்தது. கல்லூரிக் காலத்தில் இந்திப் போராட்டத்தில் கலந்து கொண்டிருக்கிறேன். ஆனாலும் பள்ளியிறுதி வகுப்பில் இந்தி மொழியையும் நல்ல முறையிலேயே கற்றுத் தேர்ச்சி பெற்றேன். இந்தி பின்னாளில் எனக்கு மிகவும் உதவியது. தவிர மராத்தி மொழியும் பேசத் தெரியும். எனது தாய்மொழி உன்னதமானது. மூவாயிரம் ஆண்டுகளுக்கு முன்பே இலக்கணம் வகுக்கப்பட்ட மொழி அது! எனது தாய்மொழிப் பற்று வேறெந்த மொழி பேசுபவர்களின் மொழிப்பற்றுக்கும் குறைந்ததல்ல. ஆனால் ஒரு இலக்கியப் படைப்பாளி என்ற விதத்தில் எல்லா மொழிகளையும் நான் நேசிக்கிறேன். காளிதாசனின் சாகுந்தலம், ரகுவம்சம் இவற்றைப் படிக்கும்போது அவற்றில் உள்ள நயத்தையும், அழகையும் எப்படி ரசிக்காமல் இருக்க முடியும்? தமிழில் எழுதும் சில படைப்பாளிகளுக்கு வடமொழி என்ற முறையில் இந்தி மீது ஒரு வெறுப்பு இருக்கிறது. அதற்குக் காரணம் அடக்குமுறை மூலமாக ஒரு மொழியை இன்னொரு மொழி பேசும் மக்கள் மீது திணித்ததுதான். அது தவறேதான். அப்படித் திணிக்கும்

போக்கைத்தான் வெறுத்தேனே தவிர எனக்கு இந்தி மீது ஒரு மொழி எனும் அளவில் எந்த வெறுப்பும் கிடையாது. மனிதர்கள் பேசும் பிற மொழியை எப்படி வெறுக்க முடியும்.

கே : நம்மைச் சுற்றி நிகழும் ஒவ்வொரு மாற்றங்களுக்கும் ஏதோ வொரு வகையில் காரணமாக அமைகிறோம். நாமே அந்த மாற்றங்களை ஏற்படுத்துகிறோம். அல்லது மாற்றங்கள் விபரீத விளைவுகளை ஏற்படுத்தும்போதும்கூட அவற்றைக் கண்டும் காணாமலும் மெத்தனமாக, சுயநலத்துடன் இருந்து விடுகிறோம். அதுபோன்ற போக்குகளின் விளைவுகளை மிகவும் தெளிவாக உங்களின் 'தீதும் நன்றும்' தொடர் கட்டுரைகள் வெளிப்படுத்தின. நடைமுறையில் அதன் பயன்கள் என்று ஏதேனும் நிகழ்ந்தனவா?

பதி : நேரடியான விளைவுகள் என்பனவாக எதையும் என்னால் சொல்ல முடியாவிட்டாலும் கோயம்புத்தூரில் பள்ளி கல்வி இயக்குநகரத்திலிருந்து ஒவ்வொரு பள்ளிக்கும் கண் காணிப்புக்காகச் சென்றபோது கழிவறைகள் நல்ல முறையில் அமைக்கப்பட்டு தூய்மை பராமரிக்கப்படுகின்றனவா என்பதில் கவனம் செலுத்தினார்கள் என்றறிந்தேன். விகடனில் இந்தத் தொடர் வெளியானபோது பத்து லட்சம் வாசகர்கள் படித்து பயனடைந்தார்கள். மனதுக்குள் நிச்சயம் அவை ஒரு தாக்கத்தை ஏற்படுத்தி சொந்த வாழ்க்கையில் கொஞ்சமேனும் நல்ல மாற்றத்தை ஏற்படுத்தியிருக்கும் என்றே நம்புகிறேன்.

கே : கிராமங்களில் இருக்கும் மக்கள் உணர்ச்சி மிகுந்தவர்கள். தி.ஜானகி ராமன் உள்பட அந்தக் காலத்து எழுத்தாளர்களில் பல பேர்கள் கிராமங்களை மையமாக, நிலைக்களனாக வைத்தே நாவல்கள் படைத்துள்ளனர். கிராமங்கள் எல்லாமே நகரங்களாகி வருகின்றன. விளைநிலங்கள் வீட்டு மனைகளாக்கப்படுகின்றன. இப்படி இருக்கும்போது எதிர்காலத்தில் நாவல்கள் எப்படி உருவாகும்?

பதி : நல்ல இலக்கியம் என்பது எங்கிருந்து வேண்டுமானாலும் உருவாகும். அசோகமித்திரனின் அத்தனை நாவல்களுமே நகர்ப்புற வாழ்க்கையை மையமாக வைத்து எழுதப்பட்டவை தாம். கிராம மக்கள் ஒருவிதமாக வாழ்க்கையைப் பார்க்கிறார்கள். நகர மக்களின் பார்வையும், கோணமும் வேறுவிதமாக அமைகின்றன. நான் எழுதிய நாவல்களில் மூன்று நாவல்கள் கிராமத்தை மையமாகக் கொண்டு எழுதப்பட்டவை. மற்ற படைப்புகள் எல்லாமே நகர் வாழ்க்கையினை பின்புலமாக

வைத்து உருவாக்கப்பட்டவைதாம். ஒரு படைப்பாளியின் தேடல், அவனது அனுபவம், அவற்றை எப்படி கலையாக மாற்றுகிறான், மொழி ஆளுமை, படைப்புக்குள் தனது கருத்தை எப்படி கூர்மையாக சொல்கிறான் என்பவையெல்லாம் தான் படைப்பின் தரத்தை நிர்ணயிக்கும். நகர்ப்புறங்களிலிருந்தும், கிராமங்களிலிருந்தும் நல்ல படைப்பாளிகள் உருவாகியிருக் கின்றனர். ஐம்பது ஆண்டுகளுக்கு முன்னால் சென்னையே ஒரு சிறிய கிராமம்தான். இப்போதைய கிராமங்கள் நகரங்களாக மாறி வருகின்றன. கிராமங்களின் முகப்பில் புரோட்டா கடையும், டாஸ்மாக் பாரும்தான் இருக்கின்றன. தொலைக் காட்சி போன்ற சாதனங்கள் எல்லாமே கிராமங்களுக்குள் நுழைந்துவிட்டன. என்னுடைய சிறுவயதில் நான் வளர்ந்த, விளையாடிய கிராமங்கள் இப்போது இல்லை. ஆனால் இவை யெல்லாவற்றையும் எப்படி உள்வாங்கி ஒவ்வொரு படைப் பாளனும் தனது படைப்பில் வெளிக்கொணர்கிறான் என்பதில் தான் வேறுபாடும், அழகும், நயமும் இருக்கின்றன. நல்ல இலக்கியங்கள் எப்போதும் உருவாகிக் கொண்டுதானிருக்கும்.

கே : **நிறைவான ஒரு கேள்வி. சாகித்ய அகாடமி விருது வழங்கிய போது, 'விருது பெற்றதற்காக மகிழ்ச்சியடைகிறேன். ஆனால் கொண்டாட முடியவில்லை' என்பதாக கருத்து வெளியிட் டிருந்தீர்கள். ஏன் அப்படி?**

பதி : பொதுவாக சாகித்ய அகாடமி விருது உட்பட பல விருதுகள் ஓய்வுகாலச் சலுகை மாதிரி அமைந்துவிடுகின்றன. ஒரு படைப்பாளி நல்ல வயதில், நாற்பது வயதாகும் போது நிறைய படைப்புகளை அளிக்கும்போது அவனுக்கு விருதுகளும், பரிசுகளும் அளிக்கப்பட்டால் அவன் மேலும் மேலும் படைப்புத் தொழிலில் ஈடுபட உற்சாகமாக இருக்கும். தவிர பலபேர்கள் இந்த பரிசு பெற்றவர்கள் உண்மையிலேயே தகுதியுடையவர்கள் தானா என்பதும் கேள்விக்குறிதான். சுந்தர ராமசாமி போன்ற நல்ல எழுத்தாளர்களுக்கு இப்பரிசு வழங்கப்படவில்லை. என்னை விடவும் நன்றாக எழுதும் பல எழுத்தாளர்களுக்கும் இன்னமும் வழங்கப்படவில்லை. இந்த ஆதங்கத்தில்தான் எனது கருத்தை வெளியிட்டிருந்தேன். மற்றபடி சாகித்ய அகாடமி மீது எந்த கோபமும் இல்லை. நிச்சயமாக அவர்கள் செயல்முறையை மாற்றிக்கொண்டால் எதிர்காலம் மேலும் சிறப்பாக அமையும்.

விசுவாமித்திரன் சார்பாக நாஞ்சில் நாடனை வாழ்த்தி விடைபெற்றோம்.

17 புதிய பார்வை

நேர்காணல் பிப்ரவரி 2011

சந்திப்பு
ஜீவசகாப்தன்

2010க்கான சாகித்ய அகாதெமி விருதுபெற்ற களிப்பை தைப்பொங்கல் நாளில் நம்முடன் பகிர்ந்து கொள்கிறார் எழுத்தாளர் நாஞ்சில் நாடன்...

கே : 'சாகித்ய அகாதமி' விருது தங்களுக்கு கிடைத்ததை எவ்வாறு உணருகிறீர்கள்?

பதி : இத்தனை ஆண்டுகாலமாக நவீன இலக்கிய படைப்பாளிகள் புறக்கணிக்கப்பட்டு வந்தனர். நவீன இலக்கிய பிரதிநிதியாகவே எனக்கு இந்த விருது கிடைத்ததாக நினைக்கிறேன். நவீன இலக்கியத்திற்கு கிடைத்த விருது என்றும் சொல்லலாம்.

கே : மற்ற படைப்புக்கும், இதற்கும் என்ன வேறுபாடு இருப்பதாக நினைக்கிறீர்கள்?

பதி : ஒவ்வொரு படைப்பும் வித்தியாசமானது. அந்த படைப்பை படைத்து முடித்தவுடன் அந்த படைப்பாளிக்கும் படைப்புக்குமான தொடர்பு முடிந்துவிடுகிறது. பிறகு, ஒரு வாசகனாக எனது படைப்பை மீண்டும் படிக்கும்போது, அதன் அழகியல் தன்மையை உணருவேன். இந்த விருது படைப்பாளியின் சிறந்த படைப்பு எது என்று பார்த்து வழங்கப்படுவதல்ல. கடந்த மூன்று ஆண்டுகளுக்குள் படைப்பாளியின் பங்களிப்பைப் பார்த்துதான் வழங்கப்படுகிறது. நான் எழுதிய அனைத்து சிறுகதைகளும் வாசகன் என்கிற முறையில் என்னால் ரசிக்கப்பட்டவை. அந்த வகையில் 'சாகித்ய அகாதமி' விருது பெற்ற என்னுடைய படைப்பிலிருந்து 'யாம் உண்பேம்' கதை நான் வாசகனாக ரசித்து லயித்த கதைகளில் ஒன்று.

கே : இலக்கிய ஆர்வம் தங்களுக்கு எவ்வாறு ஏற்பட்டது?

பதி : பத்து வயதில் ஆரம்பித்த இந்த தேடல் 50 ஆண்டுகளாக வளர்ந்து கொண்டுதான் இருக்கிறது. 27 வயதை நெருங்கும்போது, ஏன் எழுதக்கூடாது என்று தோன்றியது. என்னுடைய முதல் சிறுகதை 1975-ம் ஆண்டு நா.பார்த்தசாரதி ஆசிரியராகப் பணியாற்றிய தீபம் இதழில் 'விரதம்' என்ற பெயரில் வெளி யானது. அன்று தொடங்கி முப்பது வருடங்களாக தொடர்ந்து எழுதிக் கொண்டிருக்கிறேன். 85 சிறுகதைகள், கட்டுரைகள், ஆறு நாவல்கள் எழுதி முடித்த பிறகும், எனக்குள் இலக்கிய தேடல் சுரந்து கொண்டே இருக்கிறது.

கே : இலக்கியம், இப்படித்தான் இருக்கவேண்டும் என்று வரை யறை செய்திருக்கிறீர்களா?

பதி : மொழி மூலமாக மொழியை கடந்துபோவதுதான் இலக்கியம். என்னுடைய அனுபவத்தை என்னுடைய பார்வையின் மூலம் வெளிப்படுத்துவது. இலக்கியத்தில் பல்வேறு கூறுகள் இருக்கின்றன. எதார்த்தவியல், பின்நவீனத்துவ இயல், மாய எதார்த்தவியல் என்று எதில் வேண்டுமானாலும் எழுதலாம். என்னை பொறுத்தவரை தன்னுடைய அனுபவத்திற்கும் உணர்ச்சிக்கும் நேர்மையாக எழுதுவதே நல்ல இலக்கியம் என்பேன். இலக்கியம் என்பது வாசகனைக் கவர்ந்திழுப்பதற்கான 'அழகிய தன்மை'யுடன் இருப்பது அவசியம். நல்ல இலக்கிய வாதிக்கு மண், மனிதன், செடி, கொடி, மரம், இயற்கை என பிரபஞ்சத்தின் அனைத்து உறுப்புகளின் மீதும் கனிவான பார்வை அவசியம்.

கே : தங்களை போன்ற 'வட்டார வழக்கில்' எழுதுபவர்களின் எழுத்தில் 'சாதியம்' இருப்பதாக குற்றச்சாட்டு இருக்கிறதே?

பதி : அந்த குற்றச்சாட்டை வன்மையாக மறுக்கிறேன். எந்த ஒரு எழுத்தாளனும் வட்டார வழக்கினை எழுத முன்வரவில்லை. தன் வாழ்வை எழுத முன்வருகிறான். அவனவன் வாழ்வுக்கு என்று மொழி, சாதி, பிரதேசம் இருக்கிறது. அதை எழுத்தில் கொண்டுவர முயற்சிக்கிறான். அந்த எழுத்தில் சாதி இருக்கிறது, வட்டார மொழி இருக்கிறது என்று கண்டுபிடித்து குற்றம் சாட்டுவது சரியான திறனாய்வு இல்லை. இன்னும் சொல்லப் போனால், சுந்தரராமசாமி, பொன்னீலன், ஐசக் அருமைராசன், தோப்பில் முகமது மீரான், ஜெயமோகன், நாஞ்சில் நாடன்

என அனைவருமே நாஞ்சில் நாட்டு எழுத்தாளர்கள்தான். ஆனால் எங்களுடைய எழுத்துக்கள் ஒவ்வொன்றும் தனித்துவம் வாய்ந்தவை. அதற்கு காரணம் ஒரே பிரதேசமாக இருந்தாலும் எங்கள் அனைவரின், சாதியும், மொழியும் வேறுபடுகிறது. அதனால் எங்களுடைய அனுபவங்களும், பார்வைகளும் வேறுபடுகின்றன. இதனை புரிந்துகொள்ளாமல் வட்டார வழக்கு எழுத்துகளில் சாதியம் இருப்பதாக பேசுவதை முதிர்ச்சி யற்ற வாசிப்பாளனின் பதிலாகவே நான் பார்க்கிறேன்.

கே : இந்த 'வட்டார மொழி இலக்கியம்' தமிழில் மட்டும்தானா? பிற மொழி இலக்கியங்களிலும் இருக்கிறதா?

பதி : ஏன் இல்லை? மலையாளத்தில் திரிச்சூர் தனி வட்டார வழக்கு, பாலக்காடு தனி வட்டார வழக்கு. மராட்டிய மொழியில் விதர்பா தனி வட்டார வழக்கு. கொங்கண் தனி வட்டார வழக்கு. மரத்வாடா தனி வட்டார வழக்கு. ஆனால், மலையாளத்திலும், மராட்டியத்திலும் வட்டார வழக்கு இலக்கியவாதிகள் என்று யாரும் பிரித்துப் பார்ப்பது கிடையாது. ஒரு படைப்பாளி தனக்கு ஏற்பட்ட அனுபவத்தை தனக்கான மொழியில் எழுதுகிறான். நான் எழுதிய ஆறு நாவல்களில் மூன்று நாவல்கள் மும்பை வாழ்க்கையை அடிப்படையாகக் கொண்டவை. அந்த நாவல்களில் என்னுடைய நாஞ்சில் நாட்டு மொழி இருக்காது. ஏனென்றால், என்னுடைய மும்பை அனுபவத்தை நான் படைப்பாக்கினேன். நாஞ்சில் நாடன் நாஞ்சில் மொழி எழுத்தாளர், ஜெயகாந்தன் சென்னை மொழி எழுத்தாளர், தி.ஜானகிராமன் தஞ்சை மொழி எழுத்தாளர் என்று இலக்கியவாதிகளை பகுப்பதில் எனக்கு உடன்பாடு கிடையாது. என்னுடைய எழுத்தில் பல சொற்கள் சங்ககால தமிழ் சொற்கள் என்பதற்கு ஆதாரம் இருக்கிறது. சங்ககால தமிழ் இலக்கியங்களைப் இவர்கள் வட்டாரமொழி இலக்கியங்கள் என்று சொல்வார்களா? முதிர்ச்சியற்ற தமிழ்வாசகன் தனக்கு அறிமுகமில்லாத பிரதேச மொழியை எதிர்கொள்ள நேரிடும் போது 'வட்டார வழக்கு' என்று பெயர் வைத்துவிடுகிறான் என்பதே என்னுடைய குற்றச்சாட்டு. திறனாய்வாளர்களும், பேராசிரியர்களும் தங்களது ஆய்வு வசதிக்காக தொடர்ந்து இந்த பகுப்பினை செய்து வருகின்றனர்.

கே : சுந்தரராமசாமிக்கும், உங்களுக்கும் உள்ள தொடர்பு பற்றி சொல்லுங்கள். அவருடைய பாதிப்பு உங்கள் எழுத்தில் இருக்குமா?

பதி : என்னுடைய 'தலைகீழ் விகிதங்கள்' என்ற படைப்புக்குப் பிறகுதான் கல்யாண்ஜி மூலம் சுந்தரராமசாமியிடம் நேரடியான தொடர்பு ஏற்பட்டது. 1977-க்கு பிறகு, கடிதப் போக்குவரத்து மூலமாகவும், நேர்முகமாகவும் எனக்கும், அவருக்கும் ஏற்பட்ட உறவு அவருடைய கடைசி காலகட்டம் வரை தொடர்ந்து வந்தது. எந்த ஒரு இலக்கியவாதியும், தனக்கு முன்னால் இருந்துள்ள இலக்கியவாதியின் பாதிப்பு இல்லாமல் இலக்கியம் படைக்க முடியாது. புதுமைப்பித்தனின் பாதிப்பு சுந்தரராமசாமியிடமும், சுந்தரராமசாமியின் பாதிப்பு ஜெயமோகன் போன்றோரிடமும் இருப்பதைக் காணலாம். அந்த வகையில் புதுமைப்பித்தன், கிருஷ்ணன் நம்பி மற்றும் சுந்தரராமசாமி போன்றோருடைய எழுத்துக்கள் என்னை வெகுவாக பாதித்தன. ஒவ்வொரு இலக்கியாதியும் தன் வாழ்நாளில் மூன்று கட்டங்களைக் கடந்தாக வேண்டும். 1. இலக்கிய ஆளுமை உடைய எழுத்தாளனின் பாதிப்பைப் பெறுதல்; 2. சொந்த ஆளுமையாகத் தன்னை நிறுவுதல்; 3. தன்னுடைய ஆளுமையால், தன்னை பின்பற்றி எழுத்தாளர்களை உருவாக்குதல்.

மேற்கூறிய, மூன்று கட்டங்களில் முதல் கட்டத்தை தொடாமல், மூன்றாவது நிலையை எவரும் அடைய முடியாது. நான் புதுமைப்பித்தன் சுந்தரராமசாமி அவர்களின் பாதிப்பில் எழுத ஆரம்பித்து இன்று என்னுடைய ஆளுமையை பின்பற்றி எழுத்தாளர்களை உருவாக்கும் நிலைக்கு வந்துள்ளேன்.

கே : இலக்கியங்களில் திராவிட இயக்கத்தின் தாக்கம் எந்த அளவில் உள்ளது?

பதி : திராவிட இயக்கத்தின் தாக்கம் மட்டுமல்ல, பொதுவுடமை இயக்கம், காந்தியம், தனித்தமிழ் போன்ற பல தத்துவங்களின் பாதிப்பும் தமிழ் இலக்கியத்துக்கு உண்டு. ஆனால், இந்த தத்துவங்களுக்குள் ஒரு படைப்பாளி அடங்கிப் போனால் அவனால் தனித்த இலக்கியவாதியாக வெளிப்பட முடியாது. எல்லா தத்துவங்களையும் உள்வாங்கிச் செரிக்க வேண்டிய கடமை படைப்பாளியாகிய எனக்கு இருக்கிறது. மனித நேயமே எனது இசம். இடதுசாரி வீச்சும், தனித்தமிழ் பாதிப்பும் என்னுடைய எழுத்தின் ஆதாரமாக இருக்கும். எந்த ஒரு

இலக்கியவாதிக்கும் உலகளாவிய பார்வை வேண்டும். எந்த படைப்பாளியும், தத்துவத்தின் பிரச்சாரகராக மாறக்கூடாது. தத்துவம் படைப்பாளியை கட்டுப்படுத்தும்.

கே : 'பின்நவீனத்துவ இலக்கியம்' குறித்து தங்களுடைய பார்வை?

பதி : 'பின்நவீனத்துவ இலக்கியம்' மேற்குலகில் தோன்றிய ஒரு இலக்கிய மரபு. அந்த மரபு மேற்கத்திய இலக்கிய உலகில் இறந்து போய் விட்டதாக சொல்கிறார்கள். எப்பொழுதுமே, எந்த எழுத்தும் மண்சார்ந்த பிரச்சனைகளை பற்றி பேசும்போது மட்டுமே நிலைத்து நிற்கும். இதே பின்நவீனத்துவக் கூறுகளை, மகாபாரதத்திலும், ராமாயணத்திலும் காண முடியும். ஒரு படைப்பு, எதார்த்த வாதமா, பின்நவீனத்துவமா என்பதை சொல்ல வேண்டியது படைப்பாளி அல்ல. அந்த படைப்பாளியின் எழுத்தை வாசிக்கும் வாசகனே தீர்மானிக்கும் அதிகாரத்தை பெறுகிறான்.

கே : மேஜிக்கல் ரியலிசம் என்கிறார்களே?

பதி : ஒரு படைப்பாளி நேரடியாக சில செய்திகளை எழுதமுடியாத போது வேறு சில வடிவங்களில் புகுந்து, சொல்ல முற்படுகிறான். இதுவும் மேற்குலகில் இருந்து இந்தியாவிற்கு வந்த ஒரு வகை இலக்கிய மரபு. இடதுசாரி சிந்தனையின் நீட்சியே மேஜிக்கள் ரியலிசம் Western pattern-ஐ அப்படியே நம்மவர்கள் இங்கு காப்பி செய்யவேண்டும் என்கிற அவசியம் இல்லை. நான் ஏற்கனவே கூறியுள்ளதுபோல், நமது புராணங்கள் மற்றும் இதிகாசங்களில் 'மாய எதார்த்தவாதம்' என்கிற இந்த இலக்கிய நடை ஈராயிரம் மூவாயிரம் ஆண்டுகளுக்கு முன்பே இருந்திருக் கிறது. அதிலுள்ள பெயர் அடையாளங்களும், வடிவங்களும் மாறி நமக்கு புது வடிவத்தில் இங்கு அறிமுகப்படுத்தப்பட்டிருக்கிறது. ஆகவே, தமிழ் இலக்கிய உலகிற்கு 'மேஜிக்கல் ரியலிசம், போன்ற இலக்கியமரபுகள் புதிது கிடையாது.

கே : '35 ஆண்டுகளாக மதுப்பழக்கம் இருக்கிறது. இனிமேலும் நான் குடிப்பேன்' என்று நீங்கள் ஒரு கட்டுரையில் பதிவு செய்திருப்பீர்கள். இந்த மாதிரியான அறிக்கை வாசகர்களின் தனிப்பட்ட வாழ்வில் மதுவை பற்றிய நல்ல அபிப்ராயத்தை ஏற்படுத்தும் வண்ணம் உள்ளதே?

பதி : 'மதுவைக் குடின்னு' நான் என்றுமே பிரச்சாரம் செய்தது கிடையாது. மதுவின் தீமை பற்றியும் எனக்குத் தெரியும்.

எல்லா ஆதிவாசி சமூகங்களிடமும் மதுப்பழக்கம் இருந்திருக்கிறது. மது குடிப்பவன் என்றாலே மனைவியை அடிப்பவன், சாலையோரத்தில் விழுந்து கிடப்பவன் என்று அர்த்தப்படுத்திப் பார்ப்பதை நான் ஏற்றுக்கொள்ளவில்லை. அறம், ஒழுக்கம் இவை இரண்டிற்குமான வேறுபாட்டினை நாம் புரிந்துகொள்ள வேண்டும். அறம் என்பது நிலையானது, பிரெஞ்சு சமூகம், அமெரிக்க சமூகம் மற்றும் தமிழ்ச் சமூகம் என எல்லாவற்றிற்கும் பொதுவானது. ஆனால், ஒழுக்கம் என்பது சமூகத்திற்கு சமூகம் வேறுபடும். மது அருந்துவது ஐரோப்பிய சமூகத்தில் தவறான ஒன்றாக யாரும் பார்ப்பதில்லை. மற்றவர்களுக்கு இடையூறு தராமல் மதுவை குடிப்பவனை ஒழுக்கக் கேடானவன் என்று சொல்வதில் எனக்கு உடன்பாடு இல்லை. அப்படிப்பட்ட மது ஒழிப்பு பிரச்சாரத்தை 'தனி மனித உரிமை மீறல்' பிரச்சனையாகவே பார்க்கிறேன். 'புலால் உண்ணாமை' குறித்து வள்ளுவர் குறள் எழுதியிருக்கிறார். ஆனால், புலால் உண்பவர்களை ஒழுக்கக் கேடானவர்கள் என்று யாரும் பிரச்சாரம் செய்வதில்லையே!!

கே: தலித் இலக்கியம், பெண்ணிய இலக்கியம் இது குறித்து தங்கள் பார்வை என்ன?

பதி : தலித்துகள் பிரச்சினையையும், அவர்களது தனித்த வலியையும், தலித்துகளால் மட்டுமே பதிவு செய்ய முடியும். ஆகவே, ஒரு வெள்ளாள சமூகத்தை சேர்ந்தவராலோ, வன்னிய சமூகத்தைச் சேர்ந்தவராலோ, தலித் மக்களின் பிரச்சனைகளை புரிந்துகொண்டு எழுதமுடியாது என்றுதான் நினைக்கிறேன். அதேபோல்தான் பெண்ணிய இலக்கியமும். பெண்களுடைய பிரச்சனைகளை பெண்களால் மட்டுமே உணரமுடியும். அவர்களின் வலியை அவர்களால்தான் உணர்ந்து எழுத முடியும். ஆனால் தலித் இலக்கியமாகட்டும், பெண்ணிய இலக்கியமாகட்டும், நான் முன்னர் குறிப்பிட்டதுபோல், இலக்கியத்துக்கான அழகியல்தன்மை கெடாமல் இருந்தால்தான் அதனை இலக்கியம் எனலாம். அந்த 'அழகியல் தன்மை' இல்லாத படைப்பு, வெறும் தலித்தின் படைப்பு, பெண் எழுத்தாளரின் படைப்பு என்கிற பெயரினை மட்டுமே பெறும். இலக்கியமாகாது. எந்த ஒரு கலை வடிவமும் மனிதகுல மேம்பாட்டை நோக்கித்தான் இருக்கவேண்டும்.

கே : இலக்கியவாதியாக தமிழ்மொழி வளர்ச்சிக்கு எந்த வகையில் பங்காற்ற முடியும்?

பதி : நாம் பயன்படுத்தப்படும் பேச்சுத் தமிழிலும், எழுத்துத் தமிழிலும், வடமொழிச் சொற்களே அதிகம் ஆதிக்கம் செய்துள்ளன. என்னுடைய எழுத்துக்களில் சங்ககால தமிழ்ச் சொற்கள் அதிக எண்ணிக்கையில் பயன்படுத்தியுள்ளேன். சமகால படைப்பாளிகளுக்கிடையே மொழிக்குள் அதிகமான தமிழ்ச்சொற்களை பயன்படுத்தியவனாக இருக்கிறேன். ஆனால், அதேசமயம் பெரும்பாலான மக்கள் புழங்குகின்ற வார்த்தைகளை புறக்கணித்துவிட்டு என்னால் தனித்தமிழை வளர்க்க முடியாது.

கே : 1,50,000 தமிழர்கள் கண்ணுககு முன்னால் கொலை செய்யப் பட்டதை இலக்கியவாதியாக எப்படி பார்க்கிறீர்கள்?

பதி : உலக மக்கள் பிரச்சனை எல்லாம் தமிழன் எழுதியிருக்கான். ஆனால் தமிழர்கள் பிரச்சனை என்று வந்தால் பிறமொழி எழுத்தாளர்கள் யாருமே பெரிதாக கவலைப்படவுமில்லை, எழுதவுமில்லை. நவீன படைப்பிலக்கியவாதிகள் ஈழம் குறித்து பதிவு செய்ய தவறிவிட்டார்கள் என்றே நான் கருதுகிறேன். 'ஈழம்' குறித்த எனது குரலை பல இடங்களில் நான் பதிவு செய்துள்ளேன்.

18

கலைமகள்

நேர்காணல் பிப்ரவரி 2011

சந்திப்பு

பாரதி மித்ரன்

நாஞ்சில் நாடனுக்கு இந்த ஆண்டு சாகித்ய அகாடமியின் விருது வழங்கப்பட்டுள்ளது. ஆண்டுதோறும் இவ்விருது வழங்கப் படும் போதெல்லாம் 'தகுதியற்ற ஒருவருக்கு இந்த ஆண்டும் வழங்கப்பட்டுள்ளதே' என்ற வகையில் ஒரு முணுமுணுப்பும், சலசலப்பும் எழுந்து மெல்ல அடங்கிவிடும். ஆனால் வழக்கத்துக்கு மாறாக முற்றிலும் தகுதியான ஒரு இலக்கியவாதிக்கு இவ்விருது வழங்கப்பட்டுள்ளதாகப் பெரும்பான்மையான இலக்கியவாதிகள் மகிழ்ச்சியடைகின்றனர். நவீனத்துவம், பின்நவீனத்துவம், முற்போக்கு, பிற்போக்கு என்றெல்லாம் இலக்கியத்தை அஞ்சறைப் பெட்டிக்குள் வகை பிரித்து அடுக்குவது போல அல்லாமல் நாஞ்சில் நாடனின் இலக்கியம் நேரடியாக விஷயங்களைச் சொல்வதாக, சமூகத்தில் நிகழும் அவலங்களை, மனித மனத்தில் ஏற்படும் மாற்றங்களை, அதனால் சமூகத்திலும், சுற்றுப்புறச் சூழ்நிலையில் ஏற்படும் பாதிப்புகளை மிகவும் தெளிவாக எடுத்துக் கூறுவதாக அமைந்திருப்பது சிறப்பு. சாகித்ய அகாதமி விருது 'சூடிய பூ சூடற்க' என்ற சிறுகதைத் தொகுதிக்காக வழங்கப்பட்டுள்ளது.

ஒரு பாமர வாசகனுக்கும் புரியக்கூடிய வகையில் இவர் ஆனந்த விகடனில் தொடர்ந்து 'தீதும் நன்றும்' என்ற தலைப்பில் எழுதிய கட்டுரைகள் மனிதர்களின் அறியாமையால், அரசியல்வாதிகளின் அலட்சியம் கலந்த அகம்பாவத்தால் சுற்றுப்புறச் சூழலுக்கு எவ்வாறெல்லாம் மாசு ஏற்படுகிறது என்பதையும், எதிர்காலச் சந்ததிக்கு நாம் விட்டுச் செல்லப்போவது வெறும பாலைவனத்தைத் தான் என்ற உண்மையையும் சான்றுகளுடன் எழுதும்போது படித்தவர்களின் நெஞ்சம் பதை பதைத்தது. இருப்பினும் ஒரு சாதாரண மனிதன் பூமியைப் பாதுகாக்கத் தன்னளவில் என்ன செய்ய முடியும் என்றுதான் யோசிக்க முடிகிறதே தவிர முடிவெடுத்து செயல்படுத்த வேண்டிய அரசியல்வாதிகளின் மெத்தனமும்,

தம்மை மேதாவிகளாக நினைத்து செயல்படும் போக்கையும் கண்டு வெறுப்பும், கோபமும்தான் கொள்ள முடிகிறது. இவருடன் ஒரே ஒரு தடவை பேசிப் பழகினால் இவர் சமூகப் பிரக்ஞை உள்ள நல்ல சக மனிதன் என்பதைப் புரிந்துகொள்ள முடியும்.

கே : இவ்விருது இதுவரையில் பல பேர்களுக்கு வழங்கப்பட்டுள்ளது. சில நேரங்களில் 'வாங்கப்பட்டுள்ளது' என்ற குற்றச்சாட்டும் எழுப்பப்பட்டுள்ளது. ஆனால் இம்முறை பெரும்பான்மையான இலக்கியவாதிகள் தங்களுக்கு இவ்விருது கிடைத்தது பற்றி மகிழ்ச்சியே அடைகின்றனர். இந்த ஆண்டு தங்களுக்கு சாகித்ய அகாதமி விருது வழங்கப்பட்டபோது 'மகிழ்ச்சியடைகிறேன். ஆனால் கொண்டாட முடியவில்லை' என்ற பொருள்பட தங்கள் கருத்து தெரிவித்திருந்தீர்கள். ஏன் அப்படி?

பதி : சாகித்ய அகாடமி என்ற அமைப்பின் வழியாக ஒவ்வொரு மொழியிலும் இலக்கியம் மேம்படும் வகையில் நல்ல படைப்புகளுக்கு விருதுகள் வழங்கப்படல் வேண்டும் என்று ஜவஹர்லால் நேருதான் தொடங்கி வைத்தார். இது தொடங்கப் பட்டது 1955ல். ஆரம்பத்தில் தமிழில் வழங்கப்பட்டது ராஜாஜி ரா.பி. சேதுப்பிள்ளை போன்றவர்களுக்கு! ராஜாஜி, அவர்களின் அறிவுக் கூர்மை, ஆற்றல், நேர்மை, தேச விடுதலைப் போராட்டத்தில் அவரது பங்கு, நிர்வாகத்திறன் இவற்றில் கொஞ்சமும் சந்தேகம் இல்லை. சில சிறுகதைகள், ராமாயணம், மகாபாரதம், இப்படிப்பட்ட நூல்கள் அவர் எழுதியிருக்கிறார். இவை மட்டுமே இலக்கியத்துக்கான சாகித்ய அகாடமி விருது வழங்குவதற்கு அளவுகோல் ஆகிவிடுமா என்பது கேள்விக் குறியே! அதுவுமல்லாமல் அவர் இந்த விருதைப் பெறும் போதே வயதானவராகத்தான் இருந்தார். அடுத்ததாகப் பெற்றவர் ம.பொ.சி. அவரும் வயதானவராகத்தான் இருந்தார். இது இப்படியே தொடர ஆரம்பித்தது. என்னுடைய அபிப்ராயத்தில் நாற்பது வயதுக்குள் இருப்பவராக இருந்து தகுதி படைத்தும் இருந்தால் அவர்களுக்குத்தான் முதலாவதாகத் தரப்பட வேண்டும். இது ஓய்வுகால சலுகை அல்ல, இளைஞர்களுக்கு வழங்கப்பட வேண்டும். தாமதமாக வழங்கப்பட்டதைப் பற்றி எனக்கு பிரச்சினை இல்லை. வழங்கப்படாமலே இருந்திருந் தாலும் அது பிரச்சினை அல்ல. என்னுடைய விமர்சனமே இவர்களின் செயல்பாடுகள் குறித்த விமர்சனம்தானே தவிர தனி நபர் மீதான விமர்சனம் இல்லை. குறிப்பாக ஒரு

ஆசிரியரின் சிறுகதைத் தொகுப்பை இவ்விருதுக்காக பரிசீலனைக்கு எடுத்துக் கொள்ளப்படுகிறது என்றால் அவர் முப்பது ஆண்டுகளாகக் கூட அதில் இடம்பெற்றுள்ள சிறு கதைகளை எழுதியிருக்கலாம். அந்தப் புத்தகம் மூன்று ஆண்டு களுக்குள் வெளிவந்ததாக இருத்தல் வேண்டும். அத்துடன் அப்புத்தகத்தில் இடம்பெற்றிருக்கும் கதைகளில் மூன்றில் இரண்டு பங்குக் கதைகள் மூன்றாண்டுகளுக்குள் எழுதப் பட்டதாக இருக்க வேண்டும். ஒரு எழுத்தாளன் முப்பது ஆண்டுகளில் நூறு கதைகள் எழுதுகிறார் என்றால் மூன்றாண்டு களுக்குள் எப்படி முப்பது கதைகள் எழுதமுடியும். இது போன்ற நடைமுறைச் சிக்கல்கள் நிறைய உள்ளன. சாகித்ய அகாடமியில் இடம்பெற்றுள்ள அறிஞர்கள், திறனாய்வாளர்கள், கல்லூரிப் பேராசிரியர்கள் போன்றோர் வழங்கும் ஒரு மதிப்பீட்டை மட்டுமே கவனத்தில் எடுத்துக் கொள்கிறார்கள்.

இது நவீன இலக்கியம், இது உன்னத இலக்கியம், இது இலக்கிய முயற்சி என்பதனை இக்குழுவில் இடம்பெற்றுள்ள நடுவர்கள் தீர்மானிக்கிறார்கள். அவர்கள் நடுநிலையுடன் நடந்து கொள்ள வேண்டும். அதை விட்டு விட்டு வயதைப் பிரதானமான தகுதியாக எடுத்துக்கொள்ளக் கூடாது. இது வரையில் ஐம்பது பேர்களுக்கு வழங்கியிருப்பார்கள். ஐந்து ஆண்டுகள் யாருக்குமே தகுதியில்லை என்று விட்டுவிட்டார்கள். மீதிப் பேர்களைப் பார்த்தால் ஜவஹர்லால் நேருவின் விருப்பத்தின்படி தீவிர இலக்கியத்தை வளர்க்கப் பாடுபட்டவர்கள் என்பதாக ஐந்து அல்லது பத்து பேர்கள்தான் தேறுவார்கள். இது அநியாயம் என்று நான் நினைக்கிறேன். அதாவது நேருவின் நோக்கத்துக்கு புறம்பான செயல். நான் ஒருவேளை தேர்வு செய்யும் இடத்துக்கு வருவேன் என்றால் எனது நண்பர் களுக்கும், எனது கட்சிக்காரர்களுக்கும், எனது கொள்கையை ஆதரிப்பவர்களுக்குமாக பார்த்து விருதுகளை வழங்க மாட்டேன். இப்படி நடக்காமல் போனதால் பல இலக்கிய வாதிகள் இவ்விருது பெறாமலேயேகூட செத்தும் போய் விட்டார்கள். சுந்தர ராமசாமி போன்ற முக்கியமான இலக்கியவாதிகளுக்குக் கிடைக்கவேயில்லை. இதுபோன்ற போக்கு மலையாள இலக்கியத்தில் நடக்காது. நகுலன், ஆ.மாதவன் போன்றவர்களுக்கும் கிடைக்கவில்லை. என்னை விடச் சிறப்பாக எழுதுவதாக நான் கருதும், என்னை விட மூத்த இலக்கியவாதிகளான தமிழில் நிறைய பேர்களுக்குக்

கிடைக்கவில்லை. உதாரணத்துக்கு ராஜேந்திர சோழன், வண்ணதாசன், வண்ணநிலவன் போன்றோர்கள் கவனிக்கப் படவில்லை. சமீப காலத்தில் மூன்றாண்டுகளுக்குள் வெளி வந்த படைப்புகளுக்குத்தான் இவ்விருது தரப்பட வேண்டும் என்றால் இவர்களுக்குக் கிடைக்கவே முடியாது. இதுபோன்ற சிக்கல்களைத் தீர்க்க முயற்சியெடுக்க வேண்டும்.

கே: **இப்போது ஒவ்வொரு மூன்றாவது ஆளும் கவிஞனாகி விடும் விபத்து நேரத் தொடங்கியுள்ளது. இடைப்பட்ட காலத்தில் 'வாழ்வே மாயம். எல்லாமே மோசம்' என்பதாக வாழ்வின் இருண்ட பக்கங்களை மட்டுமே வெளிச்சம் போட்டு அவலங்களைப் படம்பிடித்து காட்டுவதே புதுக்கவிதையின் நோக்கமாக இருந்தது. இப்போது தன்னம்பிக்கை என்ற தலைப்பை எடுத்துக் கொண்டு அவரவர்களும் கவிதை எழுதுகிறார்கள். பணக்காரர்களும், பதவியில் உள்ளவர்களும் எதையோ கிறுக்கிவிட்டு கவிதை என்ற பெயரில் விழா நடத்தி வெளியிட்டு அதைப் பாராட்ட உண்மையிலேயே நல்ல கவிஞர்களையும் கூட ஏற்பாடு செய்து கொள்கிறார்கள். ஒருவர் பெரிய மனிதராகி விட்டால் உடனேயே யாரையாவது விட்டு எழுதவைத்து இவர் பெயரைப் போட்டுக் கொண்டு 'கவிஞன்' என்று பெயர் வாங்கிவிடத் துடிக்கிறார். இதையெல்லாம் ஒழிக்க முடியாதா?**

பதி: கவிதை என்பது ஒரு உன்னதமான வடிவம். எல்லா மொழி களிலுமே அருமையான கவிதைகள் படைக்கும் ஆற்றல் படைத்த இலக்கியவாதிகள் இருந்துகொண்டுதான் இருப்பார்கள். எது கவிதை? எது கவிதை இல்லை? எது நிற்கும்? எது நிற்காது? என்பதைக் காலம்தான் கணிக்கும்.

பாரதி, பாரதிதாசன், நாமக்கல் கவிஞர், கவிமணி ஆகியோர் மரபுக்கவிதை எழுதியுள்ளனர். வானம்பாடி இலக்கிய வட்டத்தைச் சார்ந்தவர்களும், அதைச் சாராத கவிஞர்களும் நிறைய கவிதைகளைப் படைத்துக் கொண்டுதானிருக்கிறார்கள். இப்போதே இது கவிதை, அல்லது இது கவிதை அல்ல என்று தீர்மானிப்பதை விட ஐம்பது ஆண்டுகள் கழித்துதான் சரியாகக் கணிக்க முடியும். உன்னதமான இலக்கியம் படைப்பவர்கள் மட்டும்தான் எழுதவேண்டும் என்று எப்படி சொல்ல முடியும். போன தலைமுறையில் எழுதியவர் என்று எடுத்துக்

கொண்டாலும் கூட தி.ஜானகிராமன், லா.சா.ரா., கரிச்சான் குஞ்சு, புதுமைப்பித்தன், எம்.வி.வெங்கட்ராம் போன்ற எழுத்தாளர்களின் பெயர்கள் எல்லோருக்கும் தெரியும். ஆனால் இன்றைய இளைய தலைமுறையினர் எத்தனை பேர் இவர்களின் எழுத்துக்களைப் படிக்கிறார்கள்? அவர்களுக்கு நேரம் எங்கே இருக்கிறது? ஆறரைக் கோடித் தமிழர்களில் சீரியஸாக வாசிப்புப் பழக்கம் உள்ளவர்கள் பத்தாயிரம் பேர்கள் இருக்கலாம். சங்க இலக்கியம், நற்றிணை, குறுந்தொகை என்று இப்போது வெளிவந்துள்ள எண்ணிக்கையில்தான் பாடல்கள் எழுதப்பட்டிருக்குமா? காலம் இவற்றைத்தாம் பாதுகாத்து வைத்திருக்கின்றது. பல அழிந்தும்கூட போயிருக்கலாம். இவற்றில் சாதாரண, சராசரி வாசகர்கள் எத்தனை பேர்கள் இவற்றைப் படித்திருப்பார்கள். ஆனால் மொழியின் சிகரத்தில் நிச்சயம் இந்த இலக்கியம் அமர்ந்து கொண்டு தானிருக்கின்றது. என்னதான் விழாக்கள் நடத்தி, சினிமா இயக்குனர்களைக் கொண்டு பாராட்ட வைத்து வெளியிட்டாலும் தகுதியுடையதுதான் நிற்கும். இதுபோன்ற பலங்களின் காரணமாகக் கவிதை அல்லாதன கவிதை என்று ஏற்கப்பட மாட்டாது. ஆகையினால் இவை பற்றியெல்லாம் பரபரப்படைய வேண்டியத் தேவையில்லை.

கே : கிராமப்புறங்களில்தான் ஆழமாக நேசிப்பவர்களாக, உணர்ச்சி களை வெளிக்காட்டக்கூடிய, பல்வேறு வகைப்பட்ட மனிதர்கள் இருக்கிறார்கள். தி.ஜானகிராமன் போன்ற எழுத்தாளர்களின் பெரும்பாலான கதைகளுக்கு பின்புலமாக இருந்தது கிராமங்கள் தாம். இப்போது கிராமங்கள் குறைந்து வருகின்றன. அல்லது அங்கிருக்கும் மக்களும்கூட தொலைக்காட்சி, சினிமா போன்றவைகளின் தாக்கத்தினால் கிராமத்தன்மையை இழந்து வருகிறார்கள். நகர்ப்புறங்களின் எல்லோருமே பேண்ட், சட்டையைப் போர்த்திக் கொண்டு அலையும் ஒரே மனது படைத்தவர்களாகத்தான் இருக்கிறார்கள். எதிர்காலத்தில் இந்த சூழலில் நல்ல இலக்கியங்கள் உருவாவதற்கு சாத்தியங்கள் உண்டா? மூன்றாண்டுகளுக்குள் வெளிவந்த படைப்புகளுக்குத் தான் சாகித்ய அகாடமி விருது என்றால் இந்த சூழ்நிலையில் நல்ல படைப்பு என்பவற்றை எப்படி அடையாளம் காண முடியும்?

பதி : சாகித்ய அகாடமி விருது என்பதை விட்டுவிடுங்கள். அது கிடைக்காமல் போனாலும் நிறைய நல்ல எழுத்தாளர்கள்

தொடர்ந்து எழுதிக் கொண்டுதான் இருக்கிறார்கள். அவர்களுக்கு இது ஒரு பொருட்டல்ல. கோயம்புத்தூரிலிருந்து பழனிக்கு பாதயாத்திரை செல்பவனுக்கு வழியில் சாப்பாடு போடுகிறார்கள். மோர் கொடுக்கிறார்கள். அவனுக்கு பசி தீர்கிறது. தாகம் குறைகிறது. இதெல்லாம் தரப்படவில்லையென்றாலும் கூட அவன் தனது யாத்திரையைத் தொடர்ந்து சென்று கொண்டு தானிருக்கப் போகிறான். இவையெல்லாம் ஊக்கங்கள்தாம். சுந்தரராமசாமியும், நகுலனும் அகாடமி விருது கிடைக்க வில்லை யென்றாலும்கூட தொடர்ந்து எழுதிக் கொண்டு தானிருந்தார்கள். எனக்கும்கூட இவ்விருது தரப்படவில்லை யென்றாலும் எழுதிக்கொண்டு தானிருந்திருப்பேன்.

அடுத்தாக, கிராமப்புறங்களிலிருந்துதான் நல்ல இலக்கியங்கள் தோன்றுகின்றன, நகரங்களிலிருந்து தோன்ற சாத்தியம் இல்லையென்கிறீர்கள். அப்படியல்ல, கிராமப்புறத்தில் இருப்பவர்கள் வாழ்க்கையை ஒருவிதமாகத் தரிசிக்கிறார்கள். நகர்ப்புறத்தில் இருப்பவர்கள் வேறுவிதமாகத் தரிசிக்கிறார்கள். நெருக்கடிகளும் வெவ்வேறானவை. வாழ்நாள் முழுவதும் அசோகமித்திரன் நகர்ப்புறத்தில் இருந்துகொண்டு இந்த மனிதர்களைப் பற்றித்தான் எழுதுகின்றார். இது படைப்பு மனோ நிலை, சார்ந்த விஷயம் என்று நினைக்கிறேன். படைப்புத்திறனும், மொழியாற்றலும், நடையும் கைவரப் பெறுமானால் எங்கு கதை நடந்தாலும் சொல்வதற்கு இருக்கிறது என்றேதான் நினைக்கிறேன். ஒரு படைப்பாளியின் தேடல், அனுபவம், அவற்றை எப்படி கலையாக மாற்றுகிறான், மொழி ஆளுமை, படைப்புக்குள் தனது கருத்தை எப்படி கூர்மையாகச் சொல்கிறான் என்பவையெல்லாம்தான் படைப்பின் தரத்தை நிர்ணயிக்கும். நகர்ப்புறங்களிலிருந்தும், கிராமங்களிலிருந்தும் நல்ல படைப்பாளிகள் உருவாகியிருக்கின்றனர். ஐம்பது ஆண்டுகளுக்கு முன்னால் சென்னையே ஒரு சிறிய கிராமம்தான். இப்போதைய கிராமங்கள் நகரங்களாக மாறி வருகின்றன. தொலைக்காட்சி போன்ற சாதனங்கள் எல்லாமே கிராமங ்களுக்குள் நுழைந்துவிட்டன. என்னுடைய சிறுவயதில் நான் வளர்ந்த, விளையாடிய கிராமங்கள் இப்போது இல்லை. இருந்தாலும் இதன் காரணமாக நல்ல இலக்கியங்கள் வெளிவராது என்று நம்பிக்கை குறையத் தேவையில்லை.

கே: இந்திரா பார்த்தசாரதி, நா.பார்த்தசாரதி போன்ற சில எழுத்தாளர்கள் மட்டுமே அரசியல் களத்தை, நிகழ்வுகளைப் பின்புலமாக வைத்து நாவல்கள் எழுதியுள்ளனர். தற்போது அதுபோன்ற நாவல்கள் வருவதேயில்லையே?

பதி : ஒரு காலத்தில் அரசியல் என்பது நமது நாட்டில் சேவையாக, ஊழியமாக இருந்தது. ஆனால் இப்போது அது தொழிலாக மாறிவிட்டது. அரசியலை எனது தொழிலாக மேற்கொண்டாலன்றி எனக்கு அங்கு வேலையில்லை. எனக்கு வேறு தொழில் இருக்கிறது. தற்போது அரசியல்வாதிகள் சேவை என்கிற பெயரில் ஒரு தொழிலைச் செய்துகொண்டிருக்கிறார்கள். தனக்கும், தனது குடும்பத்தினருக்கும் சொத்து சேர்ப்பதற்காக, முதலையே முழுங்கும் அளவுக்குச் சென்றுவிடுகிறார்கள். அரசாங்கம் செலவிடும் ஒவ்வொரு ரூபாயிலும் தனக்கென்று சம்பளமாக எடுத்துக் கொள்ளப்படும் தொகை சிறிதாக இருந்தது போய் இப்போது கொஞ்சம் கொஞ்சமாக அதிகரித்து முழுவதுமாக அபகரிக்கக்கூடிய நிலை வந்துவிட்டது. இதுபற்றிய பிரக்ஞை இலக்கியவாதிகளிடம் இல்லாமல் இல்லை. ஆனால் அவர்களால் அதில் ஈடுபட முடிடியாது. தன்னைப் பாதிக்கின்ற விஷயங்களை தனது படைப்புக்களின் வழியாக வெளிப்படுத்துவார்கள். அப்படி வெளிவருவதற்கு சில சமயம் பல ஆண்டுகள் கூட ஆகலாம். இருந்தாலும் எல்லா படைப்புகளிலும் இதுபோன்ற அரசியல் அவலங்கள், நிகழ்வுகளின் பாதிப்புகள் இருந்துகொண்டுதான் இருக்கின்றன. சில படைப்பாளிகளுக்கு அரசியல்வாதிகளின் தயவு தேவையாக இருக்கும் காரணத்தால் இவற்றைக் கவனிக்காமல்கூட விட்டு விடுவார்கள். ஆனால் நேர்மையான இலக்கியவாதிகளின் படைப்புகளில் இவை நிச்சயம் இருக்கும். முப்பது ஆண்டு கால வரலாற்றை பின்னணியாக வைத்து கதை எழுதும் போது இன்றைய அரசியலை என்னால் நிச்சயம் எழுத முடியாது. இன்று சாலை போடும்போது குண்டும் குழியுமாக இருக்கின்றன. அந்த சாலையைக் கடக்கும்போது நான் படும் கஷ்டங்களை எழுதும்போது நிச்சயம் அரசியல் விமர்சனம் இடம்பெற்றுவிடும். கவிதையில் ஓரளவுக்குத் தீவிரமாக அரசியல் பேசப்படுகிறது. ஆனால் கவிதைகளை யார் இப்போது படிக்கிறார்கள்?. எனது கட்டுரைகளில் அரசியல் விமர்சனங்கள் இடம்பெறுகின்றன. ஒரு கட்சியை விமர்சனம் செய்கிறேன் எனும்போது இன்னொரு கட்சியை

சார்ந்து இயங்குகிறேன் என்று கொள்ளக்கூடாது. ஷேக்ஸ்பியர் சொன்னதைப்போல 'அழுகின ஆப்பிளில் எந்த ஆப்பிளை தேர்ந்தெடுப்பது' என்பதுதான் இப்போதைய கேள்வி. ஜனநாயகம் என்பது உன்னதமான அரசியல் முறை. அதையும் கூட கேவலமாகக் கறைபடுத்திவிடும் அளவுக்குத் தந்திரம் மிகுந்தவர்களாக நாம் ஆகிவிட்டோம். கூட்டம் சேர்த்து கோஷம் போட இலக்கியவாதியால் முடியாது. அப்படி முடிந்தால் அவனே அரசியல்வாதியாகி விடுவானே!.

கே : **விகடனில் தொடர்ந்து தாங்கள் 'தீதும் நன்றும்' என்ற தலைப்பில் எழுதிய கட்டுரைகள் வழியாக இன்றைய சுற்றுப்புறச் சூழல் எந்த அளவுக்கு மாசுபடுத்தப்படுகிறது, மனது எப்படி கறைபட்டுப் போனது என்பதை மிகத் தெளிவாக உணர்த்தியிருந்தீர்கள். அதன் விளைவு என்பதாக ஏதேனும் ஒரு குறிப்பிட்ட பலனை, நிகழ்ச்சியை குறிப்பிட முடியுமா?**

பதி : நாற்பத்தி இரண்டு வாரங்கள் தொடர்ந்து உங்கள் ஆறு, குளங்களை ஏன் சுத்தமாக வைத்துக் கொள்ளாமலிருக்கிறீர்கள், ஆத்திகனோ நாத்திகனோ கோயிலில் ஏன் சுத்தம் கடைபிடிக்கப் படுவதில்லை, தமிழ் படிக்கும் மாணவர்களுக்கு ஏன் பஸ்ஸில் இருக்கும் எழுத்துக்களைக்கூட படிக்க முடிவதில்லை என்பன போன்ற பொதுப் பிரச்சினைகளைத்தான் பேசினேன். இவற்றைப் படிக்கும் வாசகன் என்னுடன் சேர்ந்து இந்தப் பிரச்சினை களை சிந்திக்க முயல்கிறான். அதைத்தான் என்னால் செய்ய முடியும். பள்ளிகளில் குறிப்பாகப் பெண்கள் பள்ளிகளில் கழிப்பறைகள் ஏன் சுத்தமாக வைக்கப்படுவதில்லை என்று கேள்வி எழுப்பியதன் மூலமாக கோயம்புத்தூர் பள்ளிக் கல்வி இயக்ககத்தின் வழியாகக் கண்காணிக்கச் செல்லும்போது இந்த அம்சத்தில் கவனம் செலுத்தி ஆணைகள் இடப்பட்டதாக அறிந்தபோது மகிழ்ச்சியாக இருந்தது. பலன் கிடைத்தது என்றே நினைத்தேன். விகடனின் பத்து லட்சம் வாசகர்கள் எனது கட்டுரைகளைப் படித்தபோது நிச்சயமாக அவர்களுக்குள் இந்த ஒரு விழிப்புணர்வு ஏற்பட்டிருக்கிறது என்றே கருதுகிறேன்.

கே : **நீங்கள் உங்களது தொழில் நிமித்தமாக மும்பையில் குடியேற நேர்ந்தபோது, இந்தி, மராத்தி ஆகிய மொழிகளில் சரளமாகப் பேச எழுதக் கற்றுக்கொண்டீர்கள். ஆங்கிலம், தமிழ் ஆகியவை தெரியும். ஆனால் ஒரு காலகட்டத்தில் தமிழ் தவிர வேற்று மொழிகள் குறிப்பாக இந்தியைக் கற்றுக் கொள்ளக்கூடாது**

என்ற ஒரு நிலையை ஏற்படுத்தியதில் தமிழ் நாட்டவர்கள் இங்கேயே முடங்கிப் போகும் நிலை ஏற்பட்டுவிட்டது. இதைப் பற்றிய தங்களின் கருத்து என்ன?

பதி : என் தாய்மொழியான தமிழ்மொழி உன்னதமானது. மூவாயிரம் ஆண்டுகளுக்கு முன்பே இலக்கணம் வகுக்கப்பட்டு விட்டது. அவ்வளவு அருமையான தமிழை நான் நேசிக்கிறேன். எனது தாய்மொழிப் பற்று எவருக்கும் குறைந்ததல்ல. ஆனால் ஒரு இலக்கியவாதி அல்லது படைப்பாளி என்ற முறையில் எந்த மொழியையும் என்னால் வெறுக்க முடியாது. காளிதாசனின் சாகுந்தலம், ரகுவம்சம் எழுதப்பட்ட சமஸ்கிருதத்தை எப்படி என்னால் வெறுக்க முடியும். நமக்கு எந்த மொழி மீதும் வெறுப்பு இல்லை. ஆனால் இந்தி மீதும் வடமொழி என்பதால் சமஸ்கிருதம் மீதும் மட்டும் வெறுப்பு தொடர்கிறது. என் மொழி உயர்ந்தது. அதேபோல உன் மொழியும் உயர்ந்ததுதான் என்ற எண்ணம் நல்லது. ஆனால் அடக்குமுறையின் வழியாக ஒரு மொழியை இன்னொரு மொழி பேசுபவர் மீது திணிக்கப்படும் போதுதான் வெறுப்பு வந்துவிடுகிறது. எனது கல்லூரிக் காலத்தில் இந்தியை எதிர்த்து நடத்திய போராட்டத்தில் கலந்து கொண்டிருக்கிறேன். அந்த திணிக்கும் போக்கைத்தான் வெறுத்தேனே தவிர பதினோராம் வகுப்பில் இந்தியில் நல்ல மதிப்பெண் வாங்கித் தேர்ச்சி பெற்றேன். ஏனெனில் இந்தியில் மீது எனக்கு வெறுப்பில்லை. அதேபோல மும்பைக்குச் சென்றபோது இந்தியைக் கற்றுக் கொள்வதில் எனக்கு மாற்றுக் கருத்தோ, பிரச்சினையோ ஏற்படவேயில்லை. காரணமேயில்லாமல் ஒரு மொழியை வெறுப்பது தவறு.

கே : ஆன்மிகம் பற்றிய தங்கள் கருத்து என்ன? தங்களது ஆரம்ப காலத்தில் பழந்தமிழ் இலக்கியங்களை முக்கியமாக கம்ப ராமாயணத்தை ஆழ்ந்து கற்றீர்கள் என்று கேள்விப்பட்டேன். அதைப் பற்றி கூறுங்களேன்?

பதி : ஆன்மீகம் வேறு. இலக்கியம் வேறு. ஆன்மீகம் இல்லாத வாழ்க்கையே இல்லை. மதம் சார்ந்தது அல்லது ஒரு பெரிய நூல் சார்ந்தது அல்ல ஆன்மீகம். எனக்கெதிரில் இருக்கும் மனிதனைப் பட்டினி போட்டுவிட்டு நான் மட்டும் சாப்பிடாமல் இருப்பதே ஆன்மீகம். கம்பராமாயணம் என்பது அருமையான இலக்கியம், ராமனை ஒரு பாத்திரமாக பார்ப்பவர்களும்

இருக்கிறார்கள். கடவுளாக பாவிப்பவர்களும் இருக்கிறார்கள். எனது மும்பை வாழ்க்கையின் தொடக்க காலத்தில் ஒரு எளிமையான வேலையில் இருந்தபோது நிறைய அவகாசம் கிடைத்தது. மூன்று ஆண்டுகள் தினமும் ரா.பத்மநாபன் என்ற ஆசிரியரிடம் பாடம் கேட்டேன். அவர் தமிழ்க்கடல் ராய.சொக்கலிங்கத்துடைய மாணவர். அவர்தான் நாராயணீயத்தை முதன் முதலாகத் தமிழில் மொழி பெயர்த்தவர். நான் அப்போது நாத்திகவாதி. ஆனாலும் தமிழின் அருமையைக் கம்பன் வழியாக கற்பித்த கம்பராமாயணத்தை, ரா.பத்மநாபனை, அவரிடம் பாடம் கேட்ட காலங்களை எனது வாழ்க்கையின் முக்கியமான, பயனுள்ள காலகட்டமாக நினைக்கிறேன்.

கே : அப்போது நாத்திகவாதியாக இருந்தேன் என்றீர்கள். இப்போது தாங்கள் ஆத்திகவாதியாக மாறிவிட்டீர்களா?

பதி : இப்போதும்கூட ஆத்திகவாதி என்று சொல்லிக் கொள்ள மாட்டேன். ஏழு முறை சபரி மலைக்குப் போயிருக்கிறேன். ஆனாலும் நான் யார் என்று தெரியவில்லை. எனக்கு எல்லா வற்றிலும் சந்தேகம் இருக்கிறது. பெர்ட்டோல்ட் பிரெக்ட் என்றொரு கவிஞன் "நீங்கள் தேடுவது யாராக இருந்தாலும் அது நானில்லை" என்று ஒரு கவிதை எழுதியிருப்பான். அது போல என்னை எந்த ஒரு பெயரிட்டு அழைத்தாலும் அது நானில்லை.

19

ஆனந்தவிகடன்

என் ஊர் 08-06-2011

சந்திப்பு

என். சுவாமிநாதன்

சாகித்திய அகாடமி விருது பெற்ற எழுத்தாளர் நாஞ்சில் நாடன் தன் ஊர் வீரநாராயணமங்கலம் பற்றியும், தன் குதூகல இளமைப் பருவம் பற்றியும் இங்கே மனம் திறக்கிறார்.

நாகர்கோவில் பக்கத்துல 'வீரநாராயணமங்கலம்' கிராமம் தான் என் ஊர். மொத்தமே 120 வீடுங்கதான் இருக்கும். பெரும் பாலும் சொந்தக்காரங்களா இருப்பாங்க. உறவுமுறை சொல்லித் தான் கூப்பிடுவாங்க. நாஞ்சில் நாட்டில் தி.மு.க. வேர்விட்ட காலத்துல, அதோட இரண்டாவது கிளையை எங்க ஊர்லதான் தொடங்கினாங்க. அதனால சின்ன வயசுலேயே கடவுள் மறுப்பு பேச்சு கேட்டு வளர்ந்தேன். கன்னியாகுமரி மாவட்டத்தில் வெள்ளிக் கிழமை தான் எல்லாக் கடைகளுக்கும் விடுமுறை. அன்னிக்குத்தான் அரசியல் பொதுக்கூட்டங்கள் நடக்கும். காமராஜரில் இருந்து நேரு வரை நாகர்கோவில் வந்தால், அது வெள்ளிக்கிழமையாகத்தான் இருக்கும்.

ஒரு பக்கம் திராவிட இயக்கக் கருத்துக்கள் கேட்டு வளர்ந்தாலும், இன்னொரு பக்கம் ஆலயச் சடங்குகள், திருவிழாக்கள் மீதும் ஈடுபாடு உண்டு. எங்க பகுதி கோயில் 'கொடை விழா'க்களில், வில்லுப்பாட்டு, கணியான கூத்து, பம்பை, நையாண்டி மேளம், முரசு, தவில்னு வாத்தியங்களின் ஓசை ஒலித்துக்கொண்டே இருக்கும்.

சாமி ஆடுபவரைக் 'கோமரத்தாடி'ன்னு சொல்லுவோம். அவருக்குத்தான் ஆராசனை (அருள்) வரும். பிரமாண்டமாக் குவிச்சுப் போட்டுருக்கிற பூப்படையல்ல இருந்து அவர் ஆடிக்கிட்டே 'கமுகம் பூ'வை மட்டும் எடுப்பார். இதைப் 'பூவெடுத்தல்'னு சொல்வோம். இன்னிக்கும் அந்தப் பகுதிகளில் சேட்டை பண்ற பசங்களைப் பார்த்தா, 'நீ யாமுல ஆடிப் பூவெடுக்க!'ன்னு திட்டுவாங்க. பள்ளிக் காலத்திலேயே நான் கேட்ட திராவிடக் கருத்துக்களும், பார்த்த கோயில் விழாக்களும் ஒண்ணு சேர்ந்துத்தான் நாஞ்சில் நாடனை உருவாக்கியது.

பள்ளிக் காலத்தில் குளமும் ஆறும்தான் பெரிய பொழுது போக்கு. கூடவே குச்சிப்புள்ள, கள்ளன்- போலீஸ் விளையாடுவோம். விளையாடுற பசங்க கழட்டிவைக்கிற பை, சட்டை, பனியனுக்கு நான்தான் காவக்காரன். எம்.எஸ்.சி. முடிச்சு வேலைக்குப் போற வரைக்கும் ஏர் ஓட்டுறது, மரம் அடிக்குறதுன்னு விவசாயம் சம்பந்தமான அத்தனை வேலைகளையும் செஞ்சுருக்கேன்.

எனக்கு உலகம் புரிய வைச்சதில் முக்கியப் பங்கு எங்கள் ஊர் தமிழர் நூல் நிலையத்துக்கு உண்டு. அந்தக் காலத்திலேயே இங்கே எல்லா நாளிதழ்களும் வார இதழ்களும் வரும். வரலாற்றுப் புத்தகங் களும் நிறையவே இருக்கும். ஊரில் நூலக வளர்ச்சிக்காக நூலக வரி பிரிப்பாங்க. நெல் அறுவடை முடிஞ்சதும், ஒரு மரக்கா நெல்லை வரியாக் கொடுக்கணும். நாஞ்சில் நாட்டில் எல்லா ஊர்லயும் இது போல நல்ல தரமான நூலகங்கள் உண்டு. உளுந்தம் சோறு, கூட்டாஞ் சோறுன்னு எதுவெச்சாலும், ஆவி பறக்க வாசனை அடுத்த வீட்டுக்குப் போயிரும். சின்ன ஊர்ங்கிறதால யார் வீட்டுல என்ன குழம்பு வைக்கிறாங்கனு எல்லாருக்குமே தெரியும்.

ஊருல உள்ள பெண்கள் எல்லாரும் சேர்ந்து நாகர்கோவில் டவுனுக்குப் படம் பார்க்கப் போவாங்க. அவங்க கூட நானும் கிளம்பிப் போயிடுவேன். பெண்களை மாட்டு வண்டியில் கூட்டிட்டுப் போய் விடற ஒரு ஆம்பளை, படம் முடிஞ்சதும் திரும்ப வந்து கூட்டிட்டுப் போவாரு. சில நேரங்களில் ஆம்பளைங்க வராட்டா, 'பழவூர் பெரியம்மா'ன்னு ஒரு பாட்டிதான் இன்சார்ஜ். அவங்க சேலையை மடிச்சுவிட்டு, வேட்டி மாதிரி கட்டிக்குவாங்க. கூடவே தலையிலும் ஒரு தலைப்பாகை கட்டிக்கிருவாங்க. பாக்கிறதுக்கு ஆம்பளை மாதிரியே தெரியும். நெஞ்சை நிமித்தி ஆம்பளை மாதிரி நடந்து எல்லாரையும் பத்திரமாக் கூட்டிட்டு வந்திருவாங்க.

ஊர்ல ஆலமரம் அதிகமா இருக்கும். காரணம் எங்க பகுதிகளில் நிச்சயதார்த்தம் நடக்கும்போது ஆலங்கம்பை வெட்டி அதுக்கு குங்குமம், சந்தனம் தடவிப் பந்தக்கால் நடுவோம். கல்யாணம் முடிஞ்சதும் அந்த ஆலங்கம்பை எடுத்து, ஆத்தங்கரைகளில் நட்டுவெச்சுடுவாங்க. அதைத் திருமணம் முடிஞ்ச குடும்பத்துக்காரங்களே தண்ணீர் விட்டுப் பராமரிப்பாங்க.

ஆறு, குளம், ஏரி, கால்நடைகள், இயற்கைக் காட்சிகள்னு பக்கா கிராமத்தானாக வலம் வந்த நான், கல்லூரிப் படிப்பு முடிஞ்சதும் பம்பாய்க்கு வேலைக்குப் போயிட்டேன். அங்கு இருந்தாலும் எனக்குள் உள்ளூர் நினைவுகள் ஏற்படுத்திய தாக்கம்தான் நாஞ்சில் நாடனின் படைப்புகள்!

நாஞ்சில் நாடன் நேர்காணல்கள்

20

கல்கி

பரதேசி Exclusive 09-12-2012

சந்திப்பு

எஸ். சந்திரமௌலி

"கடந்த ஐம்பதாண்டுகளில் நான் ஏராளமான தமிழ்ப் படங்களைப் பார்த்து வந்திருக்கிறேன். இன்று தமிழ் மக்கள் மத்தியில் தவிர்க்கமுடியாத ஓர் இடத்தைப் பிடித்துக்கொண்டிருக்கும் சினிமா இன்னமும் ஒரு பொழுதுபோக்காகவே இருப்பது வருத்தம் தருகிறது. அபூர்வமாக சில படங்கள் மட்டுமே பொழுதுபோக்கு தளத்தைத் தாண்டி, இந்தச் சமூகத்தை, இந்த மண்ணின் சரித்திரத்தைப் படம் பிடித்துக் காட்டி இருக்கின்றன. இயக்குனர் பாலாவின் 'பரதேசி' அதுபோன்ற ஒரு அரிய முயற்சி. அதற்காகவே அவரைப் பாராட்ட வேண்டும்" என்கிறார் சாகித்ய அகாதமி விருதுபெற்ற எழுத்தாளர் நாஞ்சில் நாடன். அவர்தான் படத்தின் வசனகர்த்தா. குடும்ப நிகழ்ச்சி ஒன்றுக்காக சென்னை வந்திருந்த அவர் 'பரதேசி' படம் பற்றிய தமது அனுபவங்களைப் பகிர்ந்துகொண்டார்...

பதி : சமகாலப் பிரச்னை இல்லையென்றாலும்கூட, பாலா 'பரதேசி' படத்தில் கையாண்டிருப்பது ஒரு சரித்திரப் பதிவு. 1940களில் நிகழ்ந்த மிக முக்கியமான விஷயத்தைத்தான் அவர் கையாண்டு இருக்கிறார். தேயிலைத் தோட்டத் தொழிலாளர்கள் அனுபவித்த பரிதாபத்துக்குரிய வாழ்க்கை முறையை விவரித்திருக்கிறார் பாலா. நம் நாட்டில் தேயிலை, காஃபித் தோட்டங்கள் என்பது இயற்கை இல்லை. ஆங்கிலேயர்கள் இங்கே வந்தபிறகு, மலைவாசஸ்தலங்களை ஏற்படுத்திய காலகட்டத்தில், காடுகள் அழிக்கப்பட்டு, தேயிலைத் தோட்டங்கள் முளைத்தன. அங்கே வேலை செய்வதற்காக பல்வேறு பகுதிகளில் இருந்து படிப்பறிவு இல்லாத, கடுமையாக உழைக்க மட்டுமே தெரிந்த அடிமட்டத்து மக்களுக்கு முன் பணம் கொடுத்து, கூலிகளாக, அடிமைகளாக, பெண்களைத் தோட்டங்களில் தேயிலைப் பறிக்கவும், ஆண்களை கரடுமுரடான வேலைகளைச் செய்யவும் கூட்டிக் கொண்டு

போனார்கள். அங்கே கல்வி, மருத்துவ வசதி வாழ்க்கைக்குத் தேவையான அடிப்படை வசதிகள் கிடையாது. அதிகார வர்க்கத்தினரின் கைகளில் அவர்கள் அனுபவித்த கொடுமைகளின் பதிவுகளே பரதேசி.

கே : கதையில் என்ன விஷயங்கள் பேசப்பட்டிருக்கின்றன?

பதி : இந்திய தேயிலைத் தோட்டங்களில் நடக்கும் கொடுமை களைப் பற்றி, அந்தக் காலத்தில் பிரிட்டிஷ் பாராளுமன்றத்தில் பேசி இருக்கிறார்கள். காந்திஜியும் நிறைய பேசியிருக்கிறார். அதன் பிறகுதான், அவர்கள் விஷயத்தில் சில சீர்திருத்தங்கள் கொண்டுவரப்பட்டன. இது ஒரு பக்கம் என்றால், இயற்கை கூட அவர்களை மனிதநேயத்தோடு பார்க்கவில்லை. தேயிலைத் தோட்டங்களில் மழைக்காலத்தில் மலேரியா வந்தால் நூற்றுக் கணக்கான தொழிலாளர்கள் பலியாவார்கள். ஆங்கிலேயர் களின் தேயிலைத் தோட்டங்களில் அவர்களின் அடக்கு முறைக்கும், மலேரியாவுக்கும் பலியான இந்தியர்கள், உலகப் போர்களில் மாண்ட இந்தியர்களின் எண்ணிக்கையை விடப் பல மடங்கு அதிகம். இதுதான் கதையின் ஆன்மா.

கே : பாலாவோடு பணியாற்றிய அனுபவம்?

பதி : இதுபோன்ற ஒரு விஷயத்தை, ஆழமாக ஆராய்ந்து, ஒரு திரைப்படமாக பாலா எடுக்க முன்வந்திருக்கிறார் என்பதே எனக்கு ஆச்சரியத்தையும், சந்தோஷத்தையும் அளித்தது.

தம்முடைய கல்லூரி நாட்களில் படித்த என்னுடைய ஆரம்பக் காலப் படைப்புக்களில் ஒன்றான 'இடலாக்குடி ராசா' சிறுகதை தம்மை மிகவும் பாதித்ததாக பாலா எழுதி இருக்கிறார். என் 'தலைகீழ் விகிதங்கள்' என்ற நாவலைத்தான் தங்கர் பச்சான் 'சொல்ல மறந்த கதை'யாக எடுத்தார். இயக்குனர் ஞான ராஜசேகரன் 'பாரதி', 'பெரியார்' படங்கள் எடுத்தபோது, ஒரு சிறு அளவில் என் பங்களிப்பும் உண்டு. என்னுடைய 'எட்டுத் திக்கும் மதயானை' நாவலைப் படமெடுக்க சிலர் அணுகிய போது நான் மறுத்துவிட்டேன். ஆனாலும், அதைப் பல்வேறு வழிகளிலும் துண்டாடி பலரும் எடுத்துப் பயன்படுத்திக் கொண்டார்கள். பாலா, 'நான் கடவுள்' படம் எடுக்கத் தொடங்கிய போது, என்னை வசனம் எழுதும்படிக் கேட்டார். ஆனால், அந்தக் கதையில் ஜெயமோகனின் நாவலுக்கும் பங்கு உண்டு என்பதால் அவர் வசனம் எழுதுவதுதான் பொருத்தம் என்று

சொன்னேன். 'பரதேசி' படத்துக்கு வசனம் எழுதவேண்டும் என்று கேட்டபோது, படத்தின் இயக்குனர் பாலா என்பதாலும், அவர் படத்தில் கையாளப்போகும் விஷயம் மிக முக்கியமான ஒன்று என்பதாலும் சம்மதித்தேன்.

கே : முதன்முதலில் சினிமாவுக்கு வசனம் எழுதியது?

பதி : என்னுடைய இடலாக்குடி ராசாவின் தாக்கத்தில் தம்முடைய பட ஹீரோக்களை உருவாக்கியதாகச் சொன்ன பாலா, பரதேசி படத்தின் முக்கிய பாத்திரமே அந்த ராசாதான் என்று முதலில் சொன்னபோது ஆச்சர்யமாக இருந்தது.

ஆனாலும், 60 வயதுக்குப் பிறகு நமக்கு சினிமாவெல்லாம் தேவைதானா? நம்மால் சினிமாவுக்கு வசனம் எழுத முடியுமா? என்றெல்லாம் தயக்கம் இருக்கவே செய்தது. ஜெயமோகன் போன்ற சில நண்பர்கள் 'உங்களால் முடியும்; தள்ளிப்போடாமல், உடனே உட்கார்ந்து ஒன்றிரண்டு காட்சிகளுக்கு வசனம் எழுதுங்கள்; அதன்பிறகு, தானாகவே வேலை சூடுபிடிக்கும்' என்று ஊக்கமளித்தார்கள். சென்னைக்கு வந்து கதை விவாதத்தில் கலந்துகொண்டேன். கையோடு உட்கார்ந்து ஏழெட்டு நாட்களில் பாதி படத்துக்கான வசனத்தை எழுதி முடித்துவிட்டேன்.

கே : ஷூட்டிங் போனீங்களா?

பதி : போனேன். என்னை ஹீரோயினின் அப்பா என்று நினைத்து விட்டார்கள். நான்தான் படக்காட்சிகளுக்கு வசனம் எழுதினேன் என்றாலும், காகிதத்தில் பதிவான எழுத்து, பாலா போன்றவர்களின் கையில் நடிகர்களின் உடல் மொழியாக, திரையில் பதிவாகும்போது, அது இன்னமும் உயிர்ப்பு பெறுவதைக் கண்டு பிரமித்துப் போனேன். கதாபாத்திரங்கள் கதையில் அனுபவிக்கும் உடல்ரீதியான, மனரீதியான வலிகளை, திரை மூலமாக அப்படியே படம் பார்க்கிறவர்களுக்கு பாலா கடத்திவிடுகிறார். பாலா ஒரு மிக நுணுக்கமான வலி கடத்தி!

பேசும் நாஞ்சில் நாடனின் கண்களில் விரிகின்றன அந்தக் காட்சிகள்...

21

குங்குமம்

திருப்புமுனை 08-10-2012

சந்திப்பு
த.செ. ஞானவேல்

எந்தப் பேருந்து நிலையத்தின் பொதுக் கழிப்பிடத்திற்குள் நுழைந்தாலும், மூத்திரம் வருவதற்குப் பதிலாக நெஞ்சு பொறுக்காத ஆத்திரமே வருகிறது. இரண்டு ரூபாய் கட்டணம் கொடுத்து சிறுநீர் கழிக்கப் போனால், கால் வைக்க முடியாத அளவு அருவருப்பாக இருக்கிறது அந்த இடம். பேருந்தில் பயணம் செய்கிற மக்கள் கோடீஸ்வரர்கள் அல்ல. கைகளும் கால்களும் காய்ப்புக் காய்க்க உழைத்து சம்பாதிப்பவர்களிடம் பணம் வாங்கிக்கொண்டு அவர்களை அலட்சியப்படுத்துகிற அந்த காண்ட்ராக்டர் ஓர் அரசியல்வாதிக் கூலியாகவே இருப்பார். அருவருப்பான அந்தக் கழிவறைக்குள் எந்த அமைச்சராவது போவாரா? அவருடைய பெண்டாட்டி, பிள்ளைகள் போவார்களா? அவர்கள் போக முடியாத ஒரு இடத்திற்கு பொதுமக்களைப் போகச் சொல்லுவது அக்கிரமம் இல்லையா?

இந்தக் கோபம் காழ்ப்புணர்ச்சியிலிருந்து வரவில்லை. இயலாமையிலிருந்து வருகிறது. ஒரு கழிப்பிடத்தில் கூட நேர்மையாக இல்லாதவர்கள், எங்களை மற்ற விஷயங்களில் எப்படி ஏமாற்றுவார்கள் என்கிற ஆற்றாமையில் வருகிற கோபம் இது. இதை நான் எழுதினால், 'ஓர் எழுத்தாளன் இப்படி எழுதலாமா?' என்று கேட்கிறார்கள். பூக்கள் பூப்பதையும், நதியின் ஓட்டத்தையும், மழையின் சாரலையும் வர்ணிப்பது மட்டுமே எழுத்தாளனின் வேலை இல்லை. எம்முடைய மக்களின் நாசிகள் நுகரும் துர்நாற்றத்தை எழுத்தின் மூலம், அந்த இடத்திற்கு வராதவர்களின் மூக்கும் உணரும்படி எழுதுவதே எழுத்து. அதுவே படைப்பாளனின் முதன்மையான பணி!

- அறச்சீற்றத்தின் வெம்மையோடும், எளிய மக்களின் மீதான நலனில் தாய்மையோடும் பேசுகிறார் நாஞ்சில் நாடன். நாஞ்சில் நாட்டு வாழ்வையும், அந்த மண்ணையும், மக்களையும் எழுத்தால்

வரையும் கலைஞன். இடைவிடாத இவரின் எழுத்து முயற்சிகள், தமிழர்களுக்குக் கதைகளாகவும், கட்டுரைகளாகவும் அச்சேறுகின்றன. நேர்மையும், உண்மையுமாக இருக்க விரும்பும் ஒருவரின் வாழ்வுக்கும் எழுத்துக்கும் வீச்சு அதிகம். 'சாகித்ய அகாடமி' விருது பெற்ற நாஞ்சில் நாடனின் வீச்சு மிகுந்த எழுத்துகள், தமிழ்ச் சமூகத்தின் முக்கியமான படைப்புக் குரல்.

அப்பா விவசாயி. 'ஓரனேர் சம்சாரி' என்று ஒரு சொல் வழக்கு நாஞ்சில் நாட்டில் உண்டு. ஒரு ஏர் கொண்டு உழுகிறவனுக்கு அந்த அடைமொழி. நிலம் உழுவதில் தொடங்கி, விதை போட்டு, உரமிட்டு, தண்ணீர் பாய்ச்சி, பயிர் வளர்த்து, களையெடுத்து, அறுவடை செய்வதுவரை உழவு பற்றிய சகல வேலைகளையும் அறிவேன். விடுமுறை நாளில் உரம் சுமக்கப் போனால் 'நாலணா' காசு கிடைக்கும். பள்ளிக்கூடம் போய் படித்தாலும், ஓய்வு நேரத்தில் அப்பாவுக்கு உதவியாக இருந்தாக வேண்டும். கடினமான முறையில் வாழ்க்கையைக் கற்றுக்கொண்டவன் நான். இந்த நாட்டில் விவசாயிகளாக உள்ள அனைவரும், கடினமான முறையில் மட்டுமே வாழ்வைக் கற்றுக்கொள்ள முடியும். ஒரு ரூபாய் முதலீடு போட்டு ஆயிரம் ரூபாய் லாபம் சம்பாதிக்கிற ரியல் எஸ்டேட் போன்ற தொழில் அல்ல விவசாயம். மாதக்கணக்கில் உழைத்து நெல் அறுவடையைச் செய்து தருகிற வீட்டில், உணவு இல்லாமல் பட்டினியாக படுத்திருக்கிறோம்.

சிறுவனாக இருந்தபோது, பசிக் கொடுமையில் ஒரு கல்யாண வீட்டில் சாப்பிட உட்கார்ந்தவனை எழுப்பி அனுப்பிய வலியை இன்னும் மனசில் சுமந்துகொண்டு திரிகிறேன். சூடு வைத்ததுபோல ஆறாத ரணம் அந்த அவமானம். விருந்து உண்டு முடித்து தூக்கி யெறிந்த இலையில் மிச்சமுள்ள உணவை பசியோடு எடுத்து சாப்பிடும் யாரையாவது கண்டுவிட்டால், இப்போதும் தொண்டை யடைத்து கண்களில் நீர் கோர்த்துக்கொள்ளும். பசி என்னைத் துரத்தி இருக்கிறது; போட்டுப் புரட்டி எடுத்திருக்கிறது. நாளெல்லாம் நிலத்தில் உழைக்கிற வீட்டில், அடுப்பு எரியாத நாட்கள் அதிகம். எங்கள் வீட்டில் மட்டுமில்லை. 'ஓரனேர் சம்சாரியாக' வாழ்கிற யாருக்கும் இதுதான் பொது.

120 வீடுகள் மட்டும் இருக்கிற சின்ன கிராமத்தில், வசதி வாய்ப்புகள் பெரிய அளவில் இல்லாமல் இருந்தாலும், படிப்பதற்கு நூலகம் இருந்தது. 'தமிழர் நூல் நிலையம்' என்று பெயர். புத்தகம் படிப்பதன் ருசி அறிந்த இடம் அது. திராவிட இயக்கத்தின் தாக்கம்

இல்லாமல் அறுபதுகளில் இருப்பது கடினம். விரும்பினாலும், வெறுத்தாலும் திராவிட இயக்கம் தவிர்க்க முடியாத சக்தி. சின்ன வயதில் அரசியல் கூட்டங்கள் கேட்கப்போனால், தமிழ் இலக்கியத்தின் முக்கியமான பாடல்கள் அறிமுகம் ஆகும். 'கலிங்கத்துப் பரணி'யிலிருந்து பேச்சாளர் ஒரு பாடலைச் சொன்னால், நூல் நிலையம் வந்து அந்தப் பாடலை எடுத்துப் படித்து மனதில் பதிய வைத்துக் கொண்டிருக்கிறேன். பாடப்புத்தகங்கள் தாண்டிய உலகத்தை அங்கிருந்த புத்தகங்களே அறிமுகப்படுத்தின. பள்ளியில் நன்றாக படிக்கின்ற மாணவன் நான். 2 மைல் தூரம் நடந்து பள்ளிக்கூடம் போகவேண்டும். 'ஒரு சைக்கிள் இருந்தால் நன்றாக இருக்கும்' என்கிற கனவு, வெறும் கனவாகவே முடிந்து போனது.

என் வீட்டில் முதல்முறையாக எழுத்து பழகியது நானாகத் தான் இருக்கும். அப்பா மாடு மேய்க்கப் போனால், திருக்குறள் புத்தகம் கொண்டு போவார். படிக்கிற ஆர்வம் அவரிடம் இருந்தது. அனுபவத்தால், வாழ்க்கை முறையால் வந்த பட்டறிவு அதிகம். வயலில் பாடுபட்டு உழைத்து விளைவித்த நெல்மணிகள், அறுவடையின்போது சிந்திச் சிதறும். 'இப்படிச் சிந்தாமல் அறுவடை செய்ய முடியாதா?' என்று அப்பாவிடம் கேட்டேன். 'இந்த உலகத்துல மனுஷன் மட்டும் ஜீவராசி இல்லை. நாம் உழைக்கிறது நமக்குத் தேவையான அளவு கிடைச்சதுக்கு அப்புறம் பகிர்ந்து கொடுக்கணும். இப்படி சிந்துற நெல்மணி எல்லாம் வீணாகும்னு அர்த்தம் இல்லை. நம்மள சுத்தி இருக்கிற காக்கா, குருவி உள்ளிட்ட பறவைகளுக்கு இதுதான் உணவு. அதுங்களும் ஜீவிக்கணும் இல்லையா?' என்று சர்வசாதாரணமாக, ஒரு வாழ்வியல் உண்மையை மனதில் ஆழமாகப் பதிய வைத்து விடுவார். 'பகுத்துண்டு பல்லுயிர் ஓம்புதல், நூலோர் தொகுத்தவற்றுள் எல்லாம் தலை' என்ற திருக்குறளும் பரிசாகக் கிடைக்கும்.

திராவிட அனுதாபியாக இருந்தவன், படிப்பனுபவம் கிடைக்கக் கிடைக்க... கம்யூனிச சிந்தனைகளால் ஈர்க்கப்பட்டேன். 'பையன் படித்து விட்டால், வீட்டுக் கஷ்டங்கள் தீர்ந்துவிடும்' என்று சிரமப்பட்டு என்னை எம்.எஸ்சி படிக்க வைத்தார்கள். வீட்டில் மூத்த பையன். சித்தப்பாவின் உதவியில் கல்லூரி வரை படிக்க முடிந்தது. 1970ல் எம்.எஸ்ஸி படிப்பை 'நேஷனல் லோன் ஸ்காலர்ஷிப்' கடன் வாங்கி படித்தேன். நல்ல மதிப்பெண்கள் இருந்தும், இரண்டு வருடங்கள் வேலை இல்லாமல் அலைந்து

திரிந்தேன். நான் இருந்தது ஒருவகையில் மோசமான காலகட்டம். பணம் இருந்தால் அரசாங்க வேலை கிடைக்கும்; அல்லது பெரிய மனிதர்களின் சிபாரிசு இருக்க வேண்டும். எவ்வளவு முயற்சி செய்தாலும் வாழ்க்கை கசக்கி எறிகிறதே என்கிற பயத்தோடு வாழ்வை எதிர்கொண்ட கசப்புணர்வு மிகுந்த காலம் அது.

பசி ஒரு மனிதனை எந்த இழிவை நோக்கியும் இழுத்துப் போகும்; படித்த விஷயங்கள் சுயமரியாதை குறையாமல் வாழ்ந்து விடச் சொல்லி வற்புறுத்தும். இந்த இரண்டுக்கும் நடுவில் நடக்கிற மனப்போராட்டம்தான் உலகத்தைப் புரியவைத்தது. ‘இனி தமிழ்நாட்டில் வேலை தேடிப் பயன் இல்லை’ என்று நினைத்த அப்பா, மும்பையில் இருந்த நடராஜ ஐயரிடம் உதவி கேட்டார். வடிவீஸ்வரம் அவரது சொந்த ஊர். மும்பையில் நல்ல வேலையில் இருந்தார். எம்.எஸ்சி. படித்தவன், இரண்டு வருடமாக வேலை யில்லாமல் இருப்பதை அதிர்ச்சியாக நிமிர்ந்து பார்த்த ஐயர், ‘இந்த ஊர்ல படிச்சவனுக்கு எவன்டா மதிப்பு தர்றான்? பம்பாய்க்கு வந்துடு’ என்ற ஐயரின் வார்த்தைகள்தான் என் வாழ்வில் முதல் திருப்புமுனை.

தாகத்தோடு இருந்தவனுக்கு எங்கிருந்து தண்ணீர் கிடைத்தால் என்ன? 1972ல் புதிய நம்பிக்கையோடு பம்பாய் கிளம்பினேன். இந்தியாவில் மாநகரம் என்றால், அதன் முழு அர்த்தம் பொருந்தும் ஒரே நகரம். பிரமிப்பையும், அச்சத்தையும், நட்பையும், நம்பிக்கையையும் சேர்த்துத் தந்த மாநகரம். அங்கு போனதுமே வேலை கிடைக்கவில்லை. ஆனால் நாகர்கோவிலில் இருந்த பயம், அங்கு இல்லை. ஏதோ ஒரு வேலையைக் கொடுத்து வாழ்வைக் கரையேற்றிவிடும் என்ற நம்பிக்கை இருந்தது. மும்பையில் பிழைக்காதவன் உலகத்தில் எங்குமே பிழைக்க முடியாது. மாநகர வாழ்விற்கு மெதுவாக பழக்கப்பட்டேன். மகிழ்ச்சியோ, துக்கமோ எதுவாக இருந்தாலும் சீக்கிரம் கடந்து இயல்பு வாழ்க்கைக்குத் திரும்பிவிட வேண்டும். கூட்ட நெரிசலோடு ரயில் கடந்துபோகும் போது வெட்டவெளியில் குடையில் முகம் மறைத்து ஆண்களும் பெண்களும் காலைக்கடன் கழிக்கிற அதிர்ச்சியை சாதாரணமாகக் கடந்து பழக்கப்பட்டேன். மண்ணும் மணமும் உடைய நாஞ்சில் நாட்டு வாழ்க்கையில் பழகியவன், துன்பம், துரோகம், இயலாமை என எல்லாவற்றையும் சாதாரணமாக எடுத்துக்கொண்டு, கிடைக்கிற இடத்தில் வேர்பிடித்து வளர்கிற மாநகரத்து வாழ்வை எளிதில் எப்படி ஜீரணித்தேன் என்பது எனக்கே ஆச்சர்யம். அதுதான் அந்த மாநகரத்தின் குணம்.

மும்பையில் போய் இறங்கியதும், பம்பாய் தமிழ்ச் சங்கத்தில் உறுப்பினேன் ஆனேன். என்னுடைய படிக்கும் ஆர்வத்திற்கு, அங்கிருந்த நூலகத்தில் அருமையான நூல்கள் இருந்தன. படிக்கிற பழக்கம் கைரேகையைப் போல என்னிடம் ஒட்டிக்கொண்டது. 'பேச்சுலர் அமுதம்' என்று சொல்லக்கூடிய ஒரு 'வடாபாவ்' சாப்பிட்டு, வயிறு முட்ட தண்ணீர் குடிதது, மகிழ்ச்சியாக 400 பக்கம் படித்து விடுவேன். நடராஜ ஐயரின் பரிந்துரையில், 'டபிள்யூ.ஹெச்.பிராடி அண்டு கம்பெனி லிமிடெட்' என்கிற ஒரு தனியார் நிறுவனத்தில், ஒப்பந்த ஊழியராக கணக்கெழுதும் வேலையில் சேர்ந்தேன். வாழ்வில் முதல் பிடிப்பு கிடைத்தது. அதுவரை நான் புத்தகம் வாசிப்பவன் மட்டுமே. எழுத்துக்கும் எனக்கும் எந்த சம்பந்தமும் இல்லை!

★ ★ ★

அடிப்படைத் தேவைகளே ஆசைகளாக இருந்த கஷ்ட காலத்திலும் என்னால் எழுத முடிந்தது. ஒரு நல்ல இடத்தில் தங்கி, மூன்று வேளை வயிறார உண்ண, நல்ல உடை உடுத்துகிற வாழ்விற்கு என் மாத சம்பளம் ஒரு வாரத்திற்கு காணாது. 32 ஆண்டுகள் ஒரே நிறுவனத்தில் வேலை பார்த்து, சில ஆண்டுகளுக்கு முன்பு ஓய்வு பெறும்போது என் மாதச் சம்பளம் 12 ஆயிரம் ரூபாய். குடும்பம் நடத்தி, பிள்ளைகள் வளர்த்து, படிக்க வைத்து, உறவுகள் போற்றி, நோயுற்ற காலத்தில் மருத்துவம் பார்த்து, வாசிக்க புத்தகங்கள் வாங்கி, வாழ்வு நடத்த வேண்டும்.

எழுத்து என்பது எனக்குள் தாகமாக இருந்திருக்கிறது. ஆனால், அது என் தவம் இல்லை. வேள்வி அல்ல. பிரசவ வேதனை அல்ல. பணமும் பேரும் புகழும் தேடும் மார்க்கம் அல்ல. வாழ்க்கையை, என்னைப் புரிந்துகொள்ளும் முயற்சி. என் மண்ணை, மக்களை, உறவுகளைப் பிரிந்து பிழைப்பு தேடி மும்பை மாநரகத்திற்கு போனதும், லட்சோபலட்சம் பேர் தினம் கடந்து போகிற மக்கள் சமுத்திரத்தில் யாருமற்ற தனியனாய் நின்றதும் என்னை எழுதத் தூண்டி இருக்கலாம். என் தனிமையின் பயத்திலிருந்து தப்பிக்கும் முயற்சியாக, எழுத்தை குதிரையாகப் பயன்படுத்தினேனோ என்னவோ?

வீரநாராயண மங்கலத்தில் சுப்பிரமணியம், நாஞ்சில் நாடனாக மாறியதில், அவருக்குக் கிடைத்த நன்மையைவிட, தமிழ் நவீன இலக்கியத்திற்குக் கிடைத்த நன்மைகள் அதிகம். நதி செல்லும் திசையில் மிதந்து வருகிற ஒரு தெப்பத்திடம், கடந்த வந்த பாதை பற்றிக் கேட்க முடியாதது போலவே, நாஞ்சில் நாடனின்

எழுத்துப் பயணம் பற்றிய காரணங்கள் அனுமானங்களாகவே இருக்கின்றன. 65 ஆண்டுகால வெற்றி தோல்விகளை கணக்குப் போட்டால், தோல்விகள்தான் அதிகம் அவரை ஆட்கொண்டிருக்கின்றன. தோல்விகளின் கசப்பை அவர் எழுதினாலும், அது பாகற்காயின் கசப்பாக, வாழ்வை, மனிதர்களை, சமூகத்தைப் புரிந்துகொள்ள உதவுகிறது.

"நான் அறிந்த, நன்கு புரிந்த நாஞ்சில் நாட்டு வாழ்வு, என் எழுத்தில் பெரும்பங்கு வகிக்கிறது. எழுதவேண்டிய நிர்ப்பந்தம் ஏன் ஏற்பட்டது என்று தெரியவில்லை. தமிழிலும் ஆங்கிலத்திலும் தலைசிறந்த படைப்புகளை மாணவனாகக் கற்றவன் என்கிற முறையில், நியாயமாக எனக்கு எழுதத் தயக்கம்தான் இருந்திருக்க வேண்டும். எனக்கு இருந்தது. நல்ல படைப்புகள் நம்பிக்கையையும், பயத்தையும் ஒருசேரத் தருகின்றன. தமிழில் எழுதுவதற்கும், தன்னைப் படைப்பாளன் என்று சொல்லிக் கொள்வதற்கும் அஞ்ச வேண்டும். இரண்டாயிரம் ஆண்டு இலக்கியச் செழுமை உடைய எம் மொழியில், பாமர மக்களும் மிகச் சிறந்த படைப்பாளியாக இருக்கிறார்கள். 'எள்ளைக் கொட்டினால் அள்ளிடலாம். சொல்லைக் கொட்டினால் அள்ள முடியாது' என்று பழமொழியை பாமர மக்கள் சாதாரணமாக உருவாக்கிவிடுகிறார்கள்.

இப்படித் தன்னைச் சுற்றியுள்ள அனைத்தையும் எழுத்தாளன் கவனித்தாக வேண்டும். 'தினம் தினம் நான்கைந்து கோப்பைகள் தேநீர் குடிக்கிறோம். தேயிலைத் தோட்டங்களைக் கண்டிருக்கிறோம். வளர்ந்த தேயிலை மரத்தை யாரும் கண்டதுண்டா? என்பதுபோல எனக்குள் எழும் கேள்விகள்தான் தொடரும் தேடல்களாகின்றன. தேயிலைச் செடி எத்தனை அடி உயரம் வளரும்? எத்தனை ஆண்டுகள் கொழுந்து பறித்து, கொழுந்து பறித்து, இடுப்பளவுக்கு மேல் வளரவிடாமல் செய்துவிட்டோம்? தேயிலைச் செடியைக் காணும் போதெல்லாம் அதன் வயதையும், உத்தேசமாக அது வளர்ந்திருக்க வேண்டிய உயரத்தையும் யோசிக்கிறேன். இதில் அந்த கோடிக் கணக்கான மரங்களின் சோகம் மட்டும் என்னை சிந்திக்க வைக்க வில்லை. அந்த தேயிலைச் செடிகளைப்போல, காலங்காலமாக கொழுந்து பறிக்கிற தேயிலைத் தோட்ட தொழிலாளர்களின் வளராத வாழ்க்கையும் என்னை பாதிக்கிறது. கோப்பையில் தேநீர் நிரப்பி சுடச்சுட உறிஞ்சுகிற அந்த ருசியைப்போலவே, அதன் மறுபக்கம் உள்ள வலியின் மீதும் என் கவனம் பதிகிறது.

1972ல் பம்பாய் போனதும், அங்குள்ள தமிழ்ச் சங்கத்தின் தொடர்பு என்னை தமிழ்ப் புத்தகங்களோடு நெருக்கமாக வைத்திருந்தது. 16 பக்க அளவில் பம்பாய் தமிழ்ச்சங்க வெளியீடாக 'ஏடு' என்கிற மாதஇதழ் வெளிவந்தது. அதன் பொறுப்பாசிரியராக இருந்த கலைக்கூத்தன், என்னை ஊதியம் இல்லாத உதவியாளனாக சேர்த்துக் கொண்டார். நகல்கள் எடுப்பது, சின்னச்சின்ன இலக்கியத் தகவல்களால் இதழை நிரப்புவது, தமிழ்ச்சங்க நிகழ்ச்சிகளைத் தொகுத்து எழுதுவது என விடுமுறை நாட்கள் ஊதியம் இல்லாமல் போனாலும், ஆக்கபூர்வமாகவும் அறிவுபூர்வமாகவும் கழிந்தன. என்னையும் எழுதத் தூண்டினார் கலைக்கூத்தன். 'ஏடு' பத்திரிகைக்கு வருகிற எழுத்துக்களைப் படிக்கும்போது, 'இவர்கள் எழுதும் போது நம்மால் முடியாதா' என்ற எண்ணம் மனதில் மேலோங்கியது. புதுமைப்பித்தன், சுந்தர ராமசாமி, கிருஷ்ணன் நம்பி, ஆ.மாதவன், நீல பத்மநாபன் போன்ற தமிழின் சிறந்த எழுத்தாளர்களை ஊன்றி வாசித்து வந்த காலம் அது. மரபும், நவீனமும் இயல்பாகவே என்னைக் கவர்ந்தன. பம்பாய் மாநகரத்தில் தமிழறிஞரைத் தேடிப்போய் தனியொரு மாணவனாக கம்பராமாயண பாடம் கேட்டிருக்கிறேன். சங்க இலக்கியம், நீதி இலக்கியம், பக்தி இலக்கியம் என வகைமை பிரித்து ஆழ்ந்து அனுபவித்துப் படித்துத் திளைத்திருக்கிறேன். 'இவற்றைத் தாண்டி நம்மால் என்ன எழுதிவிட முடியும்' என்றும் தோன்றும். இப்படியாக 'முடியும், முடியாது' என்கிற எதிரெதிர் துருவங்களுக்கிடையில் ஊசலாடித் தொடங்கிய என் எழுத்துப் பயணத்தின் முதல் சிறுகதையின் பெயர் 'விரதம்'.

1975ல் 'தீபம்' இதழில் பிரசுரமாகிய என் முதல் முயற்சிக்கு பரவலான கவனிப்பு இருந்தது. எழுத்தாளர் வண்ணதாசன், என் கதையைப் படித்துவிட்டு ஒரு கடிதம் எழுதினார். மாதந்தோறும் சிறந்த கதைகளைத் தேர்ந்தெடுக்கிற 'இலக்கியச் சிந்தனை' அமைப்பின் தேர்வுக்குழுவால் சிறந்த கதையாக அது தேர்ந்தெடுக்கப் பட்டது. இது நான் எதிர்பாராதது. அங்கீகாரங்கள் எழுதும் நம்பிக்கை தருகின்றன. ஒரு வாசகன் பரவசத்தோடு சிலாகித்துக் கைகுலுக்கும் போது, அதே பரவசம் எனக்குள்ளும் ஊடுருவுகிறது. ஆனால், அங்கீகாரம் கிடைக்க வேண்டும் என்பதற்காக ஒருபோதும் எழுதியது இல்லை. நான் பார்த்து வளர்ந்த வாழ்வும், அழுதும், சிரித்து வாழ்கிற நிகழ்கால வாழ்வும் என்னை பாதிக்கின்றன.

நான் எம்.எஸ்சி படிப்பை 'நேஷனல் லோன் ஸ்காலர்ஷிப்' வாங்கிப் படித்தேன். படிப்பு முடிந்து வேலைக்குப் போனதும் அதைத் திருப்பிக் கட்டவேண்டும். 210 ரூபாய் சம்பளத்தில் மாதந்தோறும் 25 ரூபாய் செலுத்தி கல்விக்கடனை அடைத்திருக்கிறேன். யாரும் என் கழுத்தில் கத்திவைத்து வற்புறுத்தியதில்லை. வாக்கு கொடுத்து வாங்கிய கடனைத் திருப்பிச் செலுத்திவிட வேண்டும் என்பது இயல்பாக எனக்குள் முன்னோர்கள் விதைத்தது. என்னைவிட நல்ல சம்பளம் வாங்கிய பலர் கடனைத் திருப்பாமல் இருப்பார்கள். விலை குறைவான கடையிலும், கணக்கு சொல்லி சாப்பிடுகிற வாழ்க்கை முறையில் மாதம் 25 ரூபாய் பெரிய தொகை. வாக்குத் தவறிய மனிதர்களை எளிய மனிதர்கள் எப்படி அருவருப்பாக பார்ப்பார்கள் என்பதையும், கஷ்டப்படும் நிலையிலும் கொடுத்த வாக்கைக் காப்பாற்ற எப்படி அதே மக்கள் போராடுகிறார்கள் என்பதையும் பார்த்து வளர்ந்திருக்கிறேன்.

வியாபாரம் செய்து பிழைப்பதற்காக எதையும் அடகு வைக்க செல்வச்சீமான்களே தயாராக இருக்கிற இந்தக் காலத்திலும், மீன் பிடித்து கரை ஒதுங்கும்போது யாசகம் கேட்டு வருகிறவர்களுக்கு கை நிறைய மீன் அள்ளிப் போடுகிற தயாள குணம் படைத்தவர்களாக இருக்கிறார்கள் மீனவர்கள். ஊரில் யாரேனும் பிள்ளை பெற்று இருந்தால், அரிதாகக் கிடைக்கிற தாய்ப்பால் சுரக்கச் செய்யும் மீன் வகையைக் கேட்டுப்போனால் தேடி எடுத்துக் கொடுக்கிற மீனவர்கள் இருக்கிறார்கள். அதற்குக் காசு கொடுத்தால் வாங்க மாட்டார்கள். சூரியன் உதிப்பதற்கு முன் வயிற்றுப் பிழைப்புக்காக பதநீர் இறக்கப் புறப்படும் பனையேறி, மரத்தின் அடியில் தருகிற பதநீருக்குப் பணம் வாங்க மாட்டார். வறுமையின் வாசலில் நின்று, தயங்கித் தயங்கி நெல் யாசகம் கேட்டு வந்த சாத்தான் கோயில் பூசாரியைப் பார்த்து பதறிப்போனார் அப்பா. 'நீங்க எல்லாம் யாசகம் கேட்டு வரக்கூடாது. நீங்க கிளம்புங்க. வீட்டுக்கு கொடுத்து விடுகிறேன்' என்று அப்பா சொல்வதைக் கண்டு வளர்ந்த சாட்சி நான். இவையெல்லாம் எனக்குள் இரண்டறக் கலந்திருப்பதாகவே நினைக்கிறேன்.

பம்பாய் மாநகரின் நெருக்கடிகளும், பாலீதின் பை கூரைகளும், சாக்குப் பைகளே சுவர்களாகிற வாழ்வும் உணர்ந்து வாழ்ந்திருக்கிறேன். எல்லாவற்றிலும் உள்ள அசலான நேர்மை, கஷ்டங்களைத்

தாண்டி எனக்குப் பிடித்திருக்கிறது. நகரம் மோசம், கிராமம் சிறந்தது என்று வாதிடுவதல்ல என் நோக்கம். அடுத்தவன் வாய்க்கால் தண்ணீரை யாருக்கும் தெரியாமல் தன்னுடைய வயலுக்கு மாற்றிக் கொள்பவனும், அடுத்தவர் தோட்டத்தில் மாங்காய் திருடுபவனும் கிராமத்தில் இருக்கவே செய்கிறான். ஆனால், அவர்களுக்கு அரிசியில் கல்லையோ, டீத்தூளில் மரத்தூளையோ கலப்படம் செய்து விற்கத் தெரியாது.

இத்தகைய எனது அனுபவங்களையும், புரிதல்களையும் படைப்பாக்கும்போது எழுத்தும் ஜீவனுள்ளதாகிறது. 1977ல் எனது முதல் நாவலான 'தலைகீழ் விகிதங்கள்' வெளியானது. எழுத்து பற்றிய போதிய தெளிவும் நம்பிக்கையும் பெரியதாக அப்போது இல்லை. 'இது காகமா, குயிலா என்பது வசந்தகாலம் வரும்போது தீர்மானமாகட்டும்' என்று முதல் நாவலுக்கு முன்னுரை எழுதினேன். இரண்டாவதாக எழுதிய 'பகாப்பதம்' என்கிற நாவல் இன்னும் அச்சேறாமல் அப்படியே என்னிடம் கிடக்கிறது. அச்சேறும் தகுதி அதற்கு இல்லை என்று இன்றும் நம்புகிறேன். மூன்றாவதாக எழுதி, இரண்டாவதாக வெளியான, 'என்பிலதனை வெயில் காயும்' நாவல், அதன் ஐந்தாவது படியெடுப்பில் தலைகீழாக மாறியது. ஒன்றிலேயே தேங்கி நின்றுவிடாமல், நாவலின் உத்தி, வடிவம், மொழி போன்றவற்றில் அக்கறை கொண்டு புதுமுயற்சிகள் மேற்கொள்வது தான் பிடித்திருக்கிறது. இப்போது கட்டுரைகள் எழுதுவதில் அதிக ஆர்வம் வருகிறது. ஆனால், கதைகளைவிட கட்டுரை இலக்கியங்கள் எழுத அதிக உழைப்பும் வாசிப்பும் தேவைப்படுகிறது. நாளாக நாளாக மாணவனாக இருக்க முடிவதே என்னை மகிழ்ச்சி கொள்ளச் செய்கிறது.

விருதுகள், அங்கீகாரங்கள் கடந்து, எனது படைப்புகளில் நாஞ்சில் நாட்டை, நான் அறிந்து அனுபவித்தவகையில் சரியாகப் பதிவு செய்திருக்கிறேன் என்ற திருப்தி இருக்கிறது. நான் ஒன்றி வாழ்ந்த காலம் கைநழுவி போய்க்கொண்டிருக்கிறது. என் மொழி சினிமாவிலும், வியாபாரப் பத்திரிகைகளாலும் அறையுண்டு அறையுண்டு சாயம் போகத் தொடங்கிவிட்டது. கைவைத்தியம், சமையல், சடங்குகள், பண்டிகைகள், வழிபாடுகள், கலைக்கூறுகள் என பண்பாட்டின் மிச்சம் இருப்பவைகூட கண் முன்னால் தேய்கின்றன. பள்ளி ஆண்டுவிழாவில் எமது பிள்ளைகள் சினிமா பாட்டுக்கு நடனமாடுவதும், பெற்றோர்களும் ஆசிரியர்களும் அதை கைதட்டி கலைத்திறமையாகக் கொண்டாடுவதும் சாதாரண நிகழ்வாகி விட்டது. முடிந்த அளவு நான் அனுபவித்த வாழ்வை

எழுத்தில் பதிவாக்கிவிட வேண்டும் என்று தீவிரம் கொள்கிறது மனம். அசலான வாழ்வைப் பதிவாக்கிய திருப்தியும், இன்னும் எழுத்தில் சொல்லப்படாமல் விடுபட்டு போனவை பற்றிய ஆற்றாமையும் ஒருசேர எனக்குள் இருக்கிறது'' என்கிற நாஞ்சில் நாடன், தன்னுடைய எழுத்தில் தன்னையே பிரதிபலித்துக் கொள்கிறார். அவரின் ஒவ்வொரு படைப்பும், நியாய அநியாயங்களை இனம் காணுகிற நம் சமூகத்தின் மனசாட்சியாகக் குரல் எழுப்புகின்றன.

22

தினமலர்

நேர்காணல் 10-02-2013

சந்திப்பு
தினமலர் நிருபர்

எழுத்தாளர் நாஞ்சில் நாடன், சாகித்ய அகாடமி, கலைமாமணி இயல் உட்பட பல்வேறு விருதுகளை பெற்றவர். கிராமத்து நேசத்தை நெஞ்சில் சுமந்துள்ள நகரத்துவாசி. 65 வயதானவர். 25 ஆண்டுகள் கிராமத்திலும், 40 ஆண்டுகள் நகரத்திலும் வாழ்க்கை அனுபவம் பெற்றவர். சமீபத்தில் சென்னை வந்திருந்த, அவருடன் நகர வாழ்க்கையின் நெருக்கடி மற்றும் கிராம வாழ்முறையில் ஏற்பட்டுள்ள மாற்றங்கள் பற்றி உரையாடியதில் இருந்து...

கே : மகிழ்ச்சியான வாழ்வை தந்தது கிராமமா, நகரமா?

பதி : சந்தேகமே இல்லாமல் கிராமம்தான். இன்றுவரை, என் வாழ்க்கை நிகழ்வுகளை, மூன்று கால அளவில் பிரித்துக் கொண்டால், முதலில் நான் வாழ்ந்தது கிராமத்தில்தான். சுற்றுப்புறத்தை தெரிந்து வைத்துக்கொண்டு, அதற்கு இயைந்து வாழ்வதுதான் கிராமத்து வாழ்க்கை.

இந்தியா முழுவதும் நீண்ட பயணங்கள் செய்திருக்கிறேன். ஆனாலும், எனக்கு நிறைவைத் தருவது கிராமங்கள்தான். நகரத்துக்குள், நான் திகைத்து போய்விடுகிறேன். சென்னை போன்ற நகரங்களுக்குள் வரும்போது, எனக்கு மூச்சு முட்டுகிறது.

நகரவாசிகள் கையிலும், பையிலும் பணம் இருக்கிறது. ஆனால், கிராமவாசிகள் வெளிப்படையானவர்கள். ஒரு கிராமத்து பெண் ஆவேசத்துடன், ஒரு வீட்டின் முன் சண்டை போடுவதைப் பார்க்கலாம். அதே வீட்டில் ஒருவருக்கு சுகவீனம் ஏற்பட்டால், மறுநாள் அதே பெண் வந்து மிகவும் உதவிகரமாக இருப்பதையும் காணமுடியும். நகரம் பாசாங்கு நிறைந்தது.

கே: வாழ்வின் நீண்டபகுதியை நகரத்தில் கழித்திருக்கிறீர்கள். நகர நெருக்கடிகளை எப்படி கடந்து சென்றீர்கள்?

பதி : இயல்பில் நான் மனிதர்களை நேசிப்பவன். நகரத்தில் என்னோடு பயணிக்கிற ஒருவனுடன் எளிமையாக பேச்சை துவக்கி நட்புப் பாராட்டிவிட முடியும். அதைச் சக பயணி தொடர்கிறானா என்பதுதான் கேள்வி. விமானத்தின் நீண்ட பயணங்களின் போதோ, ரயில் பயணத்தின் போதோ, பக்கத்தில் அமர்ந்து கொண்டு, ஒரு வார்த்தைகூட பேசாமல் பயணத்தை முடித்து செல்பவர்களை பார்க்க முடிகிறது.

முன்பு நான் மும்பை நகரத்தில் வாழ்ந்தாலும், விற்பனைப் பிரதிநிதியாகத் தொழில் செய்ததால், கிராமப்புறங்களிலே அதிகமும் பயணிக்க வேண்டியிருந்தது. இதனால், அங்கும் கிராமம் சார்ந்த அனுபவம் உண்டு.

கே: மும்பை நகரின் சிறப்பு எது?

பதி : பல்வேறு அழிவுகளில் இருந்து, அந்த நகரம் மீண்டும் எழுந்துள்ளது. ஒரு மழை நாளில் ரயில்கள் முடங்கிப்போகும் போதோ, போக்குவரத்து முற்றாக முடங்கிக் கிடக்கும் போதோ, அந்த நகரத்து மனிதர்கள் எதையும் எதிர்கொள்வதற்கு தயாராவார்கள்.

மழை அதிகமாகப் பெய்தால், ரயில் போக்குவரத்து முடங்கி விடும். அப்போது, ஆயிரக்கணக்கான பயணிகள், ரயிலிலேயே காத்திருக்கவேண்டிய நிலை ஏற்படும். அந்த நேரங்களில், வெளியில் எங்கும் செல்ல முடியாது.

அப்போது, அந்த பகுதியில் வசிக்கும் நடைபாதை வாசிகள், பெரிய டிரம்களில் டீ தயாரித்து எடுத்துவந்து பரிமாறுவது; ரொட்டி, பிஸ்கெட்டுகள் வழங்குவது என, அரவணைக்கும் செயல்களைச் செய்வார்கள். இது அந்த நகரத்துக்கே உரிய தனிச்சிறப்பாக நான் பார்க்கிறேன். சென்னை மனிதர்கள் இப்படி ஒரு செயலை செய்வார்களா என்ற கேள்வி எழுகிறது.

கே: இப்போது வசிக்கும் நகரத்தைப் பற்றி?

பதி : நான் கோவையில் வசிக்கிறேன். இங்கு வெள்ளிக் கிழமைகளில் சாலையில் நடந்துபோனால், ரோட்டில் தேங்காய்கள் உடைப்பதைப் பார்க்கலாம். என் கிராமத்து கோவில்களிலும்

தேங்காய்கள் உடைப்பார்கள். ஒரு தேங்காய் உடைக்கப் போவதைப் பார்த்தால், அதன் சில்லுகளை பொறுக்க சிறுவர் காத்திருப்பார்கள்.

ஆனால், கோவையில் அப்படி ஒரு நிலையைப் பார்க்க முடியாது. அங்கு நடுரோட்டில் உடைபடும் தேங்காய், கார் டயர்களில் நொறுங்கி, மூன்று நொடிக்குள் வீணாகிவிடும். வீணாகி விட்டால், அதை எடுத்துச் செல்லமுடியாது. இதை பொருள் சார்ந்த ஆர்வத்தில் சொல்லவில்லை. வீணாகிறதே என்ற ஆதங்கத்தில் சொல்கிறேன்.

கே : கிராமத்துச் சிந்தனையை நீங்கள் எப்படி வகைப்படுத்துகிறீர்கள்?

பதி : நகரில் தினமும், கடை சாத்தும் முன்பும், வெளியூர்ப் பேருந்து புறப்படும் முன்பும் பல ஆயிரம் தேங்காய்களை நடுரோட்டில் உடைத்து வீணடிக்கின்றனர். அவை ஒரு ஜீவனுக்கும் பயன் படாமல், சாலையில் நசுங்கி வீணாகின்றன. இதைத் தர்க்க ரீதியாக பார்க்கிறது கிராமத்து மனசு. நான் கிராமத்தில் வளர்ந்ததால், இதில் பயன் சார்ந்த கேள்விகளை எழுப்புகிறேன். இதேபோல் தான், தினமும் ஆம்னி பஸ்களின் சக்கரங்களுக்கு அடியில் ஆயிரம் ஆயிரம் எலுமிச்சைப் பழங்களை நசுக்கி வீணடிக்கின்றனர்.

யாருக்கும் பயன் இன்றி உணவுப் பொருட்கள் வீணாவதை மனம் ஏற்க மறுக்கிறது. கிராமத்து சிந்தனையில் மட்டுமே, பொருட்கள் வீணாவதைப் பற்றி யோசிக்க முடிகிறது. நகரத்து மனம் அதைக் கண்டுகொள்வதில்லை. பத்தோடு இதுவும் ஒன்று என்று, விட்டு விடுகிறது. எவ்வளவோ போகிறது, நமக்கு இதில் என்ன? என்று முடங்கிவிடுகிறது.

கே : கிராம மனநிலை மாறி உள்ளதா?

பதி : மாறித்தான் வருகிறது. நகரங்களிலிருந்து கிராமங்கள் ஏற்றுக் கொள்ள எவ்வளவோ உள்ளன. கல்வி, மருத்துவம் என்று, பல விஷயங்கள் இருந்தாலும், ஆடம்பரமான தேவையற்ற விஷயங்கள்தான் கிராமத்தைச் சேர்கின்றன.

பாரம்பரிய உணவு வகைகள் நிறைந்திருந்த கிராமங்கள், துரித உணவுமயமாகி வருகின்றன. எளிமையான வாழ்க்கை முறை, பகட்டாக மாறி வருகிறது. இதுபோன்ற செயல்கள் பெரிய கேள்விகளை எழுப்புகின்றன.

கே : சிந்தனையில் ஏற்பட்டுள்ள தடுமாற்றமாக இதை கூறலாமா?

பதி : அப்படித்தான் பார்க்கவேண்டி உள்ளது. 50 ஆண்டுகளுக்கு முன் கிராமங்களில் கொசுக்கள் இல்லை. நகரங்களில் குப்பை குவிகிறது. அதை முறைப்படுத்த நகர நிர்வாகங்களுக்கு அக்கறை இல்லை. இதனால் சுகாதாரக்கேடு ஏற்படுகிறது.

கிராமங்களில் முதியவர்கள் இருந்தார்கள். அவர்களின் அனுபவம் இருந்தது. உடலுக்கு சிறிய பிரச்னை ஏற்பட்டாலும், பதற்றம் அடையாத வகையில் முதியவர்களின் அறிவுரை இருந்தது. அவர்களிடம் இயற்கையோடு இணைந்த செலவில்லா மருத்துவ முறைகளும் இருந்தன.

இப்போது அப்படி அல்ல, லேசான காய்ச்சலுக்கு கூட பதற்றம் அடையும் நிலை உள்ளது. உடனடியாக மருத்துவரைப் பார்த்து, அதற்கு குறிப்பிட்ட மருந்துகளை எடுத்துக்கொள்ளும் பழக்கம் உள்ளது.

உடலுக்கான ஓய்வைக் கொடுத்து, அதை சரிசெய்ய வேண்டும் என்ற நிலை இல்லை. இதனால் மருத்துவம் வியாபாரமாகி வருகிறது. நகரங்களைப் போல் கிராமங்களும் மாறி வருகின்றன. இதனால், பாரம்பரிய மருத்துவ அறிவு பின்னுக்குத் தள்ளப் பட்டுள்ளது. இது அழிவை நோக்கித்தான் செல்லும்.

23 செம்மலர்

நேர்காணல் ஜனவரி 2011

சந்திப்பு
கமலாலயன்

'சூடிய பூ சூடற்க' சிறுகதைத் தொகுப்பிற்காக இந்த ஆண்டின் சாகித்திய அகாடமி விருது பெற்றிருக்கிறார் நாஞ்சில் நாடன். கடந்த 35 ஆண்டுகளாகத் தமிழில் எழுதி வருபவர். இதுவரையிலும் 6 நாவல்கள், 9 சிறுகதைத் தொகுப்புகள், ஐந்து கட்டுரைத் தொகுப்புகள், 2 கவிதைத் தொகுதிகளின் ஆசிரியர். இவரது முதல் நாவலான 'தலைகீழ் விகிதங்கள்' மிக வெற்றி பெற்ற படைப்பு. 8 பதிப்புகளில் இதுவரையிலும் 18 ஆயிரம் பிரதிகள் விற்பனையாகியுள்ளன. 'சொல்ல மறந்த கதை' என்ற பெயரில் இது திரைப் படமாகியுள்ளது.

எழுத்து தனது சுயத்தைத் தேடும் முயற்சி என்று அவர் கூறுவதிலிருந்தே எழுத்தை நாஞ்சில் நாடன் அணுகும்விதத்தின் தனித்தன்மை புலனாகும். தனது எழுத்தை ஓர் ஆயுதமாக மாற்றிக் கொள்ள தனது கட்டுரைகள் உதவியதாகச் சொல்கிறார் இவர்.

''தமிழ் நாவல் உலகில், வரலாறும், ஆன்மீகமும், தத்துவங்களும் வெகுவாக ஆட்சிசெய்யும் நிலையில், எனது நாவல்கள் ஆன்ம, சமூக, பொருளாதார, அரசியல் விடுதலைகளைப் பெற்றுத்தரும் வல்லமை கொண்டவையல்ல. கும்பி கொதித்தவனுக்கு, சோறு வடித்த கஞ்சித் தண்ணீரில் தேங்காய் துருவிப் போட்டு, தேங்காய்ச் சிரட்டையில் ஊற்றி, கருப்புக் கட்டியைக் கடித்துக் கொண்டு கொதிக்கக் கொதிக்க உறிஞ்சத் தருவதைப்போல...'' பயன்படக் கூடியவை தனது நாவல்கள் என்று சுயகணிப்பு இவருக்கிருக்கிறது.

இவரது 'சதுரங்கக் குதிரை' நாவல் 1995-ல் தமிழக அரசின் சிறந்த நாவலுக்கான பரிசைப் பெற்றது. மும்பை, தமிழ் எழுத்தாளர் சங்கம், திருப்பூர் தமிழ்ச்சங்க விருது, கோவை கஸ்தூரி சீனிவாசன் அறக்கட்டளை விருது, லில்லி தேவசிகாமணி விருது, அமுதன் அடிகள், கண்ணதாசன் விருது உள்ளிட்ட பல்வேறு விருதுகளை

நாஞ்சில் நாடனின் படைப்புகள் பெற்றுள்ளன. இவரின் 'மிதவை' நாவல் பத்து இந்திய மொழிகளில் மொழிபெயர்க்கப்படுவதாக நேஷனல் புக் ட்ரஸ்ட்டினால் தேர்வு செய்யப்பட்டுள்ளது.

இவரின் கருத்துகளோடு எவரும் உடன்படலாம், மாறுபடலாம்; ஆனால் அவை வாசிக்கவும், பரிசீலிக்கவும், விவாதிக்கப்படவும் வேண்டுமென்பதே நாஞ்சில்நாடனின் எதிர்பார்ப்பு.

இவரின் தீவட்டி இருப்பது இவரது கரங்களில் அல்ல; இவரின் மனத்தில்தான். அது எரிக்கும், ஒளி பாய்ச்சும், எண்ணெய் அற்றுக் கருகிப் புகைந்தும் போகும் என்கிறார்.

''சிறுகதையின் இலக்கணம், அலகு, சீர்மை, செறிவு, கலை வெளிப்பாடு, சமூக அக்கறை, தொனி... எல்லாம் காலத்துக்குக் காலம், கோணத்துக்குக் கோணம், இடத்துக்கு இடம் மாறும் தன்மைத்தன. மாறாத சில உண்டு. மனிதநேயம், சொல்வதில் நேர்மை... நான் வரித்துக்கொண்ட இலக்கணங்கள் இவை. அதில் சோர்வில்லை, தளர்வில்லை... இன்னும் எனக்கு...!''.

- என்றிவ்வாறெல்லாம் மனம் திறந்து பேசுகிற நாஞ்சில் நாடனுக்கு, சாகித்திய அகாடமி விருது கிடைத்ததில் மகிழ்ச்சி தான். ஆனாலும், விருது கிடைத்த மகிழ்ச்சியின் பின்னே நீண்ட காலப் புறக்கணிப்பின் வலி உள்ளதாக இவர் உணர்கிறார்.

''காலம் கடந்த அங்கீகாரம் சகிக்க முடியாதது. சரியான நேரத்தில் சரியான நபருக்கு அங்கீகாரம் கிடைப்பது அவசியம்'' - என்கிறார் நாஞ்சில் நாடன்.

(கோவையில், மரங்களடர்ந்த ஜி.வி.ரெசிடென்சியில் உள்ள நாஞ்சில் நாடனின் இல்லத்தில் நடைபெற்ற நேர்காணலின் எழுத்து வடிவப் பதிவு இனி தொடர்கிறது...)

கே : உங்களின் இளமைக்கால வாழ்க்கை பற்றிச் சொல்லுங்கள்...

பதி : நான் பிறந்து வளர்ந்த ஊர் வீரநாராயணமங்கலம். கன்னியாகுமரி மாவட்டம், தோவாளை தாலுகாவில் இருக்கிறது. அப்பா விவசாயி. எங்கள் ஊர்தான் அந்த மாவட்டத்தில் இரண்டாவது தி.மு.க. கிளைக்கழகம் அமைந்த ஊர். திராவிட இயக்கமும், பொதுவுடைமை இயக்கமும் தான் அந்த நாட்களில் மிக வலுவாக இருந்தன. எங்களின் மீது தாக்கம் செலுத்தியதும் அப்போது இந்த இயக்கங்கள்தான்.

இரண்டிலும்கூட திராவிட இயக்கம்தான் மாணவர்களை அதிகமாக ஈர்த்தது. 8-ம் வகுப்புப் படிக்கையில் பேச்சுப் போட்டி, கட்டுரைப் போட்டிகள் நிறைய நடக்கும். அவற்றில் கலந்துகொண்டு தமது வகுப்பு மாணவர்களே வெற்றி பெறவேண்டும் என்பதற்காக ஆசிரியர்களே எழுதித் தருவார்கள். பேச்சுப் போட்டி என்பது அந்த வயதில் மனப்பாடம் செய்து ஒப்பிக்கிற வேலைதானே? இடை இடையே பாடல் வரிகள், கவிதை மேற்கோள்கள் எல்லாம் வரும். அவற்றை நான் முழுமையாக மனப்பாடம் செய்து ஏற்ற இறக்கங்களுடன் பேசுவேன். இதை மிகுந்த ஆர்வத்துடன் செய்து வந்தேன். பத்தாம் வகுப்பிற்கு வருவதற்குள் நானே சொந்தமாக இவற்றை எழுதத் தொடங்கினேன். அன்றைய காலகட்டம், ஓர் அரசியல் எழுச்சி மிக்க காலம். நாகர்கோயிலில் திராவிட இயக்கத் தலைவர்கள், பொதுவுடைமை இயக்கத் தலைவர்கள் என்று பெரும் தலைவர்கள் அனைவரும் வந்து பேசுகிற அரசியல் கூட்டங்கள் ஏராளமாக நடக்கும். ஆன்மீகச் சொற்பொழிவுகளும் அப்போது கோயில் திருவிழாக்களை ஒட்டி நடைபெறும். இவற்றை எல்லாம் மிக ஆர்வத்துடன் நடந்து போய்க் கேட்டு வருவேன். அப்போது என் நோக்கம், பள்ளியில் கட்டுரை - பேச்சுப் போட்டிகளில் சேர்ப்பதற்கான நல்ல பாயின்ட்ஸ் கிடைக்குமே என்பதாகத்தான் இருந்தது.

கல்லூரிக்குப் பட்டப்படிப்பிற்காகப் போனபோது, இந்தப் போட்டிகளில் நான் பங்கேற்பதை நிறுத்திவிட்டேன். எனக்கு ஜூனியராக இருந்த மாணவர்களுக்கு இப்போது நான் கட்டுரைப்போட்டி, பேச்சுப்போட்டிகளுக்கு எழுதித்தர ஆரம்பித்தேன். ஊரிலேயே கிளை நூலகம் ஒன்று நல்ல புத்தகங்களுடன் இயங்கி வந்தது. அவற்றைப் படிக்கத் தொடங்கினேன். வாசிப்பின் தொடக்க நிலை அது என்பதால், எல்லோரையும் போல நானும் அகிலன், சாண்டில்யன், நா.பார்த்தசாரதி, லக்ஷ்மி, அறுத்தமா என்றுதான் முதலில் படித்துக் கொண்டிருந்தேன். கேரளாவில் ஏ.கே.கோபாலன் கைது செய்யப்பட்டதை அடுத்து, அதை எதிர்த்து நடைபெற்ற போராட்டத்தில் பங்கேற்றவரான வாசு என்ற தோழர், தலை மறைவு வாசத்திற்காக எங்கள் ஊருக்கு வந்தார். அவர் மூலமும் பல விஷயங்களை அறிந்துகொள்ளும் வாய்ப்பு கிடைத்தது.

1964-65ல் இந்தி எதிர்ப்புப் போராட்டம் வெடித்தபோது போலீசாரிடம் பிரம்படி பட்டேன். 1962-ம் ஆண்டு பொதுத் தேர்தலில் அங்கு போட்டியிட்ட **டாக்டர் பா. நடராஜன்** என்பவருக்கு எதிராகப் பிரச்சாரம் செய்வதற்குப் போனேன். ஒரு காரில் மைக் கட்டிக் கொண்டு பேசியபடி போனேன். 1967-ல் திமுக வெற்றி பெற்றதும் எங்களுக்கெல்லாம் ஒரே கொண்டாட்டம். ஆனால் இரண்டே ஆண்டுகளில் எங்கள் பிரமைகள் உடைந்துபோயின.

கே : பிரமைகள் உடைபட்டதற்கான காரணம்...?

பதி : வேலையின்மைப் பிரச்னையில் எனது சொந்த அனுபவமும் ஒரு காரணம். வேலையற்ற இளைஞர்களுக்கு வேலை வாய்ப்புகள் என்று வரும்போது, பணம் கொடுக்காமல் எதுவும் நடக்கவில்லை. அந்த நிலையை எதிர்கொண்டபோது பிரமைகள் தாமாக உடைந்துபோயின. நான் M.Sc. Maths முடித்திருந் தாலும், எஸ்.எஸ்.எல்.சி. லெவலில் தேர்வு எழுதுவேன். வேலைக்குத் தேர்வுப் பட்டியலில் பெயர் வராது. கிராஜுவேஷன் லெவலில் எழுதியபோதும் அதே கதை. இப்படியான சூழ்நிலைகள் உருவானபொழுது, இவர்கள் உண்மையானவர்கள், நாணயமானவர்கள் இல்லை என்ற தெளிவு பிறந்தது.

கே : பிறகு என்ன செய்தீர்கள்?

பதி : வேலை தேடி பம்பாய்க்குக் கிளம்பினேன். எங்கள் ஊரில் நாங்கள் குத்தகைக்குப் பயிரிட்டு வந்த நிலங்களின் உரிமையாளர் அப்போது பம்பாயில் இருந்தார். அங்கே போனதும் கலெக்டர் அலுவலகத்தில் ரூ.7/- தினசரி சம்பளத்திற்குப் பணி செய்தேன். எங்கள் நில உரிமையாளர், தனியார் நிறுவனத்தில் கேஷுவல் லேபராகச் சேர்த்து விட்டார். அங்கேயும் ஆரம்பத்தில் அதே ஏழு ரூபாய் தினக்கூலிதான்.

கே : பம்பாய் வாழ்க்கை எப்படியிருந்தது...?

பதி : தனிமை, ஏக்கம், வீட்டு ஞாபகங்கள் நிறைந்த நோஸ்டால்ஜிக் மனநிலைதான்... நிறுவனத்தில் அப்போது எனக்கு வேலை கொஞ்சம் குறைவுதான். அதனால் பொழுதைக் கழிக்க புத்தகங்கள் படிப்பது வாடிக்கை. வாசிக்கப் புத்தகங்கள் வேண்டுமே என்பதற்காக பம்பாய்த் தமிழ்ச்சங்கத்திற்கு மாலை நேரங்களில் போய்விடுவேன். அங்கு உறுப்பினராக என்னை புலவர் கலைக்கூத்தன் சேர்த்துவிட்டார். அங்கே

தான் எனது வாசிப்புப் பசிக்குச் சரியான தீனி கிடைத்தது. தமிழ்ச்சங்க நூலகத்திலிருந்து புத்தகங்களை தினசரி 2 என்ற அளவிற்குக்கூட எடுத்துப் படிக்க ஆரம்பித்தேன். எங்கள் ஊரான வீரநாராயணமங்கலத்தில் படிக்கக் கிடைக்காத பல நல்ல, நவீன இலக்கியப் பிரதிகள் பம்பாய்த் தமிழ்ச்சங்க நூலகத்தில் கிடைத்தன. புதுமைப்பித்தன், சுந்தர ராமசாமி, அசோகமித்திரன் - இப்படியான பல படைப்பாளிகளை வாசித்தேன். ரயில் நிலையம், பஸ் ஸ்டாண்ட் எங்கே போனாலும் படிப்பு... படிப்பு.... இதேதான் வேலை. வீட்டு ஞாபகங்கள் அதிகமாக மேலோங்கும்போது, நூற்றுப் பதினாறு வீடுகளே இருந்த எங்கள் சின்ன ஊர், அப்பா - அம்மா - சித்தி - சித்தப்பா போன்ற உறவுகள், நண்பர்கள் - இப்படி அனைவரும் ஒன்றாக இருந்த அந்த நினைவுகள் வரும் போது என் கண்களில் நீர் நிரம்பித் ததும்பும்... இம்மாதிரியான ஒவ்வொரு சமயத்திலும் விக்டோரியா டெர்மினஸ் (இப்போது சத்ரபதி சிவாஜி டெர்மினஸ்) ரயில் நிலையத்திற்குப் போய் விடுவேன். அங்கே பிளாட்பாரத்தில் உட்கார்ந்து கொண்டு சென்னைக்குப் புறப்படும் ரயிலை பார்த்துக்கொண்டே உட்கார்ந்திருப்பேன். பிரயாணிகளையும், ரயிலையும் பார்க்கையில் நானே சென்னைக்குப் பயணமாவதுபோல ஏதோ ஒரு வகையான மனநிறைவு ஏற்படும். அது ஒரு மாதத்திற்குத் தாங்கும்... தமிழ்ச்சங்க நூலகத்தில் புத்தகங்கள், பத்திரிகைகள் வாசிப்பது இன்னொரு வகையில் ஆறுதலாக அமைந்தது.

அங்கே பல தமிழறிஞர்கள் அடிக்கடி வருவார்கள். அவர்களின் தலைமையில் பட்டிமன்றங்கள் நடக்கும். அதில் கலந்து கொண்டு பேசுவேன். இப்படிக் கொஞ்சக் காலம்... பிறகு பட்டிமன்றங்கள் அலுத்துப் போனதும் அவற்றில் கலந்து கொள்வதை நிறுத்திவிட்டேன். இந்தச் சூழ்நிலையில் 1979-ல் திருமணம் நடந்தது. அப்போது 720 ரூபாய் சம்பளம்... ஊருக்குப் போவது என்பதே ஒரு வருடத்திற்கொரு முறை தான் சாத்தியம். அதற்கும்கூட செலவிற்காகக் கடன் வாங்கியாக வேண்டியிருக்கும். பேச்சலர்களாக இருக்கையில் நாலைந்து பேர் ஆபீசில் ஆளுக்கு ரூ.200/- போட்டு என்னை ஊருக்குப் போகச் சொல்லுவார்கள். சம்பளம் வந்ததும் அந்தக் கடனைத் தீர்த்து விடுவேன். மற்ற நண்பர்களில் யாராவது ஒருவர் போக வேண்டுமென்றால் நாங்கள் அதேபோல் தலா 200 ரூபாய் போட்டு அவரை அனுப்பிவைப்போம்.

கே : திருமணம் ஆகிவிட்ட பிறகு, செலவுகள் அதிகமாகி இருக்குமே, எப்படிச் சமாளித்தீர்கள்?

பதி : எனக்கு கம்பெனியில் விற்பனைப் பிரிவுக்குப் பதவி உயர்வு கொடுத்தார்கள். அது ஒரு நல்ல வாய்ப்பாக அமைந்தது. செலவுக்கும் முன்பணமாகக் கிடைத்துவிடும். வெளியூர் களுக்குப் போய் மில்களில் நிர்வாகிகளைச் சந்தித்து நிறுவனத்திற்கு ஆர்டர்கள் வாங்கி வருவேன். அந்த மாதிரிப் பயணங்களில் இந்தியா முழுவதிலும் போய் வரும் வாய்ப்பு கிடைத்தது. தங்கும் ஊரில் இருந்து வேறு எந்த ஊருக்குப் போகிறேனோ அங்கு போவதற்கு முன்தினமே அங்கு போகிற பஸ் மறுநாள் அதிகாலையில் எப்போது புறப்படும், எவ்வளவு நேரமாகும், திரும்பி வருவதற்குக் கடைசி பஸ் எத்தனை மணிக்கு என்பது போன்ற விவரங்களை எல்லாம் சேகரித்து வைத்துக் கொள்வேன். பயணத்தையும் திட்டமிட்டுச் செய்வேன். முன்பணத்தில் எனது செலவுகளை மிகவும் சிக்கனமாகச் செய்து பணத்தை மிச்சப்படுத்துவேன். தங்குமிடம், உணவிற்காக மிகக்குறைந்த செலவு பிடிக்கிற மாதிரிப் பார்த்துக் கொள்வேன். போகிற ஊர்களில் என்னென்ன பொருள்கள் வீட்டு உபயோகத்திற்கு மலிவாகக் கிடைக்கும் என்ற விவரம் எனக்கு அத்துபடியாக இருந்தது. அதில்லாபாத் பக்கம் போனால் மிளகாய் வத்தல், நாக்பூருக்குப் போனால் வெங்காயம், இப்படியே... பருப்பு வகைகள், கருத்த மொச்சை, கருத்த கொள் - எங்கள் பக்கத்தில் காணம் என்பார்கள் - இப்படி மலிவாகக் கிடைப்பதை எல்லாம் பை நிறைய வாங்கி வருவேன். வாழைக்காய் வாங்கப் போனால், வாழைத் தாரிலிருந்து உதிர்ந்த காய்களைக் கூறு கட்டி விற்பார்களே. அது மாதிரிப் பார்த்து வாங்குவேன். இப்படியாகச் சிக்கனமாக இருந்து பிள்ளைகளைப் படிக்க வைத்தேன். என் செலவுகள் குறைவு. புத்தகங்கள் வாங்குவதில் மட்டும்தான் கொஞ்சம் செலவாகும்.

கே : இந்த மாதிரியான ஓயாத பிரயாணங்கள், திட்டமிடல்களுக்கு நடுவே, படைப்பாக்கத்தின் மீது எப்படி கவனம் திரும்பியது?

பதி : எனது வேலைகளின் நிமித்தம் மேற்கொண்ட பிரயாணங்கள், தொழிலுக்காகத்தான் என்றாலும் அவைதாம் எனக்குக் கல்வி புகட்டியவை. பிரயாணங்களின்போது சலிக்காமல் சக மனிதர்களுடன் நிறையப் பேசுவேன். பெரியவர்கள்,

சிறியவர்கள், இளைஞர்கள், முதியவர்கள், சக பிரயாணிகள், பெண் பிள்ளைகள், குழந்தைகள் - சந்திக்கும் ஒவ்வொரு வரிடமும் பேசிக்கொண்டே போவேன்... ஒரே நாளில் 12 மில்களைக் கூட பார்வையிட்டுத் திரும்பியிருக்கிறேன். நிர்வாகத்தில்கூட, மற்ற விற்பனைப் பிரதிநிதிகளிடம் என்னை உதாரணமாகச் சொல்வதுண்டு. இதில் இரண்டு நன்மைகள் - ஒன்று, நிறுவனத்திற்கு ஆர்டர்கள் கிடைத்து விடும். இரண்டாவது - என் பணத்தேவைகள் பூர்த்தியாகும். பயணங்களின்போது, கடும் வெய்யிலில்கூட நடந்துபோகும் நிலையுண்டு. என்னுடன் பேசிக்கொண்டு வருவதற்கு மனிதர்கள் யாரும் கிடைக்காவிட்டால், மின்சாரக் கம்பிகளின் மேலே உட்கார்ந்திருக்கும் குருவிகளிடம்கூட பேசிக்கொண்டே போய் வந்திருக்கிறேன்.

கே : குருவிகளிடமா? அவைகளிடம் அப்படி என்ன பேசியிருக்கிறீர்கள்?

பதி : 'என்ன, பேச்சுத் துணைக்கு யாருமில்லையா? இப்படி எத்தனை நாள்தான் உட்கார்ந்திருப்பீர்கள்?' என்று கேட்பேன். 'எதற்காக இப்படிப் போகிற வருகிறவர்களைப் பார்த்தபடி காத்துக்கிடக்கிறீர்கள்?' என்று... இப்படி எத்தனையோ!

கே : கதை பிறந்த கதை பற்றிப் பேச ஆரம்பித்தோம்...

பதி : ஆமாம்...! ஒருமுறை, வட இந்தியாவில் ரயிலில் பயணம் செய்து கொண்டிருந்தேன். சாப்பிட நேரம் கிடைக்கவில்லை என்பதால் பார்சல் வாங்கி வைத்திருந்தேன். அதை ஒரு ரயில்நிலையத்தில் வண்டி நின்றபோது பிரித்து சாப்பிடத் தொடங்கினேன். அந்த நிலையத்தில் ரயிலில் ஏறிய ஒரு பெரியவர் என்னையும், என் கையிலிருந்த பார்சலையும் பார்த்தார். அவரது பதற்றத்திலிருந்தே அவர் பசியுடன் இருந்தார் என்பது தெரிந்தது. என் பார்சலில் கொஞ்சம் ரொட்டிகள் மீதியிருந்தன. பசியாலும், பதட்டத்தாலும் நடுங்கும் உடலோடு அவர் என்னைப் பார்த்து, "Hami Kaanaar! Hami Kaanaar!" என்றார். ''நாம் சாப்பிடலாம்...!'' என்பது தான் 'ஹமி கானார்' என்று அவர் சொன்னதற்கு அர்த்தம். ''எனக்கும் பசிக்கிறது, கொஞ்சம் ரொட்டி கொடு...'' என்று அவர் கேட்கவில்லை. வேறு எதையும் யாசிக்கவுமில்லை.

"நாம் உண்போம்" என்று ஒலித்த அந்தக் குரல் என்னைத் தொந்தரவு செய்துகொண்டே இருந்தது. யோசித்துக் கொண்டே யிருந்தேன். அவர் ஏன் அந்த மாதிரி பசித்த வயிறுடன் வந்தார்? அவருக்கு மகன், மகள், மருமகன், மனைவி - யாருமில்லையா...? இப்படி உள்ளேயே கிடந்து ஊறிய கேள்விகள்தாம், எனக்குக் கதை. சின்னத் தம்பியா பிள்ளையை, அவரது இரண்டு மகள்களை, பிள்ளையின் அமாவாசை விரதத்தை, பசிக்குச் சாப்பிட ஏங்கி இரண்டு மகள்களின் வீடுகளுக்கும் அவர் அலைந்ததை, குளித்து முடித்துத் திருநீறணிந்து விட்டால் அவர் சாப்பிட்டு விட்டதாக அர்த்தம் என்பது ஊர் முழுக்கப் பிரசித்தமாகிவிட்ட நிலையில் - அந்த பிரசித்தமே அவரது பசிக்குப் பகையாகி விட்டதை, ஆயாசத்துடன் அவர் வீட்டிற்கே திரும்பி பழைய சோற்றுப் பானையிடமே சரணடைந்து ஊறுகாயைத் தேடியது - 'விரதம்' கதையாக வெளிப்பட்டு வந்தது.

கே : 'விரதம்'தான் அச்சில் வந்த முதல் கதையா? வேறு ஏதேனும் வகையான எழுத்துக்கள் அதற்கு முன் நீங்கள் எழுதி அச்சில் வந்திருக்கின்றனவா?

பதி : பம்பாய்த் தமிழ்ச்சங்க இதழ் ஒன்று 'ஏடு' என்ற பெயரில் வந்தது. அதற்கு, புலவர் கலைக்கூத்தன் ஆசிரியர். 32 பக்க இதழ் அது. பாதிப்பக்கங்களில் தமிழ்ச்சங்கத்தின் நிகழ்வுகள் பற்றிய செய்திகளும் - புகைப்படங்களும் இடம்பெறும். மீதிப் பாதிப் பக்கங்களில் தமிழ்ச்சங்கத்திற்கு வரும் அறிஞர்கள் 'ஏடு' இதழுக்கு அனுப்பும் கட்டுரைகள் வெளியாகும். இந்தக் கட்டுரையாசிரிர்கள், 64 பக்க அளவிற்குக்கூட தங்களின் கட்டுரைகளை எழுதி அனுப்பியிருப்பார்கள். நீண்ட கட்டுரைகளைக்கூட 'ஏடு' இதழில் சுருக்கி போடச் செய்திருக் கிறேன். இதைச் செய்தது ஒரு நல்ல பயிற்சியாக அமைந்தது.

கே : 'தலைகீழ் விகிதங்கள்' உங்களின் முதல் நாவல். அதில் இருந்த எதார்த்தவாத எழுத்து இப்போது எடுபடாது; எதார்த்தவாதம் செத்துப்போய்ப் புதைகுழிக்கே போயாகி விட்டது. இன்றைய எழுத்துகளின் காலம் - நவீனத்துவம், பின்நவீனத்துவம், நான்-லீனியர் ரைட்டிங் போன்ற நவீன வகை எழுத்துகளின் காலம் என்கிறார்கள். இது பற்றி

யெல்லாம் நிறைய சர்ச்சைகள்...! உங்களின் பார்வையில், ஒரு தேர்ந்த படைப்பாளியின் அநுபவத்தில் இந்தத் தொழில் நுட்பங்களைப் பற்றிச் சொல்லுங்கள்.

பதி : எதார்த்தவாதம் சாகவில்லை; சாகவும் சாகாது. அது செத்துப் போய்விட்டது என்கிறவர்களின் படைப்புகள், தமிழிலக்கியப் பரப்பில் எத்தனை பெரிய வெற்றிகளைச் சாதித்துவிட்டன? என்னைப் பொறுத்தவரை, மனிதர்களின் உண்மையான உணர்வுகளை, நியாயமான உணர்வுகளை, சரியான - பொருத்தமான வழியில் தருவதுதான் இலக்கியம். எதார்த்த இலக்கியம் ஒரு புள்ளியில் துவங்கி அதிலேயே முடிந்து விடும் வட்டம் அல்ல. அது ஒரு புள்ளியில் தொடங்கி, மேலே மேலே சுழன்று ஏறிச்செல்லும் 'ஸ்பைரல்' - அதாவது வளைந்து வளைந்து மேலேறும் மாடிப்படிக்கட்டுகள்போல. ஒரு படைப்பாளிக்கான மூலதனம், இந்த மண்ணும் அதில் வாழும் மனிதர்களும்தான்... நமது மக்களின் நேயம்... பிரசவமான பிள்ளைத்தாய்ச்சிப் பெண்ணுக்கென்று மீன் கேட்டால், அவளுக்குப் பால் அதிகமாகச் சுரக்கச் செய்யும் மீன் வகை களைத் தமது 'மடி'(வள்ளம்)யிலிருந்து கடல் மீன் குவியலில் தேடி எடுத்துக் கொடுத்துவிட்டு, காசு வேண்டாம் என்கிற மீனவர்கள்... தென்னை மரங்களிலிருந்து தேங்காய் களையும், பனைமரத்துப் பதநீரையும், தோட்டத்து மரங்கள் - செடி கொடிகளிலிருந்து காய்கறிகளையும் இலவசமாகவே கேட்கிறவர்களுக்குக் கொடுத்து மகிழ்கிற மக்கள். பசிப் பதற்றத்துடன் வரும்போதுகூட, 'எனக்குக் கொடு' என்று கெஞ்சாமல், 'நாம் உண்போம்' என்கிற கிழவர்... - இவர்களும், இம்மக்களின் இயல்பான உணர்வுகளும்தான் நமது மூல தனம். நம்முடைய சொந்த அனுபவங்களும், நம்மைச் சுற்றிலும் வாழ்கிற மக்களின் அனுபவங்களும் எழுத்தாக மாறுகையில், மொழிநடை, படைப்பாக்கும் திறன், உண்மை இவை யெல்லாம்தான் கிரியேட்டிவிட்டிக்கான பலங்கள்...! எவ்வளவு திறமைக்குறைவான வகையில் எழுதப்பட்டிருக்கக்கூடிய படைப்பிலும்கூட ஒரு வாழ்வுண்மை இருக்கும். எதார்த்த வாதத்தைக் கைவிட்டவர்கள் மீண்டும் இன்று அதே இடத்திற்கு வந்து சேர்ந்திருப்பதைப் பார்க்கலாம். பூமணி, வண்ணநிலவன், வண்ணதாசன், கந்தர்வன், மேலாண்மை பொன்னுச்சாமி, தமிழ்ச்செல்வன், டி.செல்வராஜ், சின்னப்பபாரதி - இவர்கள் எல்லோரும் எதார்த்தவாதப் படைப்பாளிகள் தானே?

கே : கால மாற்றத்திற்கேற்ப, நவீன உத்திகள் பயன்படுத்தப் படுவதுதானே சரியாக இருக்கும்? பழைய, தேங்கிப் போன எழுத்துகளை இன்னமும் அதே மொழியில், உத்தியில் எழுதிக் கொண்டிருக்கிறார்கள் என்ற குற்றச்சாட்டுப் பற்றி...

பதி : எந்தப் புதிய உத்தியும், அதற்கான தேவையைப் பொறுத்துத் தான் எந்த ஓர் இடத்திலும் எடுபடும். எனக்கு அது அவசிய மென்றால், அது என்னிடம் எப்படியும் வந்துசேரும். இலத்தீன் அமெரிக்க எழுத்தாளர்களின் உத்திகள், அந்த நாடுகளின் மக்கள் பிரச்சினைகள், சூழலைப் பொறுத்து அந்த இலக்கியங்களுக்குப் பயன்படும். அதே உத்திகள் அப்படியே இங்கே எடுபடுமா? நமது மக்களின் வெளிப்பாட்டு உத்திகள் வேறு வகையானவை. இங்கே நேற்று ஏர்வாடிப்பக்கம் மு. ஹரிகிருஷ்ணன் நடத்திய ஒரு நிகழ்ச்சிக்குப் போயிருந்தேன். அதில் இரண்டு வயதான மூதாட்டிகள், சுதந்திரப் போராட்டம் பற்றிப் பாடிக்கொண்டே ஆடினார்கள். அது எனக்குப் பிரமிப்பாக இருந்தது. இவ்வளவு முதிர்ந்த வயதில் இப்படிப் பாடி, ஆட முடிகிற இவர்கள், இளம்வயதில் எத்தனை ஆற்றலுடன் அதைச் செய்திருப்பார்கள்?

என் படைப்புகளைப் பொறுத்தவரை, 30 வருடங்களாக நான் எந்த வகையிலும் திட்டமிட்டு எதையும் செய்யவில்லை. தலைகீழ் விகிதங்களில் தொடங்கிய என் மொழி இன்று அதேமாதிரி இருக்காது. ‘மிதவை’ நாவலில் எதார்த்த வாதமும் - நவீனத்துவக் கூறுகளும் கலந்தேயிருப்பதாகச் சொல்லுகிறார்கள். நான் ‘இன்ன வடிவத்தில்தான் எழுதுவேன்’ என்று திட்டமிட்டு அப்படி எழுதவில்லை. தலைகீழ் விகிதங்களை இன்று நான் எழுதினால், அதே மொழியில், அதில் பயன்படுத்திய அதே சொல்லாடல்களில் எழுத மாட்டேன். கால ஓட்டத்திற்கேற்ப, நானும் மாறி நகர்ந்து கொண்டேதான் வந்திருக்கிறேன். எனது மொழியும் மாறித் தான் வந்திருக்கிறது...! பின் நவீனத்துவ மொழியில் எழுத முடியும் என்று திட்டமிட்டு, பரிசோதனை முயற்சிகள் செய்தவர்கள் இருக்கவே செய்கிறார்கள். அவற்றில் எத்தனை படைப்புகள் மக்களைச் சென்று சேர்ந்திருக்கின்றன?

எந்தெந்த அரசியல், சமூக, பொருளாதாரக் காரணங்களுக்காக இலத்தீன் அமெரிக்க எழுத்தாளர்கள் மாஜிக்கல் ரியலிசம் என்ற உத்தியைத் தேடிப்போனார்கள்? மேற்குலகில்

அவர்களின் மொழியிலக்கணத்திற்கேற்ப Post Modernism என்றொரு வகைப்பாட்டைக் கொண்டதை அப்படியே நாம் பின்நவீனத்துவம் என்று மொழிபெயர்ப்பது சரியா? கட்டுடைத்தல் என்று நமது மண்ணையும் - மக்களையும் - வாழ்முறைகளையும் பண்பாட்டையும் சார்ந்த படைப்புகளை மேற்கத்திய இலக்கிய அளவுகோல்களின்படி உடைத்துக் கொண்டு போனால் என்ன மிஞ்சும்? இதையெல்லாம் யோசிக்காமல் நாம் அப்படியே எந்த நவீனக் கோட்பாட்டையும் திணிக்கக்கூடாது. இப்படியான நவீன உத்திகளை வலியுறுத்துகிறவர்கள், தங்களின் கல்விப்புலமையை, நுண்ணறிவுத் திறனை வெளிப்படுத்திக் காட்டுவதற்குத்தான் அப்படிச் செய்கிறார்கள். இதில் எனக்கு நம்பிக்கையில்லை. கிரியேட்டிவிட்டி என்பது வெறும் டெக்னிகாலிட்டி மட்டுமல்ல. சமீபத்தில் வந்த கண்மணி குணசேகரனின் 'நெடுஞ்சாலை', எஸ்.செந்தில்குமாரின் 'முறிமருந்து' கீரனூர் ஜாகிர் ராஜாவின் 'துருக்கித் தொப்பி' இவற்றைப் படித்துப் பாருங்கள். வெறும் உத்திகளில் இல்லை இலக்கிய வெளிப்பாட்டின் ஜீவன் என்பது தெரியவரும். சு.வேணுகோபாலின் 'கூந்தப்பனை' படித்தேன். இந்தப் படைப்புகளைப் படிக்கையில் வாழ்க்கையையே படிப்பதாகத் தோன்றுகிறது. எழுதுகிறவர்கள், சக மக்களின் வாழ்க்கையைப் படித்தால் போதும். படைப்பு தானே வசமாகும். ஆனால் வாழ்க்கை அனுபவங்களைக் கலையாக்கு வதில் பல படித்தரங்கள் உள்ளன. ஒவ்வோர் எழுத்தாளருக்கும் அவருடைய கல்வி, அனுபவங்கள், வாழ்க்கைச் சூழல்... இவற்றைப் பொறுத்து பல லிமிட்டேஷன்ஸ் இருக்கின்றன. அதையும் மனதிற்கொண்டுதான் ஒரு படைப்பாளியை மதிப்பிட வேண்டும்.

கே : **சமீப காலத்தில் கட்டுரைகளில் அதிகமான கவனம் செலுத்துகிறீர்கள், இல்லையா? 'தீதும் நன்றும்' கட்டுரை களில், குறிப்பாகப் பெண் மாணவிகளின் பள்ளிகளில் கழிப்பறை வசதிகளின் பிரச்னைகள் பற்றி, இன்றைய சமூக நிகழ்வுகள், அரசியல், மொழி, இலக்கியம், மரபு என சகல துறைகளிலும் உள்ள பிரச்னைகள் பற்றி மிகச் செறிவான கட்டுரைகளைத் தந்திருக்கிறீர்கள். 'தமிழினி'யில் 'சங்க இலக்கியத் தாவரங்கள்' பற்றியும், கண்மணி குணசேகரனின் 'நெடுஞ்சாலை' பற்றியும் கட்டுரைகள் எழுதியிருக்கிறீர்கள்... இவற்றைப் பற்றிக் கொஞ்சம் சொல்லுங்கள்...**

பதி : கட்டுரைகள் எழுதும்படி நண்பர்கள் கேட்டுக் கொண்டதால் எழுதினேன். அவற்றுக்கு வந்த எதிர்வினைகள் எனக்குத் தைரியம் தந்தன. நாஞ்சில் நாட்டு உணவு வகைகள், நானறிந்த எங்கள் ஊர்த் தாவரங்கள் பற்றியெல்லாம் சொல்ல முடியாமலேயே போய்விடுமோ என்ற அச்சம் இருந்தது.

'நாஞ்சில் நாட்டு வட்டார வழக்குச் சொல்லகராதி' ஒன்றைத் தயாரியுங்கள் என்று 'கரிசல் வட்டாரச் சொல்லகராதி' தந்தவரான கி.ராஜநாராயணன் ஒருசமயம் என்னிடம் சொன்னார். 3000 சொற்கள் வகையில் சேகரித்தேன். பிறகு அதைத் தொடர என்னால் முடியவில்லை. 'கீணுதல்' என்று சொல் ஒன்றை அறிந்தேன். அது முந்திரிப்பழத்தை, பச்சை முந்திரிக் காயை - இரண்டாகப் பிளப்பது பற்றியது. அந்தச் சொல் அறிமுகமான பின் தான் 'புள்ளின் வாய்க் கீண்டானை' என்ற பாசுரத்தின் பொருளை, அந்தப் சொற்பிரயோகத்தின் அழகை இன்னும் நன்றாகப் புரிந்துகொள்ள முடிந்தது. 'புத்திமுட்டு' என்று இன்னொரு சொல். சிரமமாயிருக்கிற ஒரு நிலையைச் சொல்லுவது. இப்படி எத்தனையோ... வாழ்பவனுபவங்களைச் சொல்லவும், பதிவு செய்யவும் நமது சொற்களஞ்சியத்தில் ஏராளமுண்டு. எங்கள் மாவட்டம் திருவனந்தபுரத்தை ஒட்டியிருப்பதால் மலையாளச் சொற்கள் நிறைய எங்கள் பேச்சில் விரவி வரும். அவற்றில் பலவும் சங்க இலக்கியங்களில் பயின்று வரும் சொற்கள்!

கே : இசையார்வம் உங்களுக்கு உண்டு அல்லவா? உங்களின் 'தாளம்' கதையில் வருகிற தவுல் வித்வான் மீது கடைசியில் கொஞ்சம் சலுகை காட்டியிருக்கிறீர்கள். கோபப்பட வேண்டிய அளவிற்குக் கோபம் பூரணமாக வெளிப்படவில்லைபோல் தோன்றுகிறதே...?

பதி : ஆமாம்! நீங்கள் சொல்வது சரிதான்! அந்தக் கதையின் முடிவில், மகாகலைஞனான அந்தத் தவுல் வித்வானின் மீது கருணைக் காட்டும்படிதான் ஆகிவிட்டது. கலைஞர்களுக்கு என்று சில செம்மாந்த பண்புகள் உண்டு. 6000 ரூபாய்க்கு சபாவில் பாடுவதற்கு ஒப்புக்கொள்கிற சஞ்சய் சுப்ரமணியம், ஒரு லட்ச ரூபாய் தர முன்வந்தாலும் கல்யாண வீட்டு நிகழ்ச்சிகளில் பாட மறுத்துவிடுகிறார். கவர்னர், படைத் தளபதிகள் கலந்து கொண்ட ஒரு நிகழ்வின்போது, பிஸ்மில்லாகான் ஷெனாய் வாசிக்க, அல்லா ரக்கா தபலா வாசிப்பதற்குத் தொடங்கிய

பிறகும் சபையில் சளசளவென்ற பேச்சுச் சத்தம். மூன்று முறை சொல்லியும் கூட்டம் அமைதியைப் பராமரிக்கவில்லை. பார்த்தார் உஸ்தாத் சட்டென்று ஷெனாயை உறையில் போட்டு மூடி எடுத்துக்கொண்டு சபையிலிருந்து வெளியேறி விட்டார். இங்கே அதிகாரத்தில் இருப்பவர்களின் உறவினர்கள் வந்தாலே எழுந்து நிற்கிறார்கள். பிஸ்மில்லாகானின் துணிச்சல் எத்தனை பேருக்கு வரும்? 'தாளம்' கதையின் வித்துவான், கலைஞனுக்கே உரிய பலவீனத்தினால் சிறுபையன் மேல் தன் ஆத்திரத்தைக் காட்டிவிட்டார் என்று எடுத்துக்கொண்டேன். கலைஞனின் பலவீனமான இடங்களில் இம்மாதிரி சறுக்கல்கள் நேரலாம். என்ன செய்வது?

இசையில் ஆர்வம் அதிகம் எனக்கு. எங்கள் பக்கத்துத் தாள வாத்தியங்கள் - பம்பை, முரசு இரண்டும் ஒன்றாக இருக்கும். எல்லாச் சிறுதெய்வ வழிபாடுகளிலும் இது உண்டு. தப்பு வகையில் மகுடம் என ஒன்றிருக்கிறது. இதுபோல் பல வகை உண்டு. நம்மில் தாளலயம் சார்ந்த ரசிப்புத்தன்மை இரத்தத்திலேயே ஊறியிருக்கிறது. நேற்று ஏர்வாடியில் நான் பார்த்த ஒரு சிறுவன் - தன் தொடைகளில் இரண்டு கைகளையும் தட்டிக்கொண்டு போட்ட தாளம் ஆச்சரியத்தைத் தந்தது.

கே : **'தலைகீழ் விகிதங்கள்' நாவல், 'சொல்ல மறந்த கதை'யாகத் திரைப்பட வடிவில் வந்து, அது திரைப்படமான விதத்தில் உங்களுக்கு முழு மனநிறைவு உண்டா?**

பதி : எனது நாவல் தரும் வாசிப்பு அனுபவத்தை அதே அளவிற்குத் திரைப்படம் தரும் என்று நீங்கள் எதிர்பார்த்தால் அதில் ஏமாற்றம்தான் கிடைக்கும். ஏனென்றால் சினிமா மொழி வேறு. அது முற்றிலும் வேறான ஓர் ஊடகம். மொத்த நாவலிலிருந்து சில நுணுக்கமான இடங்களையும், கருவையும் மட்டும் எடுத்துக்கொண்டு சினிமாவிற்கேற்ற காட்சிகளைக் கட்டி எழுப்பிக் கொள்கிறார்கள்.

கே : **சமகால எழுத்துகளின் உள்ளடக்கமும், போகிற திசைவழியும் பொதுவாக சரியாக இருக்கின்றனவா?**

பதி : சம கால எழுத்துகளின் உட்பொருள் காமம் மட்டுமே என்பது மாதிரியான ஒரு நிலை இருக்கிறது. பெண்கள் நன்றாகவும், நிறையவும் எழுதுகிற காலம் இது. ஆனால் பெண் எழுத்தின் பாடுபொருள் அவர்களின் உடலும், உடல் அரசியல்

மட்டுமே என்றாகிவிட்டதுபோல் தோன்றுகிறது. இதைத் தவிர பெண்களுக்கு வேறு எந்தப் பிரச்னையுமே இல்லை என்றா அர்த்தம்...? அவர்கள் ஏன் தங்களின் கவிதைகளின் உள்ளடக்கம், சொல்லாடல்கள் இவற்றைப் பெண்ணுடலோடு மட்டுமே குறுக்கிக்கொள்ள வேண்டும்?

இன்றைய சூழலில் சமூகப் பிரச்னைகள், பண்புகளின் சீரழிவு, சமூக மட்டங்களில் சாதாரண மக்களின் வாழ்க்கை எந்தப் பயனையும் பெறாமல் போவது, விவசாயிகளுக்கு அவர்கள் விளைவிக்கும் பொருட்களுக்கெல்லாம் உரிய நியாயமான விலைகள்கூட கிடைக்காமல் இடைத்தரகர்கள் கொள்ளையடிப்பது - இப்படி எத்தனையோ நடக்கின்றன. 45 நாட்களுக்கு ஒருமுறை வெட்டி லாரிகளில் லோடு ஏற்றி அனுப்பப்படுகிற தேங்காய்களுக்குப் பணம் அடுத்த தேங்காய் வெட்டின் போதுதான் கிடைக்கிறது. ஒரு கோட்டை நெல்லின் விலை 600 ரூபாய்தான். அதுவும் உடனே கிடைப்பதில்லை. விவசாய உற்பத்திப் பொருள்கள் எதற்குமே எத்தனையோ வருடங்களாகியும் விலைகள் உயரவே இல்லை. விவசாயியோ - சாதாரணத் தொழிலாளியோ உலகமயமாக்கலால் எந்த விதப் பயனையும் பெற்றுவிடவில்லை. இதுபற்றியெல்லாம் யாரும் யோசிக்கலாம், உடலும் - உடல் சார்ந்த உணர்வுகளும், மனஉளைச்சல்களும், ஆழ்மன விகாரங்களும்தான் நவீன இலக்கியத்திற்கான பாடு பொருள் என்று எழுதிக் கொண்டிருப்பதில் எனக்கு உடன்பாடு கிடையாது.

கே : **சாதீய முத்திரைகள் குத்தி ஓர் எழுத்தாளனின் படைப்புகளை அணுகுகிற போக்கு இப்போது அதிகரித்துக் கொண்டே வருகிறது. எந்த ஓர் எழுத்தாளனின் படைப்பிற்குள்ளேயும் சாதீயக்கூறுகள் காணக் கிடைக்கலாம். அதை வைத்து அவர் தனது சாதியபிமானத்தினால் அல்லது பிற சாதியினர் மீதான பகைமையினால்தான் அப்படி எழுதியிருப்பதாகக் கூறி விமர்சிக்கலாமா?**

பதி : இது ஒரு தவறான அணுகுமுறை என்றுதான் சொல்வேன். 'நாஞ்சில் நாட்டு வெள்ளாளர் வாழ்க்கை' எழுதிய காலத்தில் எங்கள் ஊரில் கோயில் மண்டபத்தில் வேலையற்ற பட்ட தாரிகள் பலர் உட்கார்ந்திருப்பார்கள். அவர்களை இன்று காண முடியவில்லை. வேலைகள் கிடைத்து நல்ல சம்பளத்துடன் வசதியாக வாழ்கிறார்கள். ஆனால், படிப்பு இல்லாத,

விவசாயத்தை மட்டும் நம்பி வாழ்கிற, கிராமத்து விளிம்பு நிலை மக்களுக்கு இந்த நன்மைகள் கிடைக்காமல் போகின்றன. இடஒதுக்கீட்டின் பயன்கள் நகர்ப்புறங்களை ஒட்டியிருக்கும் விளிம்புநிலை மக்களுக்கு வேண்டுமானால் ஓரளவிற்குக் கிடைத்திருக்கக்கூடும். ஆனால் படிப்பு இல்லாத, விவசாயத்தை மட்டுமே நம்பி வாழ்கிற அல்லது விவசாயக் கூலி உழைப்பையும் வேறு வகையான உள்ளூர் வேலைகளையும் மட்டுமே நம்பி வாழ்கிற மக்களுக்கு இடஒதுக்கீடு போன்ற முறைகளின் பயன்கள் முழுமையாகப் போய்ச் சேரவில்லை. சாதீய ஏற்றத்தாழ்வுகளும், சாதியை மட்டுமே அடிப்படையாகக் கொண்ட ஒதுக்கீட்டுமுறைகளுமே இங்கு தொடர்ந்து நீடித்திருக்கின்றன. இந்த முரண்கள் நீடிக்கிற வரையில், இப்படியான எதிர்நிலை அணுகுமுறைகளும் தொடரவே செய்யும். உரிமைகள் ஒரே சீராக வழங்கப்படவில்லை. நகர்ப் புறங்களில் வாழ்கிற விளிம்புநிலை மக்களுக்குக் கிடைக்கக் கூடிய சலுகைகளும், ஒதுக்கீட்டு வாய்ப்புகளும், கிராமப்புறங் களில் வசிக்கும் சாதாரண மக்களுக்குக் கிடைப்பதில்லை. அவர் களுக்குச் சேரவேண்டிய பங்கையும் ஏற்கெனவே இத்தகைய சலுகைகளை அனுபவித்துக் கொண்டிருக்கிறவர்களேதான் எடுத்துக் கொள்கிறார்கள். அவர்களுக்குத்தான் எப்படி இந்தச் சலுகைகளைப் பெறவேண்டும் என்ற வழிமுறைகளும் தெரிகின்றன. இதுபோல் ஒரு சூழ்நிலையில், எனது பகுதியின் சகமக்களின் மீதான கரிசனத்தை நான் வெளிப்படுத்தினால், அதை 'வெள்ளாள சாதி அபிமானம் - சாதித்திமிர்' என்று முத்திரை குத்தும்போது நான் என்ன செய்யமுடியும்? Unequal placements, Unequal distributions... இந்த நிலைமைகளை உருவாக்கினவர்கள், இதற்கெல்லாம் காரணமானவர்களை எதிர்ப்பதில் அல்லவா இவர்கள் தீவிரம் காட்டவேண்டும்? அதை விட்டுவிட்டு சகமனிதர்கள் எல்லாரையும் அவரவர் சாதியடிப் படையில் பகைமை பாராட்டுவதை நாம் எப்படி ஏற்கமுடியும்?

கே : **முற்போக்கு இலக்கிய வட்டார எழுத்தாளர்களின்மீது தொடர்ந்து ஒரு குற்றச்சாட்டு - "இவர்கள் வெறும் முழக்கங் களையே கவிதைகள் என்கிறார்கள். வெற்றுப் பிரசாரக் கதைகளைத்தான் எழுதுகிறார்கள். இவர்கள் யாரும் எதையும் படிப்பது கிடையாது. இவர்கள் எழுதும் எந்த ஒரு வரியும் இலக்கிய மதிப்புடையவை இல்லை. எல்லாம் வெறும் அரசியல் துண்டுப்பிரசுரங்கள் அல்லது அறிக்கைகள்..."**

என்று திரும்பத் திரும்பச் சொல்லிக் கொண்டிருக்கிறார்கள். ஒரு பொய்யை மீண்டும் மீண்டும் அழுத்தமாகக் கூறினால் அது உண்மையாகிவிடும் என்பது மாதிரி, புதிதாக எழுத வருகிறவர்களும் இதையே கிளிப்பிள்ளைகள் மாதிரித் திருப்பிச் சொல்ல ஆரம்பித்து விடுகிறார்கள். இது எந்த அளவிற்குச் சரி? உங்கள் கணிப்பில் முற்போக்கு எழுத்தாளர்களின் படைப்புகளின் நிலை என்ன?

பதி : இம்மாதிரியான குற்றச்சாட்டுகளை நானும் கவனித்துக் கொண்டுதான் இருக்கிறேன். இந்த சர்ச்சை புதியதுமல்ல. ரொம்ப நாளாய் நடப்பதுதான். கதையோ, கவிதையோ எதுவுமே சமூகத்தின் விளைபொருள் என்ற வகையில், வெற்றுக் கூடல்ல. அதற்குள் ஓர் உயிர் ஒளிந்து கிடக்கிறது. அதை, அதன் உயிர்த்துடிப்பை வெளியே கொண்டு வருவதில்தான் கலைஞனின் கிரியேட்டிவிட்டி இருக்கிறது. எந்தப் படைப்பாளிக்கும், அவரின் எந்த ஒரு படைப்பிற்கும் அவருக்கே யுரிய அல்லது அதற்கே உரிய எல்லைகள் - லிமிட்டேஷன்ஸ் இருக்கின்றன. வாசகர்களில் பலபடித்தரமானவர்கள் இருப்பது போல, படைப்பாளிகளிலும் பல படித்தரங்களில்தான் இருக்கிறார்கள்; இருப்பார்கள்.

ராஜம் கிருஷ்ணனையும், அம்பையையும் - இந்த இரண்டு பேரின் எழுத்துகளுக்கு இடையே உள்ள வேறுபாட்டையும் கணக்கிலேயே எடுக்காமல் தடாலடியான முத்திரை குத்தி விட முடியாது. நான் வாசித்தவரையில், கந்தர்வன், ச.தமிழ்ச் செல்வன், வேல.ராமமூர்த்தி, உதயஷங்கர், இலட்சுமணப் பெருமாள், காமுத்துரை - இப்படிப் பலரும் நன்றாகவே எழுதுகிறார்கள். ஆனால் இவர்கள் அனைவரையுமே ஒரே கோட்டிற்குள் அடக்கிவிட முடியாது.

முழக்கங்களாகவும், அறிக்கைகளாகவும் படைப்புகள் வந்தால் அவற்றை விமர்சிக்கத்தான் வேண்டும். ஒட்டு மொத்தமாக முத்திரை குத்துவதை யார் செய்தாலும் அது தவறுதான். கலைத்தரமில்லாத ஒரு படைப்பு, எவ்வளவு தான் முற்போக்கான உள்ளடக்கத்துடன் இருந்தாலும் அது மக்களைக் கவராது. அதேசமயம் வெறும் கலைத்தரம் மட்டுமே இருந்து உள்ளடக்கம் உயிரற்றதாக இருந்துவிடும் பட்சத்தில் அந்தப் படைப்பும் பிரயோசனப்படாது. இதுதான் எனது அணுகுமுறை.

கே : உங்கள் படைப்புகளின் தலைப்புகள், கட்டுரைகளில் விரவி வருகிற பல சொற்கள், மேற்கோள் காட்டுகிற பாடல் - கவிதை வரிகள் யாவும் சங்க இலக்கியச் சொல்லாடல்களைப் போன்ற கவித்துவ அழகுடன் அமைந்திருக்கின்றன. உதாரணமாக, இப்போது சாகித்திய அகாடமி விருது பெற்றிருக்கும் 'சூடிய பூ சூடற்க' சிறுகதைத் தொகுப்பின் தலைப்பு. அதேபோல 'நஞ்சென்றும் அமுதென்றும் ஒன்று...' 'என்பிலதனை வெயில் காயும்', 'எட்டுத்திக்கும் மதயானை' இப்படியாக... இதற்கு என்ன காரணம்?

பதி : இதைக் காரணத்தோடுதான் செய்கிறேன். எனக்கு என் படைப்புகள் குறித்த ஒரு செம்மாந்த பெருமிதம் உண்டு. வாசகரை என் புத்தகத் தலைப்புகள் கவரவேண்டும். அது என்ன அர்த்தத்தை உள்ளடக்கியிருக்கிறது என்று யோசிக்கச் செய்ய வேண்டும். யோசித்து வாசகர் உள்ளே வரவேண்டும். அவரை நான் குறைத்து மதிப்பிடுவதில்லை. அவரும் ஓர் இண்டலச்சுவல்தான். தலைப்புகளே வாசிப்பு சுகத்தைக் கொடுக்க வேண்டும். அழகியல் உணர்வுடன் வாசகனுக்கு வித்தியாசமான உணர்வைத் தரவேண்டும். பசிப் பதற்றத்துடன் வந்த அந்தப் பெரியவர்கூட 'நாம் உண்போம்' என்று சொன்னார். பழைய தமிழிலக்கிய சொல்லாடல்களில் 'நாம்' என்பது 'யாம்' ஆகிக் காணப்படுகிறது. 'உண்போம்' என்பது 'உண்பேம்' ஆகிறது.

தி.ஜானகிராமன் தன் நாவல்களுக்கு 'மோகமுள்', 'மரப்பசு' என்றெல்லாம் தலைப்பிட்டார். மரப்பசு என்றால், மரத்தினாலான பசுவா, மரத்தால் செய்யப்பட்ட பொம்மையா - என்ன அது என்று வாசகர் யோசிக்கத்தானே வேண்டும்? இந்த உணர்வின் அடிப்படையில்தான் என் புத்தகத் தலைப்புகள் இப்படி அமைந்திருக்கின்றன.

கே : ஆன்மீகத்தில் உங்களுக்கு ஈடுபாடு உண்டா? உண்டென்றால் அது எந்த வகையான ஆன்மீகம்?

பதி : நான் ஆரம்பத்திலேயே சொன்னதுபோல, தொடக்கக் காலத்தில் என் கருத்துகளின் மீது தாக்கம் செலுத்தியவை - திராவிட இயக்கமும், பொதுவுடைமை இயக்கமும்தான். நாத்திகனாக இருந்த காலத்தில்கூட கோயில்கள்மீது மிகுந்த ஈடுபாட்டுடன்தான் இருந்தேன். அதற்குக் காரணங்கள்

நான்கு. அந்தக் கோயில்களின் கட்டிடக்கலை, சிற்பக்கலை அழகுகள், அந்தந்தக் கோயில்களின் மீது பாடப்பட்ட ஆழ்வார்கள், நாயன்மார்களின் பாடல்கள்; அந்தந்தக் கோயில்களில் வழங்கப்படும் பிரசாதங்கள் - அதாவது உணவு வகைகள்! இப்போது - நான் ஆன்மீகத்தை எப்படிப் பார்க்கிறேன் என்றால், நிறுவனமயப்பட்டதாக அல்ல.

சகஉயிர்கள், சகமனிதர்களின் மீதான அன்பும் - நேசமும்தான் பிரதானம் என்பதே என் ஆன்மீகம். எல்லா மத இலக்கியங்களும் போதிப்பது அன்பு ஒன்றை மட்டும் தான். யாவரையும், யாவற்றையும் நேசிக்கச் சொல்லுவது அந்த அன்பு. அன்பை முன்னெடுப்பது எனது நோக்கம். மனிதர்களாகிய நாம், நமது பிரச்னைகளின் தீர்வுக்காக ஏதாவது ஒன்றின் மீது பற்று வைக்கிறோம். 'பக்தி' என்பதே 'பற்று' என்பதைத்தானே குறிக்கும்? 'பற்றுக பற்றற்றான் பற்றினை' என்கிறது குறள். நிறுவனமயமாகி வரும் ஆன்மீகவாதிகளின் செயல்கள் பற்றி எனக்கு இப்போதும் கேள்விகள் இருக்கத்தான் செய்கின்றன. ஆனால் அவர்கள் சமூகத்திற்குப் பயன்படும்படியான காரியங்களைச் செய்கிறார்கள் என்றால், அதை ஏன் நாம் வெறுக்க வேண்டும்? உதாரணமாக லட்சக்கணக்கில் மரங்கள் நடுவது, கண் மருத்துவ மனைகள் அல்லது பொது மருத்துவமனைகள் நடத்துவது - போன்ற காரியங்களால் ஆயிரக்கணக்கான மக்கள் பயனடைகிறார்கள்தானே?

நான் எழுதிய கவிதை ஒன்று இதைப் பற்றித்தான் பேசுகிறது. நான் கிறிஸ்துவர்களின் தேவாலயத்தில் இருக்கும்போது, இந்துவாகவும், முஸ்லிமாகவும் உணர்கிறேன். இந்துக் கோயில்களில் இருக்கையில் முஸ்லிமாகவும், கிறிஸ்த வனாகவும் உணர்கிறேன். முஸ்லிம்களின் கோயிலில் இருக்கையில் கிறிஸ்தவனாகவும், இந்துவாகவும் உணர்கிறேன் - என்பதுதான் கவிதையின் உட்பொருள். எங்கே நான் நிற்கிறேனோ அங்கே இருப்பவர்களுடன் ஒருவகையில் நான் ஒன்றவில்லை. அங்கு இல்லாத அந்த 'மற்றவர்களுடன்' தான் நான் ஒன்றுகிறேன் என்று பொருள்.

'ஒருவரை நாம் வெறுத்தால், அவரை நாம் புரிந்துகொள்ள முடியாது' என்பார் நகுலன். இப்போதைய நிலையில்

'ஆன்மீகம்' என்ற சொல்லையே 'இந்துத்வா'வுடன் தொடர்புபடுத்திப் புரிந்துகொள்கிறார்கள். அது சரியல்ல. ஆன்மீகவாதிகள், ஒரு பத்தாயிரம் பேரின் நடுவே பேசி சகஜீவிகள் அனைவரின் மீதும் அன்பு காட்டுவதற்குப் பக்குவப் படுத்தினால் அதில் வெறுப்பதற்கு என்ன இருக்கிறது? ஆன்மீகம் எனக்கு ஃபேஷன் அல்ல. அது அன்புநெறி. இந்த முடிவிற்கு நான் வருவதற்கு பல ஆசிரியர்கள் - குருக்கள் இருக்கிறார்கள். திருமூலர் ஓர் ஆசிரியர். சமகாலத்தில் ரஜனீஷ் உட்பட பலர். 1000 பேரில் ஒரு நூறு பேரைப் பக்குவப் படுத்துவதுதான் சாத்தியம் என்றால், அதற்கு இந்த ஆன்மீகவாதிகள் உதவுகிறார்கள் என்றால் அதில் என்ன ஆட்சேபணை நமக்கு?

கே : நிறைவாக, இப்போது என்ன திட்டங்கள் வைத்திருக்கிறீர்கள்? 'செம்மலர்' வாசகர்களுக்கு உங்கள் செய்தி என்ன?

பதி : நான் இப்போது என் 63-வது வயதில் இருக்கிறேன். ஏற்கெனவே செய்துவந்த சில பணிகளின் கிளைகளை வெட்டி விட்டு, சிலவற்றைச் செய்துமுடிக்க வேண்டியிருக்கிறது. 'நாஞ்சில் நாட்டு உணவு வகைகள்' பற்றி 300 பக்க அளவிற்குப் புத்தகம் வளர்ந்துவிட்டது. ஆனால் திருத்தி நகல் எடுக்கும் பணியில் 110 பக்கம்தான் முடிந்திருக்கிறது. அதேபோல் என் கிராமத்து வாழ்க்கைச்சூழலில் குடும்ப உறுப்பினர்களின் வாழ்க்கையையும் இணைத்து ஒரு நாவல் எழுதத் திட்ட மிருக்கிறது. பிறகு - கட்டுரைகள் கேட்கிறவர்களுக்கு எழுது வதையும் தொடர வேண்டியுள்ளது. இதுபோல் சில திட்டங்கள்...

'செம்மலர்' வாசகர்களுக்கு நான் முன்வைக்கிற வேண்டுகோள் இதுதான்: எந்த ஒரு கருத்தையும், எந்த ஒரு பிரச்னையையும் அதன் சாதக, பாதகங்களோடு நாம் ஆழமாக விவாதிக்க வேண்டும். முன்முடிவுகளோடு எதையும் அணுகுவது நல்லதல்ல. நம்முடையது ஒன்று மட்டும்தான் சிறந்தது என்று நாம் பிடிவாதமாக விவாதிக்க வேண்டியதில்லை. உலகில் ஒரே ஒரு மதம் மட்டுமா இருக்கிறது? பல மதங்கள், பல மொழிகள், பல பாதைகள்... எத்தனை வேறுபாடுகள் இருக்கின்றன? அவற்றுடன் நாமெல்லாரும் ஒன்றாகத் தானே வாழ்கிறோம்? சாதகமாக - பாதகமாக இரண்டு

வகையாகவும் நாம் விவாதித்துப் பழகவேண்டும். விவாதமே இல்லாமல் போய்விடக் கூடாது. எந்த ஒரு படைப்பையும், விவாதமில்லாமல் நாமாக முன் முடிவுகளுடன் அணுகக் கூடாது. திறந்த மனதுடன் அணுகவேண்டும். ஒரு படைப்பை முழுமையாகப் படித்துவிட்டுத்தான் அதுபற்றிய ஒரு முடிவிற்கு வரவேண்டும். அப்போதுதான் நாம் படைப்பாளிக்கும் - படைப்புக்கும் நியாயம் வழங்க முடியும்!

24 புதிய புத்தகம் பேசுது

நேர்காணல் அக்டோபர் 2011

சந்திப்பு
கீரனூர் ஜாகிர்ராஜா

எளிய விவசாயக் குடும்பத்தில் பிறந்த நாஞ்சில் நாடன் முதுகலைப் பட்டதாரி. அரசுப் பணிக்காகக் காத்திருந்து தகுதி களிருந்தும் வாய்க்காத காரணத்தால் மும்பைக்குப் புலம் பெயர்ந்து தனியார் நிறுவனமொன்றில் பணியாற்றியவர். மும்பை தமிழ்ச்சங்கத்தின் தொடர்பால் இலக்கியத்துள் பிரவேசித்தவர் 1975-ல் நா.பா.வின் தீபம் இதழில் தனது முதல் சிறுகதையை எழுதினார். அன்று துவங்கிய பயணத்திலிருந்து அவர் எங்குமே நின்று இளைப்பாறியதில்லை. ஒரு நவீன எழுத்தாளராக அறியப்படும் இவர் சங்க இலக்கியம், கம்பராமாயணம், சிலப்பதிகாரம், பக்தி இலக்கியங்கள் உள்ளிட்டவற்றில் தேர்ந்த பயிற்சியும் வாய்க்கும்போதெல்லாம் அதை சொல்லிச் சிலாகிக்கும் ரசனை மனோபாவமும் கொண்டவர். வீரியத்துடன் கிளம்பி வந்து இன்றைக்கு எழுதிக் குவிக்கும் காத்திரமான இளம் படைப்பாளிகளின் மீது அபார நம்பிக்கையும் அன்பும் செலுத்துகிறவர். மிடுக்கான உடையலங்காரம், சாதுவான தோற்றம், வசீகரப் புன்சிரிப்பு, தேவைப்படும்போது தெறிக்கிற கோபம் இவை நாஞ்சிலின் சிறப்பம்சங்கள். இலக்கியத்திற்காகவும், சார்ந்திருக்கும் தொழில் நிமித்தமும ஓரிடத்தில் நில்லாமல் சுற்றிச் சுழன்றபடி இருக்கும் அந்த ஆளுமையைக் கொங்கு மண்ணில், அவருடைய ஜி.வி.ரெசிடென்ஸி இல்லத்தில் சந்தித்த வேளையின் பதிவு இந்த நேர்காணல்.

கே : 'சூடியபூ சூடற்க' சிறுகதைத் தொகுதிக்காக சாகித்திய அகாதமி விருது பெற்ற தருணத்தில் உங்கள் மனநிலை எவ்வாறிருந்தது? தாமதமாகக் கிடைத்ததென உணர்ந்தீர்களா?

பதி : ஒரு காலகட்டத்திற்குப் பிறகு இதுபோன்ற விருது களெல்லாம் நமக்கு கிடைக்காது என்கிற முடிவுக்கு

வந்தேன். ஏனெனில் அதன் போக்கு அப்படியாக இருந்தது. இது தரமான இலக்கியவாதிகளுக்கான விருதல்ல. இது ஏதோ கொடுக்கல் - வாங்கல்போல நடந்துகொண்டிருக்கிறது. தரமில்லாத ஆட்கள் உள்ளே நுழைந்து வணிகம் செலுத்தி, அல்லது ஆட்களைப் பயன்படுத்தி விருதைப் பெற்று விடுகின்றனர் என்கிற முடிவுக்கு வந்து பத்து வருட கால மாயிற்று. இதில் இடையிடையே ஒரு தரமான படைப்பாளிக்கு கிடைக்கும். 55 ஆண்டுகளாக இந்த விருது வழங்கப் படுகிறது. 50 முறைதான் தமிழுக்கு கிடைத்துள்ளது. மீதி 5 ஆண்டுகளில் தமிழில் ஆளே இல்லையெனத் தீர்மானித்திருக் கின்றனர். நான் 51வது நபர். இந்த 51 பேர்களில் க.நா.சு., எம்.வி.வெங்கட்ராம், தி.ஜானகிராமன், அசோகமித்ரன், சா.கந்தசாமி இப்படி தீவிர இலக்கியவாதிகள் அதிகபட்சம் 15 பேர் மட்டும் இருப்பர். இந்த விருது சாதாரண கல்லூரிப் பேராசிரியர்களுக்கு கொடுக்கப்பட்டுள்ளது. ஒரே ஒரு புத்தகம் எழுதியவர், முனைவர் படிப்புக்கு வழிகாட்டிய போது அவருக்கு மாணவராயிருந்தவர் இவர்களுக்கு வாய்த்துள்ளது. அரசியல் சினிமா செல்வாக்குள்ளவர்கள் அந்த சக்தியைப் பயன்படுத்தியும்கூட விருது பெற்றுள்ளனர். இந்த விருதுக்கு நான் தகுதியானவன் என்கிற எண்ணம் எனக்கு 25 ஆண்டுகளுக்கு முன்பே இருந்தது. எது மாதிரியான எழுத்துக்குத் தருகிறார்கள் என்பதையும் என்னுடைய எழுத்தையும் ஒப்பிட்டுப் பார்க்கையில் எனக்கு இந்த விருதுக்கு எல்லாத் தகுதியும் யாவரையும் விட உண்டு என்பதை மனம் உணர்ந்து அத்தனை காலமாயிற்று. அதனால் அதற்கு ஆசைப்பட்டோம், முயற்சி செய்தோம், எவனுக்குப் பின்னாலும் அலைந்தோம் என்று அர்த்தமில்லை. ஒரு காலகட்டம் வரை இன்றைக்கில்லாவிட்டாலும் என்றாவது ஒரு நாள் கிடைக்கும் என்கிற எண்ணமிருந்தது. அந்த காத்திருப்பிற்கான காலம் முடிந்தபிறகு இது என்றைக்கும் நமக்கு வராது என்னும் முடிவுக்கு வந்தேன். கடந்த 15 ஆண்டுகளாக இந்த விருது வழங்கப்படுவதைக் குறித்து தீவிரமாக விமர்சனம் செய்து கொண்டிருக்கும் நபர்களில் நானும் ஒருவன். பல கட்டுரைகளில் எழுதியுள்ளேன். மேடைகளில் பேசியுள்ளேன். நமக்கு வராது என்கிற முடிவுக்கு வர இதுவும் ஒரு காரணம். ஆனால் என்னமோ தெரியவில்லை; இந்த ஆணடு எனக்குத் தரவேண்டுமெனத்

தீர்மானித்துவிட்டனர். ஆக எனக்கு இது Mixed Feeling-தான். விருது எல்லோருக்கும் சந்தோஷமான விஷயம்தானே? யாருக்கோ செல்ல வேண்டியதை நாம் தட்டிப்பறித்து விட்டோம் என்கிற குற்ற உணர்வில்லை. அதேநேரத்தில் எனக்கு முன்னால் இவர்களெல்லாம் பெற்றிருக்கவேண்டும் என்கிற ஆதங்கம் உண்டு. அப்படி சிலரை என்னால் சொல்ல முடியும். மற்றபடி பெரிய கொண்டாட்டமான மனநிலையெல்லாம் வந்துவிடவில்லை.

கே : உங்களுக்கு முன்னதாக யாருக்கெல்லாம் விருது கொடுக்கப் பட்டிருக்கலாம் என்று கருதுகிறீர்கள்?

பதி : விருதுக்குத் தகுதியான பலரும் விருது பெறாமலே இறந்து போயிருக்கின்றனர். நகுலன், சுந்தரராமசாமி போன்றவர்களுக்குக் கடைசிவரை கொடுக்கப்படவில்லை. ஆ.மாதவனுக்கு கை வரை வந்து தட்டிப் பறிக்கப்பட்டுவிட்டது. நான் எழுத வந்து பத்து ஆண்டுகளுக்கு முன்னால் எழுதத் தொடங்கியவர்களான வண்ணதாசன், வண்ணநிலவன், பூமணி இவர்களுக்கெல்லாம் இந்த விருது கிடைத்திருக்கவேண்டும். ந.முத்துச்சாமி, ம.இல.தங்கப்பா போன்றவர்களுக்கும் இது தரப்பட்டிருக்க வேண்டுமென நினைக்கிறேன். பட்டிலிடப் போனால் இப்படி 25 படைப்பாளிகளை என்னால் குறிப்பிட முடியும். ஒரு மேடையில் நான் சொன்னேன். மத்திய அரசு கொஞ்சம் கருணை கூர்ந்து in a single stroke 25 பேர்களுக்கு தகுதியானவர்களுக்கு கொடுத்துவிட்டால் நிலைமை சீராகி விடும். அடுத்த ஆண்டிலிருந்து சமகாலத்தில் எழுதுகின்ற திறமையான எழுத்தாளர்களுக்கு அது கிடைக்க வசதியாக இருக்கும்.

கே : நீங்கள் எழுதவந்த பின்னணி, உத்வேகப்படுத்தியவர்கள் என புதிய தகவல்கள் இருந்தால் சொல்லுங்களேன்...

பதி : எழுதவேண்டும் என்கிற திட்டமெல்லாம் அப்போது இருந்ததில்லை. சிறுபிராயத்திலேயே அதாவது 10 வயதிலேயே வாசிக்கத் தொடங்கிவிட்டேன். அந்தக் காலகட்டத்தில் திராவிட இயக்கம், வேகமாக வளர்ந்து கொண்டிருந்தது. எனக்கு அப்போது இரண்டு இயக்கங்களின் பாதிப்பிருந்தது. ஒன்று பிரியாத பொதுவுடைமை இயக்கம்,

மற்றொன்று திராவிட இயக்கம். பொதுவுடமை இயக்கத்தின் பாதிப்பிருந்ததற்கு காரணம் ஏ.கே.ஜி.யின் நெருங்கிய தொண்டராக இருந்த ஒருவர் தலைமறைவாக எங்கள் ஊரில் வாழ்ந்து வந்தார். அவர் எங்கள் ஊரில் திருமணமும் செய்துகொண்டார். அடிப்படையில் அவர் மலையாளி. கொஞ்சம் கொஞ்சமாகத் தமிழ் கற்றுக்கொண்டார். எங்களுடைய மாணவப் பருவத்தில் தொடர்ந்து அவரிடம் பேசிப்பேசி நிறைய விஷயங்களைக் கற்றுக் கொண்டோம். 1957 காலகட்டத்தில் 10 வயதிருக்கையில் மிக உன்னிப்பாக நான் திராவிட இயக்கத்தைக் கவனித்து வந்தேன். அவர்கள் புழங்குகின்ற மேடைத் தமிழ், எடுத்தாளுகின்ற பாடல் வரிகள் இவையெல்லாம் எனக்கு ஈர்ப்பாக இருந்தது. பாரதி, பாரதிதாசன், கலிங்கத்துப்பரணி என உணர்ச்சிமயமாக இருக்கிற எந்தப் பாடலையும் எடுத்துச் சொல்வார்கள். ஆகவே அரசியல் கூட்டங்களை நான் தீவிரமாகக் கேட்கத் தொடங்கினேன்.

நெடுஞ்செழியன், மதியழகன் போன்ற அந்த இயக்கத்தின் தலைவர்கள் பேச்சைக் கேட்டிருக்கிறேன். பி.ராமமூர்த்தி, கல்யாண சுந்தரம், பாலதண்டாயுதம் உரைகளைக் கேட்டுள்ளேன். இவ்வாறு இரண்டு பக்கமும் மாறிமாறி பேச்சுகளைக் கேட்கக் கூடியவனாக இருந்தேன். பொதுவுடமை இயக்க கூட்டங்களுக்குச் சென்றால் சில புள்ளிவிவரங்கள் கிடைக்கும். அதுவே திராவிட இயக்கமானால் சில பாடல் வரிகள் கிடைக்கும். எனது தொடக்கம் நாவல் வாசிப்பாக இருந்தது. சரித்திர நாவலில் தொடங்கி கிடைத்ததெல்லாம் வாசிப்பவனாக இருந்தேன். வாசிப்பு மட்டுமே என்னுடைய பிரதான நோக்கமாக இருந்தது. பட்டமேற்ப்படிப்பு முடித்து இரண்டு வருடகாலம் வேலையில்லாமல் இருந்தேன். அப்போது தி.மு.க. ஆட்சிக்கு வந்தது. M.Sc., படித்திருந்தும் SSLC தகுதிக்கான வேலைகூட கிடைக்கவில்லை. அப்போது தி.மு.க.வினரின் சாயமும் வெளுக்கத் தொடங்குகிறது. இவர்கள் நம்பத்தகுந்தவர்களல்ல. இவர்கள் ஒருவகையில் மக்கள் விரோத சக்திகள் என்பது மாதிரியான தாத்பர்யம் மனதுள் ஏற்படத் தொடங்கியது. அன்றிலிருந்து திராவிட இயக்கத்தின் மீதான நம்பிக்கைகளை இழக்கத் தொடங்கினேன். இங்கே எனக்கு வேலை கிடைக்காது என்று தெரிந்துவிட்டது. அந்தக் கால

கட்டடத்தில் வேலை கிடைக்கப் பெருந்தொகை செலவு செய்ய வேண்டியிருந்தது. அத்தனை பெருந்தொகையை என் அப்பன் பாட்டன் காலத்தில் கூடக் கண்டதில்லை. எங்கள் தாத்தா வடக்கு மலைக்குப் போய் புல் அறுத்து வந்து விற்று வயிறு வளர்த்தவரென நாளொரு கவிதையில் குறிப்பிட்டிருந்தேன். என் அப்பாவும் அப்படித்தான். அத்தனை மதிப்புள்ள வேலையைப் பெறுவதற்கான தொகையை அவர்களால் திரட்ட முடியாது. ஆகவே நான் பம்பாய் கிளம்பிச் சென்றேன். அங்கே பம்பாய் தமிழ்ச்சங்கம் இருந்தது. அற்புதமான நூலகமும். வாரந்தோறும் கூட்டம் நடக்கும். தமிழ்நாட்டிலிருந்து முக்கியமானவர்கள் வந்து பேசுவார்கள். நூலகத்தை நான் முழுமையாகப் பயன் படுத்திக் கொண்டேன். அந்த நூலகத்தில் உறுப்பினராகச் சேர நானடைந்த சிரமங்களையெல்லாம் ஏற்கனவே எழுதியுள்ளேன். அப்புறமாக என் கிராமத்தைப் பற்றிய ஏக்கம் வரத் தொடங்கியது. ஊர் மனிதர்கள், ஊர் உணவு, நம்முடைய வயல், தோட்டம் என்று அந்தத் தனிமை என்னை மிகத் துன்புறுத்தியது. அப்போது எனக்கு எழுதலாமே என்று தோன்றியது. பம்பாய் தமிழ்ச்சங்கத்திலிருந்து ‘ஏடு’ என்கிற இதழ் வெளியாகிக் கொண்டிருந்தது. அதற்கு பொறுப்பாசிரியராக இருந்த கலைக்கூத்தன் என்னை அமைப்பு சார்பாக நடந்த நிகழ்வுகளை எழுத வைத்தார். அதன்மூலம் சிறிது பயிற்சி பெற்றேன். ‘ஏடு’ இதழுக்காக தமிழ்நாட்டின் பெரிய அறிஞர்களிடம் கட்டுரை கேட்டுக் கடிதம் எழுதுவோம். அந்த அறிஞர்களின் பெயர்களைச் சொல்லி அவர்களை நான் அவமரியாதை செய்ய விரும்பவில்லை. அப்போது தான் நாம் ஏன் எழுதக்கூடாது என்கிற எண்ணம் தோன்றியது. நிறைய நினைவுகள், மனிதர்கள் எனக்குள் இருந்தனர். அப்போதுதான் என் முதல் சிறுகதையான ‘விரதம்’ எழுதினேன். ‘ஏடு’ தீபம் பிரிண்டர்ஸில் அச்சாகிக் கொண்டிருந்தது. இப்படியாக நா.பார்த்தசாரதியின் தீபம் இதழில் என் கதை பிரசுரமானது. இலக்கியச் சிந்தனை அந்த மாதத்தின் சிறந்த கதையாக விரதத்தைத் தேர்வு செய்து ரூ.50/- பரிசளித்தனர் 1975 - காலகட்டம் அது. அப்புறம் என்ன the Writer is born!

கே : சுந்தர ராமசாமி உள்ளிட்ட கன்னியாகுமரி மாவட்ட எழுத்தாளர்கள் சிலருக்கு மலையாள மொழிப் பரிச்சயம் இருந்தது. உங்களுடைய வளர்ச்சிக்கு மலையாள மொழித் தொடர்பு எந்தவிதத்தில் உதவியிருக்கிறது?

பதி : மலையாள மொழி என்பது 500 ஆண்டுகளுக்கு முன்பாகத் தமிழ் மொழிதானே? மலையாளத்தினுடைய முதல் இலக்கியம் தோன்றி 300 ஆண்டுகள்தானாயிற்று. தமிழுக்கும் மலையாளத்திற்குமான பொதுத் தன்மைகள் நிறைய உண்டு. ஆனால் மலையாளிகள் மொழியில் அந்த பொதுத் தன்மையை இன்னும் பாதுகாப்பாக வைத்துள்ளனர். நாங்கள் திருவிதாங்கூர் சமஸ்தானத்துக்கு கீழே வாழ்ந்தோம். Culturally we are more inclined towards malayalam. உணவுப் பழக்க வழக்கங்கள் போன்றவை. மலையாளத்தின் சிந்தனை முறை எங்களைப் பாதித்துள்ளது. கன்னியாகுமரி மாவட்டத்து எழுத்தாளர்கள் சுந்தர ராமசாமி, கிருஷ்ணன் நம்பி, பொன்னீலன், ஹெப்ஸிபா ஜேசுதாசன், ஐசக் அருமை ராஜன், நாஞ்சில் நாடன், நீல.பத்மநாபன், ஆ.மாதவன், ஜெயமோகன் இவர்கள் எல்லோருமே ஒரே மொழியை எழுதவில்லை. ஒவ்வொரு மொழிக்கும் ஒரு uniqueness உண்டு. பிரதேசம், சமூகம் சார்ந்து, சமூகம் என்றால் நான் ஜாதியைக் குறிப்பிடு கிறேன். ஒரு ஜாதிக்கு ஒரு மொழி இருக்கிறது. நாங்கள் வாழ்கிற பகுதியில் வேளாளர்கள், ஆசாரிகள் வாழ்கின்றனர். இவர்களுக்குள் பொதுமொழி இருந்தாலும்கூட ஒவ்வொரு communityக்கும் சில சிறப்புச் சொற்கள் இருக்கின்றன. அது இன்னொரு communityக்குத் தொடர்பில்லாதது. மொழி ரீதியாக பண்பாட்டு ரீதியாக மலையாளம் எங்களுக்குப் பெரிய கொடை வழங்கியுள்ளதாகவே கருதுகிறேன்.

கே : தி.மு.க.வின் அனுதாபியாக இருந்தேன் என்று முன்பு சொல்லியிருந்தீர்கள். சமீபத்திய தேர்தல் முடிவும் தி.மு.க.வின் பின்னடைவையும் குறித்து என்ன கருதுகிறீர்கள்?

பதி : தொடக்கத்தில் திராவிட இயக்கத்தின் செயல்பாடுகளைக் கவனித்தால் அவர்களை முற்றிலும் புறக்கணித்துவிட முடியாது. மிகப்பெரிய சமூக விடுதலைக்கும், மொழி சார்ந்த சில சிந்தனைகளுக்கும், முற்போக்கான பலவிஷயங் களுக்கும் அவர்கள் அடித்தளமிட்டனர். சில விமர்சனங்கள் இருப்பினும் அவர்களுடைய தொடக்கத்தைச் சந்தேகக்கண்

கொண்டு பார்க்க முடியாது. வடசேரி இறக்கத்தில் ஒரு வாசக சாலையில் இரவு உறங்கி விட்டு காலையில் வேட்டியும் தோளில் துண்டுமாய் ஆற்றுக்குக் குளிக்கச சென்ற நெடுஞ்செழியன், மதியழகன், அன்பழகனை எல்லாம் நான் பார்த்திருக்கிறேன். ஆனால் தேர்தல் வெற்றி, அண்ணாதுரையின் மரணம் இவற்றுக்குப் பிறகு இவர்களுக்கு வேறுவிதமான முகம் கிளைத்து வருகிறது. சூரபத்மனுக்கு வெட்ட வெட்டப் புதுமுகம் கிடைக்கும் என்பதுபோல ஒவ்வொரு முறையும் கிளைக்கிற முகம் மோசமானதாகவே இருந்தது. கடைசியாக நாம் சந்தித்தது மிகமிக மோசமான முகம். அந்த இயக்கத்தின் மாபெரும வீழ்ச்சிக்கு அதுவே காரணமாக அமைந்தது. self weight என்பார்களே அதனுடைய எடையே அதனால் தாங்க முடியாத அளவிற்கு இருக்கும்; அதன் தீச்செயல்களின் எடையே ஆனால் தாங்கமுடியாத அளவுக்குப்போய் வீழ்ந்துபோகிறது. இனி அந்த இயக்கம் எழுந்து வருமா என்பது சந்தேகமாகவே இருக்கிறது. இப்போதுள்ள எல்லா திராவிட இயக்கத்தினருமே Corporate Owners ஆக உள்ளார்கள். அந்தக்காலம் போல கொள்கை பார்த்து எவருமில்லை. அதிலும் இரண்டாம் தலைமுறை, மூன்றாம் தலைமுறை ஆட்களெல்லாம் வரும்போது இவர்களுக்கும் சமூகசேவைக்கும், மொழிசார்ந்தோ சமூக மாற்றம் சார்ந்தோ எவ்விதமான உறவும் உணர்வுமில்லையென்றே தோன்றுகிறது. எனவே எதிர்காலத்தில் இந்த இயக்கம் மாபெரும் வீழ்ச்சியைத்தான் சந்திக்கப்போகிறது என்று எனக்குத் தோன்றுகிறது. இது நல்லதா கெட்டதா என்பதை நான் சொல்ல வரவில்லை. ஆனால் வீழ்ச்சி உறுதி என்பது தெளிவு. அதற்கு இவர்களே பொறுப்பு. மக்களைப் பொறுப்பாக்க முடியாது.

கே : **நாஞ்சில் மண்சார்ந்தும், பம்பாயைக் களமாகக் கொண்டும் உங்களிடமிருந்து இலக்கியப் பதிவுகள் வந்துள்ளன. கொங்கு மண்டலத்தில் நீண்ட காலமாக வசித்தும் அந்தப் பின்னணியில் நீங்கள் எதுவும் எழுதவில்லையே?**

பதி : எனக்கும் அது ஆச்சரியமாகத்தான் இருக்கிறது. கடந்த 20 ஆண்டுகளாக கோவையில் வசிக்கிறேன். ஆனால் என் எழுத்துக்கள் எல்லாமும் என் இளமைக்காலம் சார்ந்துதான் வந்திருக்கிறது. அனுபவங்கள் இருந்தாலும்கூட ஒரு

எழுத்தாளனுக்குரிய மனநிலை பெரும்பாலும் கடந்த காலத்தைச் சுற்றியே வட்டமிடுவதாக உணர்கிறேன். கும்பமுனிக் கதைகளை நான் எழுதுகிறேன். அவை சமகால அனுபவங்களாக இருந்தாலும் கொங்குநாட்டுப் பிரச்சனை களோ, பம்பாய், நாஞ்சில் நாட்டுப் பிரச்சனைகளோ அல்ல. என் வாழ்வின் பெரும் பகுதியை நான் கற்றுக்கொண்ட தெல்லாம் 45-50 வயதுக்கு முன்புதான். அந்த அனுபவங்களின் மீதுதான் நான் செயல்படுகிறேன்.

கே : **இளைய தலைமுறை எழுத்தாளர்களைத் தொடர்ந்து கூர்மையாக கவனித்து வந்து 'இன்ன இதழில் இதை வாசித்தேன்; எனக்கு சந்தோஷமாக இருந்தது' என்று பாராட்டுகிற உங்கள் பெருந்தன்மையும், பண்பும் நிறைய மூத்த எழுத்தாளர்களிடம் இல்லையே?**

பதி : என் வரைக்கும்தான் இதற்கு பதில் சொல்ல முடியும். 50 ஆண்டுகால வாசகனாகிய நான் எல்லா இதழ்களிலும் வெளி யாகின்ற எல்லா படைப்பாளிகளையும் படித்து விடுகிறேன். இந்த இதழ் தீராநதியில் சிவத்தம்பி குறித்த அ.மார்க்ஸ் கட்டுரை வாசித்தேன். மிக நல்ல கட்டுரை அது. அந்தரங்கத்தைத் தொடுகிறமாதிரியான மொழியில் சம்பவங்களை அடுக்கி மார்க்ஸ் எழுதுகிறார். இளைய தலைமுறை எழுத்தாளர்களிடம் எனக்குப் பழக்கமில்லாவிட்டாலுங்கூட அவர்களுடைய படைப்புகளை வாசித்து எனக்குப் பிடித்திருந்தால் கூட்டங் களில் அதைக் குறிப்பிட்டுப் பேசுகிறேன். தனிப்பட்ட நேரத்தில் அவர்களைச் சந்திக்கும்பொழுது என் மனக்குறை களையும் சொல்கிறேன். நான் பெரிய Critic எல்லாம் கிடையாது. ஆனால் தேர்ந்த வாசகன் என்னும் நம்பிக்கை எனக்கு இருக்கிறது. "தம்பி இதை ஏன் செய்கிறீர்கள்? இதைச் செய்து தான் ஆகவேண்டுமா?" என்று கேட்பேன். பிறகு அவர்களின் முடிவு. எல்லோரும் சேர்ந்து ஓடிக்கொண்டிருக்கிறோம். என். இடத்தை அவர்கள் பிடித்துக்கொள்வார்கள் என்கிற அச்சம் எனக்கில்லை. எவர் இடத்தையும் பிடிக்க நான் முயற்சித்ததில்லை. என்னுடைய இடத்தையும் எவராலும் பிடிக்க முடியாது. இது தொடர்ச்சியான நிகழ்வு. இலக்கியம் என்பது ஒரு நதி ஓடுகிற மாதிரி. ஒரு இடத்தில் அதை நிறுத்த முடியாது. நேற்று ஓடிய நதி அல்ல இன்றைக்கு ஓடுகிற நதி. எனவே ஓடுவதை நாம் கவனிக்க வேண்டியுள்ளது.

வலிந்து பாராட்டி எதிர்காலத்தில் அவன் நமக்கொரு ரசிகர் மன்றம் அமைப்பான் என்று சிலர் நினைக்கிற மாதிரி அல்லது செயல்படுகிற மாதிரி, மடம் ஸ்தாபிக்கிற உத்தேசம் எல்லாம் எனக்குக் கிடையாது.

உங்களுடைய 'துருக்கித் தொப்பி', 'வடக்கேமுறி அலிமா', 'மீன்குகைவாசிகள்' எஸ்.செந்தில்குமாரின் 'முறிமருந்து' எனக்கு மிகவும் பிடித்த நாவல்கள். நான் ஒரு Creative writer. நானும் ஒரு நாவலாசிரியன். அந்தப் படைப்புகளில் எந்த ஒரு முக்கிய இடத்தில் நீங்கள் ஒரு உச்சத்துக்குச் செல்கிறீர்கள் என்பதை அவதானித்து அதை நான் சந்தோஷமாக அனுபவிக்கிறேன். எனக்கு Jealous வருவதில்லை. ஏனெனில் Jealous வருமளவு நான் பலகீனமானவனில்லை. அது குருஸ்தானம் என்று சொல்லமாட்டேன். ஆனால் சந்தோஷப்படத்தானே வேண்டும். நம் குழந்தை அழகாக இருப்பதற்காக நாம் மகிழத்தானே வேண்டும்? ஆனால் சில எழுத்தாளர்கள், நான் பெயர் சொல்ல விரும்பவில்லை, அவர்கள் தங்களைப் பெருந்தச்சனைப்போல நினைத்துக் கொள்கின்றனர். இதுவே மலையாளத்தில் 'பெருந்தச்சன் சின்ட்ரம்' (Syndrome) என்கிறான். எனக்கந்த சின்ட்ரம் இல்லை. I am healthy. நான் சந்தோஷமாக இருக்கிறேன்.

கே : நீங்கள் மிகச்சிறந்த உணவு ரசிகர் என்பது எல்லோரும் அறிந்த ஒன்று. நாஞ்சில் நாட்டு உணவு வகைகளை ஒரு தொகுப்பாகவே கொண்டு வர உள்ளீர்கள். உங்கள் பாரம்பரியமான உணவு நீங்கலாக உங்களைக் கவர்ந்த வேற்றுப் பிரதேச உணவு வகைகளைக் குறிப்பிட இயலுமா?

பதி : நான் உணவை ரசிப்பவன். ஒரு காலத்தில் எனக்கு உண்ண உணவில்லாத நிலையிருந்த போதும் பிறகு பம்பாய்க்குச் சென்றபோதும் நான் எல்லா உணவையும் ரசித்துத்தான் சாப்பிட்டுள்ளேன். மஹாராஷ்டிரத்தின் சோள ரொட்டியும், கூனிப்பொடியில் இடிக்கபட்ட சம்மந்தியாக இருந்தாலுங் கூட ருசித்து அந்த உணவுக்கு உண்டான நியாயத்தை வழங்கித்தான் உண்கிறேன். இது நன்றாகத் தயாரிக்கப் பட்டுள்ளதா இல்லையா என்பதை என்னால் சொல்ல முடியும். நாஞ்சில் நாட்டு உணவைத்தான் 60 ஆண்டுகளாக உண்கிறேன். அதிலுள்ள தன்மைகள் எனக்குத் தெரியும்.

அவியல் என்றொரு வகையை எடுத்துக்கொண்டாலே தஞ்சாவூர், பாலக்காடு, திருநெல்வேலி, நாஞ்சில் நாட்டு அவியல் எல்லாம் வேறு வேறு வகை. ஏதோ செய் நேர்த்தியில் அது மாற்றங்களுக்கு உள்ளாகிறது. ஒரு நண்பர் என்னை விருந்துக்கு அழைத்துச் சென்று என்னை உபசரித்தது சோறும் கத்தரிக்காய் பருப்புமிட்ட கடைசலும் தந்துதான். ஆனால் அன்றைக்கு எனக்கிருந்த பசி, மனநிலை, சூழல் இவற்றால் அந்தக் கடைசலே எனக்கு அற்புதமாக இருந்தது. அதுபோன்ற ஒரு கத்தரிக்காய் கடைசலை நான் எப்போதும் உண்டதில்லை. பிரதேசம் சார்ந்த உணவு என்று பார்க்கும்போது செட்டிநாட்டு உணவு, தஞ்சாவூர் உணவு, அதனதன் தனித்தன்மையுடனிருக்கிறது. ஒவ்வொரு ஜாதிக்கும் உண்டான தனித்தன்மைகள் இருக்கிறது. கோணங்கி எங்கோ ஓரிடத்தில் 'இது ஆசாரி வீட்டுப் புளிக்குழம்புமாதிரி இருக்கிறது' என்கிறார். அப்படியானால் புளிக்குழம்பிலேயே பிள்ளைமார், தேவர், ஆசாரி வீட்டுப் புளிக்குழம்புகளில் மாற்றமிருக்கிறது. சிலர் வெந்தயம் வறுத்துத் தாளிக்கின்றனர். சிலர் வெந்தயம் போடுவதில்லை. சிலர் முழுக்கொத்தமல்லி போட்டும், சிலர் போடாமலும் இப்படியாகப் பலவிதங்கள் permutation combination அடிப்படையில் உணவு என்பது ஒரு கரை கடந்த செயல்பாடு. ஆனால் நான் என் உணவையும் ஏன் எல்லா உணவையும் ரசிக்கிறேன். வங்காளத்துக்குச் சென்றால் கறுத்த உளுந்து பருப்பு செய்து அதில் பொரித்த மீனை மிதக்க விட்டுத் தருவார்கள். நான் அதை விரும்பிச் சாப்பிட்டிருக்கிறேன். அருசியுடனோ அருவருப்புடனோ அணுகியதில்லை. பருப்பில் எவனாவது மீனைப் பொரித்துப் போடுவானா என்பது போன்ற கேள்விகளெல்லாம் எனக்கு இல்லை. குஜராத்திற்கு சென்றால் கத்தியவாரி உணவை விரும்பி உண்பேன். குஜராத்தின் பிற உணவு வகைகளிலிருந்து இது வித்தியாசமானது. சிலருக்குத் தேங்காய் எண்ணெயை உணவில் உபயோகிப்பது பிடிக்காது. ஆனால் கேரளத்திலும் எங்கள் கன்னியாகுமரியிலும் தேங்காய் எண்ணெய்தான் உபயோகிக்கிறோம். சிலருக்கு கடுகு எண்ணெய் பிடிக்காது. ஆனால் கடுகு எண்ணெயில் பூண்டு சதைத்துப் போட்டுச் செய்யும் பருப்பு அற்புதம். அதற்குண்டான மனநிலை எனக்கு இருக்கிறது. எதையும் வெறுப்பதில்லை. இதுபோன்ற மனோபாவத்தை நான் வளர்த்துக் கொண்டேன்.

கே : ஆயிரம் பக்க அளவிற்கு தமிழில் நாவல்கள் வருவது இப்போது ஒரு Trend ஆக இருக்கிறது. நாவல் என்றால் அத்தனை பக்கங் களிருக்க வேண்டுமென சிலர் நிறுவ முயற்சிப்பதாகப்படுகிறது. ஹெமிங்வே, காஃப்கா, கவாபட்டா போன்ற உலகப்புகழ் பெற்ற நாவலாசிரியர்கள், தமிழில் ஜி.நாகராஜன், சம்பத் உள்ளிட்ட பலரும் எழுதிய நாவல்கள் எல்லாம் கையடக்கப் பிரதி களல்லவா?

பதி : நீங்கள் சொன்னதுபோல நாவலின் தரம், வீச்சு, நேர்த்தி இவை யெல்லாம் பக்க அளவைக்கொண்டு தீர்மானிக்கப்படுவதில்லை. ஹெமிங்வேயின் Oldman and the sea, ரிச்சர்ட் பாவினுடைய Jonathan Livingston Seagull போன்றவையும், இன்னும் 80 பக்க அளவிலெல்லாம் மிகச் சிறந்த நாவல்கள் வந்துள்ளன. தேவை யேற்பட்டால் பெரிய நாவல் எழுதலாம். War and Peace - ஐ நீங்கள் 80 பக்கத்தில் எழுதுங்கள் என்று கேட்க முடியாது. டால்ஸ்டாயோ, தாஸ்தவெஸ்கியோ அவர்களுக்கான தேவை யிருந்ததால் பெரிய நாவலாக எழுதினார்கள். தேவை கருதியே வடிவம் தீர்மானிக்கப்படுகிறது. சிறுகதையே கூட இரண்டு பக்கமும் எழுதலாம். 80 பக்கங்களிலும் எழுதலாம். எனவே அளவை நான் முக்கியமெனக் கருதுவதில்லை. ஆனால் சில எழுத்தாளர்கள், வாசகர்கள் இந்த சைஸைப் பார்த்து பெருமிதம் கொள்கின்றனர். என் தாத்தா, அப்பா நான் உள்ளிட்ட மூன்று தலைமுறை வாழ்க்கையை வைத்து நான் இப்போது ஒரு நாவலை எழுதிக் கொண்டுள்ளேன். தேவைப்படுமானால் அந்த நாவலை 600, 700 பக்கங்களுக்கு கொண்டு வரலாம். தேவை யில்லையானால் வராது. ஆகவே ஆயிரம் பக்க நாவல் உயர்வான நாவல் என்றோ பக்கங்கள் குறைவாக இருப்பதால் அது நாவலே இல்லை என்றோ எவரும் சொல்லிவிட முடியாது. ஆனால் எழுத்தாளர்கள் மத்தியில் அப்படி ஒரு பாவனை இருக்கிறது. எல்லாமே பெரிதாக எழுதவேண்டும் என்பதாக. அது அவரவர்களின் தேர்வு பற்றிய விஷயம். உங்களுக்கு easy and convenient, suitable எதுவோ அதைச் செய்யலாம்.

கே : உங்களது நாவல்களில் குறிப்பாக சதுரங்கக் குதிரையின் நாராயணன், மிதவையின் சண்முகம் இருவரிலும் உங்கள் சுயத்தின் பிரதிபலிப்பு அதிகம் உள்ளதாகக் கருதுகிறேன்...

பதி : ஆறு நாவல்கள் எழுதியிருக்கிறேன். இதில் மாமிசப் படைப்பு தவிர ஐந்து நாவல்களில் வரக்கூடிய கதாநாயகர்

களுக்கு நான் பெருமளவு பங்களித்துள்ளேன். என்னுடைய வெவ்வேறு முகங்கள்... சூரபத்மனுடைய முகங்கள் என்றுகூட நீங்கள் வைத்துக் கொள்ளலாம். நாராயணனின் முற்பகுதியாக பூதலிங்கம் இருக்கலாம். அவனின் இன்னொரு முற்பகுதியாக இருக்கலாம் சிவதாணு. இது என்னுடைய வேறு வேறு வகையான extension என்றே உணர்கிறேன். பெரும் பாலும் அவற்றில் என் சொந்த அனுபவங்கள் இருக்கின்றன. மேலும், Project பண்ணி பார்க்கிறோமில்லையா? இந்த சூழலில் இது எனக்கு நடக்குமானால், நான் எப்படி எதிர்கொள்வேன். அது மாதிரியும் இருக்கிறது. என்னுடைய குணாதிசயங்கள் இந்த ஐந்து நாவல்களிலும் பங்களிப்பு செய்துள்ளன.

கே : **புதுவகை எழுத்துக்கள் குறித்து உங்களுக்குள் ஒரு பரிகாசம் இருந்து வருகிறது. குறிப்பாக போஸ்ட் மார்டனிசம் பற்றி நியை விமர்சித்து வந்துள்ளீர்கள். ஆனால் உங்களுடைய கும்பமுனியையே கூட ஒருவகையில் போஸ்ட் மார்டனிசக் கூறுகளுள்ள கதாபாத்திரமாகவே உணர்கிறேன். இது பற்றி என்ன சொல்ல விரும்புகிறீர்கள்?**

பதி : விமர்சகர்கள் ‘மிதவை’ நாவலிலேயே நான் நவீனத்துக்குள் வந்துவிட்டதாகச் சொல்கின்றனர். என் எழுத்துக்களில் பின் நவீனத்துக்குரிய கூறுகள் தென்படுவதாகச் சொல்கின்றனர். இது பற்றி எனக்கு எதுவும் தெரியாது. 27 வயதில் தலைகீழ் விகிதங்களை எழுதினேன். இந்த வளர்ச்சி, இந்த முதிர்ச்சி எந்த எழுத்தாளனுக்குள்ளும் இயல்பாக நடக்க வேண்டும். அப்படி வருவதுதான் creation-ல் இருக்கிற Natural process. சில சமயங்களில் ஒரு புதுவகையான சிறுகதையை வாசிக்கும்போது இந்த வடிவத்தில் நாம் ஏன் முயற்சி செய்து பார்க்கக்கூடாது என்று தோன்றும். அது ஒன்றும் தப்பில்லை. நீங்கள் ‘வடக்கேமுறி அலிமா’ எழுதும்போது ஏதோ ஒரு உந்துதலில் தான் இந்த வடிவத்தில் இதைச் செய்கிறோம் என்று உங்களுக்குத் தோன்றியிருக்கும். உங்களுக்குள் இருக்கிற Natural process-ம் வெளியிலிருந்து கிடைக்கக்கூடியதும் இணைந்துதான் உங்களுடைய ‘வடக்கேமுறி அலிமா’ நாவலை முன்னெடுத்துச் செல்லக் காரணியாக அமைகிறது. என்னுடைய Natural process-ல் அது குறுக்கிடாத வரைக்கும் நான் அப்படி ஒரு நாவலை எழுதத் துணியமாட்டேன். சில இலக்கணங்களுக்கு எடுத்துக்காட்டுச் செய்யுள் இருக்காது.

உரையாசிரியர்கள் ஒரு இலக்கணத்தை மேற்கோள் காட்டுவார்கள். நச்சினார்கினியரோ, அடியார்க்குநல்லாரோ! உதாரணம் காட்ட செய்யுள் இல்லாதபோது அந்தச் செய்யுளை அவர் இயற்றிவிடுவார். இதுபோல பல படைப்பாளிகள் தங்கள் கொள்கைக்குத் தகுந்தமாதிரி ஒரு நாவலை எழுதிவிடுவார்கள். அந்த நாவல் நன்றாக வந்தால் எனக்கு மகிழ்ச்சி. இல்லாவிட்டால் புதிதாக இருக்கிறதே என்பதற்காக என்னால் அதைக் கொண்டாட முடியாது. எனக்கு அடிப்படையில் அது நாவலாக இருக்க வேண்டும். கண்மணி குணசேகரன் 'அஞ்சலை', 'நெடுஞ்சாலை' இரண்டும் எழுதி யுள்ளார். இரண்டையும் நான் படித்திருக்கிறேன். இரண்டுமே எதார்த்த வகை நாவல்கள்தான். இரண்டும் ஒரே எதார்த்த மில்லை. தான் அறிந்த எதார்த்த தளத்திலிருந்து இன்னொரு எதார்த்த தளத்திற்கு அவர் நகர்ந்து வந்திருக்கிறார். West-க்குள் சிலகாரணங்கள் பற்றி சில philosophy வருகிறது. அதற்கு நான் சென்று மேற்கோள் செய்யுள் எழுதவேண்டிய அவசியமில்லை என்று கருதுகிறேன். என் சிறுகதைக்கென்று ஒரு ரூபம் கிடைக்கிறது. அப்படித்தான் எனக்குள் கும்பமுனி வருகிறார். எனக்கான கோபத்தை விமர்சனத்தை வெளிக் காட்டுவதற்காக கும்பமுனியை நான் கையாள்கிறேன். அது போஸ்ட் மார்டனிசம் என்று நீங்கள் சொன்னால் சரி. இல்லை யென்றாலும் எனக்கொன்றுமில்லை. ஆனால் எந்த இலக்கியக் கோட்பாட்டிற்கும் நான் எதிரானவனல்ல. சிலர் சில விஷயங் களை வலிந்து செய்யும்போது வாசிக்கையில் நெருடுகிறது. அப்போது நான் விமர்சனங்கள் வைக்கிறேன்.

கே : கதைகளைக் கட்டுரைத் தன்மையுடன் எழுதி பரீட்சார்த்தம் செய்து பார்த்தீர்கள். அதில் வெற்றி கிடைத்ததாகக் கருதுகிறீர்களா?

பதி : முன்பெல்லாம் கட்டுரைகள் சிலப்பதிகாரம், கம்ப ராமாயணம் பற்றியதாக இருக்கும். கல்வியின் சிறப்பு, ஒழுக்க முடைமை, முயற்சி திருவினையாக்கும் என்றெல்லாம் இருக்கும். அரசியல் கட்டுரைகள் தனியே எழுதப்படும். நான் கட்டுரைகளை highly readable ஆக சுவாரசியமுள்ளதாக இருக்கவேண்டுமென நினைக்கிறேன். கட்டுரைகளுக்குள் நான்தான் முதன்முதலில் உரையாடல்களையும் கையாள்கிறேன். என் கட்டுரைகளுக்குள் நீங்கள் conversations பார்க்கலாம்.

தமிழ்க் கட்டுரையின் போக்கை நாஞ்சில்நாடன் திருப்பி விட்டார் என்று சமீபமாக விமர்சகர்கள் குறிப்பிடுகின்றனர். கனடாவிலிருந்து இப்படியான ஒரு அபிப்பிராயம் எனக்கு வருகிறது. கவிஞர் சிற்பியும் ஒரு நேர்காணலில் சொல்கிறார். இது எனக்குப் பெருமையாக இருக்கிறது. என்னுடைய கட்டுரையும் creative workதான். மஞ்சள் நிறத்தில் ஒரு காகம் பறந்தது என்று ஒரு கதையில் எழுதிவிடலாம். ஆனால் அதையே நான் கட்டுரையில் எழுதும்போது Authenticate செய்தாக வேண்டும். கட்டுரை எழுதுவதை தொடக்கத்தில் சிரமமாக நினைத்தேன். கட்டுரையின் மொழி எனக்கு வசப் பட்ட பிறகு பல விஷயங்களை அதற்குள் சொல்ல முடியும் எனத் தோன்றியது. சிறுகதையில் நான் இதை பயன்படுத்த முயற்சிக்கிறேன். என் கதைகள் கட்டுரைத் தன்மை யுடனிருப்பதாக பலரும் விமர்சனம் செய்தனர். ஏன் அப்படி இருக்கக்கூடாது என்று நான் கேட்கிறேன். 124 கதைகள் இதுவரை எழுதியிருக்கிறேன். என்னைக் கேட்டால் கான் சாகிப்பும், கோம்பையும், சங்கிலிபூதத்தானும் என்னுடைய மிகச்சிறந்த கதைகளென்று சொல்வேன். இந்தக் கதைகள் கட்டுரைத் தன்மைகளை உள்ளடக்கியவை. அப்படியான தகவல்களை இந்தக் கதைகளில் சொல்லவில்லையானால் வேறு எங்குமே சொல்ல முடியாது. " In What way my prose writing is disturbing you?" என்று கேட்கிறேன். இதை செய்து பார்த்தால் என்ன என்று நான் முயற்சிக்கிறேன். அது வெற்றியடைந்துள்ளதாகவே கருதுகிறேன்.

கே : உங்கள் கதைகளின் அடிநாதமாக எப்போதும் ஒருவிதமான அதிருப்தி இழை ஓடிக்கொண்டிருப்பதாக உணர்கிறேன். ஒருவேளை அதை சமன்படுத்துவதற்காகவென்றே அங்கதம் கலந்து எழுதுகிறீர்களா?

பதி : வாழ்க்கையில் தொடர்ந்து கசப்பு இருந்து கொண்டே யிருக்கிறது. சகமனிதன் எப்படியிருக்க வேண்டுமென்று நான் தீர்மானிக்க முடியாது. ஆனால் அவன் நேர்மையாக இல்லை. சுயநலமியாக இருக்கிறான். நம்மிடமே ஆழம் பார்க்கிறான். இப்படியாக இருக்கையில் ஒரு கசப்பு வருகிறது. வாழ்வின் பல அனுபவங்களும் கசப்புடையதாகத் தோன்றுகிறது. 'I used to feel I am always an under dog'. இரு நாய்கள் சண்டையிடுகிறபோது ஒரு நாய் மல்லாந்து

படுத்து ''என்னோடு சண்டைக்கு வராதே என்னால் இயலாது'' என்கிற மாதிரி கிடக்கும். அதைத்தான் 'Under dog' என்கிறேன். டி.கே.பட்டம்மாளின் நாவில் ரமணர் தேன் எடுத்து தொட்டு வைத்தார் என்று எங்கோ கேட்டதை நான் என் சிறுகதைத் தொகுப்புக்கான முன்னுரையில் குறிப்பிட்டிருந்தேன். ஆனால் எவனோ ஒரு சித்தன் அல்லது பித்தன் என் நாவில் கசப்பைத் தொட்டு வைத்துவிட்டான், அல்லது ஆலகால விஷத்தைத் தொட்டுவைத்து விட்டான் என்று கருதுகிறேன். எனவே அதன் பயனை என் வாசகர்கள் அனுபவித்துக் கொண்டிருக்கிறார்கள் போலும்.

கே : 'யாம் உண்பேம்' உள்ளிட்ட உங்கள் பல கதைகளில் சமகாலப் பிரச்சனைகள் கூர்மையாக அலசப்படுகிறது. சமகாலப் பிரச்சனைகளை இலக்கியமாக்குவதில் ஏனோ நம் படைப்பாளிகளுக்கு ஒவ்வாமை இருப்பதாகத் தோன்றுகிறதே?

பதி : அரசியல் குறுக்கிடுகிறபோது எவ்வளவு பெரிய மேதை எழுத்தாளனாக இருந்தாலும் எழுத நினைப்பதை எழுத முடியாமல் அச்சம் மேலிடத் தயங்கி நிற்கவே செய்வான். சமூகப் பிரச்சனைகளான வறுமை, பெண் உரிமை, குடி, துரோகம் பற்றி எழுதும்போது இந்த சிக்கல்கள் இல்லை. ஆனால் சர்ச்சைக்குரிய விஷயங்களைப் படைப்பாக்கும்போது அவன் மிக எச்சரிக்கையாக நமக்கேன் வம்பு என்று இருப்பதாகத் தோன்றுகிறது. வணிகரீதியான புழக்கமும் இருப்பதால் மேலிடத்தைப் பகைத்துக் கொள்ள முடியாத நிலையில் இருக்கிறார்கள். இதனால்தான் சமகால எழுத்தாளர்களில் பலரும் சமகாலப் பிரச்சனைகளை தேவையான உக்கிரத்துடன் பதிவு செய்யத் தயங்குகின்றனர். குறிப்பாக ஈழப் பிரச்சனையை எடுத்துக் கொண்டால் தனித்து ஆத்மார்த்தமாகப் பேசும் போது அந்த வலியை அவர்கள் உணர்ந்திருப்பதாகவே படுகிறது. நான் உணரும் அதே வலியைத்தான் இன்னொரு படைப்பாளியும் உணர்கிறான். இதை ஏன் பதிவு செய்வதில்லை என்று கேட்கும்போது 'அதற்கு இன்னும் 50 அல்லது 100 வருடங்கள் ஆகும். இரண்டாம் உலக மகா யுத்தம் குறித்து இப்போதுதான் எழுதப்படுகிறது' என்றெல்லாம் சாமர்த்தியமாக பதில் சொல்கின்றனர். இது ஒருவிதமான தப்பித்தல் என்றே நான் கருதுகிறேன். அரசியல் கட்சிப் பிரமுகர்கள் அவர்களுக்கு நண்பர்களாக இருக்கிறார்கள். அவர்கள் நல்லதும்

கெட்டதும் நிகழ்த்த வல்லவர்கள். ஆகவே வலம் போனால் என்ன, இடம் போனால் எனக்கென்ன என்கிற போக்கும் முன்ஜாக்கிரைத்தனமும் இருப்பதாலேயே அவர்களால் உரிய முறையில் பதிவு செய்ய முடியவில்லை என்று கருதுகிறேன். சமகாலப் பிரச்சனைகளை எழுதும்போது கலைத் தன்மை யுடனும் இருக்கவேண்டும். குறிப்பிட்ட வரையறைக் குள்ளிருந்து எழுதக்கூடாது.

கே : தேவைப்படுகிற இடத்தில் பாலியல் விஷயங்களை எழுதினால் கூட முகஞ்சுழிக்கிற பரிசுத்த வாசகமனோபாவம் ஒரு பக்கம் இருக்க, மறுபக்கத்தில் பாலியல் சார்ந்த எழுத்துகள் வந்து குவிந்த வண்ணம் உள்ளது. இதில் உங்கள் நிலைப்பாடு என்ன?

பதி : காமம் ஒரு Basic Instinct. பசி மாதிரி அது. எந்த ஜீவராசியாலும் தவிர்க்க முடியாதது. மிருகங்கள் இனவிருத்திக்காக மட்டுமே புணர்ச்சியில் ஈடுபடுகின்றன. மனிதன் மட்டுமே இதை ஒரு சுகானுபவமாக மாற்றிக் கொள்கிறான். எனவே தான் இறையனுபவத்தை அவன் பேரின்பமென்றும் காமத்தை சிற்றின்பமென்றும் குறிப்பிடுகின்றான். இதை எல்லா இலக்கியங்களும் குறிப்பிட்ட எல்லைக்குள் நின்று கை யாண்டுள்ளன. தி.ஜானகிராமன் அவருடைய காலகட்டத்தில் தேவைகருதிக் கையாண்டிருக்கிறார். ஜி.நாகராஜன் எழுதி யிருக்கிறார். லா.ச.ராமாமிருதம் எழுத்திலும் அந்தத் தன்மைகள் நுட்பமாக உண்டு. ஆனால் அந்தப் படைப்புக்கு அது எந்த விகிதத்தில் தேவையோ அந்த அளவிற்கு செயல்படுகிறது. ருசியில்லாத ஒரு சமையலை அதிக எண்ணெய் ஊற்றி வறுப்பதன் மூலமாக ஓரளவு ருசியுள்ள உணவாக மாற்றி விட முடியும். சமைக்கத் தெரியாதவன் அதிக எண்ணெய் ஊற்றி சமைப்பதுபோல சில எழுத்தாளர்கள் காமத்தை அதிகம் பெய்து எழுதுவதன் மூலம் அதைச் சரிக்கட்டிவிட முடியுமென நினைக்கிறார்கள். காமம் மட்டுமே வாழ்க்கையில் பிரச்சனை இல்லை. அதுவும் ஒரு பிரச்சனை. பாலியல் திகட்டுமளவு எழுதுவதை ஒரு வியாபார உத்தியாகவும் இவர்கள் பாவிக்கின்றனர். காமம் பற்றிய போதிய அறிவு இல்லாமல் இவர்கள் எழுதுவதாகவே நினைக்கிறேன். பாலியல் விஷயத்தைத் தொடர்ந்து எழுதும் ஒரு எழுத்தாளரை அழைத்து "தம்பி அந்தப் பெண் காமத்தை உணர்ந்ததாக நீ எழுதியிருப்பது எல்லாமே தப்பு" என்று சொன்னேன்.

பெண் காமத்தை உணர்வதை ஒரு ஆணால் எப்படி உணரமுடியும்? இவர்கள் சில விஷயங்களை வேண்டுமென்றே வலிந்து எழுதுகின்றனர்.

கே : உங்களுடையது முற்போக்கு எழுத்தே என நிறுவுவதற்கான வாய்ப்புகள் அதிகமுள்ளதாகக் கருதுகிறேன். இதற்கான உங்களின் பதில்...

பதி : எந்தக் கலைஞனும் முற்போக்குதான். ஒரு கலைஞன் பிற்போக்கானவனாக இருக்கவே முடியாது. பொதுவாக எந்தக் கலையும் சகலஜீவராசிகளுக்கும் மரம் செடி கொடி களுக்கும் இணக்கமானதாகவே இருக்கும். இதற்கு எதிராக உள்ளதை நம்மால் கலை என்றே ஒப்புக்கொள்ள முடியாது. சமகால சினிமாவை என்னால் கலை என்று ஒப்புக்கொள்ள முடியவில்லை. ஏனெனில் மனித இனத்துக்கு துரோகம் செய்வதாக கெடுதல் செய்வதாக அது உள்ளது என்று சமீபத்தில் ஒரு கருத்தரங்கத்தில் பேசினேன். ஜானகிராமனோ, வெங்கட்ராமோ முற்போக்கு இல்லையா? அவர்களுக்குள் அந்தக் கூறு இருக்கிறது. ஆனால் அவர்கள் எதைப் பிரதானப் படுத்துகின்றனர் என்றும் பார்க்க வேண்டியுள்ளது. மனித மனங்களின் பிரச்சனைகளைப் பற்றிப் பேசும்போது அரசியல் விஷயங்களைச் சொல்ல முடியாது. எனக்கு ஒரு படைப்பினுடைய கலைநேர்த்தி மிக முக்கியம். நீங்கள் சொல்வதுபோல என் படைப்புகளில் முற்போக்கு சிந்தனைகள் இருப்பதாகப் பலரும் சொல்லியிருக்கின்றனர். மகிழ்ச்சி.

கே : 'நாடெல்லாம் புலவர் கூட்டம் நகரெல்லாம் பள்ளியீட்டம்' என்று சங்க காலத்தை வியந்து பார்க்கிறோம். அதுவே பல்லவர் காலத்தை சங்கம் மருவிய காலம் இருண்டகாலம் என்கின்றனர். சிலப்பதிகாரம், மணிமேகலை, பதினெண்கீழ்க் கணக்கு நூல்களெல்லாம் எழுதப்பட்ட காலம் ஒன்றை இருண்டகாலம் என்பது சரியா?

பதி : அப்படிச் சொல்லிவிட முடியாது. களப்பிரர் காலம் குறித்தே இப்போது புதுவிதமான மதிப்பீடுகள் வந்து கொண்டிருக்கிறது. ஒரு காலத்தை இன்னொரு காலத்துடன் ஒப்பிடுவதும் தவறு. உதாரணத்துக்கு சங்ககாலத்தை கி.மு.500லிருந்து கி.பி.200 வரைக்கும் குறிப்பிடுகின்றனர். மனிதகுல வரலாற்றில் 700 ஆண்டுகள் என்பது சாதாரண விஷயமில்லை. தொகுக்கப்

பட்ட பாடல்களிலேயே கி.மு.500லும் கி.பி.200லும் தொகுக்கப்பட்டவை இருக்கிறது. குறுந்தொகையில், நற்றிணையில், அகநானூறில், புறநானூறில் இருக்கின்றன. 700 வருடகால இடைவெளியை அந்தப் பாடல்கள் நமக்குச் சொல்கின்றன. சில காலகட்டங்களில் வேறு சில நெருக்கடிகளால் படைப்பிலக்கியங்கள் வராமல் இருந்திருக்கக்கூடும். தமிழில் தொடர்ச்சி எப்போதும் அறுபட்டதில்லை. சமணர் காலத்தில் கி.பி.5-ஆம் நூற்றாண்டில் சீவகசிந்தாமணியும், தொடர்ந்து ஐந்து சிறுகாப்பியங்களும் வருகின்றன. தொடர்ந்து 8-ஆம் நூற்றாண்டில் சமயகாலம் தொடங்கி விடுகின்றது. சங்ககாலம், சங்கம் மருவியகாலம், சமயகாலம் என்று பார்த்தால் ஒரு ஆறு குறுக்கே ஓடி நிலத்தைப் பிரிக்கிற விஷயமாக இது இல்லை. சங்ககாலத்திற்குள்ளேயே சங்கம் மருவியகாலம் எதுவரை இருக்கிறது. அல்லது சங்கம் மருவிய காலத்திலேயே பக்தி இலக்கியம் எப்போது தோன்றியது? இவையெல்லாம் சிக்கலான கேள்விகள். 8-ஆம் நூற்றாண்டில் காரைக்கால் அம்மையார், மாணிக்கவாசகர், திருஞானசம்பந்தர் வந்தாயிற்று. 9-ஆம் நூற்றாண்டில் கம்பனும், 10-ஆம் நூற்றாண்டில் பெரியபுராணமும் வந்தாயிற்று. இவர்களுள் தொடர்ச்சி எங்கே அறுந்து போகிறது? களப்பிரர் காலத்திலிருந்த சில அரசர்கள் மொழி, இலக்கிய வளர்ச்சியை ஆதரிக்காமல் இருந்திருக்கக்கூடும். 400 வருடங்களில் இலக்கியமே இல்லையென்று சொல்ல முடியாது. களப்பிரர் குறித்தெல்லாம் மீண்டும் நாம் யோசிக்க வேண்டியுள்ளது.

கே : நஞ்சென்றும் அமுதென்றும் ஒன்று, நதியின் பிழையன்று நறும்புனல் இன்மை, காவலன் காவான் எனின், தீதும் நன்றும், சூடிய பூ சூடற்க, பனுவல் போற்றுதும் என்று உங்கள் நூல்களுக்கு மரபிலக்கியப் பெயர்களாகவே வைப்பதை அதி நவீனத் தலைப்புகளுக்கான எதிர்வினையாகக் கொள்ளலாமா?

பதி : கண்டிப்பாகக் கொள்ளலாம். 'வ.உ.சி. மைதானமும் ஏழு பூனைகளும்' என்று நான் ஒரு கதைக்குத் தலைப்பு வைக்கலாம். யாரும் என்னைக் கேட்க முடியாது. என் சிறுகதைக்கும் அந்தத் தலைப்புக்கும் தொடர்பிருக்கிறதா என்றுகூட என்னிடம் கேள்வி எழுப்ப முடியாது. உதாரணத்துக்கு நான் 'பனுவல் போற்றுதும்' என்னும் தலைப்பை திங்களைப் போற்றுதும், ஞாயிறு போற்றுதும், மாமழை போற்றுதும் என்கிற

இடத்திலிருந்துதான் எடுக்கின்றேன். பனுவல் என்றால் புத்தகம். ஒருவேளை இது சாதாரண வாசகனுக்குப் புரியாமலிருக்கலாம். பிரதி, Text என்பதைப் புரிந்துகொள்ளும் வாசகன் ஏன் பனுவல் என்பதைப் புரிந்து கொள்வதில்லை? எனக்குத் தலைப்பு வைப்பதில் ஒரு பெரிய மோகம் உண்டு. அதுவும் அது மிக Out standing ஆக இருக்க வேண்டுமென நினைக்கிறவன். சில கதைகளைத் தலைப்பு வைத்துவிட்டுப் பிறகுதான் எழுதத் தொடங்குகிறேன். என்னுடைய அடுத்த கட்டுரைக்கு இதோ தலைப்பு வைத்தாயிற்று. 'துருப்பிடித்த வாளைத் தூர எறி!' இது புதுமைப்பித்தனுடைய வரி. என்ன எழுதப் போகிறேன் என்று இதுவரை எனக்கொன்றும் திட்டமில்லை. ஆனால் இந்தத் தலைப்பு என்னை மிகவும் ஈர்த்திருந்தது. நான் திராவிட இயக்கம் பற்றி ஒரு கட்டுரை எழுதிக் கொண்டிருக்கிறேன். ஒருவேளை அந்தக் கட்டுரைக்கும் கூட இந்தத் தலைப்பைப் பொருத்தி விடுவேன்.

கே : பெண் கவிஞர்கள் எழுதிச் செல்லும் உடலரசியல் குறித்த உங்கள் கருத்து என்ன?

பதி : இன்றைய நவீன கவிதை மொழி பெண்களின் கையில் இருப்பதாகக் கவிஞர் சிற்பி குறிப்பிட்டுள்ளார். சமகால ஆண் கவிஞர்களுடன் ஒப்பிட்டுப் பார்க்கையில் சிற்பி சொன்ன கருத்தில் உண்மையிருப்பதாக எனக்குப் படுகிறது.

நவீன கவிதை பெரிய சிக்கலுக்குள் இருப்பதாக நான் கருதுகிறேன். காமம் ஒரு அதிமுக்கியமான பிரச்சனையாக இருக்கிறது. ஒரு Limited Ideologyக்குள்ளே நின்றுதான் அவர்கள் பேசுகின்றனர். புழங்கு மொழியின் வட்டம் மிகச் சுருங்கியதாக இருக்கிறது. 4000 அல்லது 5000 சொற்களுக்குள் தான் அவர்கள் செயல்படுவதாக எனக்குத் தோன்றுகிறது. சிலர் அவ்வளவுகூட இல்லை, நீங்கள் அதிகமாகச் சொல்கிறீர்கள் என்கிறார்கள். இங்கே கவிதை எழுதுவதற்கான உழைப்பு மிகமிகக் குறைவு. இதை நான் பல கருத்தரங்குகளில் பேசியிருக்கிறேன். கவிதைக்குரிய விசேடக் கூறுகளைச் சென்றடைவதற்கான முயற்சியே இல்லை. எப்படி வேண்டுமானாலும் எழுதலாம். அதற்குள் கவித்துவம் இருக்க வேண்டுமில்லையா? இன்றைக்குள்ள பெரும்பாலான கவிஞர்கள் எழுதுகின்ற கவிதைகளை நீங்கள் உரைநடையாகவே படிக்கலாம். ஆண் கவிஞர்களானாலும், பெண்

கவிஞர்களானாலும் கவிதைப் புத்தகத்தை ஒரு Visiting Card மாதிரி பயன்படுத்துகின்றனர். ஒரே ஒரு கவிதைப் புத்தகம் போட்டு அந்தக் கவிஞரின் படைப்புலகம் என்று கருத்தரங்கம் நடக்கிறது. 35 ஆண்டுகளாக எழுதி 23 புத்தகங்கள் வெளி யிட்டுள்ள எனக்கு இதுவரைக்கும் படைப்புலகம் என்று கூட்டம் நடத்தப்படவில்லை.

ஆனாலும் தமிழில் முக்கியமான கவிதைகள் எழுதப் படுகிறது. சமீபத்தில் காலச்சுவடு இதழில் சுகிர்தராணி பறைத்தொகை என்ற இரண்டு கவிதைகள் எழுதியிருந்தார். நான் அவருக்குப்பேசி ''இதுபோல நானூறு கவிதைகள் எழுதுங்கள்; அகநானூறு, புறநானூறு, குறுந்தொகை மாதிரி'' என்றேன். எனக்கு சக்திஜோதி, தமிழ்நதி, இசை போன்றவர்கள் மீது நம்பிக்கை இருக்கிறது. புதுக்கவிதைகள் தொடர்ச்சி என்று பார்த்தால் தருமுசிவராம், பசுவய்யா, ஞானக்கூத்தன், ம.இல.தங்கப்பா, சி.மணி இப்படியான ஒரு பெரும் வரிசையை நாம் சந்தித்தாயிற்று. சுகுமாரன், தேவதேவன் போன்றவர்களும் இருக்கின்றனர். இவர்களுடைய தொடர்ச்சியாகத்தான் சமகால நவீனகவிதைகள் எழுதப்படுகின்றனவா என்னும் கேள்விக்குள் நான் சென்றால் ஒரு பெருஞ்சுவர் நிற்கிறது. இது என்னை அதைரியப்படுத்துகிறது. நான் முதலில் கவிதை களின் காதலன், பிறகுதான் நாவல், சிறுகதை ஆசிரியன். இப்படி எல்லாம் கவிதை எழுதப்பட வேண்டும் என்று சொல்லித் தருவதற்காக நான் கவிதை எழுதவில்லை. என் கவிதை செய்யுள் மாதிரி இருக்கிறது, கடுமையான சொற்களைப் பயன்படுத்துகிறேன் என்றெல்லாம் சொல்கின்றனர். இருந்து விட்டுப் போகட்டும் என்று நினைக்கிறேன்.

கே : காவல்கோட்டம், தாண்டவராயன் கதை போன்ற வரலாற்றுப் புதினங்கள் இப்போது எழுதப்படுகின்றன. இதில் கல்கி, சாண்டில்யன் காலத்திற்கும் இப்போதைக்குமான வித்தியாசங்களென என்னவெல்லாம் உணர்கிறீர்கள்?

பதி : கல்கி, சாண்டில்யன், நா.பா., போன்றவர்கள் வரலாற்றுப் புதினங்கள் எழுதும்போது history என்பது bare minimum ஆக இருக்கும். நான் முருட் ஜஞ்சிராவுக்குப் போயிருக்கிறேன். அது சார்ந்த ஒரு சாண்டில்யனின் நாவல் என் நினைவுக்கு வந்தது. அந்தச் சூழல், கோட்டையை அவர் வர்ணித்திருந்த விதம் எல்லாம் கண்டிப்பாக அவர் அந்த இடத்துக்குப்

போய் பார்த்து வந்துதான் எழுதியிருக்கிறார் என்னும் நம்பிக்கையை ஏற்படுத்தியது. வரலாற்றை அவர்கள் ஜரிகை வேலைப்பாடு மாதிரி பயன்படுத்திக்கொண்டு உள்ளே high order romanticism தான் வைக்கிறார்கள். ஆனால் சமகால வரலாற்றுப் புதினங்கள் அப்படி இல்லாமல் பெரும் ஆராய்ச்சி யுடன் எழுதப்படுகின்றன. ஆராய்ச்சியுடன் புதினத் தன்மையும் இழந்துவிடாமல் பார்த்துக் கொள்கின்றனர். தாண்டவராயன் கதையை நான் இன்னும் படிக்கவில்லை. சு.வெங்கடேசனின் நாவலை இரண்டுமுறை படித்துவிட்டேன். அதில் முதல் 250 பக்கங்களும், பிற்பகுதியும் மிகத் தீவிரமான ஆய்வுகளுடன் ஒரு சமூகத்தின் கதை மிகுந்த நேர்மையுடன் பேசப்பட்டுள்ளது. எனவே வரலாற்றுப் புதினங்களுக்கு நான் அதிக முக்கியத்துவம் தருகிறேன். இலக்கியத் தரத்தில் சிறிது மட்டுப்பட்டிருந்தாலும் தமிழ் மகனின் 'வெட்டும் புலி' எனக்குப் பிடித்திருந்தது.

கே : குமரிமாவட்டத்தில், குறிப்பாக உங்களுடைய நாஞ்சில் வட்டாரம் தொன்மையான கலாச்சாரப் பண்பாட்டுக் கூறுகளையும் போராட்ட வரலாறுகளையும் உள்ளடக்கியது. இதன் பின்புலத்திலிருந்து ஒரு நீண்ட படைப்பொன்றைத் தரும் எண்ணம் உங்களுக்கு உள்ளதா?

பதி : இருபது ஆண்டுகளுக்கு முன் அப்படி ஒரு திட்டமிருந்தது. நான் அப்போது பம்பாயில் வசித்தேன். கள ஆய்வுக்கான நேரம் எனக்கு வாய்க்காமல் போய்விட்டது. ஒரு நிறுவனத்தில் வேலை செய்து கொண்டு ஊர் ஊராகச் சுற்றி வந்தவன் நான். ஒருவேளை நாகர்கோவிலில் ஐந்தாறு வருடங்கள் இருந்திருந்தால் அந்தத் திட்டம் நிறைவேறியிருக்கலாம். இனி அதற்கான வாய்ப்பில்லை என்றே கருதுகிறேன்.

கே : இசையில் தோய்ந்து விடும் ரசிக மனோபாவம் கொண்டவராக உங்களை அறிந்திருக்கிறேன். நீங்கள் கேட்கும் இசை, இந்துஸ்தானியோ, தமிழிசையோ எதுவானாலும் அது உங்களுடைய படைப்புக்கு உந்துசக்தியாக இருந்திருக்கிறதா?

பதி : கண்டிப்பாக இருக்கிறது. படைப்பு மனநிலைக்கு இசை ஒரு Booster தான். படைப்பாளிகளுக்கு என்றில்லை. நான் பள்ளி, கல்லூரிகளுக்குச் சென்றாலும் அங்குள்ள மாணவ, மாணவிகளிடம் சொல்வது; "இரவில் அதிக நேரம் கண்

விழித்து படிக்கிற நேரத்தில் எங்காவது ஒரு மூலையில் மெல்லிய ஒலியில் இசைகேட்டபடி படியுங்கள். அது உங்கள் இறுக்கத்தைப் போக்கும், மூளையைக் கூராக்கும்''. இசை என்கிற போது நான் கண்டிப்பாக சினிமா குத்துப் பாடல் களைச் சொல்லவில்லை. மிருதங்கம், வயலின், புல்லாங்குழல் இசை கேட்கச் சொல்கிறேன். நிறைய கழித்தது போக என்னிடம் முன்னூறுக்கும் அதிகமான இசைத் தகடுகள் உள்ளன. என் எழுத்து அறையில் எப்போதும் இசை கேட்டபடி எழுதுவது என் வழக்கம்.

கே : 18ம் நூற்றாண்டில் வாழ்ந்த குணங்குடி மஸ்தான் சாகிபு பாடல்களில் உங்களுக்குப் பெரிய ஈடுபாடுள்ளதாகப் பேசியும எழுதியும் வந்துள்ளீர்கள். ஆனால் மஸ்தான் சாகிபு பாடல் உள்ளிட்ட எத்தனையோ இஸ்லாமியக் கலை இலக்கியச் சேகரங்கள் அடிப்படைவாதிகள் எனப்படுவோர் முச்சந்தியில் போட்டு எரிக்கின்றனர். இது நியாயம்தானா?

பதி : தேவாரத்தை சைவநூல் என்றுமட்டும் பார்க்கக்கூடாது. அதேபோல திவ்ய பிரபந்தத்தை வைணவநூல், திருக்குறளை சமணநூல் என்று மட்டும் பார்க்கக் கூடாது. அதற்குள் ஒரு வாழ்க்கை இருக்கிறது. செயல்பாடு, மொழி, அழகு, சுவை எல்லாம் அடங்கியிருக்கிறது இவற்றை நாம் புறக்கணிப்பது தவறு. எனக்குத் திருநாவுக்கரசரை, தாயுமானவரை, வள்ளலாரை வாசிக்கையில் கிடைக்கிற அனுபவம் மஸ்தான் சாகிபு வாசிக்கும்போதும் கிடைக்கிறது. மதரீதியாக கிறிஸ்தவர்கள் பைபிளைத் தவிர எதையும் வாசிக்கக்கூடாது என்பதாக அறிகிறேன். அவர்களுக்கு அப்படி ஒரு தடை இருக்கிறதா என்று கூட எனக்குச் சந்தேகமாக இருக்கிறது. எத்தனையோ வெளிநாட்டைச் சேர்ந்த கிறிஸ்தவர்கள்தான் மாபெரும் எழுத்தாளர்களாக இருந்திருக்கிறார்கள். ஆக மதத்தின் பெயரால் கலை இலக்கியத்தை இழப்பதில் எனக்குச் சம்மதமில்லை. இவை எல்லாவற்றையும் நாம் செல்வங்களாகக் கருதுகிறோம். இந்துஸ்தானி இசைக்குள்ளேயே பலவித கரானா இருக்கிறது. குவாலியர் கரானா, இந்தூர் கரானா, பனாரஸ் கரானா என்றெல்லாம் உண்டு. இத்தனை வகை மாதிரிகளைத் தெரிந்து வைத்து, ஒரு இசை ரசிகனாக இருந்து கொண்டு எப்படி என்னால் உஸ்தாத் பதே அலிகானைப் புறக்கணிக்க முடியும்? எனக்கு அந்த மொழி தெரியாதுதான்.

ஆனால் சூஃபி ஞானிகள் எழுதியதை அவர் பாடுவதாக எனக்குச் சொல்கின்றனர். பாபா ஹாஜி அலி பாடும்போதும், ''என்னகவி பாடினாலும் உந்தன் உள்ளம் இரங்கவில்லை'' என்று மதுரை சோமு பாடும்போதும் எனக்குக் கண்ணீர் வருகிறது. இந்த அனுபவங்களையும், இன்னும் சீறாப் புராணத்தையும், தேம்பாவணியையும் இரட்சணிய யாத்ரிகத்தையும், மஸ்தான் சாகிபுவையும், என்னளவில் நான் மதத்தின் பெயரால் இழக்க விரும்பவில்லை.

கே : சிறு பத்திரிகைகளின் தேவை முடிந்துவிட்டது என்றெல்லாம் சமீபத்தில் சிலர் அதிரடியாக அப்பிராயங்கள் வைத்தனர். நீங்கள் அவ்வாறு கருதுகிறீர்களா?

பதி : நான் அப்படி நினைக்கவில்லை. பிறகு ஏன் Blog எழுது கிறார்கள்? அதை ஏன் நண்பர்களுக்கு forward செய்யவேண்டும்? இதுவும்கூட ஒரு சிறுபத்திரிகை இயக்கம்தானே? சிறு பத்திரிகைகளின் தேவை முடிந்துவிட்டதாக நான் ஒருபோதும் சொல்லமாட்டேன். தமிழில் வரக்கூடிய சில சிறு பத்திரிகைகள் நமக்கு திருப்தியளிக்காமல் இருக்கலாம். ஹரிகிருஷ்ணனின் 'மணல்வீடு' அதன் தேவையை இழந்து விட்டதாகச் சொல்ல முடியுமா? இதுபோல தொடர்ந்து சிறுபத்திரிகைகளின் தேவை இருந்துகொண்டுதானிருக்கிறது. இருக்க வேண்டும் என்று நான் விரும்புகிறேன். சிறு பத்திரிகை களின் மூலமாக மட்டுமே நாம் பரிசோதனை முயற்சிகள் செய்யமுடியும். நான் தமிழினியில் எழுதுகிற கட்டுரையை ஆனந்த விகடனில் எழுத முடியாது. பக்க அளவுகளிலும் பிரச்சனை உண்டல்லவா?

கே : எதார்த்த வகை எழுத்துக்காக எப்போதும் பரிந்து ஒலிக்கும் குரல் உங்களுடையது. தமிழ்ப் படைப்புலகம் இப்போது அடைந்துள்ள புதிய எல்லைகளைக் குறித்து என்ன சொல்ல விரும்புகிறீர்கள்?

பதி : பல்வேறு வெளியீட்டு வகைமைகள் இருக்கிறது. இன்றைக்கு பேசப்படுகின்ற மேஜிகல் ரியலிஸம் ஆயிரம் வருடங்களுக்கு முன்பே இங்கு முயற்சிக்கப்பட்டுள்ளது. ஜடாயு என்கிற ராமாயண கதாபாத்திரம் ஒரு பறவை, பறவைக்கு அரசன். அந்தப் பறவை தசரதனுக்கு நெருங்கிய தோழன். அந்தப் பறவையின் மரணத்திற்கு ராமன் அந்திமக்கடன் செய்கிறான்.

என் தாயை சான்றோயை கொன்றானும் நின்றான்
கொலையுண்டு நீ கிடந்தாய்
வன் தாழ்சிலையேந்தி வாரிக் கடல் சுமந்து
நின்றேனும் நின்றேன் நெடு மரம்போல் நின்றேன்

என்று கம்பன் எழுதுகிறான். ஜடாயு என்னும் பறவையும், மானும் மீனும் பேசுகின்றன. எனவே மேற்கே இருந்து வந்து எவரும் இந்த வகைமைகளை நமக்கு கற்றுத்தரவேண்டிய தேவையில்லை. நமக்குள் இவையெல்லாம் முயற்சிக்கப் பட்டுள்ளன. எல்லா மதங்களுக்குள்ளும் இருக்கின்ற தொன்மங்கள் எல்லாம் இதைத்தான் நமக்குக் கற்றுத் தந்திருகின்றன. எதார்த்தவாதம், நவீனத்துவம், பின் நவீனத்துவம் இவற்றுக்கெல்லாம் என்ன இலக்கண வரைவு? ஒன்றைக் கடந்து படைப்பாளி பயணம் செய்கிறபோது மற்றொன்று வருகிறது. ஒரு படைப்பாளி எதார்த்த வாதத்தில் தொடங்கி எதார்த்தவாதத்திலேயே முடித்துக்கொள்கிறான். தி.ஜானகிராமன் நவீனத்துவத்தையே கேட்டதில்லை. சுந்தர ராமசாமி எதார்த்த வாதத்திலிருந்து நவீனத்துவத்துக்கு நகர்ந்து வந்திருக்கிறார். மற்றொரு படைப்பாளி நவீனத்துவத்திலிருந்து பின் நவீனத்துவத்திற்கு நகர்ந்து செல்கிறார். இதில் ஏற்றத்தாழ்வுகள் பேசுவதில் அர்த்தம் இல்லை.

கே : ***சமச்சீர் கல்வியை முன்வைத்து தமிழ்நாட்டில் மிகப்பெரிய சர்ச்சைகள் வழக்குகள் நடந்து முடிந்திருக்கின்றன. காலாண்டுத் தேர்வு நெருங்கும் வரைக்கும் மாணவர்கள் கையில் புத்தகங்கள் இல்லாத நிலை இருந்தது. இந்தப் போக்கு குறித்த உங்கள் விமர்சனம்?***

பதி : கல்வியை சமச்சீராக்குவது வரவேற்கத்தக்க விஷயம். அதே நேரத்தில் CBSE, Matriculation தரம் சாதாரண State syllabus தரம் எல்லாவற்றையும் கணக்கில் எடுத்துக்கொள்ள வேண்டும். சமச்சீர் செய்வதின் மூலமாக CBSE தரத்தை State board தரத்திற்கு மாற்றுவது சரியான விஷயமில்லை. இந்த தரத்தை அந்த தரத்திற்கு உயர்த்தவேண்டும். சற்றே சமரசம் செய்து கொள்ளலாம். இதைத் தொடக்கத்திலிருந்தே செயல் படுத்த வேண்டும். தமிழ்நாட்டின் சமச்சீர் கல்வி மூலமாக கட்சி அரசியலை போதிக்க முயற்சி செய்தார்கள். செம்மொழி மாநாட்டில் யார் யாருடைய பெயரில் கட்டுரைகள் வாசிக்கப் பட்டன. நமக்குத் தெரியாதா? அந்தக் கவிஞர்களெல்லாம்

இன்றைக்கு என்ன ஆனார்கள்? அப்படி ஒரு இலக்கியத்தை நிறுவிவிட முடியுமா? பிஞ்சு மனங்களுக்குள் இவர்கள் தங்களுடைய கறுப்பு சிவப்பு கட்சி சாயத்தைத் திணிப்பதற்கு நான் எதிரானவன்.

குழந்தைகள் மீது இதைத் திணிப்பது சரியல்ல. தயவுசெய்து கல்வியில் விளையாடாதீர்கள். அவர்கள் இயல்பாக இருப்பது போல இருக்கட்டும். வளர்ந்த பிறகு அவனே தேடிப்போய் படிப்பான். மதத்தின் சார்புடையது என்று பல செய்யுள்களை இவர்கள் மனப்பாடப் பகுதியில் வைப்பதில்லை. மதம் சார்ந்ததென்று மறுதலித்து தேம்பாவணி, சீறாப்புராணத்துக்கு பதிலாக இவர்கள் முன்வைப்பது என்ன? சமகால மூன்றாம் தரக் கவிஞர்களின் கவிதைகளை வைப்பது மாணவர்கள் மீது செலுத்தும் வன்முறை இல்லையா? இவற்றையெல்லாம் ஒருபோதும் மனப்பாடம் செய்யமுடியாது. இதையும் நாம் கணக்கில் எடுத்துக்கொள்ள வேண்டும். இதை வைத்து எந்தக் கட்சி அரசியல் நடத்தினாலும் we are against it.

கே : **தொழில், இலக்கியம் இரண்டின் நிமித்தமாகத் தொடர்ந்து பயணம் செய்தபடியே உள்ளீர்கள். பயண அனுபவங்கள் குறித்து எதுவும் நீங்கள் எழுதியதாகத் தெரியவில்லையே?**

பதி : தன் வரலாற்றுப் பாணியில் ஒரு புத்தகம் எழுதுமாறு அகல்பதிப்பகம் பஷீர் என்னிடம் நீண்டநாட்களாகக் கேட்டு வருகிறார். வாய்க்கும்போது எழுதலாம் என்று உள்ளேன்.

கே : **அதில் உங்கள் பயண அனுபவங்களை எழுதுவீர்களா?**

பதி : கண்டிப்பாக எழுதுவேன். பயணத்தை என் வாழ்விலிருந்து பிரிக்கவே முடியாது.

கே : **சமகாலத் தமிழ் இலக்கியத்துடன் ஒப்பிடும்போது மலையாள இலக்கியம் சற்றுப் பின் தங்கியிருப்பதாக உணர்கிறீர்களா? ஒரு முன்னுதாரணமாக இருந்த மலையாள சினிமாவுமல்லவா இன்றைக்கு நிறம் மாறிவிட்டது?**

பதி : மலையாள நாவல் இலக்கியத்துக்கென்று ஒரு தனித்தன்மை யுண்டு. கேசவதேவ், தகழி, பஷீர், புனத்தில் குஞ்ஞப்துல்லா என தனித்தன்மைகள் கொண்ட ஆளுமைகள் அங்கு இருந்திருக்கிறார்கள். அதே நேரத்தில் தமிழிலும் அதைவிட

தனித்தன்மைகள் கொண்ட நாவலாசிரியர்கள் இருந்திருக்கிறார்கள். 30 ஆண்டுகளுக்கு முன்னர் எழுதப்பட்ட மலையாள நாவல்களுக்கும் இன்றைக்கும் எழுதப்படுகிறவற்றுக்கும் நிறைய வித்தியாசங்கள் இருக்கிறது. சிறுகதைகள் என்று பார்த்தால் நாம் மலையாளத்தை விடப் பலபடிகள் முன் நிற்கிறோம். நம் கதைகளுக்கு இணையாக மலையாளக் கதைகளைப் படிக்க முடியவில்லை. சினிமாவைப் பொறுத்த மட்டிலும் தமிழ் சினிமாவைப் பார்த்து மலையாள சினிமா தரந்தாழ்த்திக் கொண்டதாக உணர்கிறேன். இப்போது போல எப்போதும் மலையாள சினிமாவில் பத்துப் பெண்கள் நாயகன் நாயகிக்குப் பின்னால் ஆடியதில்லை. லோகிததாஸை நான் சந்தித்தபோதெல்லாம் மலையாள சினிமாவின் போக்கைக் குறித்து அவர் கவலைப்பட்டுப் பேசியிருக்கிறார். ஒரு காலத்தில் நிர்மால்யம், ஓடையில் நின்னும், இருட்டின்ட ஆத்மாவு, சுயம்வரம் போன்ற படங்களைத் தந்த மலையாள சினிமா இன்றைக்குப் பின்தங்கி வணிகமயமாகிவிட்டது. இன்றைக்கு மலையாள இலக்கியத்துடன் நம்மை ஒப்பிடும் போது நாம் மலையாளத்திற்கு சற்றும் சளைத்தவர்களல்ல. கவிதையிலும் நாம்தான் முன்னே நிற்கிறோம். மலையாளத்தில் சமீபகாலம் வரை நூற்றாண்டுக்கு முந்தைய தமிழ்க்கவிதையைப் போல பாடிக்கொண்டுதான் இருந்தார்கள். நவீன கவிதைக்குள் இப்போதுதான் அவர்கள் அறிமுகமாகிறார்கள். எனவே நாம் மிகுந்த ஆரோக்கியமான நிலையில்தான் இருக்கிறோம்.

கே : **தமிழ்சினிமா ஆரோக்கியமாக இல்லை. அப்படி இருப்பதாக ஒரு பாவனை காண்பிக்கப்படுகிறது. தீவிர இலக்கியவாதிகள் சினிமாவை நெருங்கியும்கூட பெரிய மாறுதல்கள் நிகழ்ந்ததாகத் தெரியவில்லையே?**

பதி : இலக்கியவாதிகள் தமிழ் சினிமாவிற்குள் செல்லும்போது அதற்குள் ஐக்கியமாகிவிடுகிறார்கள். அவர்களையும் சேர்த்து அது கபளீகரம் செய்துவிடுகிறது. தமிழ்சினிமாவின் சூழல் நான்கைந்து இலக்கியவாதிகள் சேர்ந்து சீர்திருத்துகிற அளவிற்கு இல்லை. கூவத்தில் ஒரு குப்பி நல்ல தண்ணீரை ஊற்றினால் அது சுத்தமாகிவிடுமா? அங்கொன்றும் இங்கொன்றுமாக சில முயற்சிகள் நடந்து அதை நாம் வரவேற்கிற போதும் மொத்தத்தில் தமிழ் சினிமா ஒரு சமூகவிரோத சக்தியாகத்

தான் இருக்கிறது. இளைய சமுதாயத்தை அது சீரழிக்கிறது. நம் சந்ததிகள் சினிமா நடிகர் நடிகைகள்மீது மோகமுற்றுத் திரிவதை என்னால் ஏற்றுக்கொள்ள முடியவில்லை. எந்தக் கலையும் மனிதனுக்கு ஆதரவானது. இன்றைய தமிழ்சினிமா மனிதனுக்கு எதிரானது. எனவே நான் அதைக் கலை என்று ஒப்புக் கொள்ள மாட்டேன். அது தொழில் அவ்வளவுதான்.

கே : தமிழ்ச் சூழலில் சமூக மாற்றங்களை நிகழ்த்தியதில் பெரியாருக்கான பங்களிப்பு முக்கியமானது. ஆனால் பெரியாரை மறுதலிக்கும் விதமாக எழும் விமர்சனம் குறித்து...

பதி : பெரியாரின் பங்களிப்பு தமிழ்ச் சமூகத்திற்கு முக்கியமானது. ஆனால் மகாத்மா காந்தியே ஆனாலும் விமர்சனத்துக்குட் பட்டவர்தான். பெரியார் ஒரு சமூகப் போராளி. அவர் காலத்தில் சமூகத்துக்கு நன்மை விளைவிக்கக்கூடிய பல காரியங்களை அவர் ஆற்றியிருக்கிறார். நான் பெரியாரிஸ்ட் அல்ல. ஆனால் அவரின் பணிகளை மறுப்பவனுமல்ல.

கே : விருது பெற்றவுடன் முதல்வர் என்னை அழைத்து வாழ்த்தி யிருக்க வேண்டுமென்று ஆதங்கப்பட்டிருந்தீர்கள். ஆனால் நம்மைப் போன்ற எழுத்துக் கலைஞர்களுக்கு அது சாத்தியமா, அது சினிமாக்காரர்களுக்கு மட்டுமே கிடைக்கக்கூடிய மரியாதை அல்லவா?

பதி : மலையாளத்தில் படைப்பாளிகளுக்கு அந்த மரியாதை கிடைக்கிறது. ஏ.கே.அந்தோனி என்கிற முதலமைச்சருக்கு எம்.டி.வாசுதேவன்நாயர் என்கிற படைப்பாளியை நேரில் சென்று பார்த்து கௌரவிக்கக்கூடிய அளவு பெருந்தன்மையும், மனத்துணிச்சலும், அறிமுகமும் இருந்திருக்கிறது. இங்கிருக்கிற ஆளும் வர்க்கத்துக்கு படைப்பாளியின் பெயரே தெரியாது. நான் கூறிய விஷயம் மத்திய அரசினுடைய இலக்கியத்துக்கான முக்கியமான விருதை உங்கள் மாநிலத்தைச் சேர்ந்த ஒருவன் பெறும்போது முதலமைச்சர் என்றில்லை, ஆளும் தரப்பிலிருந்து ஒரு அமைச்சரோ, அல்லது மாவட்ட ஆட்சித் தலைவரோ ஒருவர் வந்து கௌரவிக்கலாமல்லவா? இந்தக் கேள்வியை நான்தான் கேட்கிறேன். 55 ஆண்டுகளாக விருது வாங்கிக் கொண்டிருக்கிறார்கள். எனக்கு முன்னே விருது வாங்கிய அசோகமித்ரனோ, சா.கந்தசாமியோ இந்தக் கேள்வியை

எழுப்பியிருக்க வேண்டும். ஆனால் என்னுடைய கேள்விக்கு அரசாங்கம் தந்த பதிலாக எனக்கு வழங்கப்பட்ட கலைமாமணி விருதை நினைக்கிறேன்.

கே : சுப்பிரமணியம் - நாஞ்சில் நாடன் இருவரில் வெற்றி பெற்றவராக யாரைக் கருதுகிறீர்கள்?

பதி : நாஞ்சில் நாடன் தான் வென்றதாகக் கருதுகிறேன். சுப்பிரமணியம் என்கிற பெயர் அழிந்துவிட்டது. யார் பேசினாலும் 'நாஞ்சில் பேசுகிறேன்' என்றுதான் சொல்கிறேன். என் நிறுவனத்திற்கு நாஞ்சில் ஏஜென்சீஸ் என்றுதான் பெயர் வைத்துள்ளேன். சுப்பிரமணியன் என்னும் அடையாளத்தை இழந்துவிட்டேன். இதன் மூலம் என் ஜாதி அடையாளத்தையும் இழந்துவிட்டதாகவே கருதுகிறேன். இது எனக்கு மகிழ்ச்சிதான்.

கே : ஈழப்பிரச்சினையில் தமிழர், இஸ்லாமியர் என்று பிரித்துப் பார்க்கிறார்கள். அங்குள்ள இஸ்லாமியர்களையும் தமிழர்கள் என்று ஏன் வகைப்படுத்துவதில்லை. அல்லது இஸ்லாமியர்களே ஏன் தங்களைத் தமிழர்கள் என்று உணர மறுக்கின்றனர்?

பதி : ஈழப் பிரச்சனையில் ஒரு வரியில் தீர்ப்பெழுத முடியாது. வரலாற்றில் நிறையத் தவறுகள் நடந்திருக்கின்றன. ஆனாலும் என் மொழிக்கான ஒரு தேசம் அமைவதை நான் இழந்து விட்டதாக எண்ணி வருந்துகிறேன். ஈழத்தில் மட்டும்தானே அது சாத்தியமாகியிருக்க முடியும்? ஒரு மொழிக்கான தேசம் அமையும்போது, அந்த மொழி சென்றடையும் இடம் வேறு விதமாக இருக்கும். அதற்கான வாய்ப்பை என் ஆயுளில் நான் நஷ்டப்பட்டு விட்டதாக நினைக்கிறேன். இரண்டாம் உலகப் போர் அளவிற்கு லட்சக்கணக்கான அப்பாவி மக்கள் தப்பியோட ஒரு மார்க்கமின்றி கொன்று குவிக்கப்பட்டார்களே, இது வாழ்நாளில் மாறாத ஒரு வடுவாக நிலைத்துவிட்டதல்லவா? தனிப்பட்ட முறையில் எல்லா எழுத்தாளர்களுமே இதை உணர்ந்திருக்கின்றனர். இதுபோன்ற வஞ்சம் உலகவரலாற்றில் எங்குமே நிகழ்ந்ததாகத் தெரியவில்லை. போராளிக் குழுக்களும் வரலாற்றில் நிறையப் பிழைகள் செய்து வந்திருக்கின்றன. இஸ்லாமியர்களைத் தமிழர்களாகப் பாவிக்காதது ஒரு குறை. இஸ்லாமியர்களும் தங்களைத் தமிழர்களாக உணராதது குறைதான்.

கே : நேர்காணலுக்கான சம்பிரதாயங்களைக் கடந்து பொதுவாக என்ன பேச விரும்புகிறீர்கள்?

பதி : 'புத்தகம் பேசுது' இதழைக் குறித்து சிலவரிகள் சொல்ல விரும்புகிறேன். இது ஒரு இயக்கம் சார்ந்த இதழாக இருந்தாலும் நேர்காணல்கள் சிறப்பாகவும் நடுநிலையுடனும் வெளியாகின்றன. சமீபமாக இதழின் தரம் உயர்ந்திருக்கிறது. ஒவ்வொரு இதழிலும் தரமான ஒரு சிறுகதை பிரசுரிக்கலாம். அடுத்து நான் சொல்ல விரும்புவது நான் கோவைக்கு வந்து 20 ஆண்டுகாலத்தில் எனக்கு தமிழ்நாடு முற்போக்கு எழுத்தாளர் கலைஞர் சங்கத்துடன்தான் நெருக்கம் அதிகமாக இருக்கிறது. அந்த அமைப்பு நடத்திய பல கூட்டங்களில் பேசி யிருக்கிறேன். தமிழ்நாடு முற்போக்கு எழுத்தாளர் சங்கத்தினர் எப்போதும் என்னைத் தங்களின் ஆளாகத்தான் பார்க்கின்றனர்.

தென்றல்

நேர்காணல் ஜூன் 2012

(கலிஃபோர்னியா, யு.எஸ்.)

25

சந்திப்பு

அரவிந்த் சுவாமிநாதன்

'தலைகீழ் விகிதங்கள்' என்ற நாவலின் மூலம் தமிழ் இலக்கிய உலகின் கவனம் கவர்ந்த படைப்பாளி நாஞ்சில் நாடன். நாஞ்சில் நாட்டின் தனித்துவமிக்க மொழியில் சமூக அக்கறையுடன் வீரியமிக்க படைப்புகளைத் தந்துகொண்டிருப்பவர். நவீனச் சூழலில் நாம் இழந்து கொண்டிருக்கும் விழுமியங்களை, பண்பாட்டை, கலாச்சாரத்தை தமது காத்திரமான படைப்புகள் மூலம் தொடர்ந்து வலியுறுத்தி வருபவர். 'என்பிலதனை வெயில் காயும்', 'மாமிசப் படைப்பு', 'மிதவை', 'சதுரங்கக் குதிரை', 'எட்டுத்திக்கும் மதயானை' ஆகியன இவரது நாவல்கள். தெய்வங்கள் ஓநாய்கள் ஆடுகள், வாக்குப்பொறுக்கிகள், உப்பு, பிராந்து, பேய்க்கொட்டு, சூடிய பூ சூடற்க, கான்சாகிப் போன்றவை சிறுகதைத் தொகுதிகள். 'சூடிய பூ சூடற்க' 2010ம் ஆண்டிற்கான சாகித்ய அகாதமி விருது பெற்றது. மண்ணுளிப்பாம்பு, பச்சை நாயகி போன்றவை கவிதைத் தொகுதிகள். நாஞ்சில் நாட்டு வெள்ளாளர் வாழ்க்கை, நஞ்சென்றும் அமுதென்றும் ஒன்று, நதியின் பிழையன்று நறும்புனல் இன்மை, தீதும் நன்றும், காவலன் காவான் எனின், பனுவல் போற்றுதும், திகம்பரம் போன்றவை கட்டுரைத் தொகுப்புகள். இவரது கதைகள் அனைத்தையும் தொகுத்து 'தமிழினி' வெளியிட்டுள்ளது. தனது படைப்புகளுக்காக இலக்கியச் சிந்தனை, தமிழ் வளர்ச்சித் துறை, பம்பாய், கல்கத்தா தமிழ் எழுத்தாளர் சங்கம், திருப்பூர் தமிழ்ச் சங்கம், கனடா தமிழ் இலக்கியத் தோட்டம் உள்ளிட்ட பல அமைப்புகளிலிருந்து பரிசுகளும் பாராட்டுகளும் பெற்றவர். கலைமாமணி, அமுதன் அடிகள் விருது, கண்ணதாசன் விருது போன்ற விருதுகள் பெற்றவர். இவரது படைப்புகளை ஆராய்ந்து 15க்கும் மேற்பட்டவர்கள் முனைவர், பட்டம் பெற்றுள்ளனர். தில்லிப் பல்கலைக்கழகம், கேரளப் பல்கலைக்கழகம், மனோன்மணீயம் சுந்தரனார், மதுரை

காமராசர், பாரதியார் உள்ளிட்ட பல பல்கலைக் கழகங்களில், கல்லூரிகளில் இவரது படைப்புகள் பாடமாக வைக்கப்பட்டுள்ளன. ஆங்கிலம், ஃப்ரெஞ்ச், இந்தி, மலையாளம் உள்ளிட்டவற்றில் இவரது படைப்புகள் மொழிபெயர்க்கப்பட்டுள்ளன. அமெரிக்கப் பயணத்திற்கான ஏற்பாடுகளில் தீவிரமாக இருந்தவரிடம் உரையாடினோம். அதிலிருந்து...

கே : உங்கள் முதல் படைப்பு பற்றிச் சொல்லுங்கள்...

பதி : நான் எம்.எஸ்ஸி. முடித்துவிட்டு 1972ல் வேலைக்காக மும்பை சென்றேன். வேலை பார்த்த தொழிற்சாலையில் மராத்தியரும், உத்திரப் பிரதேசத்தினரும்தான் அதிகம் இருந்தனர். தமிழர் யாரும் கிடையாது. ஆனால் எனக்கு நிறைய நேரம் கிடைத்தது. அதனால் மும்பை தமிழ்ச் சங்க நூலகத்துக்குப் போக ஆரம்பித்தேன். எனது கிராமம், உறவுகள் பற்றிய ஏக்கம் எப்போதும் மனதில் இருக்கும். எனது தனிமையை, ஏக்கத்தைப் போக்குவதற்காக எழுத ஆரம்பித்தேன். அப்போது பம்பாய் தமிழ்ச்சங்கத்தின் மாத இதழில் என்னை எழுதக் கேட்டுக் கொண்டார்கள். வாராந்திரக் கூட்ட அறிக்கை தயாரிப்பது போன்ற வேலைகளையும் செய்வேன். அந்தக் காலத்தில் ‘விரதம்’ என்ற தலைப்பில் ஒரு சிறுகதையை எழுதி ‘தீபம்’ இதழுக்கு அனுப்பினேன். 1975 ஆகஸ்டில் அந்தச் சிறுகதை வெளியானதோடு, அந்த மாதத்தின் சிறந்த கதையாகத் தேர்ந்தெடுக்கப்பட்டு, இலக்கியச் சிந்தனை பரிசும் கிடைத்தது? அது தந்த நம்பிக்கையில் தொடர்ந்து எழுத ஆரம்பித்தேன்.

கே : சங்க இலக்கியங்களிலும், தேவார, திருவாசகங்களிலும், கம்பனிலும், நல்ல புலமையுடையவர் நீங்கள் என்பதை உங்கள் படைப்புகளில் காணமுடிகிறது. அந்த ஆர்வம் எப்படி முகிழ்த்தது?

பதி : என் அப்பா வழித் தாத்தா அந்தக் காலத்தில் வில்லுப்பாட்டுக் கலைஞர்களுக்குப் பாடல்கள், கதைகளைச் சொல்லித் தந்திருக்கிறார். ராமநாடக கீர்த்தனைப் பாடல்களை பாடுவார். குறிப்பாக பங்குனி, சித்திரை மாதங்களில் வீட்டின் படிப்புரையில அமர்ந்து கிராம மக்களுக்கு ராமாயணக் கதைகளைச் சொல்லுவார். என் தந்தைக்குத் திருக்குறளில் ஆர்வம் உண்டு. சிறுவயதில் நான் வாசித்த நூல்களும், மும்பைத் தமிழ்ச் சங்கத்தில் பயின்ற நூல்களும், அங்கு

கேட்ட சொற்பொழிவுகளும்தான் எனது பழந்தமிழ் இலக்கிய ஆர்வத்துக்குக் காரணம். மும்பை தமிழ்ச் சங்கத்தில் கி.வா.ஜ., அ.ச.ஞா., குன்றக்குடி அடிகளார், பா.நமசிவாயம், திருச்சி ராதாகிருஷ்ணன், ஸ்ரீரங்கம் ஸ்ரீமத் ஆண்டவன் சுவாமிகள் எனப் பல சான்றோர்கள் வந்து பேசுவர்.

கே : பொதுவாக உங்களது பேச்சைக் கேட்கிறார்கள். ஒரு தமிழாய்ந்த பேராசிரியரின் உரையைக் கேட்பதுபோல் இருந்தது என்று சொல்லியிருக்கிறார்கள். பேராசிரியர் ஆக வேண்டும் என்பது உங்கள் சிறுவயது ஆசையாக இருந்ததுண்டா?

பதி : நான் பி.எஸ்.ஸி. கணிதம் படித்தேன். எங்கள் மாவட்டத்தில் மேலே எம்.ஏ. தமிழ் படிக்கும் வாய்ப்பு மட்டுமே இருந்தது. என் பெற்றோர், கணிதம் படித்துவிட்டுத் தமிழ் படிப்பதா என்று ஒப்புக் கொள்ளவில்லை. எம்.எஸ்.ஸி. கணிதம் படிக்கத் திருவனந்தபுரத்துக்கு அனுப்பினார்கள். நல்ல தமிழ்ப் பேராசிரியர்களிடம் அவர்கள் அனுமதி பெற்று வகுப்பில் கலந்து கொண்டு பாடம் கேட்டிருக்கிறேன். அது எனது இந்த உரையாற்றலுக்குக் காரணமாக இருக்கலாம். நான் அடிப்படையில் ஒரு படைப்பிலக்கியவாதி. தொழில் முறைச் சொற்பொழிவாளர் பார்வைக்கும், படைப்பிலக்கிய வாதியின் பார்வைக்கும் நிறைய வித்தியாசம் இருக்கும். அந்த வேறுபாடுதான் ஒருவேளை எனது பேச்சிற்கு பேராசிரியர் தொனியைத் தருகிறதோ என்னவோ. கற்றதைப் பகிர்ந்து கொள்ள வேண்டும் என்பதுதான் என் ஆர்வமே தவிர, சொற்பொழிவாளனாக அறியப்படுவதில் விருப்பம் இல்லை. எழுத்துதான் என்னுடைய தலையாய பணி.

கே : குடும்ப வறுமைச் சூழல் குறித்துச் சொன்னீர்கள். இளமைப் பருவ நாட்களைப் பற்றிச் சொல்லுங்களேன்?

பதி : மிகவும் சிரமமான குடும்பச் சூழல், ஒரே ஏர்மாடுதான் 3, 4 ஏக்கர் நிலம் குத்தகைக்கு எடுத்தது - நாங்க பாட்டத்துக்கு எடுத்தது என்று சொல்வோம் - அதில் பயிர்செய்து, அதில் வரும் வருமானத்தைக் கொண்டு, அப்பா, அம்மா, அப்பாவின் அம்மா, அம்மாவின் அம்மா, ஏழு குழந்தைகள் எல்லோரும் ஜீவிக்க வேண்டும். நான் முதல் குழந்தை. சாப்பாடே ஒரு போராட்டம்தான். அறுவடை முடிந்து நான்கு மாதம் ஆனபிறகு, அடுத்த அறுவடைக்கு ஒரு மாதம் ஆகும்

என்ற நிலையில் பல நாட்கள் பட்டினி கிடந்திருக்கிறோம். மரவள்ளிக் கிழங்கைப் பறிக்க நான் வடக்குமலைக்கு ஏறிச் சுமந்து வந்திருக்கிறேன். சின்னச் சின்ன கூலி வேலைகளைச் செய்திருக்கிறேன். அதேசமயம் அந்த வேலைகள் என் சுய மரியாதையை பாதிக்க அனுமதித்ததில்லை. துயரப்பட்டிருக் கிறேன்; துன்பப்பட்டிருக்கிறேன். பட்டினி கிடந்திருக்கிறேன்; பசி என்றால் என்னவென்று தெரியும். ஆனாலும் என்னுடைய சுயத்தைக் காப்பாற்றிக் கொள்வதில் முனைப்பாகவே இருந்திருக்கிறேன்.

காமராஜர் பள்ளிக் கல்வியை இலவசமாக்கியதால் என்னால் எஸ்.எஸ்.எல்.சி. வரை படிக்க முடிந்தது. நான் பி.யூ.சி. படிக்கும்போது ஆண்டுக் கட்டணம் 192 ரூபாய் கட்டுவதற்காக என் தந்தை கடன் பத்திரம் எழுதிக் கொடுத்துக் கடன் வாங்கித் தந்தார். கல்லூரியில் படிக்கும்போது டாக்டர் ராதாகிருஷ்ணன் குடியரசுத் தலைவராக இருந்தார். அவர் நன்றாகப் படிக்கும் மாணவர்களுக்காக Loan Scholoarship என்ற திட்டத்தைக் கொண்டு வந்தார். அது எனக்குக் கிடைத்தது. கடன் உதவிக் தொகையைக் கொண்டு தான் நான் ஆறு ஆண்டுகள் எம்.எஸ்ஸி. வரை படித்தேன். அந்தத் திட்டத்தின் படி, ஆசிரியர் பணிக்குப் போவதாக இருந்தால் அந்தக் கடனைத் திருப்பிச் செலுத்த வேண்டாம். வேறு பணிக்குச் சென்றால் கடனைக் குறிப்பிட்ட காலத்திற்குள் திருப்பிச் செலுத்தியாக வேண்டும். என்னால் ஆசிரியர் பணிக்குச் செல்ல முடிய வில்லை. தனியார் பணிதான் கிடைத்தது. மகாராஷ்டிர அரசின் ஆட்சியர் மூலம் நான் வாங்கிய கடன் அனைத்தையும் அரசுக்குத் திருப்பிச் செலுத்தினேன். அந்த ரசீதுகள் இன்னமும் பாதுகாப்பாக வைத்திருக்கிறேன். இதை எதற்குச் சொல்கிறேன் என்றால், பெற்றோர்கள் பட்டினியும் பசியும் கிடந்து என்னைப் படிக்க வைத்தார்கள். நானும் அந்தப் பொறுப்பை உணர்ந்து விடுமுறை நாட்களில் மண் சுமந்து, செங்கல் சுமந்து, உரமூட்டைகள் சுமந்து படித்தேன். அந்த அனுபவங்களை நினைத்து எனக்கு வருத்தமில்லை. சந்தோஷமாகத்தான் இருக்கிறேன். அவையெல்லாம் சேர்ந்து தான் என்னை ஒரு படைப்பாளியாக்கி இருக்கின்றன.

கே : உங்கள் 'நாஞ்சில் நாட்டு வெள்ளாளர் வாழ்க்கை' மிக முக்கியமான ஆவணம் என்று சொல்லலாம். அதை எழுதத் தூண்டியது எது?

பதி : சுந்தரராமசாமி நாகர்கோவிலில் பாம்பன்விளை என்ற இடத்தில் வருஷத்திற்கு இரண்டு முறை இலக்கிய முகாம் நடத்துவார். நான் அக்கால கட்டத்தில் சிறுகதைகள் மட்டுமே எழுதிக் கொண்டிருந்தேன். சுந்தரராமசாமி என்னிடம் "நீங்கள் வாழும் சமுதாயம் பற்றிய உங்களது 50 ஆண்டுக்கால அவதானிப்புகளையே ஒரு கட்டுரையாக எழுதி வாசிக்கலாமே" என்று சொன்னார். நானும் ஒரு இருபது பக்கத்துக்குக் கட்டுரை எழுதி வாசித்தேன். அதற்கு நல்ல வரவேற்பு. பின்னர் சுந்தரராமசாமியும் அவரது மகன் கண்ணனும் அதையே ஒரு நூலாக எழுதலாமே என்றனர். அதன்படி அந்தக் கட்டுரையை மேலும் விரிவாக்கி, மேலும் பல தரவுகளையும், பகுப்புகளையும் சேர்த்து நூலாக்கினேன். இப்படி உருவானது தான் 'நாஞ்சில் நாட்டு வெள்ளாளர் வாழ்க்கை'. அந்த நூலில் என்னுடைய நினைவில் இருந்து அந்தச் சமுதாயத்தைச் சின்ன வயதில் எப்படிப் பார்த்தேன், இப்போது எப்படிப் பார்த்துக் கொண்டிருக்கிறேன், என்ன நடந்தது, என்ன நடந்திருக்க வேண்டும் என்பதையெல்லாம் விலகி நின்று ஒரு பொதுமனிதனாகப் பார்த்து எழுதினேன். நம்முடைய மொழியில் அது மாதிரியான புத்தகங்களில் அதுதான் முதல் என்று சொல்லலாம்.

கே : உங்கள் சிறுகதைகளில் நகைச்சுவை, சமூகத்தின் மீதான தார்மீகக் கோபம் என எல்லாவற்றையும் வெளிப்படுத்தி அறச்சீற்றம் காட்டும் 'கும்பமுனி' பற்றிச் சொல்லுங்கள்...

பதி : சில பிரச்சனைகளை நாம் கதையாக எழுத முடியாது. ஆனால் கதை என்ற வடிவத்தைத் தாண்டி அதைச் சொல்ல வேண்டும். அதற்காக நான் ஒரு கதாபாத்திரத்தைச் சிருஷ்டிக்கிறேன். அவர்தான் கும்பமுனி. நான் இன்னும் பல வருடங்கள் கழித்து, ஒரு கிழவனாகி, சமூக நிலைகளைக் கண்டு கோபம் கட்டுக்கடங்காமல் போகும் நிலைமையில் எப்படிச் செயல்படக்கூடும் என்று கற்பனை செய்கிறேன். அதன் விளைவுதான் 'கும்பமுனி'. இந்தப் பாத்திரப் படைப்பில் ஓரளவுக்கு நகுலனின் பாதிப்பு உண்டு. அவர் தோற்றம், குணம், செயல்பாடு, விட்டேத்தியான பேச்சு,

புலமை போன்றவற்றை அடிப்படையாகக் கொண்டவர்தான் கும்பமுனி. ஆனால் நான் பேசும் மொழி அவர் மொழி அல்ல. அந்தக் கதாபாத்திரத்தின் மூலமாகச் சிறுகதையாக என்னால் எழுத முடியாத, வெளிப்படையாக எழுதக்கூடாத பலவற்றை என்னால் பேச முடிகிறது. இதுவரைக்கும் கும்பமுனி கதைகள் என்று 11 கதைகள் எழுதியிருக்கிறேன். இன்றும் நிறைய எழுதலாம் தான். ஆனால் ஓராண்டாகக் கட்டுரை எழுதுவதிலேயே எனது நேரம் போகிறது. மீதிநேரம் தொல்லிலக்கிய வாசிப்பு, இடைவிடாத பயணம் என்று போய்க்கொண்டிருக்கிறது.

கே : படைப்பை விடுத்து அதை எழுதியவரை விமர்சிக்கும் போக்கு இப்போது அதிகரித்திருக்கிறது. இதை எப்படிப் பார்க்கிறீர்கள்?

பதி : நிச்சயமாக இது படைப்பிலக்கிய வளர்ச்சிக்கு ஆரோக்கிய மானது கிடையாது. இதற்கெல்லாம் குழு மனப்பான்மைதான் காரணம். ஒரு படைப்பின் மீது வைக்கப்படும் விமர்சனத்தை நேர்மையாக எதிர்கொள்ள முடியாதவர்கள், சகிப்புத்தன்மை அற்றவர்கள்தான். விமர்சித்தவர் மீது ஜாதிய முத்திரை குத்தியும் தனிப்பட்ட விரோதம் கொண்டும் தனிநபர்த் தாக்குதலில் இறங்குகிறார்கள். ஆனால் இது தமிழ் இலக்கியத்திற்குப் புதிதல்ல. க.நா.சு., வெங்கட் சாமிநாதன் மீதுகூட ஜாதி முத்திரை குத்தினார்கள். பொதுவாகத் தனது ஜாதி பற்றி எழுதும்போது எழுதுபவருக்கு ஒரு சிக்கல் இருக்கும். 'ஜாதி வெறியர்' என்றோ 'சுயஜாதிச் சொறிதல்' என்றோ முத்திரை குத்தப்படலாம். எனக்கும் இது நேர்ந்திருக் கிறது. நான் கடுமையான ஒரு விமர்சனத்தை மற்றவர் கவிதை மீதோ, சிறுகதை மீதோ அல்லது ஏதேனும் படைப்பு மீதோ வைக்கும்போது அதை எதிர்கொள்ள வகையற்று 'ஜாதி முத்திரை' குத்துகிறார்கள். நான் அவற்றைப் பொருட் படுத்துவதில்லை. என்னளவில் நான் சுத்தமாக இருக்கிறேன். ஜாதியை வசவாகச் சிலர் பயன்படுத்துவதில் எனக்கு வருத்த மில்லை. ஆனால் அவர்களிடம் திருப்பிக் கேட்கிறேன். ''நீங்களும் குறிப்பிட்ட ஜாதியைச் சேர்ந்தவர்தானே, உங்கள் ஜாதியை சொன்னால் ஏற்றுக்கொள்வீர்களா?'' என்று. பதில் வராது. நான் அநியாயமாக ஒரு மதத்துக்கோ, இனத்துக்கோ, குழுவுக்கோ ஆதரவாக இருக்கின்றேனா என்பது பற்றித்தான் கவலைப் படுவேனே தவிர, இதுபோன்ற முத்திரைகளைப் பற்றிக் கவலைப் பட்டு, அதற்கு பதில் சொல்ல ஆரம்பித்தால் முடிவே வராது.

கே : விருதுகள் தகுதியானவர்களுக்கு வழங்கப்படுவதில்லை; சரியான படைப்புகளுக்கு வழங்கப்படுவதில்லை அல்லது மிகக் காலம் தாழ்த்தி வழங்கப்படுகிறது என்ற குற்றச்சாட்டுகள் குறித்து உங்கள் கருத்தென்ன?

பதி : இந்தக் குற்றச்சாட்டை உண்மை என்றுதான் சொல்ல வேண்டும். தற்செயலாகத்தான் நல்ல படைப்பாளிகளுக்கு விருது கிடைக்கிறது. விருது அளிக்கும் அமைப்பில் இருப்பவர்கள் யாருக்கும் நவீன இலக்கியப் பரிச்சயம் இருப்பதில்லை. அவர்கள் விருதுக்கு மூன்று புத்தகங்களைத் தேர்ந்தெடுக்கிறார்கள் என்றால் அதை வாசித்திருப்பார்கள் என்பதற்கு எந்த உத்தரவாதமும் இல்லை. நடுவர்களாக நியமிக்கப்படுபவர் களுக்கு அந்த ஆண்டில் என்ன புத்தகங்கள் புதிதா வந்திருக் கின்றன என்பது தெரியாது. சிலர் கல்வித்துறையில் இருக்கிறார்கள். அவர்களுக்கும் நவீன எழுத்துக்கும் எந்தத் தொடர்பும் கிடையாது. நான் யார்மீதும் குற்றம் சாட்ட விரும்பவில்லை. யார் நன்றாக எழுதக்கூடியவர், யார் எழுதாதவர் என்பதுகூட அவர்களுக்குத் தெரியாது. காரணம், அவர்கள் நவீன எழுத்துக்களை வாசிப்பதில்லை. மேலும் நம் மொழியில் பல விருதுகள் பரிந்துரைகள் மூலம் வழங்கப்படுகின்றன. அரசியல் செல்வாக்கை, ஜாதி செல்வாக்கைப் பயன்படுத்திக் கொள்கின்றனர். நடுவர்களின் வீடுகளுக்கு நடையாய் நடந்து விருது வாங்குபவர்களும் உண்டு. சமீபத்தில் ஒரு நடுவர், ‘‘எட்டுமுறை வீட்டுக்கு வந்து பார்த்துட்டுப் போனான்யா. சரி என்னதான் பண்றது. போனாப் போவுது கொடுத்துரு வோமேன்னு சொல்லிக் கொடுத்திட்டோம்’’ என்றார். ஒரு விருதின் முதலிடத்துக்கு நான்கு நல்ல புத்தகங்கள் வருகின்றன. நான்கிற்குமே கொடுக்க முடியாது. அதில் ஒன்றுக்குக் கொடுக்கிறார்கள் என்றால் நமக்கு வழக்கில்லை. ஆனால் எந்தவிதத் தகுதியுமில்லாத, மொழியினுடைய மேன்மையையோ, சிறப்பையோ, நவீனத்துவத்தையோ வெளிப்படுத்தாத, புலப்படுத்தாத புத்தகங்களுக்கு விருதுகள் வழங்கப்படும் போதுதான் நாம் அதுபற்றி விமர்சிக்க வேண்டியதாகிறது. நம்மை அது வருத்தப்பட வைக்கிறது.

கே : விஞ்ஞான யுகம், வளர்ச்சி என்று ஒருபக்கம் சொல்கிறோம். இன்னொரு பக்கம் நம் மண் சார்ந்த பலவற்றை இழந்து வருகிறோம். இது குறித்த உங்கள் கருத்தென்ன?

பதி : *ஒரு படைப்பாளியால் உணர்வை எழுப்ப, கவனத்தை ஈர்க்க, முடியும். அதை வளர்த்து முன்னெடுத்துச் செல்வது ஒரு நல்ல அரசியல் தலைமையால் மட்டுமே முடியும். நமது துர்ப்பாக்கியம், இந்தியாவிலும் சரி, தமிழ்நாட்டிலும் சரி, நம்பிப் பின்னால் செல்லக்கூடிய அரசியல் தலைமை அரிதாகி விட்டது. நம்பத் தக்கவர்களோ முதுமையடைந்து விட்டார்கள். இளைஞர் களுக்கு சமூகப் பிரச்சனைகள் மீது பெரிதாக அக்கறை இருப்பதாகத் தெரியவில்லை. அவர்களுடைய ஆர்வம் வாழ்க்கை வசதிகளின் மீதுதான் அதிகம் இருக்கிறதே தவிர பொதுப் பிரச்சனைக்காகத் தெருவில் இறங்கிப் போராட வேண்டும், குரலாவது கொடுக்க வேண்டும் என்பதில் இல்லை. 1964-65ல் ஹிந்தியை எதிர்த்து நடத்திய போராட்டத்திற்குப் பின் தமிழ்நாட்டில் இளைஞர்கள் ஒன்றுகூடிப் போராட்டம் எதுவுமே நிகழவில்லை. போராட்டம் நடக்க வேண்டும் என்பது நமக்கு ஆசை கிடையாது. ஆனால் நாட்டில் பல்வேறு பிரச்சனைகள் இருக்கும்போது அதற்கு எந்த எதிர்வினையும் காட்டாது இளைஞர்கள் இருப்பது எதிர்கால சமூகத்துக்கு நல்லதல்ல. இலங்கையில் லட்சக்கணக்கானோர் கொல்லப் பட்டபோது அதை எதிர்த்து ஒரு கருப்புக் கொடி ஊர்வலம்கூட இங்கே நடக்கவில்லை. இதைப் பார்க்கும்போது ஒரு சிக்கலுக்குள் இருக்கிறோமோ என்று தோன்றுகிறது. படைப்பாளிகளும் கலைஞர்களும் எச்சரிக்கை உணர்வைத் தட்டி எழுப்பியபடியே இருக்க வேண்டும். அதுதான் அவனது முக்கியப் பணி.*

ஆனால் இதற்காக நம்பிக்கை இழக்க வேண்டிய அவசிய மில்லை. இளைஞர்கள் இந்தப் பிரச்சினைகளைப் பற்றிப் புரிந்தவர்களாக இருக்கிறார்கள். ஆனால் அவர்களுக்குச் சரியான தலைமை இல்லை. அதை முன்னெடுத்துச் செல்ல வேண்டிய அரசியல் தளம் இங்கே ஆரோக்கியமானதாக இல்லை. சரியான பிரச்சனைக்காக, சரியான காரணங்களுக்காக சரியான நேரத்தில் ஒரு எதிர்ப்பைக் கொண்டு செல்ல எந்த அரசியல் கட்சிக்கும் ஆர்வம் இருப்பதாக எனக்குத் தெரியவில்லை. இளைஞர்களுக்கு உணர்வு இருக்கிறது. ஆனால் அதை ஒருமுகப்படுத்துவது யார்?

கே : சமீபகாலமாக பல வெளிநாடுகளுக்குப் பயணம் செய்து வருகிறீர்கள். அங்கு தமிழ் இலக்கியம் குறித்து நீங்கள் அவதானிக்கும் விஷயங்கள் என்னென்ன?

பதி : நானும் ஜெயமோகனும் வேறு சில நண்பர்களும் இரண்டு வருடங்களுக்கு முன்னால் மலேசியாவுக்குச் சென்றிருந்தோம். அங்கு ஏழு நாட்கள் இருந்தோம். அங்குள்ள எழுத்தாளர்களைச் சந்தித்தோம். சமீபத்தில் குவைத், துபாய் சென்று வந்தோம். உலகம் பூராவுமே தமிழர்கள் தற்போது நவீன எழுத்துக் களில் மிகவும் ஆர்வமுடையவர்களாய் இருக்கிறார்கள். எங்கு சென்றாலும், இணையம் மற்றும் நூல்களின் வழி நம்மைப் படித்த வாசகர்களைச் சந்திக்க முடிகிறது. அவர்கள் நம்மிடம் வாசிப்புப் பற்றிப் பேசுகிறார்கள். படைப்புகளில் சந்தேகம் கேட்கிறார்கள். நாம் சொல்லும் புத்தகத்தைத் தேடிப் படிக்கிறார்கள். தமிழ்நாட்டில் இருக்கும் குழு மனப்பான்மை அவர்களிடம் இல்லை. ஒரு படைப்பாளியாக இது எனக்கு மிகவும் மகிழ்ச்சியைத் தருகிறது.

கே : ஒரு எழுத்தாளராக உங்கள் கடமை அல்லது பணி என்று எதைச் சொல்வீர்கள்?

பதி : என்னுடைய படைப்புக்கு நேர்மையானவனாக, நியாயம் உள்ளவனாக இருக்கவேண்டும் என்று நினைப்பவன் நான், ஒரு பிரச்சனைக்குப் பல தரப்புகள் இருக்கலாம். எல்லாத் தரப்பிலிருந்தும் அந்தப் பிரச்சனைகளைப் பார்க்கலாம். என் தரப்பிலிருந்து நான் நேர்மையாகப் பார்க்கவேண்டும் என விரும்புகிறேன். இரண்டாவது கலை சார்ந்த வெற்றிக்கு நான் பாடுபட வேண்டும் என நினைக்கிறேன். பசி, காதல், காமம் என்பதெல்லாம் உலகம் தோன்றிய காலம் முதல் இருந்து கொண்டே இருக்கிறது. திரும்பத் திரும்ப நாம் இவற்றை எழுதிக் கொண்டேதான் இருக்கிறோம். ஆனாலும் வித்தியாசமான படைப்புகளை எழுதத்தான் செய்கிறோம். ஒரு படைப்பாளி எப்படிப் பார்க்கிறான், எப்படி உணர்கிறான், எப்படி மொழியைக் கையாளுகிறான், எப்படி வெளிப்படுத்து கிறான் என்பதைப் பொறுத்து அது அமைகிறது. என் எழுத்து என் அனுபவங்களுக்கு நேர்மையாக இருக்கவேண்டும் என நினைக்கிறேன். சமயங்களில் சில படைப்புகளில் கலைத் தன்மை குறைவாக இருந்தாலும்கூட, இருந்துவிட்டுப் போகட்டுமே அது பேசுவது உண்மையாக இருக்கும்பட்சத்தில்

என்று நினைக்கிறேன். படைப்பு உண்மை அனுபவத்தைப் பற்றிப் பேசும்போது அதில் கலையம்சங்கள் சில குறைந்தாலும் அதை பெரிதுபடுத்த வேண்டியதில்லை. ஜாதி, மதம், இனம், கொள்கை, கோட்பாடு, தத்துவம் இவற்றின் தாக்கங்களுக்கு ஆட்படாமல் என் அனுபவங்களுக்கு நேர்மையாக இருப்பதே என் கடமை.

கே : தற்போதைய எழுத்துலகம் பற்றியும் இளம் படைப்பாளிகள் குறித்துச் சொல்லுங்கள்...

பதி : நிறைய இளம்படைப்பாளிகள் எழுத வந்திருக்கிறார்கள். நாற்பது வயசு கொண்ட எழுத்தாளர்கள் என்று பார்த்தால் கீரனூர் ஜாகிர்ராஜா கதைகளும், சிறுகதைகளும் மிகச் சிறப்பாக எழுதி வருகிறார். அதுபோல கண்மணிகுணசேகரன், க.வேணுகோபால், எஸ்.செந்தில்குமார், லக்ஷ்மி சரவணகுமார், சந்திரா, கணேசகுமாரன், குமார் அம்பாயிரம், திருச்செந்தாழை என நிறையப் பேர் நல்ல படைப்புகளைத் தந்து கொண்டிருக்கிறார்கள். ஆனால் இவர்களின் எண்ணிக்கை குறைவுதான்.

ஒரு முக்கியமான விருதுக் குழுவின் நடுவராக நான் இருந்தேன். அவர்களது ஒரே ஒரு கண்டிஷன் என்னவென்றால், விருதுக்குப் பரிந்துரை செய்யப்படும் ஆசிரியர் 35 வயதுக்குள் இருக்க வேண்டும் என்பதுதான். இப்படி 35 வயதுக்குள் என்று வைத்துப் பார்த்தால் அதிகம் எழுத்தாளர்கள் இல்லை. அதாவது நன்றாக எழுதக்கூடியவர்கள் எல்லாம் 40, 42 வயதுக்கு வந்துவிட்டார்கள். நான் என்னை வைத்துப் பேசவேண்டுமென்றால் 'தலைகீழ் விகிதங்கள்' என்னுடைய 29 வயதில் எழுதியாகிவிட்டது. சுந்தர ராமசாமி புளியமரத்தின் கதையை 30 வயதில் எழுதிவிட்டார். ஜெயமோகனின் ரப்பரும் 30 வயதில் வந்துவிட்டது. நான் எழுதவந்த காலத்தில் வந்த வண்ணநிலவன், வண்ணதாசன், பா.செயப்பிரகாசம், விக்கிரமாதித்யன், கலாப்ரியா, பூமணி, ராஜேந்திர சோழன் உள்ளிட்ட எல்லோருமே தங்கள் முதல் படைப்பை 25-30 வயதுக்குள் கொண்டுவந்து விட்டார்கள். இவர்கள் எல்லாம் திறமையான எழுத்தாளர்கள். புத்தகங்களும் காத்திரமான புத்தகங்கள். அதை ஒப்பிட்டுப் பார்த்தால் இப்போது எழுதும் எழுத்தாளர்களின் எண்ணிக்கை, வெளியாகும் புத்தகங்களின் தொகை குறைவாகத்தான் இருக்கிறது. ஆனால் அப்படி வருபவர்களின் எழுத்து வீரியமாக, காத்திரமாக இருக்கிறது.

கே : பொதுவாக எழுத்தாளர்களிடையே நிலவும் ஒற்றுமை யின்மை மற்றும் குழு மனப்பான்மைக்கு என்ன காரணமாக இருக்க முடியும்?

பதி : இது எல்லா மொழிகளிலும் இருக்கிறது. நம் மொழிக்கு ஒன்றும் புதிதல்ல. ஆனால் இது தனிப்பட்ட விரோதமாக ஆகாமல் பார்த்துக்கொள்ள வேண்டியது அவசியம். ஒரு படைப்பை ஒருவர் சரியில்லை என்று விமர்சித்து விட்டால் அவரை எதிரியாக நினைக்கும் போக்கு வளர்ந்து வருகிறது. இது படைப்பிலக்கிய வளர்ச்சிக்கு ஆரோக்கியமானதல்ல. விமர்சனம் செய்தவரும், விமர்சனத்துக்கு உள்ளான படைப்பை எழுதியவரும் சேர்ந்து டீ குடிக்கப் போகவேண்டும். இதுதான் நல்ல மரபு. ஆனால் இது பிற மொழிகளில் இருக்கும் அளவுக்கு நம் மொழியில் இல்லை. எழுத்தாளர் களிடையே பொறாமை தவறானதில்லை. அது ஆரோக்கியமான போட்டிக்கு வழிவகுக்கும் என்றால். ஆனால் விரோதம், புறம்பேசுதல், சொந்த வாழ்க்கை பற்றி அவதூறு பேசுதல், குழுவாக உட்கார்ந்து மதுவருந்தி விட்டு மற்றொரு படைப்பாளியை மிகவும் கேவலமாகப் பேசுதல் இவை தான் கூடாது. முரண்பட்ட கொள்கையுடைய எதிரெதிர் துருவங்களாகப் படைப்பாளிகள் இருந்தாலும், பொது இடத்தில் புன்னகையுடன் கை குலுக்கிவிட்டுச் செல்ல வேண்டும். அதுதான் ஆரோக்கியம். முகத்தைத் திருப்பிக் கொண்டு செல்வது அழகல்ல. பண்புமல்ல. ஆனால் அதை நோக்கித்தான் நாம் போய்க் கொண்டிருக்கிறோமோ என்ற அச்சம் எனக்கிருக்கிறது.

கே : இளம் எழுத்தாளர்களுக்கு நீங்கள் சொல்ல விரும்புவது என்ன?

பதி : நான் சொல்ல வருவது இதுதான். நம் மொழி மிக அற்புதமான மொழி. பல ஆயிரம் ஆண்டுகள் தொன்மையான இலக்கியங்களைக் கொண்ட மொழி. இந்த மொழியில் எழுதிப் பெயர் வாங்குவது அவ்வளவு லேசான காரியமல்ல. நான் சாகித்ய அகாதமி விருது வாங்கச் சென்றபோது பிற மொழிப் படைப்பாளிகள் சிலரைச் சந்தித்துப் பேசிக் கொண்டிருந்தேன். அவர்கள் மொழியில் எழுதி, புத்தகம் கொண்டு வந்து பரிசு பெறுவது மாதிரி அல்ல நாம் தமிழில்

எழுதுவது. தமிழின் மிகத் தீவிரமான சிறந்த முயற்சிகளுக்கு நடுவே நாம் போட்டி போட வேண்டியிருக்கிறது. இதை எப்போதும் நினைவில் கொள்ள வேண்டும்.

கே : மும்பையும் நீங்களும் பற்றி...

பதி : மும்பைக்கு நான் போயிருக்கவில்லை என்றால் நாஞ்சில் நாடன் என்ற படைப்பாளி தோன்றியிருக்க மாட்டான். மும்பை மற்ற இந்திய நகரங்களை விட, வித்தியாசமான நகரம். மும்பைக்காரர்கள் வித்தியாசமானவர்கள். ஒரு பிரச்சனை என்றால் வேறுபாடுகளை மறந்து எல்லோரும் ஒன்று சேர்வார்கள், உதவுவார்கள். தயை காட்டுவார்கள். அதை பெருமழைக் காலங்களில், விபத்துக் காலங்களில் போக்குவரத்து ஸ்தம்பிக்கும் காலங்களில் உணரமுடியும். மற்ற நகரங்களில் இதைப் பார்க்க முடியாது. நான் 18 வருடங்கள் மும்பையில் இருந்தேன். அங்கேதான் பாதல் சர்க்கார், அமோல் பாலேகர், ஸ்ரீராம் லாகூ ஆகியோரது நவீன நாடகங்களின் அறிமுகம் கிடைத்தது. பலமொழி நாடகங்களைப் பார்க்கும் வாய்ப்புக் கிடைத்தது. எல்லா மொழிகளின் நவீன திரைப்படங்களைக் காணும் வாய்ப்புக் கிடைத்தது. கர்நாடிக், ஹிந்துஸ்தானி என இசை ஈடுபாட்டை வளர்த்துக்கொள்ள முடிந்தது. மும்பை வீதிகளின் பழைய புத்தகக் கடைகளில் நல்ல புத்தகங்கள் மிகக் குறைவான விலைக்கு வாங்க முடியும். என்னுடைய புத்தகச் சேகரிப்பு அப்படி உருவானதுதான். ஆங்கிலத்தில் நிறைய வாசிக்கும் வாய்ப்பு மும்பையில்தான் கிடைத்தது. அதுபோல மும்பைத் தமிழ்ச்சங்கம் மிகவும் உதவிகரமாக இருந்தது. அதில் புலமையுடைய மக்கள் பலர் இருந்தனர். அவர்கள் என் சந்தேகங்களுக்குப் பொறுமையாக விளக்கம் சொல்வார்கள். மிக நல்ல மனிதர்களாக இருந்தார்கள். இவையெல்லாம் எழுத்தாளனாக என்னை வளர்த்துக் கொள்ள மிக உறுதுணையாக இருந்த விஷயங்கள்.

கே : கட்டுரை இலக்கியம் பற்றி...

பதி : நான் கடந்த பத்து வருடங்களாகக் கட்டுரைகள்தான் எழுதிக் கொண்டிருக்கிறேன். நாவல் எழுதி 12 ஆண்டுகளுக்கு மேல் ஆகிவிட்டது. தொடர்ந்து சிறுகதைகள் எழுதிக் கொண்டிருக்கிறேன். அந்தச் சிறுகதைகளும் கூட சில சமயங்களில் கட்டுரை வடிவில் வருவதைத் தவிர்க்க

முடியவில்லை. ஆனால் இதிலிருந்து ஒரு படைப்பிலக்கிய வாதியால் எளிதில் மீண்டு வந்துவிட முடியும். அது தானாகவே நடக்கவேண்டும் என்று நினைப்பவன் நான். இப்போது எனக்குத் தொல்லிலக்கியங்களில் ஆர்வம் இருக்கிறது. அவற்றைப் பற்றி எழுதுவதிலே முனைப்பாக இருக்கிறேன். அதேசமயம் நான் எழுதும் கட்டுரைகள் சமகாலப் படைப்பிலக்கியவாதிகள் பிறரால் எழுதப்பட முடியாதவை. ஒரு சிறுகதையைப் போலவே ஒரு கட்டுரையும் வாசிக்கப்பட வேண்டும். டெல்லி தமிழ்ச் சங்கத்தில் ஒரு கருத்தரங்கத்தை முடித்தபின் நடந்த கலந்துரையாடலில் டெல்லியைச் சேர்ந்த ஒரு பெரியவர், ''நீங்க கட்டுரை எல்லாம் எழுதி அரசாங்கத்தையோ, மக்களையோ திருத்த முடியாது. கதை எழுதுவதுதான் உங்கள் வேலை'' என்ற மாதிரி காரசாரமாகச் சொல்லிவிட்டுப் போனார். உடனே மேடை ஏறிய இருபது கல்லூரி மாணவர்கள் ''நீங்கள் இனி கட்டுரைதான் எழுத வேண்டும். அதுதான் காத்திரமாக இருக்கிறது. சொல்ல வேண்டியதைச் சரியாகச் சொல்கிறது. காலத்தின் தேவையாக இருக்கிறது'' என்று சொன்னார்கள். ''கதை, நாவல் யார் வேண்டுமானாலும் எழுத முடியும். ஐயா, இதுபோன்ற கட்டுரைகளை நீங்கள் மட்டுமே எழுதமுடியும்'' என்று சொல்பவர்களும் இருக்கிறார்கள். ''எப்பதான் சார் உங்க அடுத்த நாவலை எழுதுவீங்க?'' என்று உரிமையோடு கேட்பவர்களும் இருக்கிறார்கள். என்னைப் பொறுத்தவரை எனக்கு எது விருப்பமாக இருக்கிறதோ அதையே செய்வேன்.

கே : பதிப்புச் சூழல் அன்றும் இன்றும்...

பதி : நான் எழுதத் தொடங்கிய காலத்தில் 1200 படிகள் அச்சிடுவார்கள். அது விற்பதற்கு வருடக்கணக்கில் காத்திருக்க வேண்டும். இன்றைக்கு கணினி அச்சுக் காலத்தில் 250 படிகள்கூட அச்சிட முடிகிறது. விற்றுத் தீர்ந்ததும் மீண்டும் 250 படிகளை அச்சிட முடிகிறது. சமீபத்தில் ஒரு நண்பர், ''வெறும் ஆறே ஆறு படிகள்கூட அச்சிட முடியும். அதை நூலகம் அல்லது வேறு தேர்வுக் குழுவுக்கு அனுப்பி, ஆர்டர் வந்ததும் தேவையான பிரதிகளை அச்சிட்டுக் கொள்ளலாம்'' என்றார். மற்றொன்று படைப்பாளிகளுக்கு, எழுத்தாளர்களுக்கு புத்தகங்களுக்கான நியாயமான ராயல்டி தொகையைத் தரவேண்டும் என்ற அறவுணர்வோடு இல்லை. நீ எழுதிக்

கொடுப்பதைப் போடுவதே பெரிய விஷயம் என்பது மாதிரி நடந்துகொள்கிறார்கள். ஒரு சிலர் முதல் பதிப்புக்குத் தான் ராயல்டி கொடுத்தாகிவிட்டதே! இரண்டாவது பதிப்புக்கு என்ன திருப்பி எழுதவா செய்கிறார். அதற்கு எதற்கு ராயல்டி கொடுக்க வேண்டும் என்ற மனநிலையில் இருக்கிறார்கள். பதிப்பாளர்களின் இந்த மனப்பான்மை மிகவும் வருந்தத்தக்கது.

ஆனால் புத்தக விற்பனை வளர்ச்சி அடைந்திருக்கிறது என்று சொல்வதற்கில்லை. ஒரு பதிப்பாள நண்பர் சொன்னார், ஓர் ஆண்டின் மொத்தப் புத்தக விற்பனையே 35 கோடி ரூபாய் தானாம். எட்டுக் கோடித் தமிழர்கள் வசிக்கும் மாநிலத்தில் இவ்வளவுதான் என்றால் இதில் என்ன வளர்ச்சி இருக்கிறது? ஒரு ஓட்டல் அல்லது மற்றத் தொழிலுடன் ஒப்பிட்டுப் பார்த்தால் இந்தத் தொகை ஒன்றுமே இல்லை. ஆனாலும் நல்ல புத்தகங்கள் வெளிவருகின்றன. வாசகர்கள் வாசிக்கிறார்கள் என்று சந்தோஷப்பட்டுக் கொள்ளலாம் அவ்வளவுதான்.

26

தாய்வீடு

நேர்காணல் ஜூலை 2013

(கனடா)

சந்திப்பு

தமிழ் நதி

தென் தமிழகத்தில் பிறந்த நாஞ்சில் நாடன் இரண்டு கவிதைத் தொகுப்புகள், ஆறு நாவல்கள், எட்டு கட்டுரைத் தொகுப்புகளைத் தமிழுக்குத் தந்திருக்கிறார். 2009இல் தமிழக அரசின் கலைமாமணி விருதும் 'சூடிய பூ சூடற்க' என்ற சிறுகதைத் தொகுப்புக்ககாக 2010இல் சாகித்திய அகாடமி விருதும் இவருக்கு வழங்கப்பட்டுள்ளன. நாஞ்சில் நாடனின் முதல் நாவலான தலைகீழ் விகிதங்களைத் தழுவி இயக்குநர் தங்கர்பச்சானால் எடுக்கப்பட்ட படந்தான் 'சொல்ல மறந்த கதை'. அண்மையில் வெளியாகிய 'பரதேசி' படத்திற்கும் இவர் உரையாடல் எழுதியுள்ளார். எழுத்தாளர் நாஞ்சில் நாடனுக்கு 2012ஆம் ஆண்டுக்கான இயல்விருதினை கனடா தமிழ் இலக்கியத் தோட்டம் வழங்கிக் கௌரவித்துள்ளது. அந்த வாழ்நாள் சாதனையாளர் விருதினைப் பெற்றுக்கொள்வதற்காக ரொறன்ரோ வந்திருந்த அவரை தாய்வீடு பத்திரிகைக்காகச் சந்தித்தோம்.

கே : முதலில், கனடியத் தமிழ் வாசகர்களின் அறிமுகத்திற்காக சம்பிரதாயமான ஒரு கேள்வி. நீங்கள் எழுத்துத் துறைக்கு வந்தது தற்செயலானதா? அன்றேல், அவ்வாறு வரவேண்டும் என்று நீண்டகாலமாக எண்ணியிருந்ததன் விளைவா?

பதி : தற்செயலான விசயந்தான் என்று நினைக்கிறேன். என்னுடைய வாசிப்பு ஒரு பத்துப் பன்னிரண்டு வயதிலேயே, பள்ளிக் காலத்திலேயே தொடங்கியாச்சு. நான் நல்லாப் படிக்கிற பையன். பள்ளிக்கூடத்திலே கட்டுரைப் போட்டி, பேச்சுப் போட்டி என்று வந்தால் யார் நன்றாக மனப்பாடம் பண்ணி ஒப்பிக்கக்கூடியவர்களோ அவர்களைக் கூப்பிட்டு 'நீ மகாத்மா காந்தியைப் பற்றிப் பேசு... சுதந்திர தினம் பற்றிப் பேசு' என்பார்கள். இந்தப் பயிற்சிக்கு நான் ஏழாம் வகுப்பு,

எட்டாம் வகுப்பிலேயே வந்தாச்சு. ஆனால், அப்போது எனக்கு சொந்தமாகப் பேச்சு தயாரிக்கத் தெரியாது. கட்டுரையும் எழுதத் தெரியாது. நான் ஏழெட்டு நடை நடந்து எங்கள் ஊரில் உள்ள தமிழாசிரியரையோ அல்லது தமிழறிந்த வேறு யாரையோ போய்ப் பார்த்து எழுதி வாங்கி விடுவேன். பிறகு அதை நன்றாக மனப்பாடம் செய்து ஒப்பித்துவிடுவேன். அப்படி சபை முன் ஒப்பிப்பதும் அதை மறுபடியும் எழுதுவதுந்தான் அந்தக் காலத்திலே பேச்சுப் போட்டியும் கட்டுரைப் போட்டியும். பத்தாம் வகுப்பு பதினோராம் வகுப்பில் எப்படி மெருகேற்றிப் பேசுவது, குரலில் ஏற்ற இறக்கங்கள் காண்பிப்பது, பாரதி மற்றும் திருவள்ளுவர் போன்றோரிலிருந்து மேற்கோள்கள் காட்டுவது ஆகியன பற்றி புரிதல் வந்துவிட்டது. அதன்பிறகு நானாகவே எனக்கான பேச்சுக்களைத் தயாரிக்க ஆரம்பித்துவிட்டேன். பிறகு என்னைப் பார்க்கிலும் சின்னப் பையன்கள் வந்து 'எனக்கொரு பேச்சு எழுதிக்கொடுங்கள்' என்று கேட்க ஆரம்பித்தார்கள். இப்படித்தான் எனது எழுத்தும் வாசிப்பும் ஆரம்பித்தது.

மிகச் சிறிய வயதில் குமுதம், ஆனந்தவிகடன் போன்ற பத்திரிகைகள் தாம் வாசிக்கக் கிடைத்தன. மற்றது இயக்கப் பத்திரிகைகள்... திராவிடக் கழக, தி.மு.க., கம்யூனிஸ்ட் கட்சி போன்ற இயக்கப் பத்திரிகைகளையும் வாசித்தேன். எங்கள் ஊரில் சிறிய ஆனால் திராவிட நாட்டிலிருந்து தினமணி வரைக்குமான பத்திரிகைகள் கிடைக்கக்கூடிய நல்லதொரு நூலகம் இருந்தது. அப்படி பத்திரிகைகள் படிக்கிறபோது வாசிப்பில் ஓர் ஆர்வம் வந்தது. பிறகு நான் பதினோராம் வகுப்பு படிக்கும்போது, அங்கே நடக்கக்கூடிய எந்தவொரு கூட்டத்தையும் தவறவிடாமல் போவேன். காமராஜர், மா.பொ.சி., பி. ராமமூர்த்தி, முருகானந்தம், கல்யாணசுந்தரம், கே.டி.கே.தங்கமணி, இந்தப் பக்கம் நெடுஞ்செழியன், அன்பழகன், மதியழகன், அண்ணாத்துரை, பெரியார் என்று அறியப்பட்ட பேச்சாளர்களது உரைகளையெல்லாம் கேட்டிருக்கிறேன். கூட்டம் முடிந்து ஊருக்குப் போனதும் முதல்வேலையாக அப்படியான உரைகளில் மேற்கோள் காட்டப்பட்ட பாடல்களையெல்லாம் நூலகத்திற்குச் சென்று கற்றுக்கொள்ள ஆரம்பித்தேன்.

முதன்முதலாக நான் வாசிக்கத் தொடங்கியது சாண்டில்யன், கல்கி, ஜெகசிற்பியன், நா.பார்த்தசாரதி, அகிலன் போன்றோரின் கதைகளையே. நாளடைவில் வாசிப்பு தீவிரமாகி நூலகத்திலுள்ள புத்தகங்கள் முழுவதையும் வாசித்து முடித்தேன். அந்த நூலகத்திலுள்ள நூல்கள் வாசித்துத் தீர்ந்தனவென்றால் பக்கத்து ஊரிலுள்ள நூலகத்திற்குப் போவேன். இப்படி கடும் வாசிப்பு. அசேமயம் பி.எஸ்.ஸி. கணிதம், அந்தப் படிப்பு ஒருபக்கம் போய்க்கொண்டிருந்தது. பிறகு நான் எம்.எஸ்.ஸி. படித்தது எங்கள் பக்கத்து மாநிலமாகிய கேரளாவின் தலைநகர் திருவனந்தபுரத்தில். அங்கு பல்கலைக்கழகத்தில் ஒரு நல்ல நூலகம் இருந்தது. இங்கு படிக்கக் கிடைக்காமற்போன புத்தகங்களை அங்கிருந்து எடுத்துப் படிக்கவாரம்பித்தேன். படிப்பு முடிந்து இரண்டு ஆண்டுகளின் பின் வேலை நிமித்தமாக பம்பாய்க்குப் போனேன். அங்கு போனதற்கு அப்புறம்தான் எனக்கு ஆங்கில வாசிப்பு வாய்த்தது. பம்பாய் தமிழ்ச்சங்கத்தில் அற்புதமான, சிறந்த நூல்களை உள்ளடக்கிய நூலகமொன்று இருந்தது. பிராமணர் களின் செல்வாக்கு அங்கு மிகுந்திருந்தது. அதில் உறுப்பினராக இணைவதற்கே பெரும்பாடு படவேண்டியிருந்தது.

பம்பாய் வாழ்க்கையில் தனிமையாக உணர்ந்தேன். எனது வேலைத்தளத்தில்கூட தமிழ் பேசும் எவரும் இருக்க வில்லை. எல்லோரும் வேறு மாநிலங்களைச் சேர்ந்தவர்கள். வேலை முடிந்து வந்து பேச ஒருவரும் இல்லாத சூழலில் தினமும் இரண்டு புத்தகம், குறைந்தபட்சம் நானூறு பக்கங்களைப் படிப்பேன். அங்கே நடைபாதையோரக் கடைகளில் அருமையான ஆங்கிலப் புத்தகங்கள் வாங்கக் கிடைத்தன. காஃப்கா, காம்யூ, டி.எச்.லாரன்ஸ, ஹெமிங்வே, ஃபாக்னர் இத்தகையோரின் புத்தகங்கள். அப்புறம் அங்கே வீடு பற்றிய ஏக்கம் அதிகமாக இருந்தது. நம்முடைய கிராமம், நம்முடைய மக்கள், ஆறு இவற்றையெல்லாம் பிரிந்த ஏக்கம். அப்போது, அதாவது 1975 அளவில் கைத்தொலைபேசி வசதி எல்லாம் கிடையாது. இருந்ததெல்லாம் கடிதத்தொடர்பு ஒன்றுதான். அப்படி ஊரிலிருந்து வரும் கடிதத்தை வாசித்ததும் உடனடியாகக் கிழித்துப் போடுவதில்லை. மிகவும் சங்கடமாக இருக்கும் போது வாசிப்பதற்காகப் பத்திரமாக வைத்துக்கொள்வேன். இப்படியான ஒரு சூழலில்தான் ‘சரி... நாமும் எழுதிப் பார்க்கலாமே’ என்று தோன்ற எழுதவாரம்பித்தேன்.

என்னுடைய முகற்கதை 'விரதம்' 1975இல் ஆகஸ்ட் மாதம் என்று நினைக்கிறேன். தீபத்தில் வெளியாகியது. அப்போது சென்னையில் 'இலக்கிய சிந்தனை ' என்றொரு அமைப்பு இருந்தது. அதை, தற்போதைய நிதியமைச்சர் ப.சிதம்பரமும் அவருடைய அண்ணா ப.இலட்சுமணனும் நடத்தினார்கள். அவர்கள் இருவரும் ஆனந்தவிகடன், கலைமகள் இந்த மாதிரி பல்வேறு சஞ்சிகைகளிலும் வெளியாகும் சிறுகதைகளை - ஒரு இருபத்தைந்தாவது இருக்கும் - யாரையாவது வைத்துப் படிக்கச் சொல்வார்கள். அதில் சிறந்ததாகத் தேர்ந்தெடுக்கப் படும் சிறுகதைக்கு ஐம்பது ரூபாய் பரிசு கொடுப்பார்கள். அந்த மாதம் எனது கதை சிறந்த கதையாகத் தேர்ந்தெடுக்கப் பட்டது. அதைவிட மகிழ்ச்சி என்னவென்றால், ப.இலட்சுமணன் பம்பாய்க்கு வந்தபோது பம்பாய் தமிழ்ச் சங்கத்தில் என்னைச் சந்தித்து ஐம்பது ரூபாய் பணமும் சான்றிதழும் கொடுத்து தோளில் தட்டிப் பாராட்டிப் பேசியதுதான். அந்த வயதில் அது பெரிய அங்கீகாரமாக, அடையாளமாக இருந்தது. அதற்குப் பிறகு திரும்பிப் பார்க்கவே நேரமில்லாமல் எழுத்தோடு ஓடிக்கொண்டிருக்கிறேன்.

கே : ***விருதுகள் தாம் அங்கீகாரம் என்று ஒரு பேச்சுக்கு வைத்துக் கொண்டால், 2009இல் கலைமாமணி விருது, 2010இல் சாகித்திய அகாடமி விருது, 2012இல் கனடா தமிழ் இலக்கியத் தோட்டம் வழங்கிய இயல்விருது... இந்த முப்பத்தேழு ஆண்டுகால எழுத்து வாழ்வில் உங்களுக்குத் தகுந்த அங்கீகாரம் கிடைத்திருக்கிறதென்று நினைக்கிறீர்களா?***

பதி : எனக்கு மூன்று தடவைகள் சிறந்த சிறுகதைக்கான இலக்கியச் சிந்தனை விருது கொடுத்தார்கள். அதன்பிறகு அமுதனடிகள் பரிசு, கஸ்தூரி சினிவாசன் பரிசு இவையெல்லாம் சேர்த்து பதினொரு பரிசுகள் வாங்கினேன். இந்தப் பரிசுகளிலிருந்து கிடைத்த மொத்த பரிசுத்தொகை இருபத்தோராயிரம் ரூபாய். அதன் பிறகு எனக்கு கண்ணதாசன் விருது கொடுத்தார்கள். அந்த விருதுக்கான பரிசுத்தொகை ஐம்பதாயிரம் ரூபாய். அந்தப் பணத்தை வைத்துத்தான் முதல்தடவையாக எனது வீட்டுக்குத் தளபாடங்கள் வாங்கிப் போட்டேன். சாகித்திய அகாடமி திறமைக்கு மதிப்புக் கொடுப்பதில்லை என்ற குற்றச்சாட்டை நான் தொடர்ந்து முன்வைத்துக் கொண்டே யிருந்தேன். எனக்குத் தரவில்லையே என்பதிலிருந்து

எழுந்த குற்றச்சாட்டல்ல அது. சுந்தர ராமசாமிக்கு, நகுலனுக்கு, ஆ.மாதவனுக்கு, சார்வாகனுககு, தமிழின் முக்கியமான விமர்சகராகிய வெங்கட் சாமிநாதனுக்கு இவர்களுக்கெல்லாம் கொடுக்கப்படவில்லையே என்ற ஆதங்கத்திலிருந்து எழுந்த குற்றச்சாட்டு அது. இருந்தாலும், ஒவ்வொரு ஆண்டும் விருது அறிவிக்கப்படும்போது 'நமது பெயர் அதில் இருக்கிறதா?' என்றொரு தேடல் இருக்கும். பெயர் இல்லாதபோது ஒரு வலி இருக்கும். அது இயல்பானதுதான். அதுவொன்றும் பாவமில்லை. அந்த வலியை நான் பத்துப் பதினைந்து ஆண்டுகள் கடந்துபோயிருக்கிறேன். தகுதி யானவர்களுக்கு வழங்கப்படவில்லை என்ற காரணத்தாலேயே அதன்மீது ஒருவித புறக்கணிப்பும் மரியாதைக்குறைவும் உண்டாகியிருந்தது. ஏதோவொரு தவிர்க்கமுடியாத சந்தர்ப்பத்தில் அவர்கள் எனக்கு விருது வழங்கத் தீர்மானித்த போது அவர்களுக்கே ஒரு சந்தேகம் வருகிறது. அதாவது நான் விருதை மறுத்துவிடுவேனோ என்று. அதனால் விருதை அறிவிப்பதன் முன்னதாக என்னிடம் மறைமுகமாக உறுதி மொழி பெறப்பட்டது... 'விருதை நிராகரிக்க மாட்டீர்கள் தானே...?' என்று. நான் அதை ஏற்றுக்கொள்ள மறுக்கவில்லை.

அதன்பிறகுதான் எனக்கும் சா.கந்தசாமிக்கும் கலைமாமணி விருது வழங்கப்படுவதாக அறிவிக்கப்படுகிறது. அவ்விருது 2009க்கு வழங்கப்பட்டாலும் 2011இல்தான், அதாவது சாகித்திய அகாடமி விருது 2010இல் அறிவிக்கப்பட்ட பிறகுதான் கிடைக்கிறது. அப்போது எனக்கு அந்த விருதை வாங்கிக் கொள்வதா வேண்டாமா என்று மனப்போராட்டமாக இருந்தது உண்மை. அந்த விருதைத் தீர்மானிப்பதன் முன்னாலும் 'நீங்கள் இதை மறுத்துவிடமாட்டீர்களே...' என்று என்னிடம் கேட்கப்பட்டது. ஏனென்றால், அதில் கலைஞர் கையெழுத்துப் போடவேண்டும். அவ்வாறு கையெழுத்துப் போட்டபிற்பாடு மறுப்பதென்பது நேரடியாக அவர்களை அவமதிப்பதாகும். பிறகு நான் என்ன நினைத்தே னென்றால், 'இது யாருடைய அப்பன் பாட்டன் சொத்தில்லை. என்ன இருந்தாலும் நான் தமிழ்நாடு வாக்காளர் பட்டியலில் இருப்பவன், ரேஷன் அட்டை வைத்திருப்பவன், தமிழ் நாட்டின் குடிமகன்... அரசாங்கத்தின் சார்பில் வழங்கப்படும் அந்த விருதைப் பெற்றுக்கொள்ள எனக்குத் தகுதி இருக்கிறது' என்று நினைத்தேன். என்னை நியாயப்படுத்துவதற்காக

இதைச் சொல்லவில்லை. உண்மையிலேயே நான் அவ்விதம் உணர்ந்தேன். மேலும், என்னுடைய குடும்பத்தினருக்கு இந்த அங்கீகாரம் ஒரு பெருமிதத்தை அளிக்கலாம் என்று யோசித்தேன். அத்தோடு அந்த விருது 24 கிராம் தங்கத்தினால் ஆனதும்கூட (சிரிக்கிறார்). சென்னைக்குப் போய் பள்ளி மாணவர்கள் பரிசு வாங்குவதுபோல வெட்கம் கெட்டுப் போய் வரிசையில் நின்று வாங்கினோம். அப்படி வாங்கும் போது 'கலைஞர் என் பெயரைக் கேள்விப்பட்டிருப்பாரா?' என்று தோன்றியது. (இப்போது இருக்கும் முதலமைச்சர் என்றால் அந்தச் சந்தேகம் எழ வாய்ப்பில்லை) நான் தொடர்ந்து எழுதிக் கொண்டிருந்தேன். ஆனந்த விகடனில் வந்த 'தீதும் நன்றும்' இல் எல்லாம் ஒரு அரசியல் பேச்சாளனை விட வன்மையாக நான் கட்டுரை எழுதியிருந்தேன். அங்கிருந்த நண்பர்கள் சொன்னார்கள் ''கலைஞருக்கு உங்களை நன்றாகத் தெரியும். ஏதோ ஒரு காரணத்தினால் விட்டு வைத்திருக்கிறார்'' என்று.

அப்புறம் நான் சாகித்திய அகாடமி விருதை வாங்க டெல்லிக்குப் போனேன். அங்கிருந்து மனைவியோடு ஹரித்துவார் போய் விட்டேன். நான் அங்கிருக்கும்போது நண்பர்கள் எனக்கு குறுஞ்செய்தி அனுப்பினார்கள். 'நாஞ்சில் நாடன் கலைமாமணி விருதையும், சாகித்திய அகாதமி விருதையும் கங்கையில் கழுவப் போயிருக்கிறார்'' என்று பேசிக்கொள்வதாக.

இயல்விருதை நான் அதைவிட அதிக முக்கியத்துவம் வாய்ந்ததாக நினைக்கிறேன். இதை நான் முத்துலிங்கத்துக்காகச் சொல்லவில்லை. ஏனென்றால், தமிழ் இலக்கிய உலகத்தில் புறக்கணிக்கப்பட்டவர்களது பெரிய பட்டியல் ஒன்றுண்டு. தகுதிசார்ந்த படைப்பாளிகள், கலைஞர்களை நாம் உள்நோக்கத்துடன் புறக்கணித்திருக்கிறோம். வெங்கட்சாமி நாதனைப் புறக்கணித்திருக்கிறோம். அம்பை எனக்குத் தெரிந்து எந்த விருதும் வாங்கியதில்லை. சுந்தர ராமசாமி வாங்கியதில்லை. இதுவொரு முக்கியமான விடயம். சுந்தர ராமசாமிக்கு விருது கொடுப்பதாகத் தீர்மானித்து இறுதி முடிவு எடுக்கப்படும் கட்டத்தில் அந்த விருதுக் குழுவிலிருந்த ஒருவர் சொல்கிறார், 'அவருக்கு விருது கொடுத்தால் நான் மவுன்ட் ரோட்டில் அம்மணக்குண்டியாக ஓடுவேன்'

என்று. நான் அப்போது நினைத்தோன்... அப்படியானால் அவருக்கு விருது கொடுக்காமல் இருப்பதுதான் நல்லது என்று. இவர் அம்மணங்குண்டியாக ஓடுவது இன்னும் கொடுமையான விசயம் இல்லையா? இப்படித் தகுதிவாய்ந்த படைப்பாளிகளுக்குக் கொடுக்கப்பட்ட காரணத்தால் இந்த இயல்விருதை நான் மதிக்கிறேன். மேலும், விருதைத் தீர்மானிப்பதில் ஒரு வெளிப்படைத் தன்மை இருக்கிறது. கனடா வருவதற்கு ஒரு சந்தர்ப்பமாகவும் இதை நினைத்தேன். அப்புறம் நான் முத்துலிங்கத்தைப் பார்த்ததே இல்லை. என்னுடைய மதிப்பீட்டில் அவர் ஒரு முக்கியமான படைப்பாளி. தமிழ்நாட்டில் ஓரளவுக்குப் பிரபலமாக அறியப் பட்டிருப்பவரும்கூட. எஸ்.பொ., கைலாசபதி, சிவத்தம்பி, ஜெயபாலன் ஆகியோரைப் பார்த்திருக்கிறேன். சாந்தனையோ யேசுராசாவையோ பார்த்ததில்லை. சயந்தனைத் தெரியும். உங்களைத் தெரியும். ஷோபா சக்தி எனக்கு ரொம்பப் பிரியமான எழுத்தாளர். 'காலம்' செல்வத்தைப் பார்த்திருக்கிறேன். ஆக, அடிக்கடி சொல்வதுபோல, அங்கீகாரத்தையோ விருதையோ எதிர்பார்த்து நான் எழுதவில்லை. ஆனால், விருதுகள் மூலம் அங்கீகரிக்கப்படும்போது அதை ஏற்றுக்கொள்கிறேன்.

கே : ***முதலில் கேட்கப்பட்ட கேள்வியோடு தொடர்புடையது தான்.... தகுதியானவர்களுக்கு மட்டுமே விருதுகள் வழங்கப் படுவதாக நினைக்கிறீர்களா?***

பதி : நல்ல நோக்கத்தோடு ஒன்றை செய்யும்போதுகூட தவறுகள் நேர்ந்துவிடுவதுண்டு. அப்படி நல்ல ஆட்களுக்குப் பரிசுகள் கொடுத்துக் கொண்டிருக்கிறபோது 'தகுதியில்லை. அல்லது இதுவரை வழங்கப்பட்ட படைப்பாளிகள் அளவுக்கு தரம் இவரிடம் இல்லை' என்று எண்ணுபவர்களுக்குக்கூட சிலசமயங்களில் பரிசு போய்விடுகிறது. நாம் அந்த நிறுவனத்தின் நல்ல நோக்கத்தைக் கருத்தில் கொண்டு அவர்களுக்கு ஒரு மன்னிப்பை வழங்கிவிடலாம் என்றுதான் நினைக்கிறேன்.

கே : ***இதற்கு முந்தைய காலகட்டத்தில் - அதாவது நகுலன், வண்ண நிலவன், பிரபஞ்சன், சுந்தர ராமசாமி, அம்பை அசோகமித்திரன், லா.ச.ரா., தி.ஜானகிராமன் இவர்களெல்லாம் மும்முரமாக எழுதிக்கொண்டிருந்த காலத்தில் இப்போது இருப்பதைவிட ஆரோக்கியமான சூழல் தமிழிலக்கியத்தில் நிலவியதா?***

ஆமாம். நான் அப்படித்தான் நினைக்கிறேன். அந்தக் காலத்திலே ஒரு ஜனநாயகம் இருந்தது. 'இது நல்ல எழுத்து... இது குப்பை' என்று சொல்லக்கூடிய ஒரு சூழலில்கூட அவர்களுக்கிடையில் பகை இருந்ததாக...

கே : பகை இருந்ததுதானே?

பதி : ஆமாம். ஆனால் இப்போது உள்ள சூழலோடு ஒப்பிடும் போது மிகக் குறைவாக இருந்தது. படைப்பைக் குறித்த விமர்சனங்கள் தனிமனித உறவைப் பெருமளவில் பாதிக்காத நிலை இருந்தது. நேரடியாகச் சந்திக்கும்போது வன்மம் பாராட்டுமளவிற்கு அது சென்றதில்லை. அந்த மன ஆரோக்கியம் இப்போது கெட்டுப்போயிருப்பதாகத்தான் நினைக்கிறேன். உதாரணமாக, கோயம்புத்தூரில் ஒரு முழுநாள் கவிதைப் பட்டறை நடந்தது. அதில் நானும் கலந்து கொண்டு சமகாலக் கவிதைகள், அதன் போக்கு இவை குறித்து கூட்டத்தில் இறுதியில் பேசினேன். சில கவிதை களையும் கவிஞர்களின் பெயர்களையும் குறிப்பிட்டுப் பேசினேன். அந்தக் கூட்டம் முடிந்து ஒரு வாரத்தின்பின் ஒரு கூட்டம் போடுகிறார்கள். அதில் என் அம்மாவின் கற்பைச் சந்தேகித்துப் பேசுகிறார்கள். இது நடக்கிறபோது என் அம்மாவிற்கு எண்பத்துநாலு வயது முடிந்திருந்தது. இந்தச் சூழல் இப்படித்தான் ஆரோக்கியமற்று இருக்கிறது. ஒரு கவிதை என்பதில் எனக்கு விமர்சனம் இருக்கலாம். ஆனால், அந்த முயற்சியை நான் கணக்கிலெடுத்துக்கொண்டே ஆக வேண்டும் இல்லையா? சமகாலத்தில் இயங்கிக்கொண்டிருக்கக் கூடிய எந்தவொரு எழுத்தாளனையும் விட அதிகமாக, வெளிவரக்கூடிய பெரும்பாலான புத்தகங்களை உடனுக்குடன் படித்துவிடுகிற ஆள் நான். பழந்தமிழிலக்கியத்திலும் பரிச்சய முடையவன். அப்படி இருக்கும்போது ஆதிக்கவிதைகளுடன் ஒப்பிட்டு, எனது சமகால வாசிப்பின் துணையோடு எனக்குண்டான விமர்சனத்தை முன்வைக்கிறேன். அதை இவ்விதமான வன்மத்தோடு எதிர்கொள்வது வருத்தம் அளிப்பதாக இருக்கிறது. அதைத்தவிர, ஒருவர் முன்னுரை கேட்கும்போது நான் வேலையாக இருந்து அதை மறுத்துவிட்டால், உடனடியாக அவர் என்னைப் பகையாளியாக நினைக்க ஆரம்பித்து விடுகிறார். சிலர் ஒரு புத்தகமோ இரண்டு புத்தகமோ போட்டுவிட்டு சொந்தக் காசைச்

செலவிட்டு அதற்காக ஒரு கருத்தரங்கம் நடத்துகிறார்கள். அதற்கு நான் போகப் பிரியப்படலாம். பிரியப்படாமலும் இருக்கலாம். அவர்களது அழைப்பை ஏற்க மறுக்கும்போது அவர்களுக்கு உவப்பில்லாத ஆளாகிவிடுகிறேன். என்னுடைய படைப்புகளைப பற்றி முதல் கருத்தரங்கம் நடந்தது நான் எழுதவந்து முப்பது வருசங்கள் ஆனபிறகே! ஏன் அத்தனை அவசரம் என்றுதான் கேட்கிறேன். அப்படிக் கேட்டால் என்னையொரு பகைவனாகக் கருதி அவர்களது இலக்கிய ஆயுள் முழுவதும் அதை ஞாபகம் வைத்திருக்கிறார்கள். அதற்கு நான் என்ன செய்யமுடியும்? வெங்கட் சாமிநாதனுக்கே இந்தப் பிரச்சனை ஏற்பட்டது. அவருடைய வாதங்களுக்குப் பதில் சொல்ல முடியாமற் போனபோது 'பார்ப்பான்' என்று தனிப்பட்ட தாக்குதல்களில் இறங்கினார்கள். இப்போது வெள்ளாளன், இந்துத்துவா என்று ஆரம்பித்திருகிறார்கள். என்னுடைய எழுத்துக்களிலிருந்து, பேச்சுக்களிலிருந்து அதற்கு ஆதாரங்கள் காட்டுங்கள் என்றால், அதைச் செய்ய மாட்டார்கள். சொந்த Likes and dislikes சார்ந்த அனுமானங் களிலிருந்து அவர்கள் பேசுகிறபோது அதைப் புறக்கணித்தே செல்ல வேண்டியிருக்கிறது.

கே : பரதேசி படத்திற்கு நீங்கள் வசனம் எழுதியிருக்கிறீர்கள். அதுபற்றி இணையத்தில் சில எதிர்மறையான விமர்சனங்களை வாசிக்க நேர்ந்தது. அதைப் பற்றி?

பதி : திரைப்படத்தில் என்னுடைய 'ஸ்கோப்' உரையாடல். அந்த வசனங்களை எழுதியிருந்தாலும்கூட சர்ச்சைகள் எழும்போது அதைத் தாங்கள் எழுதவில்லை என்று சொல்லும் ஆட்களும் உண்டு. ஆனால், ஒரு குழுவாக இயங்கிய காரணத்தினால் அந்த வசனத்தை நான் எழுதாமலே விட்டிருந்தாலும்கூட அதை ஏற்றுக்கொள்ளும் பண்பு வேண்டும்.

பரதேசி படத்திற்கு என்னால் எழுதப்பட்ட உரையாடல் என் வீட்டில் எனது கோப்பில் இன்னமும் இருக்கிறது. வசனத்தை அனுப்பும்போது 'ஜெராக்ஸ்'கூட அனுப்பலாகாது. 'ஒரிஜினல்' பிரதியை அனுப்பவேண்டும் என்று என்னிடம் கேட்டுக் கொள்ளப்பட்டது. என்னில் நம்பிக்கை இல்லாமல் இல்லை. ஜெராக்ஸ் எடுக்கும்போது அதை 'மெமரி'யில் துஷ்பிரயோகம் பண்ணக்கூடிய வாய்ப்பும் உண்டு என்பதனால் அவ்வாறு கேட்டுக்கொள்ளப்பட்டது. சினிமா என்பது எட்டுக் கோடி

பத்துக் கோடி பணம் புழங்குகிற இடம். அந்த எச்சரிக்கை யுணர்வினால் அதைச் சொல்கிறார்கள் என்பதைப் புரிந்து கொண்டு வசனங்களை 'ஜெராக்ஸ்' எடுத்து வைத்துக்கொண்டு 'ஒரிஜினல்'ஐ அனுப்பினேன். அந்த 'ஜெராக்ஸ்' பிரதி என்னிடம் இப்போதும் உள்ளது. அதை எவராவது பார்க்க வேண்டுமென்று விரும்பினால் அதைக் காட்டுவதற்கும் தயாராகத்தான் இருக்கிறேன்.

ஒரு சினிமாவில் வருகிற எல்லாவற்றுக்கும் உரையாடல் எழுதுகிறவன் பொறுப்பில்லை. பாட்டு வைரமுத்து எழுதுகிறார். கடும் விமர்சனத்துக்கு ஆளான அந்தக் காட்சியும் நான் எழுதவில்லை. அப்படியிருக்க உரையாடலாசிரியராகிய என்மீது அந்தக் குற்றச்சாட்டை வைக்கிறபோது, திரைக்கதை, வசனம் அல்லது வசனத்தினுடைய 'ஸ்கோப்' என்னவென்பது அவர்களுக்குத் தெரியவில்லை. அல்லது தெரிந்தும் குற்றச்சாட்டை வைக்கவேண்டும் என்பதற்காக வைக்கிறார்கள் என்றே சொல்லவேண்டியுள்ளது.

மூன்றாவதாக, நூறு இருநூறு ஆண்டுகளுக்கு முன்னர் ஆங்கிலேயர்களோ அமெரிக்கர்களோ ஒரு இடத்துக்குப் போனவுடனே அங்குள்ள சுதேசிகளை மதமாற்றம்தான் செய்தார்கள். இந்தியாவில் நடந்ததை விடவும் உலகெங்கிலும் அதிக கொடுமைகள் மதமாற்றத்தின் பொருட்டு நடந்திருக் கின்றன. நான் ஒரு படைப்பிலக்கியவாதி என்கிற காரணத்தால், 'இது கிறிஸ்தவர்களைப் புண்படுத்தும், முற்போக்குவாதி களைப் புண்படுத்தும்' என்றெண்ணி அதைத் தாண்டிப் போக முடியாது. நான் எனக்கு நேர்மையாக இருக்கவேண்டும். மதமாற்றம் என்பது ஒரு அரசியல் அஜண்டாவோடு நடந்த, நடக்கிற விடயம். இதெல்லாம் வரலாறு. கிறிஸ்தவ மதமாதற்றத்திற்கு எதிராகப் பேசுகிறேன் என்பதனாலேயே நான் இந்து மதத்திற்கு ஆதரவானவன் என்று பொருளில்லை. இப்போது கிடைக்கக்கூடிய ஆவணங்கள், 'தமிழ்நாட்டில் பெரும்பஞ்சம், கொள்ளை நோய்கள் இருக்கின்றன. இதுவே மதமாற்றத்திற்கு மிகப்பொருத்தமான தருணம்' என்று நாம் மிக மரியாதை செய்கிற ஆளுமைகள் இங்கிலாந்துக்கு எழுதிய கடிதங்கள் வெளியிடப்பட்டிருக் கின்றன. சரி! மதமாற்றத்திற்கு எதிரான விடயம் என்றால்,

ஏன் இதுவரைக்கும் ஒரு கிறிஸ்தவ அமைப்புக்கூட இந்தப் படத்திற்கு எதிராக ஆர்ப்பாட்டம் நடத்தவில்லை? அப்படிச் செய்யப்போனால் அவர்கள் வாதங்கள் எவ்வளவு பலவீனமாக இருக்கும் என்பதை அவர்கள் அறிவார்கள். தம்மை முற்போக்கு இலக்கிய முகாமைச் சேர்ந்தவர்கள் என்று காட்டிக் கொண்டிருப்பவர்களுக்கு ஏதாவதொரு வகையில் செயற்பட்டுக் கொண்டிருக்க வேண்டியிருக்கிறது. எழுதுபவனைவிட எதிர்த்துப் பேசுபவன் புகழ்பெற்ற ஆளாகிவிடுவான். அதனாலேயே 'நாஞ்சில் நாடன் இந்துத்துவா' என்று எளிதாகச் சொல்லி விட்டுப் போய்விடுகிறார்கள். ஆனால், இந்த மதமாற்றமும் உழைப்புச் சுரண்டலும் நடக்கவில்லை என்று யாராவது சொல்கிறார்களா?

கே : ஜெயமோகன், எஸ்.ராமகிருஷ்ணன் இவர்களெல்லாம் அறியப்பட்ட அளவிற்கு, நன்றாக எழுதக்கூடிய தோப்பில் முகம்மது மீரான், உமா மகேஸ்வரி, யூமா வாசுகி, பா.வெங்கடேசன் இவர்களெல்லாம் அறியப்படவில்லையே... அதற்கு என்ன காரணம் என்று நினைக்கிறீர்கள்?

பதி : இப்போது இருக்கும் சூழலில், உங்களால் குறிப்பிடப் படுபவர்கள் 'செல்ப் புரமோசன்' செய்வதில்லை என்பது ஒரு காரணம். வாசிப்பவர்கள், அதாவது மூத்த படைப்பாளிகள் பெருந்தன்மையோடு எடுத்துச் சொல்லாதது மற்றொரு காரணம். நல்லதோ கெட்டதோ சுந்தர ராமசாமியும் வெங்கட் சாமிநாதனும் என்னைப் பற்றிச் சொல்லியிருக்கிறார்கள் அல்லவா? நீங்கள் குறிப்பிடுபவர்களுள் எனக்கு யூமா வாசுகி மீது பெரிய மரியாதை உண்டு. எனக்குத் தெரிந்து தமிழிலக்கியத்தில் 'அஞ்சலை'யும் 'ரத்த உறவு'ம் பேசிய அளவுக்கு பெண்கள்பற்றி பெண்களேகூட பேசவில்லை. யூமா வாசுகியின் ரத்த உறவு மிகவும் அற்புதமான படைப்பு. உமா மகேஸ்வரி அசாதாரணமான திறமை வாய்ந்தவர். அவரது கவிதைகளும் சரி, சிறுகதைகளும் சரி, நாவலும் சரி கவித்துவ மானவை. அப்புறம் ஒரு நல்ல படைப்பாளி தன்னுடைய படைப்பைச் சுமந்துகொண்டுபோய் 'இதைப் படித்துப் பாருங்கள்... இதற்கு விமர்சனம் எழுதுங்கள்' என்று சொல்லவும் முடியாது. அப்படி நான் யாரிடமும் ஒருபோதும் கேட்டதில்லை. ஆனால், என்னுடைய மூத்த படைப்பாளிகள் எனக்குச் செய்த பெருந்தன்மையான பாராட்டை, என்

காலத்தைய படைப்பாளிகள் எங்களுக்குப் பிறகுவந்த முதற்தரமான படைப்பாளிகளுக்குச் செய்கிறோமா என்பது கேள்விதான். செய்யவில்லை என்றே சொல்லவேண்டும்.

கே : 'அதிகாரத்தின் அண்டையில் நிற்றல்' என்ற வாசகத்தை உங்களால் எழுதத்தூண்டிய சூழல் எத்தன்மையது? உதாரணமாக, அண்மையில் நடந்தேறிய கலைஞரது 90ஆவது பிறந்தநாள் கொண்டாட்டத்தில் 90 கவிஞர்கள் கலந்துகொண்டு வாழ்த்துத் தெரிவித்திருந்தார்கள். அதைப் பற்றி?

பதி : கலந்து கொண்ட எல்லோருக்கும் அவரவர்க்குரிய நியாயப் படுத்தல்கள் இருக்கும். உண்மையிலேயே கலைஞர்மீது ஈடுபாடும் பிரமிப்பும் கொண்ட ஆட்கள் எந்தவிதச் சிக்கலுமின்றி 'நான் கலந்துகொள்கிறேன்' என்று உடடியாகச் சொல்லி விடுவார்கள். இன்னொரு வகையான ஆட்கள் அதாவது, கலைஞர்மீது வெறுப்பும் பகையும் விமர்சனமும் உள்ள ஆட்கள் 'நான் கலந்துகொள்ள மாட்டேன்' என்று தடாலடியாகச் சொல்லி விடுவார்கள். இந்த இரண்டுவிதமான ஆட்களைப் பற்றியும் நமக்குப் பிரச்சனையில்லை. இந்த இரண்டிலும் இல்லாமல் நடுவிலே இருக்கக்கூடிய ஆட்களுக்குத்தான் முடிவெடுப்பதில் சிக்கல். கலைஞர் சில பிரச்சனைகளிலே செயற்பட்ட நேர்மைக்குறைவு, தமிழ் தமிழ் என்று பேசிக் கொண்டிருந்தாலும் அதில் தென்படக்கூடிய ஒருவித போலித்தன்மை ஆகியவற்றில் விமர்சனத்தோடிருக்கும் பலர் இதில் கலந்துகொள்ளத் தயங்கியிருப்பார்கள். அவர்களது மனம் அவர்களைக் கேள்வி கேட்டிருக்கும். அந்தக் கேள்விகளைப் புறமொதுக்கிவிட்டுத்தான் அத்தகையோர் இதில் கலந்து கொண்டிருப்பார்கள். 'ஏன் போகிறார்கள்?' என்றால், அவர்களுக்குச் சில எதிர்பார்ப்புகள் இருக்கலாம். அதிகாரம் சார்ந்து நமக்கு ஏதாவது தேவை வரும்போது உதவிக்குப் போய் நிற்கலாம். அதிகாரம் சார்ந்து பயன்படுத்திக்கொள்ளலாம் என்று எண்ணியிருப்பார்கள். இது கொள்கை சார்ந்த முடிவு என்று நான் நினைக்கவில்லை. அடையாளம், மதிப்பு, கிட்டப் போயிருந்தால் நமக்கொரு வெளிச்சம் கிடைக்கும் இன்னபிற நோக்கங்கள் அவர்களுக்கு இருந்திருக்கும். அவர்களுடைய மனச்சாட்சியின் உறுத்தல், சகபடைப்பாளிகள் என்ன நினைப்பார்கள் என்பதையெல்லாம் அவர்கள் யோசித்திருப்பார்கள்.

ஆனாலும், அவற்றையெல்லாம் தாண்டிய சொந்த இலாபங்களை கருத்திற்கொண்டே போவதென்று முடிவெடுக்கிறார்கள். அவர்கள் அப்படியொரு முடிவை எடுத்துப் போன பிற்பாடு, நாம் கேள்வி கேட்கிறபோது அவர்களுக்குக் கோபம் வருகிறது. அவர்கள்தாம் இரண்டு பக்கங்களையும் யோசித்துப் போய்க் கலந்துகொண்டவர்கள். எனக்கு இந்த மூத்த படைப்பாளிகள் மீது இந்தக் கேள்வி இருக்கிறது. 'உன்னை விட பல படிகள் கீழே இருக்கக்கூடிய படைப்பாளி முன் வரிசையில் உட்கார்ந்திருக்கிறாள். நீர் ஏழாவது வரிசையில் போய் நின்றுகொண்டிருக்கிறீரே...! உமக்கு வெட்கமாயில்லையா?' நான் அவர்களுக்காக வருத்தப்படுகிறேன். 'இது உமக்கு மட்டுமான அவமதிப்பு இல்லை... உம் மொழிக்கான அவமதிப்பு. இந்த அவமதிப்புக்கு உம்மை ஆளாக்கிக் கொள்ள வேண்டிய அவசியம் என்ன?' என்ற கேள்வி எனக்கு இருக்கிறது. அதைக் கேட்டால் அவர்களுக்குக் கோபம் வருகிறது. உடனே என்னைத் திருப்பிக் கேட்பார்கள் 'வரிசையில் நின்று, ஐ.ஏ.எஸ். அதிகாரி முதுகில் கைவைத்துத் தள்ள நீ போய் கலைமாமணி விருது வாங்கிக்கொள்ளவில்லையா?' என்று. அந்த அவமதிப்பை உணர்ந்த காரணத்தினால்தான் இந்த அவமதிப்பைப் பற்றிப் பேசுகிறேன். கலைமாமணி எனக்குக் கலைஞர் தந்த பரிசு அல்ல, தமிழ்நாட்டு அரசாங்கம் தந்த பரிசு.

கே : **கம்பராமாயணம், சங்கப் பாடல்கள் ஆகிய பழந்தமிழிலக்கியங்களைக் கற்றுத் தேர்ந்தவர் நீங்கள். இக்காலத்தில் எழுதிக்கொண்டிருப்பவர்களுக்கு பழந்தமிழிலக்கியத்தில் தேர்ச்சி அவசியமா? அத்தகு தேர்ச்சியற்றவர்கள் தரமாக எழுதவியலாது என்று கருதுகிறீர்களா?**

பதி : கண்டிப்பாக எழுதமுடியும். ஆனால், இதுவொரு மேலதிகமான கருவி என்று நினைக்கிறேன். எனது மூத்த தலைமுறைப் படைப்பாளிகளில் சிலர், மரபிலக்கியத்தில் ஆழங்கால் படாதவர்கள். அதை எதிர்மறையாகப் பயன்படுத்தினார்கள். 'மரபு உனக்கொரு சுமை' என்றார்கள். ஆனால் மரபிலக்கியப் பரிச்சயம் இல்லாமலும் நல்ல படைப்புகளைத் தரவியலும். அது உங்களுடைய படைப்பு மனநிலை. உங்கள் படைப்பாளுமை சார்ந்த விடயம். படைப்பினை மொழி மூலமாக வெளிப்படுத்தும்போது மொழியிலுள்ள வளங்களை, அந்தப்

பலத்தை ஏன் பயன்படுத்தக்கூடாது என்பதுதான் என் கேள்வி. எனக்கு மரபானது பலமாக இருக்கிறது. மரபின் பலத்தை நாம் இழக்கவேண்டாமே என்பதுதான் என்னுடைய ஆலோசனை. இது அறிவுரை அல்ல.

கே : இயல் விருது ஏற்புரையில் காகம் - குயில் உதாரணத்தோடு பேசியிருந்தீர்கள். உங்களது எழுத்தின் தரம் குறித்து எவராலாவது முன்வைக்கப்பட்ட விமர்சனத்தின் தாக்கம் உங்களை அப்படிப் பேசத் தூண்டியதா?

பதி : அப்படியில்லை. உங்களுக்குள்ளேயே ஒரு விமர்சகர் இருப்பார். அடுத்தவர் சொல்வது அப்புறம். நான் நூற்றுப் பத்தொன்பது சிறுகதைகளை எழுதியிருக்கிறேனென்றால் எனக்கு நிச்சயமாகத் தெரியும். அதில் பத்துச் சிறுகதைகளாவது அற்புதமானவை எனச் சொல்லத்தக்கவை என்பது. ஆக, என்னைத் தாண்டியதற்கு அப்புறந்தான் விமர்சனம். நன்றாகச் சொன்னால் மகிழ்ச்சி. சொல்லவில்லையானால் இரண்டு நாட்களுக்குச் சங்கடமாக இருக்கும். அதன்பிறகு நாம் அதைத் தாண்டிச் சென்றுவிடுவோம். விமர்சனம் என்பது எப்போதும் எனது எதிர்காலப் படைப்பிற்கான ஆலோசனையே தவிர வேறில்லை. ஏற்கெனவே எழுதப்பட்ட படைப்பை நாம் ஒன்றும் செய்வதற்கில்லை. விமர்சனம் என்பது அதை எழுதுகிறவனுடைய தர்மத்தைப் பொறுத்தது. அதை என்ன நோக்கத்திற்காக முன்வைக்கிறார் என்பதைப் பரிசீலிக்கும் புத்தி நமக்கு இருக்கிறதுதானே? நமக்குள் மிகச்சிறந்த ஒரு வாசகன், எடிட்டர், விமர்சகர் ஆகிய மூவரும் இருக்கிறார்கள். மூவரும் இணைந்துதான் ஒரு படைப்பில் இயங்குகிறார்கள்.

கே : இலக்கியத்தின் தரம் பற்றிய பேச்சு வருகிறது இல்லையா? அப்படி பெரும்பான்மையானோரால் ஏற்றுக்கொள்ளக்கூடிய தரம் என்ற ஒன்று இருக்கிறதா? எதை மையமாக வைத்து அந்தத் தரம் தீர்மானிக்கப்படுகிறது?

பதி : அப்படியொரு தரம் எங்கேயும் சாத்தியம் இல்லை. உத்தமப் பொதுக் காரணி என்று சொல்கிறோமல்லவா? அதுபோல ஒரு குறைந்தபட்ச தரம் வேண்டும். நமக்கு முற்றிலும் முரண்பட்ட ஒரு கொள்கையை ஒரு படைப்பு பேசினால் கூட, அதன் மொழி நமக்கு உவப்பானதாக இருக்கிறபோது அது பிடித்துப்போகிறது. குமரகுருபரர் என்பவர் ஒரு

சைவக்குரவர். திருநாவுக்கரசருக்கும் மாணிக்கவாசகருக்கும் இணையாக வைத்துப் பேசத்தக்கவர். நான் பிறப்பால் சைவனாக இருந்தாலும், வாழ்க்கைமுறையால் சைவனில்லை. எனக்கு பக்தி கிடையாது. ஆனால், குமரகுருபரை வாசிக்கிற போது ஒரு கவிஞராக அவரை எனக்குப் பிடிக்கிறது. கம்பன் போதிக்கிற இறையொழுக்கம், வழிபாடு எனக்குப் பெரிதல்ல. அவருடைய தமிழ் பெரிதாக இருக்கிறது. குரானையும் பைபிளையும்கூட அப்படிப் பார்க்கமுடியும்.

கே : எழுத்தாளனை வாசகர்கள் மதிக்கவேண்டும் என்றும் தேவையில்லை என்றும் இரண்டு விதமான வாதங்கள் அண்மையில் வைக்கப்பட்டன. ஒரு எழுத்தாளர் பொது மனிதனை விட எந்தவகையில் மேன்மையானவன் / மேன்மையானவள்?

பதி : மனிதர்கள் என்ற வகையில் எல்லோரும் சமமானவர்கள். ஆனால், ஒரு கலைஞன் என்று வரும்போது அவன் பிற மனிதர்களை விட மேலானவன்தான். அவன் சமூகத்திற்காக, அடுத்த தலைமுறைக்காகச் சிந்திக்கிறான். சிறந்த காப்பிக்காகவோ மசால்தோசைக்காகவோ தேடிப் போக முடிகிற ஒருவனுக்கு எழுத்துப் பற்றி தரமதிப்பீடே இல்லை. புகையிரதப் பயணமொன்றில் ஒரு மலையாளியைச் சந்திக்க நேர்ந்தது. பேச்சுவாக்கில் அவர் என்னை அறிந்துகொள்கிற போது அங்கு கிடைக்கும் மரியாதையே தனி. இந்த அங்கீகாரம் தமிழ்நாட்டில் தமிழ் எழுத்தாளனுக்குக் கிடையாது. சினிமாத்துறைக்கு வந்து அதன் மூலமாக சில புகைப்படங்கள் வெளியாகும்போது நம்மை அடையாளம் கண்டுகொள்கிறாரே தவிர்த்து மரியாதை என்பது கிடையாது. காலில் விழுந்து வணங்கவேண்டுமென்று நான் சொல்லவில்லை. ஆனால், பிறமொழிகளில் எழுத்தாளனுக்குக் கொடுக்கப்படுகிற மரியாதை ஏன் தமிழில் இல்லை என்று நினைக்கும்போது வருத்தமாகத்தான் இருக்கிறது.

பாண்டிச்சேரி சம்பவத்தை மனதில் வைத்துக் கேட்டீர்களாயின், என்னைப் பற்றித் தெரிந்தேயிராத ஒருவர் என்னைக் கூர்பார்க்க வந்திருந்ததாகவே அதைக் கொள்ளவேண்டும். அன்று என்னிடம் கேட்கப்பட்ட கேள்விகளெல்லாம் மிக அற்பமான கேள்விகள். மேலும், பதில் சொல்வதற்குக்கூட எனக்கு நேரம் தரப்படவில்லை. "தூக்கணாங்குருவிக்கூடு

தூங்கக் கண்டேன் மரத்திலே'' என்பதில் 'தூங்க' என்பதற்கு என்ன பொருள் என்று என்னிடம் கேட்கிறார். இதுவொரு சினிமாப் பாட்டு. தூக்கத்திற்கும் உறக்கத்திற்கும் என்ன வித்தியாசம் என்று கம்பனில் கட்டுரை எழுதியவன் நான். உடனே என்ன சொல்லுகிறாரென்றால், ''உங்களுக்கு இந்தக் கேள்விக்குப் பதில் தெரியாது. நான் அடுத்த கேள்விக்குப் போகிறேன். தாயுமானவர் படிச்சிருக்கியா நீ? பட்டினத்தார் தெரியுமா உனக்கு?'' இப்படிப் போகிறது உரையாடல். எனக்குப் பக்கத்திலே தேவதேவன் அமர்ந்திருக்கிறார். பொறுக்க முடியாத ஒரு கட்டத்திலே நான் சொன்னேன். ''நான் இந்த வீட்டுக்கு விருந்தினர். நீங்கள் எதிர்வீட்டிலே குடியிருக்கிறவர். உங்கள் மகனுடைய காரை நாங்கள் நாள்பூரா பயன்படுத்தியிருக்கிறோம். அந்தக் கட்டுப்பாட்டுக்காக நான் இதுவரையில் பொறுமை காத்துக்கொண்டிருந்தேன். நான் யாரென்று உங்களுக்குத் தெரியுமா? எனது எழுத்திலே ஒரு வரி படித்திருக்கிறீர்களா? என்ன உரிமையினால் நீங்கள் இப்படியான கேள்விகளை என்னிடம் கேட்டுக்கொண்டிருக் கிறீர்கள்? நான் ரொம்ப நேரமாக உங்களைச் சகித்துக் கொண்டிருக்கிறேன்'' என்று சொல்லிக் கொண்டிருக்கும் போது ஜெயமோகன் உள்ளே வருகிறார். அவரோடுகூட வந்த நண்பர் என்னை வெளியில் அழைத்துச் சென்று விட்டார். இதன்பிறகு ஜெயமோகனுக்கும் அந்தப் பெரியவருக்கும் சண்டை வந்துவிட்டது.

இதை வைத்து ஜெயமோகன் என்ன சொல்ல வருகிறா ரென்றால், ஒரு படைப்பாளி என்று தெரிந்துதானே வருகிறாய்? ஒரு சாதாரண மனிதனிடம் பேசவரவில்லை. ஏறத்தாழ முப்பது வருடங்களாக எழுதிக்கொண்டிருக்கிறேன் என்று தெரிந்துகொண்டு வரும்போது எனக்கு ஒரு அடிப்படை மரியாதை தரவேண்டுமல்லவா? நீ ஒரு பெரிய எழுத்தாளன் என்று சொல்கிறார்களே... உனக்கு அப்படி என்னதான் தெரியும் என்று பார்த்துவிடுகிறேனே என்று கங்கணம் கட்டிக் கொண்டு உள்நோக்கத்தோடு வருபவரிடம் வேறெப்படி நடந்து கொள்ள முடியும்? எழுத்தாளன் கொம்பு முளைத்த வனெல்லாம் கிடையாது. மிகச் சாதாரணமான மனிதன். 'எல்லோருக்கும் ஒவ்வொன்று எளிது. ஆகவே யான் பெரியேன் என்று எண்ணவேண்டாம்' என்கிறார் ஔவை.

ஆகவே, சகமனிதர்களை மேலானவர், கீழானவர் என்றெல்லாம் மதிப்பீடு செய்வதில்லை. இசைக்கலைஞன் கீழானவன்... நான் மேலானவன் என்று நான் சொல்லவில்லையே! எனக்குச் சில தன்மைகள் வாய்த்திருக்கின்றன வென்றால் நீங்கள் அதை மதிக்கவேண்டும் அல்லவா? ஒரு சமூகம் அந்த மதிப்பினைத் தரத் தவறுகிறதென்றால் வருத்தமாகத்தானே இருக்கும்?

கே : நீங்கள் எழுத வந்த காலத்தில் அதாவது 1975ஆம் ஆண்டளவில் எழுதிக்கொண்டிருந்த பெண் படைப்பாளிகளுக்கான வரவேற்பு எப்படி இருந்தது?

பதி : அம்பையில் நாங்கள் பெரிய மதிப்பு வைத்திருந்தோம். நான் சின்னப்பையனாக இருந்தபோது லஷ்மி, அநுத்தமா இவர்களையெல்லாம் விரும்பி வாசித்தேன். அநுத்தமாவின் எழுத்து மீது எனக்கு இன்னுமே மதிப்புண்டு. லஷ்மியும் தனக்குண்டான 'றோல்'ஐ நன்றாகச் செய்திருந்தார். அந்தக் காலத்தில் அம்பை செய்ததெல்லாம் பெரிய புரட்சி. அந்தத் தீவிரத்தோடு எழுதுபவர்களைத்தான் இப்போதும் நாம் எதிர்பார்க்கிறோம். அதற்காக மற்றவர்களைப் புறக்கணிப்பது என்றில்லை.

கே : முந்தைய காலப்பகுதிகளில் ஈழத்து இலக்கியம் பற்றி தமிழகப் படைப்பாளிகளிடையே ஒரு அசிரத்தை நிலவிய தல்லவா? அந்த நிலை இப்போது மாறியிருக்கிறதா?

பதி : ஈழத்து படைப்புகள் முன்பு தீவிர வாசகனைப் போய்ச் சேரவில்லை. ஆனால், இணையவசதி வந்து எல்லாவற்றையும் சமப்படுத்தியிருக்கிறது. ஈழம் என்பது ஒரு பிரதேசம் அவ்வளவு தான். சங்ககாலத்தை எடுத்துக் கொண்டோமானால் 256 சங்கப்புலவர்களில் மூன்றில் ஒரு பங்கினர் ஈழத்தவர்கள். அகராதி, நிகண்டு செய்தவர்களில் கால்பங்கினர் ஈழத்தைச் சேர்ந்தவர்கள். ஒரு மொழிக்கான பங்களிப்பை அவர்கள் செய்திருக்கிறார்கள். அதுவொரு குறுகிய நிலம். குறைந்த எண்ணிக்கையிலான மக்கட்தொகை. அவர்களிடமிருந்து வரக்கூடிய பங்களிப்பானது எந்தக் காலத்திலும் வியந்து பார்க்கும்படியாகத்தான் இருந்திருக்கிறது. நான் வாசிக்க ஆரம்பித்த காலத்தில் மு.தளையசிங்கத்தையும் மகாகவியையும் வியந்தபடிதான் வாசித்திருக்கிறேன். தொடர்ந்து

வாசிக்கிறபோது எஸ்.பொ. மீது எனக்குப் பிரியமுண்டு. இப்போதும் அவரது படைப்புகளை வாசித்துக் கொண்டு தானிருக்கிறேன். சயந்தனின் தற்போதைய சிறுகதைத் தொகுப்பு வரையும் படித்திருக்கிறேன். எல்லாப் படைப்பாளிகளும் அப்படியா என்று கேட்டால், ஆமென்று உறுதியாகச் சொல்லமுடியாது. அது அவரவர்களுடைய வாசிப்புத் தரம், தெரிவைப் பொறுத்தது. ஆனால், என் வயதை யொத்த பல படைப்பாளிகள் வாசிப்பை நிறுத்தியே பல வருடங்கள் ஆகிவிட்டன. தமிழ்நாட்டில் வெளியாகும் முக்கியமான புத்தகங்களையே வாசிக்காதவர்கள் ஈழத்தைச் சேர்ந்தவர்களுடையவற்றை வாசிப்பார்கள் என்று எப்படி எதிர்பார்க்க முடியும்? சிலர் சில பெயர்களைக் குறிப்பிடுவார்கள்? எனக்கு அனார், சிவரமணி கவிதைகள் பிடிக்கும். ஷோபா சக்தி அற்புதமான படைப்பாளி. ஆக, புறக்கணிக்க வேண்டுமென்றோ அலட்சியப்படுத்த வேண்டுமென்றோ இந்தக் காலகட்டத்தில் யாரும் பார்ப்பதில்லை. சமீப காலத் தமிழ்க் கவிஞர்கள் என்று பார்த்தால் தமிழ்நதியை யாரும் புறக்கணித்துவிட்டுப் பார்க்க முடியாது. என்னுடைய வாசிப்பு அனுபவத்திலிருந்து நான் ஒரு முடிவுக்கு வருகிறே னென்றால், அதை மற்ற வாசகன் ஒத்துக்கொள்ள வேண்டிய தேவையில்லை. ஒரு படைப்பை வாசிப்பதென்பதே அதற்கான குறைந்தபட்ச அங்கீகாரம், அதைக் குறித்துப் பேசுவதும் கொண்டாடுவதும் அதைத் தொடர்ந்து வருவன. வாசிக்காமலே குறைசொன்னால் எப்படி?

கே : தமிழில் சிறுகதையினுடைய தற்போதைய போக்கு நம்பிக்கை தரக்கூடியதாக இருக்கிறதா?

பதி : சிறுகதைகள் குறைவாக எழுதப்படுகின்றனவேயன்றி, சூழல் மிகுந்த நம்பிக்கை தரக்கூடியதாக, வளமாக இருக்கிறது. சமீபத்தில் தன் தொகுப்பினை வெளியிட்ட இளஞ்சேரல் மற்றும் கண்மணி குணசேகரன், அழகிய பெரியவன், ஜாகிர் ராஜா, என்.ஸ்ரீராம், சந்திரா, அ.வெண்ணிலா ஆகியோர் அற்புதமாக எழுதிக்கொண்டிருக்கிறார்கள். எஸ்.செந்தில்குமாருடைய சில கதைகள் நன்றாக இருக்கின்றன. கால பைரவன் நன்றாக எழுதுகிறார். திருச்செந்தாழை கடந்த ஐந்து வருடங்களாக ஒன்றுமே எழுதவில்லை. ஜே.பி.சாணக்யா, நல்ல படைப்பாளி. சிறுகதையின் போக்கு ஆரோக்கியமாகத்தான் இருக்கிறது.

கே : தற்கால தமிழிலக்கிய சூழலின் விமர்சனப் போக்கை எப்படி பார்க்கிறீர்கள்? உண்மையான விமர்சனம் என்ற ஒன்று இருக்கிறதா?

பதி : விமர்சனப் போக்கு சரியாக இல்லை என்றுதான் எனக்குத் தோன்றுகிறது. விமர்சன் என்பவன் படைப்பாளியைவிட பரந்த வாசிப்பு உடையவனாக இருக்கவேண்டும். படைப்புத் தாண்டியும் வரலாறு, பூகோளம், இசை ஆகியவற்றில் ஓரளவுக்காவது விசயம் தெரிந்தவனாக, தன்மொழிப் படைப்பு மட்டுமென்றில்லாமல் பிறமொழி வாசிப்பும் உடையவனாக இருக்கவேண்டும். அப்போதுதான் அவன் ஒப்பீட்டளவில் பேசமுடியும். அந்த ஆற்றலுள்ள விமர்சனம் என்னுடைய தலைமுறையில் க.நா.சு., சி.சு.செல்லப்பா, தருமு சிவராமு, சுந்தர ராமசாமி, நகுலன் இவர்களெல்லாம் படைப்புக்கு இணையாக விமர்சனமும் செய்தார்கள். க.நா.சு.வும் வெங்கட் சாமிநாதனும் திட்டவட்டமான விமர்சகர்கள். அதில் நமக்கு உவப்பு இருக்கிறதோ இல்லையோ அவர்களுடைய தகுதியை நாம் கேள்விகேட்க முடியாது. 'சி.ஐ.ஏ.யின் ஏஜன்ட்' என்பார்கள். சி.ஐ.ஏ.யின் ஏஜன்ட் ஏன் நடந்துபோய் பஸ் பிடித்துப் போகவேண்டும்? வீட்டு வாசலில் பென்ஸ் காரல்லவா நிற்கும்? அவர்கள் பார்வைப் பிழை செய்திருக்கலாம். அவர்களும் மனிதர்கள்தாம்! அவர்களுடைய ரசனையை, பார்வையை ஏதாவதொன்று கட்டுப்படுத்தியிருக்கலாம். ஆனால், அந்தத் தரத்திலான விமர்சனங்கள் இப்போது இல்லை. தற்காலத்தில் சில கல்லூரிப் பேராசிரியர்கள் விமர்சனம் செய்கிறார்கள் - நான் பெயர் குறிப்பிட விரும்பவில்லை... அவர்களுடைய விமர்சனங்களைப் படிக்கிறபோது அவர்களது தகுதிக்குறைவு புலனாகிறது. அவர்களில் ஓரச்சாய்வு இருக்கிறது. பரந்த வாசிப்பு இல்லை. ஆக, முறையான விமர்சனத்தின் தேவை இப்போது அதிகமாக இருக்கிறது. முன்பெல்லாம் பத்திரிகைகளில் மதிப்புரை என்று வரும். இப்போது அதெல்லாம் அருகிப் போய் விட்டது. ஹிந்து எத்தனை புத்தகங்களுக்கு மதிப்புரை எழுதி யிருக்கிறது? ஆனந்த விகடனோ, குமுதமோ மதிப்புரை வெளியிடுவதில்லை. இலக்கியப் பத்திரிகைகள் அல்லது நடுவாந்தரப் பத்திரிகைகள் தம்முடைய பதிப்பில் வெளிவந்த புத்தகங்களுக்குத்தான் மதிப்புரைகளை வாங்கிப் போடு கிறார்கள். நான் ஏன் கண்மணி குணசேகரனைப் பற்றி,

ஜாகிர் ராஜாவைப் பற்றி மதிப்புரை எழுதுகிறேனென்றால் எனக்கு சில வரையறைகள் இருக்கின்றன. நான் விமர்சகன் இல்லை. ரசனை சார்ந்து பார்க்கிற ஆள். விமர்சனம் என்பது முழுக்க முழுக்க எனக்கு சாத்தியமான விசயம் இல்லை.

கே : நீங்கள் அமெரிக்கா, மலேசியா, மத்திய கிழக்கு நாடு இங்கெல்லாம் போயிருக்கிறீர்கள். இப்போது கனடாவுக்கு வந்திருக்கிறீர்கள். கனடாவில் உங்களைக் கவர்ந்த விடயங்களைப் பற்றிச் சொல்லுங்களேன்...

பதி : ஏனைய நாடுகளைவிட கனடா இயற்கை எழில்மிக்கதா யிருக்கிறது. முக்கியமாக ஏரிகள். இங்குள்ள ஏரிக்கரை யொன்றில் பத்துப் பன்னிரெண்டு தமிழ்க் குடும்பங்கள், ஏறத்தாழ ஐம்பது பேர் போய் சில நாட்கள் ஒன்றாகத் தங்கி யிருந்தோம். அங்கேயே சமைத்துச் சாப்பிட்டோம். அவர் களெல்லாரும் குமுதம், ஆனந்தவிகடன் கூடப் படிக்காதீர்கள். எனக்குத் தெரிந்த உஷா மதிவாணன் குடும்பத்தோடு நான் தங்கியிருந்தேன். அவர்கள் நல்ல படிப்பாளிகள். ஆக, எனக்கொரு அடையாளம் கிடையாது அந்தக் கூட்டத்தில். அதைப் பொருட்படுத்தாமல் எனக்கு அந்த இயற்கையோடு இருக்கமுடிந்தது. மரங்களிலிருந்து விழுகிற இலை தழைகள் தவிர வேறெந்தக் குப்பைகளும் இல்லை. ஒரு பாலிதீன் சீற்றோ பிளாஸ்டிக்கோ சிகரெட் துண்டோ பியர் ரின்னோ போத்தல்களோ எதுவும் கிடையாது. அது மிகவும் பிடித்திருக்கிறது.

அதுபோல 1865 தீவுகளைக் கொண்ட 'தவுசன்ட் ஐலன்ட்'க்குப் போயிருந்தேன். பனி உடைவுகளால் ஏற்பட்ட பல தீவு களுக்கு மத்தியில் செயின்ற லோரன்ஸ் நதி போய்க் கொண்டிருக்கிறது. அதனுடைய நீரோட்டம் ஒவ்வொரு பக்கத்திலும் ஒவ்வொரு மாதிரி இருக்கிறது. ஒரு பக்கம் கனடா. மற்றொரு பக்கம் அமெரிக்கா. சின்னச் சின்னத் தீவுகள். நகரத்தோடு தொடர்பிலேயே இல்லை. சமையலுக்குத் தேவையான, குடிக்கத் தேவையான பொருட்களை நகரங் களுக்கு படகுகளில் சென்று வாங்கிவருகிறார்கள். நாங்கள் அங்கு போயிருந்தபோது பன்னிரண்டு செல்சியஸ் வெப்ப நிலை. மிக அற்புதமான அனுபவமாக அது எனக்கு அமைந் திருந்தது. அமெரிக்காவும் கனடாவும் சுத்தமாகவே

இருக்கின்றன. சுத்தம் எப்போதும் சந்தோசமான விடயந் தான். ஒப்பீட்டளவில் இங்கு பெருநகரங்களில் குறைந்தளவு சனங்களையே பார்க்கமுடிகிறது.

நயாகராவைப் பார்த்தபோது கம்பனுக்கு இது கொடுத்து வைக்க வில்லையே என்று தோன்றியது எனக்கு.

அமெரிக்காவிலும் மலேசியாவிலும் மத்தியகிழக்கிலும் எனது நண்பர்களோடுதான் நான் தங்கியிருந்தேன். இங்கு கனடாவில் புதுப்புது மனிதர்களை, இலக்கியவாதிகளை நான் பார்க்கிறேன். இது எனக்கு மகிழ்ச்சி தரக்கூடிய விடயம். ஏனென்றால், ஏறத்தாழ நாற்பது வருடங்களாக நான் இலக்கியத்தில் தொடர்ந்து இயங்கிவந்திருக்கிறேன். ஓரளவுக்காவது வாசிப்பவர்களைப் பார்ப்பது பிடித்திருக்கிறது. இந்த இயல்விருது எனக்கு வழங்கப் பட்டிருக்கவில்லையென்றால், நான் கனடாவுக்கு வருவதற்கான வாய்ப்பு கிடைத்திருக்காது. இனி வருவேனா என்பதிலும் நம்பிக்கையில்லை. ஆகவே எனக்குக் கிடைத்திருக்கும் இந்த வாய்ப்பை முழுதாக அனுபவித்துக் கொண்டிருக்கிறேன்.

27 ஆனந்தவிகடன்

விகடன் மேடை பதில்கள்

ஜூன் - ஜூலை 2014

கே : கொங்குநாட்டு உணவு வகைகளில் உங்களைக் கவர்ந்தது?

பதி : கொங்கு மக்களின் எளிய உணவுகள் பலவும் எனக்குப் பிடிக்கும். கச்சாயம், காட்டுக்கீரைக் கடைசல், அரிசியும் பருப்பும் சாதம் என்பன சில. அவற்றுக் என்னைக் கவர்ந்தது 'அரிசியும் பருப்பும் சாதம்'. இதை விளையாட்டாகக் கொங்கு பிரியாணி என்பார்கள். கடலை எண்ணெயில் உரித்த முழுதான சின்ன வெங்காயம், கிள்ளிப்போட்ட வரமிளகாய், கறிவேப்பிலை, கடுகு, காயப்பொடி, மஞ்சள் தூள் போட்டு வதக்கி, தக்காளி அரிந்துபோட்டு தண்ணீர் விட்டு, புழுங்கலரிசி ஒரு கப், துவரம் பருப்பு கால் கப் போட்டு வேகவிடவேண்டும். அதில் பூண்டு, சீரகம், நல்லமிளகு சதைத்துப் போட்டு வெந்தவுடன் இறக்க வேண்டியதுதான். சூடாகச் சாப்பிடணும், வாசமாக இருக்கும். கவனிக்கவும், கொங்கு மண்ணில் விளையாத எந்த இறக்குமதிச் சரக்கும் இந்த உணவில் இல்லை. கண்டிப்பாக உப்புப் போட மறந்துவிடாதீர்கள்.

கே : வாழ்வின் இளமையான காலங்களை மக்கள் நலப் போராட்டங்களுக்காக வீதிகளில் சிறைகளில் கழிப்பவர்கள் எந்த அடையாளமும் இல்லாமல் கடந்து செல்லப் படுகின்றனர். ஆனால் எழுத்தாளர் எனப்படுவோர் தங்களின் ஒவ்வொரு செயலுக்கும் அங்கீகாரத்தை எதிர்பார்ப்பதும் அங்கலாய்ப்பதும் கூச்சலிடுவதும் சுயநலத்தையே பொதுநலம்போல முன் வைப்பதும் மிகவும் ஆபாசமாக இல்லையா?

பதி : தியாகங்களைப் புறக்கணிப்பது சமூகத்தின் நோய்க்கூறு. இதைச் சுட்டிக்காட்டுபவனே எழுத்தாளன்தான். ஒரு சமூகத்தின் பண்பாட்டை, சிந்தனையை, மொழியை அடுத்த நூற்றாண்டுக்குக் கடத்துபவனும் அவனே. ஒருபோதும் சுயநலத்தை அவன்

பொதுநலமாக முன்வைப்பதில்லை. இங்கு நான் எழுத்தாளனைப் பற்றிப் பேசுகிறேன். போலிகளைப் பற்றி அல்ல. எழுத்தாளனுக்கு சில முனகல்கள் இருக்கக்கூடும. புதுமைப்பித்தன், 'செத்ததற்குப் பின்னால் சிலைகள் எடுக்காதீர்' என்றார். கவிக்கோ அப்துல் ரகுமான் ஒரு விருது வழங்கு மேடையில், 'எங்களுக்கு ஒரு பூ கொடுங்கள் போதும்' என்றார். எழுத்தாளன் என்பவனும் சமகால சமூகத்தின் ஒரு கூறுதான். உமையின் ஞானப்பால் உண்டவனோ, காளி வாயின் தாம்பூலம் பெற்றவனோ அல்ல. சமூக, மதிப்பீடுகளின் வீழ்ச்சி அவனையும் பாதிக்கும். அவன் படைப்புகள் மக்களின் வாசிப்பைக் கோரி நிற்பன. அவன் அங்கலாய்புகளைக் கடந்து சென்று அவன் எழுத்துக்களைப் பொருட்படுத்தப் பழகுவோம். அப்படி என்ன தமிழ்ச் சமூகம் தகுதிசால் எழுத்தாளனைப் போற்றி, பாராட்டி, கைகுலுக்கிக் களைத்துப் போயிற்று?

கே : பேஸ் புக்கு என்பதை முகநூல் என்று பலர் எழுதுகின்றனர். இப்படி பெயர்ச் சொற்களை மொழியாக்கம் செய்வது சரியானதா?

பதி : அதில் தவறொன்றும் இருப்பதாய்த் தெரியவில்லை. பொருள் உணர்ந்து பொருத்தமாக, பயில இலகுவான மொழியாக்கம் வரவேற்கத் தகுந்ததே. கூரியர் எனும் சொல் தூதஞ்சல் என அழகாக மொழியாக்கம் செய்யப்பட்டிருக்கிறது. பல்கலைக் கழகமும், பணிமனையும், அலுவலகமும் நிலைபெற்றுச் சிறக்கவில்லையா? சொற் சேகரம் மொழிக்கு வளம்தானே!

கே : ஆரம்ப காலத்தில் நீங்கள் தி.மு.க.வுக்கு பிரசாரம் செய்திருக்கிறீர்கள். இப்போது உங்கள் பார்வையில் தி.மு.க. பற்றிச் சொல்லுங்கள்!

பதி : நான் பிறந்த வீரநாராயணமங்கலம், நாஞ்சில் நாட்டின் இரண்டாவது தி.மு.க. கிளைக்கழகம் அமைந்த சிற்றூர். பேராசிரியர் அன்பழகனும் நாஞ்சில் மனோகரனும் வந்து பேசிய ஊர். திராவிடக் கழகத்தில் இருந்து திராவிட முன்னேற்றக் கழகத்துக்கு மாறி, வசைக்கும் தாக்குதலுக்கும் ஆளாகிய முன்னணித் தொண்டர்களைக் கொண்ட ஊர். வீ.அ.கருணாகரன் என்ற பெயர் அறிவாலயத்தின் ஆவணக்கிடங்குகளில் தேடினால் அகப்படக்கூடும். மோதிரத்தை விற்றும்

தோப்புத் தேங்காயை விற்றும் கட்சிப்பணி ஆற்றிய பலர் வாழ்ந்தனர். சிறு தெய்வக் கோயில்களில் ஆட்டுக்கடா, சேவற்கோழி பலியை நிறுத்தியவர்கள். கலைஞர் கருணாநிதி எழுதிய 'நச்சுக்கோப்பை' நாடகம் நடத்திப் பணம் திரட்டி, தமிழர் நூல் நிலையம் பராமரித்தவர்கள். விடுதலையும், திராவிட நாடும், மன்றமும், முரசொலியும் வாசிக்க வாங்கிப் போட்டவர்கள். அதுவென் பின்புலம். 1967 - தேர்தலில் அம்பாசிடர் காரில் கன்னியாகுமரி சட்டமன்ற தொகுதி முழுக்க தி.மு.க.வுக்கு பிரச்சாரம் செய்திருக்கிறேன். என்னுடன் மைக் பிடித்தவர் பின்னாளில் சட்டமன்ற உறுப்பினர் ஆனார். இந்தி எதிர்ப்புப் போராட்ட காலத்தில் பட்டப்படிப்பு படித்துக் கொண்டிருந்தேன். பிரம்படியின் தழும்பு நினைவில் இன்னும் உண்டு. பிறகு அவர்களின் செயல்பாடுகள், பணமோகம், மக்கள் விரோதப் போக்கு எல்லாம் என் மனதில் ஏறியிருந்த தி.மு.க. எனும் கடுஞ்சாயம் வெளிறச் செய்தது. ஈழவிடுதலைப் போரில் அவர்கள் ஆடிய நாடகங்கள், சாதித்த கள்ள மௌனங்கள் யாவும் அருவருப்பையும் வெறுப்பையும் ஏற்படுத்தின. ஜெயகாந்தன் அமர்ந்திருந்த மேடையில் தி.மு.க. எனும் நோயில் இருந்து மீண்டவன் நான் என்று பேசினேன். 1967 - தேர்தல் முடிவுகள் வந்ததும் அன்றைய முதலமைச்சர் பக்தவத்சலம் விஷக்கிருமிகள் பரவிவிட்டன என்று சொன்னது எனக்கு இப்போது நினைவுக்கு வருகிறது. 'காகிதப் பூ மணக்காது, காங்கிரஸ் சமதர்மம் இனிக்காது' என்று அன்று எனக்குத் சொல்லித்தரப்பட்ட பிரச்சார வாசகமும் காரணமற்று நினைவுக்கு வருகிறது.

கே : **பள்ளிக்குப் பக்கத்தில்கூட டாஸ்மாக் கடைகள் வந்து விட்டன. இன்றைய தலைமுறைக்குக் கொண்டாட்டம் என்றால் அது குடியாகத்தான் இருக்கிறது. நீங்கள் குடிப்பவர்களை, குடிக்கு அடிமையானவர்கள், குடி ருசி அறிந்தவர்கள் என்று பிரிப்பீர்கள். இன்றைய சமூகத்தின் மீது குடியின் தாக்கத்தை, அதன் சாதக பாதகங்களைச் சொல்லுங்களேன்...**

பதி : குடி பற்றி மூன்று கட்டுரைகளில் விரிவாகப் பேசி இருக்கிறேன். என் முதல் கட்டுரைத் தொகுப்பின் தலைப்பே, 'நஞ்சென்றும் அமுதென்றும் ஒன்று' என்பது. மதுப்பழக்கம் என்பது அறம் சார்ந்ததல்ல. அது ஒழுக்கத்தின் பாற்பட்டது. சங்க இலக்கியங்கள் கள், மது, தேறல் என்று பேசுகின்றன. ஒழுக்கம் என்பது

காலம் சார்ந்து, சமூகம் சார்ந்து மாறக்கூடியது. நாற்பது ஆண்டுகளுக்கு முன்பே தமிழக அரசு தனது வருவாய்க்காக மதுவை அறிமுகம் செய்தது. இன்று, மது நாட்டுக்கும் வீட்டுக்கு கேடு என மதுக்குப்பிகளிலேயே அச்சிட்டு அனுப்புகிறது. இன்று மக்களிடையே மதுப்பழக்கம் நெறிப் படுத்தப்படாததோர் கொண்டாட்டமாக மாறிவிட்டது. நெறிப்படுத்தப்படாத எந்தக் கொண்டாட்டமும் விரும்பத் தகாத பின்விளைவுகளைத்தானே தரும்! தமிழ்நாடு கள்ளைத் தடை செய்திருக்கிறது. கள் என்பது உணவு, மருந்து, மிதமான போதையும்கூட. இன்று குடிக்கிற ஒருவன் செலவு செய்கிற பணத்தில் பெரும்பங்கு அரசாங்கம் வரியாகக் கவர்ந்து கொள்கிறது. மற்றொரு பங்கு பன்னாட்டு, இந்நாட்டு முதலாளிகள் பறித்துக் கொள்கிறார்கள். மூன்றாவது பங்கு ஆளும்கட்சி முகவர்களுக்கு போகிறது. தென்னங்கள், பனங்கள் என்றால் இந்தச் சிக்கல் இல்லை. கிராமத்துப் பணம் கிராமத்திலேயே புழங்கும். நமது அரசுகள் கள்ளுக்குப் பகை, IMFL-க்கு உறவு. இதற்குள் இருக்கும் சூத்திரத்தை நீங்கள் புரிந்துகொள்ள வேண்டும். கேரள அரசு, மிக சமீபத்தில் நாடெங்கும் இருந்த மதுச்சாலைகளை மூடப் பணித்துள்ளது. ஆனால் விற்பனைக்காக மதுக்கடைகள் திறந்திருக்கும். குடித்தே தீரவேண்டும் என்றால் வாங்கிக் கொண்டு வீட்டில் போய்க் குடியுங்கள். குடித்துவிட்டு கை உதறி வீட்டுக்கு நடக்காதீர்கள் என்பது செய்தி. குடிப்பது அவரவர் சுதந்திரம். முறையாக, சரியாகக் குடிப்பது சுதந்திரம் தரும் பொறுப்பு. மேலும் ஒன்று, குடிக்க எவரையும் வற்புறுத்தாதீர்கள்; குடிக்க விருப்பமில்லாதவனைக் கேலி செய்யாதீர்கள். வாங்கி கொடுத்துக் கெடுக்காதீர்கள்!

கே : இன்றைய எழுத்தாளர்களில் நம்பிக்கை தரக்கூடியவர்கள் யார் யார்?

பதி : இளையர்களை மட்டுமே கருத்தில்கொண்டு என் கருத்தைச் சொல்கிறேன். ஈழத்து இளைஞர்கள் சயந்தன், தமிழ் நதி இளங்கோ. இங்கே குமாரசெல்வா, வா.மு.கோமு, மு.ஹரிகிருஷ்ணன், ஜே.பி.சாணக்யா, கே.என்.செந்தில், எஸ்.செந்தில்குமார், திருச்செந்தாழை, என்.ஸ்ரீராம், தூரன் குணா, சந்திரா, இளஞ்சேரல், அ.வெண்ணிலா, லஷ்மி சரவணக்குமார் ஆகியோர் சாதிக்கிறவர்களும் நம்பிக்கைத் தரக்கூடியவர்களும்.

மீனா, தி.பரமேசுவரி, ச.விசயலட்சுமி திறனுடன் கட்டுரைகள் எழுதுகிறார்கள், கவிஞர்களில் உமா மகேசுவரி, குட்டி ரேவதி, லீனா மணிமேகலை, சுகிர்தராணி, சக்தி ஜோதி, சாம்ராஜ், லிபி ஆரண்யா, இசை, இளங்கோ கிருஷ்ணன் என்போர் என்னைக் கவர்ந்தோரில் சிலர். வகை மாதிரிக்காக சில பெயர்களைச் சொன்னேன்.

கே : பொதுவாகத தமிழர் உணவு வகைகள் குறித்து எழுதுவதில் ஆர்வம் மிக்கவர் நீங்கள். ஆனால் சாதியரீதியாக, மதரீதியாக உள்ளூறைந்திருக்கும் உணவின் அரசியல் குறித்து உங்கள் பார்வை என்ன?

பதி : பசித்தவனுக்கு கடவுள் உணவாக வருகிறார் என்பது எனது நம்பிக்கை. கடவுளுக்கே கூட சாதி, மதம் எனும் அரசியல், செல்வாக்குப் பெற்றிருக்கும் காலத்தில், உணவிலும் அரசியல் இருக்கும் தானே! மனிதர்களிலோ, அவர்கள் உண்ணும் உணவிலோ மேல், கீழ் பார்ப்பதில் எனக்கு உடன்பாடில்லை. உணவில் சிறந்தது எனும் பேச்சுக்கூட காலதேச வர்த்தமானங்களுக்கு கட்டுப்பட்டதுதான். ஆடு, கோழி சிறந்தது என்றும் மாடு, பன்றி தாழ்ந்தது என்பதும் நியாயமான கூற்று அல்ல. அமெரிக்காவிலும் கனடாவிலுமாக, இரண்டு சந்தர்ப்பங்களில் மூன்று மாதங்கள் பயணம் செய்தபோது பல்வகை உணவுகளின் மேன்மையைப் புரிந்து கொண்டேன். விலை கூடிய உணவைச் சிறந்தது என்று சொல்ல முடியாததைப் போலவே சைவமே சிறந்தது என்றும் பேச இயலாது. கோழி உயிரென்றால் முட்டையும் உயிர்தான். பாலென்பதோ பசுவின் மாற்றப்பட்ட இரத்தம்தான். பசு சுரப்பதன் நோக்கம் மாந்தர் கறந்து மாந்தவா? ஒரு நெல்மணி கூட உயிர்தானே எனபவன் நான். உணவு அரசியலைப் பொருட்படுத்தாமல் உணவை பசித்து ருசித்துப் புசியுங்கள். உணவை வீணாக்குவது பெரும் பாவம்.

கே : நீங்கள் வசனம் எழுதய ‘பரதேசி’ படத்தில் கிறிஸ்துவப் பாதிரியார் குறித்து இடம்பெற்ற காட்சிகள் மதவாத வன்மத்துடன் அமைக்கப்பட்டதாக எழுந்த குற்றச்சாட்டுகள் குறித்து?

பதி : கிறிஸ்துவத்தின் மீது எனக்கு எந்தவிதமான மதவாத வன்மமும் இல்லை. கிறிஸ்துவம் நம் மக்களுக்கு மொழி,

கல்வி, மருத்துவம் போன்ற புலம்களில் செய்த நன்மை களையும் சேவைகளையும் நாம் மறக்கவோ மறைக்கவோ இயலாது. அதே நேரத்தில் அவர்களது மதமாற்றக் குறுக்கு வழிகளையும் வரலாறு பேசுகிறது.

சில ஆண்டுகளுக்கு முன்பு, தற்செயலாக தூத்துக்குடி சாலை நூற்பாலைக்கு பணிநிமித்தம் சென்றிருந்தபோது, நூற்பாலை முதலாளி என்னை அவர் சொந்த ஊரான சாயர்புரம் கூட்டிச் சென்றார். ஜி.யு.போப், கால்டுவெல், ஹென்றி ஆல்ஃபிரட் கிருஷ்ணபிள்ளை எனும் கிஸ்துவக்கம்பர் என்போர் தொழுத தேவாலயத்தின் முன் நின்றிருந்தேன். இறைத் தலத்தின் முன்கிடந்த மண்ணெடுத்து நெற்றியில் பூசிக் கொண்டேன். பரதேசி படத்தில் என் வசனம் வன்மங்கள் நிறைந்ததல்ல. வரலாற்று உண்மைகள் நிறைந்தது. உண்மைகள் சிலசமயம் சுடும். யாருக்கு எங்கே சுட்டது என்பது என் கவலை அல்ல. இன்னொரு உண்மை சொல்கிறேன். அந்த மருத்துவப் பாதிரியார் வேடம் என்னைத் தரிக்கச் சொன்னார் இயக்குநர் பாலா. என் பெண்டு, மக்களின் நல்ல காலம், என் தலைக்கு விலை வைக்கப்படாமல் தப்பித்தேன்!

கே : பழந்தமிழ் இலக்கியங்கள் மீது உங்களுக்குள்ள ஈடுபாட்டை அறிவோம். ஒரு நவீன படைப்பாளிக்கு பழம் இலக்கியங்களை வாசிப்பது அவசியமா?

பதி : அவசியம் என்றே கருதுகிறேன். இரண்டாயிரம் ஆண்டுகளுக்கு மேலோன இலக்கிய வளம் கொண்ட மொழி இது. ஏற்கனவே மொழிக்குள் என்ன நடந்துளது என்பதை புதிதாக எழுத வருகிறவர் அறிந்திருக்க வேண்டாமா? நாளை எழுத வருகிறவர், இன்று எழுதிக்கொண்டிருக்கும நவீன படைப்பாளியை வாசித்திருக்க வேண்டாமா? பழந்தமிழ் இலக்கியங்கள் சுமை என்று பாராமல் பலம் என்று பார்க்க வேண்டும். இலக்கியவாதிக்கு மொழி வாகனம், ஆயுதம். மொழியைப் பயில்வது ஆயுதப் பயிற்சி. 1927ல் சென்னைப் பல்கலைக்கழக லெக்சிகன் அட்டவணைப்படுத்தியுள்ள 1,24,000 சொற்களில் நவீனப் படைப்பாளி பத்தாயிரம் சொற்களுக்குள் புழங்கினால் போதுமா? யானை எனும் ஒற்றைச் சொல் போதுமா? களிறு, வாரணம், போதகம், குஞ்சரம்,

தும்பி, பகடு, கரி, வேழம், தந்தி, நாகம், சிந்துரம், கைம்மா, களபம் எனும் சொற்கள் வேண்டாமா? பழந்தமிழ் இலக்கியங் களைப் பயிலவே பொழுதில்லை என்றால் இவை எங்கிருந்து கிடைக்கும்?

கே : ஜெயமோகன், சாரு நிவேதிதா என ஒவ்வொரு எழுத்தாளரும் வாசகர் வட்டங்களை வைத்துக் கொண்டு, ரசிகப் பட்டாளங் களை வளர்ப்பது குறித்து உங்கள் கருத்து?

பதி : வாசகர் வட்டம் என்று சொல்வது கண்ணியமானது. ரசிகப் பட்டாளம் என்று குறிப்பிடுவது எழுத்து ஆளுமையையும் அவரது வாசகர்களையும் தரமிறக்கிப் பார்க்கும் வசை. வாசகர் என்பவர் பீர் அபிஷேகம், பச்சை குத்துதல், அலகு குத்துதல், மொட்டை போடுதல் செய்பவரல்ல.

ஜெயமோகனுடைய வாசகர்கள், விஷ்ணுபுரம் இலக்கிய வட்டம் என்ற அமைப்பின் மூலம் மூத்த படைப்பாளிகளுக்கு இலட்ச ரூபாய் பரிசுத் தொகையுடன் விருதளிக்கிறார்கள். ஆ.மாதவன், பூமணி, தேவதேவன் இலங்கையைச் சார்ந்த தெளிவத்தை ஜோசப் என்பவர்கள் இதுவரை விருது பெற்றவர்கள். அவர்களது பெயரையாவது தமிழ்கூறு நல்லுலகு அறியுமா? விருது வழங்கும் விழாக்களில் திரைப்பட இயக்குநர்கள் மணிரத்தினம், பாரதி ராஜா, இசைஞானி இளையராஜா, பாலா போன்றோர் பங்கேற்று சிறப்பிக்கிறார்கள். காப்பியம், இதிகாசம், தொல்லிலக்கியம், நவீன இலக்கியம், நாட்டார் கலைகள், இலக்கியக் கோட்பாடுகள் என்று முகாம்கள் நடத்தி விவாதிக்கிறார்கள். உலகெங்கும் இருந்து வரும் எழுபதுக்கும் மேற்பட்ட இளைஞர்கள் பங்கேற்கிறார்கள். ஐந்தாண்டுகளாக அவர்களுக்கு நான் கம்பன் சொல்கிறேன். அண்மையில் நடந்த முகாமொன்றில் தமிழின் முன்னணி படைப்பாளி கண்மணி குணசேகரன் தனது படைப்பு அனுபவங்ளைப் பகிர்ந்துகொண்டார். இதைத் தவறான இலக்கியச் செயல்பாடு என்பீர்களா?

கே : இன்றைய நவீன தமிழ் வாழ்க்கையில் நம்பிக்கைக்குரிய விஷயங்கள் என்று எவற்றைக் கருதுகிறீர்கள்?

பதி : கல்வியின் முக்கியத்துவம் உணர்ந்த சமூகமாக நாம் மாறி வருவது. பெண்கள் சொந்தக் காலில் நிற்கவேண்டும் என்ற போதமும் விடுதலை உணர்வும் தன்னம்பிக்கையும்

கொண்டிருப்பது. தொழில் நுட்பத்தைப் பயன்படுத்துகிற சமூகமாக மாறி இருப்பது. அரசியலை சுயதொழிலாக முனையும் எவர்பின்னும் நம்பித் தொடராமல் இருப்பது.

கே : இளைய தலைமுறையிடம் வாசிப்பு குறைந்திருக்கிறதா?

பதி : மேலை நாடுகளோடு ஒப்பிடுகையில் எப்போதுமே நம்மிடம் வாசிப்பு குறைவு. முன்பெல்லாம் புத்தகத்தின் ஒரு பதிப்பு என்பது 1200 படிகள். இன்று மக்கட்தொகை இருமடங்கு மும்மடங்கு பெருகிய பின் சிறுகதை, நாவல் எனில் 500 படிகள், கவிதை எனில் 250 படிகள். இது ஒரு அளவுகோல். ஊரக நூலகங்களைப் பயன்படுத்துவோர் தொகை அபாயகரமான வேகத்தோடு கீழிறங்கி வருகிறது. சில விதிவிலக்குகள் உண்டு. ஆனால் புத்தகக் கண்காட்சிகளில் சந்திக்கும் இளைஞர்கள் புத்தகம் தேர்ந்து வாங்குவது உற்சாகமூட்டுகிறது. ஏழு ஆண்டுகளுக்கு முன்பு ஆனந்தவிகடனில் நான் எழுதிய தொடர் 'தீதும் நன்றும்' புத்தகமாக ஏழாம் பதிப்பு ஓடுகிறது. பள்ளிக் குழந்தைகளிடம் இருந்து வாசிப்புப் பழக்கத்தை மேம்படுத்தும் பணியை நாம் தொடங்க வேண்டும்.

கே : பெண் படைப்பாளிகள் குறித்த உங்கள் பார்வை என்ன?

பதி : தமக்கு வாய்த்திருக்கும் சுதந்திரத்தைப் பயன்படுத்தி முன் எப்போதும் இருந்திராத தீவிரத்துடன் எழுதுகிறார்கள். சமூகப் போராட்டங்களை முன்னெடுக்கிறார்கள். அவர்களின் படைப்பு மொழி சிலருக்கு அதிர்ச்சி அளிக்கக்கூடும். அவர்களுக்கான வெளியை அனுமதியுங்கள் என்பது என் கோரிக்கை. சக ஆண் படைப்பாளிகள் அவர்களைப் பொறுப்புடன் நடத்தவேண்டும். அந்தரங்கங்களில் தலையிடுவதோ, புறம்பேசுவதோ, புண்படுத்துவதோ, பாலியல் நெருக்கடிகள் தருவதோ ஆரோக்கியமான படைப்புச் சூழலுக்கு உதவாது.

கே : சமீபத்தில் நீங்கள் வாசித்ததில் உங்கள் மனதை உலுக்கிய படைப்பு எது?

பதி : 2014 சென்னைப் புத்தகக் கண்காட்சியில் வாங்கிய 'ஊழிக்காலம்' எனும் நாவல். ஈழத்தைச் சார்ந்த, தமயந்தி சிவ சுந்தரலிங்கம் எனும் இயற்பெயர் கொண்ட, என் வயதொத்த போராளி 'தமிழ்க்கவி' தடுப்புக் காவலில் இருந்தபோது

எழுதி முடித்தது. இது இவரது இரண்டாவது நாவல். தமிழினி வெளியீடு, 320 பக்கங்கள். ஈழத்தில் நடந்த போரை, கொலைகளை, தமிழின அழிப்பை, கண்களில் குருதி கசியப் பதிவுசெய்தது!

நமக்கென்ன, மயிரே போச்சு! சினிமாவுக்கும் சீரியலுக்கும் நேரமாச்சு!

கே : மலையாளிகளின் வாசிப்புக்கும் தமிழர்களின் வாசிப்புக்கும் நீங்கள் உணரும் வித்தியாசம் என்ன?

பதி : கோவை வந்திருந்த தினமணி ஆசிரியர் கே.வைத்தியநாதன், 'பரதேசி' படம் பார்த்துவிட்டு, எனக்குப் பாராட்டுச் சொல்ல வீட்டுக்கு வந்திருந்தார். உரையாடலின்போது கேட்டேன், "எல்லாத் தமிழ்த் தினசரிகளின் மொத்த சர்க்குலேஷன் 15 லட்சம் இருக்குமா?" என்று. அவர் சொன்னார், "ரொம்பக் குறைச்சுச் சொல்றீங்க நாஞ்சில்... கிட்டத்தட்ட 25 லட்சம் இருக்கும்" என்று. இது ஏழேகால் கோடி தமிழர்களுக்கானது.

'மாத்ரு பூமி' எனும் மலையாளத் தினசரியின் கோவைக் கிளை மேலாளர், விகடகவி, மொழிபெயர்ப்பாளர் விஜயகுமார் குன்னிசேரி எனது நண்பர். அவரிடம் கேட்டேன், "சேட்டா! மலையாள தினசரிகளின் சர்க்குலேஷன் எந்தாணு?". அவர் சொன்னார், "உத்தேசமா 75 லட்சம் இருக்கும்" என்று. இது மூணே முக்கால் கோடி மலையாளிகளுக்கானது.

இதுதான் வித்தியாசம்.

கே : ஒரு கலைஞனை, கவிஞனை, எழுத்தாளனை விருது என்ன செய்யும்?

பதி : சற்று உற்சாகப்படுத்தும். அவன் உறவை, நட்பை மகிழ்விக்கும். அவன் படைப்பு முயற்சிகளில் வேறு தாக்கம் எதும் செய்யாது. ஆனால், தீப்பேறு, சிலர் விருது வாங்கிவிட்டு ஓய்வெடுக்கப் போய்விடுகிறார்கள்.

கே : கொஞ்சம் சுயபுராணம் பாடுங்களேன்?

பதி : நாமென்ன பாளையப்பட்டு வம்சமா? மகா வித்வான் பரம்பரையா? சோத்துக்குச் செத்த குடும்பம். கால் பணத்துக்கு உழவுக் கூலியாக வாலிபத்தில் வேலைக்குப் போன அப்பா,

ஐந்தாம் வகுப்புத் தோற்றவர். 56 வயதில் அவர் இறந்து போனபோது, இரண்டு கோட்டை விதைப்பாடு பாட்டம் பயிர் செய்த, ஒரு ஏர்மாடு சம்சாரி. கடின உழைப்பில் இது தான் சாத்தியப்பட்டது. அதிரடி முன்னேற்றத்துக்கு அரசியல் காரன் வீட்டில் பிறக்கணும் அல்லது அதிரடியான தொழிலோ வணிகமோ செய்யவேண்டும்.

தேனிருந்து மழை பொழியும் தென் நாஞ்சில் நாட்டின் சின்னஞ் சிறு கிராமம் எனது. சுதந்திரம் பெற்று அரை நூற்றாண்டு ஆயிற்று மருத்துவ, பொறியியல் கல்லூரிகள் எங்கள் மாவட்டத்துக்கு வர. இரயில்கூட அப்போதுதான் பார்த்தோம். பத்தும் தண்ணீருமான கஞ்சியை சிரட்டை அகப்பையால் கணக்கெண்ணிப் பகிர்ந்தளித்தாள் ஏழு பிள்ளைகளுக்கும் என் தாய். சாப்பாட்டுப் பந்தியில் இருந்து கைதூக்கி வெளியேற்றப் பட்டவன் நான். அன்றைய குடியரசுத் தலைவர் டாக்டர் எஸ்.ராதாகிருஷ்ணனின் கடன் உதவித் திட்டத்தில் எம்.எஸ்சி. வரை படித்தேன். கடைசிக் காசு கடனையும் திருப்பிச் செலுத்தினேன். விவசாயக் கூலி, கட்டிடத் தொழில் கூலி எனத் தொடங்கி, பம்பாய் சென்று தினம் ஏழு ரூபாய் கூலிக்கு வேலைக்குச் சேர்ந்தேன். எட்டாண்டுகள் முன்பு ஓய்வு பெற்றபோது என் மாதச் சம்பளம் பன்னிரண்டாயிரம். இன்றும் ஓர் ஓய்வூதியம் இரண்டாயிரத்துக்கும் கீழே.

நல்லூழ், என் பிள்ளைகள் இருவரும் சலுகைக் கட்டணமோ, சாதி முன்பதிவோ இன்றி நன்கு கற்றனர். சந்தை முடியும் தறுவாயில் கூறுவைத்த கத்தரிக்காயும் உடைந்த பூசணிக்காயும் வாங்கிக்கொண்டு போட்டாலும் சுவையாகச் சமைத்துப் போட்டாள் என் மனைவி. இன்றுவரை எனக்கு இந்தியாவில் எங்கும் சொந்தமாய் வீடில்லை. இது சட்டமன்ற, பாராளுமன்ற வேட்பாளர்களின் சொத்துக் கணக்குப் போன்ற மோசடிக் கூற்று அல்ல. மெகானிக்கல் இன்ஜினியர் ஆன மகன் அமெரிக்காவில் இருந்து அனுப்பும் பணத்தில் வீடொன்று கட்டி வருகிறேன். மூத்தவள் மகள் எம்.டி. (அனெஸ்தீசியா), மருமகன் எம்.எஸ். (ஆர்த்தோ).

ஆகவே மாணவர்களே, காது கொடுத்துக் கேளுங்கள், கல்விக்கு மாற்று இல்லை.

தீப்பேறு, என் எழுத்தை ஆதிக்க சாதி எழுத்து என்கிறார்கள். எனக்கு அம்மணங்குண்டியாக ஓடலாம் என்றிருக்கும்!

கே : முருகனுக்கும் ஐயப்பனுக்கும் மாலைபோட்ட அனுபவத்தைச் சொல்லுங்கள்!

பதி : முருகனுக்கு நான் மாலை போட்டதில்லை. ஊரில், உறவில் இன்னொரு பெயர் எனக்கு முருகன். சொந்தப் பெயரும் சுப்ரமணியம். பதினெட்டு ஆண்டுகள் பம்பாய் வாழ்க்கை முடிந்து, கோவை வந்த முதல் வருடம், 1989-ம் ஆண்டு கார்த்திகை மாதம் ஒன்றாம் தேதி சபரிமலைக்கு மாலை போட்டு, விரதம் இருந்து, எரிமேலியில் பேட்டை துள்ளி, பம்பையில் நீராடி, மலை ஏறினேன். மொத்தம் ஏழு மலைகள் என் கணக்கில். 24 மலைகள் மிதித்த என் தம்பி, செழுங்கிளை தாங்கிய செல்வன், என்னில் பன்னீராண்டு இளையவன், B.Tech., M.S., Ph.D., படித்துப் பணிபுரிந்தவன் ஆறாண்டுகள் முன்பு ஆர்ம்ஸ்டர்டாமில் இறந்த பின்பு, அவனைக் கவனித்துக்கொள்ளப் போன மருத்துவக் கல்லூரி மாணவியான என் மகள், அவன் சடலத்துடன் நாகர்கோயில் திரும்பிய பின்பு, எனக்கு மனம் விட்டுப் போயிற்று.

மேலும் ஒன்று, ஏழு முறை சபரிமலை ஏறி இறங்கினாலும், 'மண்ணுள்ளிப் பாம்பு' எனும் என் முதல் கவிதைத் தொகுப்பில், 'அருள் ஞானப் பழம்கூட அழுகக்கூடும்' என்றும், 'வழிபாட்டுத் தலங்கள் வசம் கலைகின்றன' என்றும் எழுதியவன் நான்.

கே : சிலரைக் கேட்டால் விடைபெறும் வேளை வந்துவிட்டது என்பார்கள். சிலரோ கடைசி மூச்சுவரை எழுதுவேன் என்பார்கள். நீங்கள் எந்த ரகம்?

பதி : இன்னும் பதினைந்து ஆண்டுகள் தரமாட்டாளா என் அம்மை சகலகலாவல்லி? வாழ்க்கையில் கனவும் காதலும் கொண்டவன் நான். என் நண்பர்களில் பெரும்பகுதி, என்னை விட இளையர்கள். நாஞ்சில் நாட்டு உணவு என்றொரு நூல், கம்பனில் மேலும் ஒரு நூல், ஒரு நாவல், கும்பமுனிக் கதைகள், ஒன்றிரண்டு கட்டுரைத் தொகுப்புகள் என் கண்முன். வாங்கி வாசிக்காமல் வைத்திருக்கும் பனுவல்களைப் படித்துத் தீர்க்கவேண்டும். மாணிக்கவாசகன் சொன்ன 'கற்பனவும் இனி அமையும்' என்பதை மாற்றிப் பொருள் கொள்கிறவன் நான். என்னால் எழுதப்படவேண்டிய நூல்களை வேறெவரும் எழுத முடியாது தானே! கடைசி மூச்சை விடுபவர்கள், நம் மூச்சை வாங்காமல், விட்டுக்கொள்ளட்டும்.

கே : தமிழைத் தப்பில்லாமல் பேசுபவர்கள் யாராக இருந்தாலும் அவர்களைத் தமிழர்களாக ஏற்றுக்கொள்ள வேண்டும் என்ற எண்ணம் எனக்கு உண்டு! உங்களுக்கு?

பதி : தப்பில்லாமல் தமிழ் பேசுகிறவர் எத்தனை பேர் கிடைப்பார்கள் நமக்கு? ஆங்கிலத்தைப் பிழையறப் பேசுபவர்களை ஆங்கிலேயர்கள் என்று ஏற்றுக்கொள்வோமா? ஆங்கிலேயரே வியக்கும் வண்ணம் ஆங்கிலம் பேசிய சில்வர் டங் (Silver Tongue) சீனிவாச சாஸ்திரியை ஆங்கிலேயர் என ஒத்துக் கொள்வார்களா? 'எதுகை அகராதி' தொகுத்த ஊத்தங்கரை அப்பாய்ச் செட்டியார் வீட்டில் பேசிய மொழி தமிழல்ல. ஆனால் அவர் தமிழர் இல்லையா? அண்ணா சௌந்தர் வல்லத்தரசு என்னிடம் சொன்ன தகவல் - ரமண மகரிஷியைப் பார்க்கப்போன மகா மகோபாத்யாய உ.வே.சாமிநாதையர் சொன்னாராம், தனக்கு ஈஸ்வர பக்திக்கும் மேலே தமிழ் பக்தி என்று. ரமணர் பதில் சொன்னாராம், தமிழ் பக்தியே ஈஸ்வர பக்திதான் என்று. தமிழ்த் தேசியம் பேசும் பல தலைவர்களும், முடியுமானால் ஒன்றுகூடி, தமிழர் என்பவர் யாரென வரையறை செய்வது நல்லது. என்னைப் பொறுத்தவரை, தமிழ் உணர்வு உடையவர் அனைவரும் தமிழர்களே!

கே : காலம் கடந்து வழங்கப்படும் சாகித்ய அகாதமி விருது உண்மையில் எழுத்தாளர்களுக்கு மகிழ்ச்சி அளிக்கிறதா?

பதி : மகிழ்ச்சி அளிக்காது என்று சொன்னால் அது உண்மையல்ல. காலம் கடத்தி வழங்கப்படும் விருதுகள் பற்றி, 2010-ம் ஆண்டுக்கான விருது பெற்ற நான், 2011 ஜனவரி ஆனந்த விகடன் நேர்காணலில் விரிவாகப் பேசி இருக்கிறேன். அந்த மகிழ்ச்சியை, சாகித்ய அகாதமி, ஒரு படைப்பாளியின் படைப்பூக்கம் மிகுந்த பருவத்தில் தரவேண்டும். எந்த விருதும் ஓய்வூதியமோ விபத்து நிவாரணமோ அல்ல. நம் மொழியில் விருதுத் தேர்வில் அரசியல் பரிந்துரைகளும் வேண்டுதல் வேண்டாமை பார்ப்பதும் அதிகம். தமிழின் தலைசிறந்த படைப்பாளிகள் எவரெவருக்கு பத்ம விருதுகள் தரப்பட்டன இதுவரை? சாகித்ய அகாதமி விருது என்பது இந்தியக் குடிமகனின் வரிப்பணத்தில் இருந்து தரப்படுவது. எந்தத் தனிமனிதனின், அமைப்பின் தோட்டம் துரவு விற்று, வீடுவாசல் விற்று, கழுத்துப் பொன்னாபரணங்கள் விற்று வழங்கப்படுவது அல்ல. எனவே தரமான

படைப்புக்களை மொழிக்குத் தருபவர்கள் உரிய தருணத்தில் சிறப்பிப்பதே பொறுப்பான செயல்பாடு. இதனை தர்மகர்த்தாக்கள் மனதில் கொள்ள வேண்டும்.

கே : எல்லோரும் அரசியல் சாயமோ, அரசியல் சார்ந்தோ, ஒரு கட்டத்துக்கு மேல் போய்விடுகிறார்களே ஏன்?

பதி : நீங்கள் சினிமாக்காரர்களைப் பற்றிக் கேட்கவில்லையே! ஏனெனில் எழுத்தாளர்களில் பெரும்பான்மையானவர்களை இந்தப் பகுப்பில் அடக்கவியலாது. ஒரு சமூக, அரசியல் பிரச்னையின் நிறை குறைகளை ஆராய்ந்து அந்த பிரச்னை பற்றி எழுத்தாளன் கருத்துச் சொல்வான். அது அரசியல் கட்சி சார்போ, சாயமோ அல்ல. எழுத்து என்பது தொழிலோ, பிழைப்போ அல்ல. காப்பிக் கடையில் கணக்கு எழுதுவது, எழுதுவதை விட, வருமானமுள்ள தொழில். பாரதி பாடும் 'கவிதை எமக்குத் தொழில்' என்பது வேறு விரிவான பொருளில் புரிந்து கொள்ள வேண்டும்.

பிழைப்புத் தேடுகிறவர்கள், பேரம் படிந்தால், அல்லது நல்ல விலை கிடைக்கும் எனும் எதிர்பார்ப்பிருந்தால் சார்பு நிலை எடுக்கிறார்கள் அல்லது சாயம் பூசிக்கொள்கிறார்கள். 'சீச்சி! நாயும் பிழைக்கும் இந்தப் பிழைப்பு!' என்ற சுதந்திரம் நாடுகிறவர்களே, இந்த மொழியை, பண்பாட்டை, சிந்தனையை அடுத்த நூற்றாண்டுக்குக் கடத்துகிறார்கள். பிழைப்பாளிகளை விட்டுவிட்டு படைப்பாளிகளைக் கொண்டாடுங்கள்.

கே : முன்பு மாதிரி இலக்கியக் கூட்டங்களில் சண்டை சச்சரவு ஏற்படுவதில்லையே ஏன்?

பதி : இலக்கியக் கூட்டம் என்றால் ஊழல், லஞ்சம், கொள்ளைப் பணத்தைப் பங்குப் போட்டுக கொள்ளும் இடமா என்ன, சண்டை சச்சரவு ஏற்படுவதற்கு? கருத்து மோதல்கள் தவிர்க்க இயலாதது. காரசாரமாகவே நடக்கும். பின்பு ஒரே டீக்கடைக்கோ மதுச்சாலைக்கோ போவார்கள்.

நாற்பது ஆண்டுகள் முன்பு, பம்பாய் மலையாள சமாஜத்தில் ஒரு கருத்தரங்கில் எடசேரி கோவிந்தன் நாயரைப் பற்றி புருஷோத்தம நெடுங்காடி பேசிக்கொண்டிருந்தார். அந்தக் காலத்தில் நம்மூர் கண்ணதாசனைப் போல புகழ்பெற்ற மலையாள சினிமாப் பாடலாசிரியர் வயலார் ராமவர்மா,

முழு போதையில் குறுக்கிட்டு, பெரிய சலசலப்பு. அவையோரில் பெரும் பகுதியினர் மலையாள இலக்கியப் பெரும்புள்ளிகள். ''செரி! தானொரு பீடி எடு'' என்பதுடன் காரியம் முடிந்து விட்டது. இலக்கியவாதிகளுக்கு இடையேயான இந்த கருத்து மோதல்கள், மலையாளத்தில் சொன்னால், 'சௌந்தர்யப் பிணக்கம்! தமிழில் சொன்னால், செல்லச் சிணுங்கல்!'.

கே : மனித நாகரிகத்தின் உச்சம் என்று தாங்கள் கருதுவது?

பதி : 'சிண்ட்லர்ஸ் லிஸ்ட்' என்றொரு படம் பார்த்திருக்கிறீர்களா? ஸ்பீல் பெர்க் இயக்கியது. யூதர் அல்லாத சின்ட்லர், ஜெர்மானியப் படைகளின் வெங்கொடுமை மரணக் கிடங்குகளில் இருந்து, யூதர்களைத் தப்பிப் பிழைக்க உதவியது. முப்பது ஆண்டுகள் முன்பு, இலங்கையில் ஏற்பட்ட தமிழர்களுக்கு எதிரான கலவரங்களின்போது அப்பாவித் தமிழர்களுக்கு ஏழைச் சிங்களவர்கள் அபயம் கொடுத்தது. இந்து - முஸ்லீம் கலவரங்களின்போது அஞ்சி ஓடிய இஸ்லாமியரை இந்துக்களும், இந்துக்களை இஸ்லாமியரும் தமது உயிருக்கும் ஆபத்து என்று தெரிந்தும் வீட்டில் ஒளித்து வைத்துக் காத்தது. அது மனித நாகரீகத்தின் உச்சம். சாதத் ஹசன் மாண்டோ படைப்புகள் வாசித்துப் பாருங்கள்.

'சொந்தச் சகோதரர்கள் துன்பத்தில் வாடல் கண்டும்
சிந்தை இரங்காரடி கிளியே!'

என்று பாரதி பாடிய சொந்த சகோதரத்துவம் அநாகரிகத்தின் உச்சம். சொந்தச் சகோதரர் என்று நான் இங்கு ஈழத் தமிழர்களைக் குறிக்கிறேன். 'யாதும் ஊரே! யாவரும் கேளிர்!' என்ற கணியன் பூங்குன்றன் வரி மனித நாகரிகத்தின் உச்சம். கேளிர் என்றால் உறவினர் என்பது பொருள்.

கே : விமர்சகர், எழுத்தாளர் உறவு குறித்துச் சொல்லுங்களேன்!

பதி : விமர்சகன் என்பவன் அறிவுத் தளத்திலும் எழுத்தாளன் என்பவன் உணர்வுத் தளத்திலும் செயல்படுகிறவர்கள். எழுத்தாளன் பொருட்படுத்தும் அறிவும் நேர்மையும் நடுநிலைமையும் இல்லை என்றால் அந்த விமர்சகன் பொருட்படுத்தும் தகுதி யற்றவன். விமர்சகன் காய்தல் - உவத்தல் இல்லாதவனாக இருக்க வேண்டும். தன் கட்சிக்காரனுக்கு, சாதிக்காரனுக்கு

ஒரு நீதி, மற்றவனுக்கு ஒரு நீதி என்பது விமர்சனம் அல்ல. என் முதல் நாவல், 1977ல் வெளியான 'தலைகீழ் விகிதங்களு'க்கு கருத்துச் சொன்ன மூத்த திறனாய்வாளர்கள் க.நா.சு., வெங்கட் சாமிநாதன், சுந்தர ராமசாமி போன்றவர்கள் அப்போது எனக்கு அறிமுகமே இல்லாதவர்கள். சில கருத்துகள் எமக்கு உவப்பில்லை எனும்போதும் அவர்களை மதித்து பரிசீலனை செய்தேன். புதுமைப்பித்தன் சொன்னார், தனது விமர்சகரை நோக்கி - உங்கள் அளவுகோல்களை என் எழுத்துக்களின் பக்கம் வைத்துச் சரிபார்த்துக் கொள்கிறீர்கள் என்று.

படைப்புக் கர்வம் கொண்டவன் எழுத்தாளன். அறிவை ஆயுதமாகப் பயன்படுத்துபவன் விமர்சகன். படைத்த பின்பு, அந்தப் படைப்புக்கான விமர்சனம் படைப்பாளிக்கு உதவாது. அடுத்த படைப்பில் விமர்சனக் கண்ணோட்டம் கருத்தில் கொள்ளப்படும். கவிதை என்பது படைப்பு எனில் விமர்சனம் என்பது இலக்கணம். குழந்தையின் பால்மணம், மழலை, சிரிப்பு, மென்மையில் லயிப்பது எழுத்தாளன் மனம். அதன் வளர்ச்சி, ஆரோக்கியம் என்பன விமர்சன மனம்.

கே : மகத்தான இலக்கியம் என்பதன் அடையாளம் என்ன?

பதி : மனிதத்தின் மேன்மையைக் கலாபூர்வமாகப் பேசும் எதுவும் மகத்தான இலக்கியம்தான். 'மற்றுள குழுவை எல்லாம் மானுடம் வென்றதம்மா!' என்று கம்பன் பேசுவது மகத்தான இலக்கியம். 'அரசியல் பிழைத்தோர்க்கு அறம் கூற்று ஆவதூஉம்' என்று பேசும் சிலப்பதிகாரம் மகத்தான இலக்கியம். 'மண் திணி ஞாலத்து வாழ்வோர்க்கு எல்லாம் உண்டி கொடுத்தோர் உயிர் கொடுத்தோரே' என்று பேசும் மணிமேகலை மகத்தான இலக்கியம். 'வாடிய பயிரைக் கண்ட போதெல்லாம் வாடினேன்' என வள்ளலார் கொள்கை பேசும் எதுவும் மகத்தான இலக்கியம்.

'நடமாடக் கோயில் நம்பர்க்கு ஒன்று ஈகில்
படமாடக் கோயில் பரமற்கு அங்கு ஆமே!'

என்ற திருமூலர் கருத்தை உயர்த்துவது மகத்தான இலக்கியம். மகத்தான கலைஞர்களே மகத்தான இலக்கியம் படைப்பார்கள்.

கே : முதிர்கன்னிகளைப் பற்றி நிறையப் பேசிவிட்டோம். எனவே முதிர் கண்ணன்கள் பற்றி உங்கள் பார்வை என்ன? எங்கள் சிறிய ஊரில் 30க்கும் மேற்பட்ட முதிர் கண்ணன்களை நான் அறிவேன். எங்கள் ஊர் ஆவல் சூரன்பட்டி, விருது நகர் அருகில்.

பதி : விருதுப்பட்டி அருகில், மனைவி கிடைக்க ஆவலுடன் காத்திருக்கும் சூரர்கள் நிறைந்த பட்டி உங்கள் ஊர். காலம் என்பது கறங்கு போல் சுழல்கிறது நண்பரே! இருபது ஆண்டுகள் முன்பு நான் எழுதிய 'சதுரங்கக் குதிரை' எனும் நாவலின் நாயகன் முதிர்கண்ணன். ஓர் குழந்தைத் தம்பதியர், பெண் சிசுக் கொலை, ஆண் குழந்தை மீதான அதீத விருப்பு, பெண்ணும் பெண்ணைப் பெற்றவரும் சமூகத்தில் பட்ட பாடு எல்லாமுமாக வெகுவிரைவில் நம்மை முதிர்கண்ணன் சிக்கலுக்குள் கொண்டு வந்து சேர்த்துவிட்டது. காலம் நம்மைப் பழி வாங்குகிறது. 127 கோடி மக்கட்தொகை கொண்ட நாட்டில், பாதிப்பேர் பெண்கள்! ஆனால் 543 பாராளுமன்ற உறுபபினரில் எத்தனை பெண்கள்? நகரம் ஒன்றில் லட்சம் முதிர் கண்ணன்கள் நடமாடுவதைக் கற்பனை செய்து பாருங்கள். இன்று மணப்பெண்கள், சில சமூகங்களில், கேரளத்தில் இருந்து தமிழ்நாட்டுக்கு இறக்குமதி ஆகிறார்கள். என் மகனுக்கு 29 ஆகிறது. பெண்பார்க்க வேண்டும். உங்கள் கேள்வி எனக்கு அச்சமேற்படுத்துகிறது.

கே : வெளியூர் பயணங்களுக்கு நீங்கள் நிறுத்தி நிதானமாகக் கிளம்பும் முஸ்தீபுகளைப் பற்றி உங்கள் நட்பு வட்டாரங்களில் கதை கதையாகச் சொல்வார்கள். பயணங்களில் அப்படி என்ன முன்னெச்சரிக்கை?

பதி : முப்பது ஆண்டுகளாகப் பயணம் என் கும்பித் தீ ஆற்றும் பிழைப்பு. இந்தியாவின் 24 மாநிலங்களில் அலைந்திருப்பேன். தமிழ்நாட்டில் என் கால் படாத தாலூகா இல்லை. நான் நீராடிய, கால் நனைத்த நதிகள் அநேகம். மலேசியா, தாய்லாந்து, குவைத், துபாய், அமெரிக்கா, கனடா என்பன பயணம் செய்த நாடுகள். அருள்கூர்ந்து, தாய்லாந்துக்கு எதுக்குப் போனாய் என்று கேட்காதீர்கள்! ஆதிப் பயணங்களில் நான் கண்ட இடர்களில் இருந்து கற்றுக்கொண்ட பாடங்களே

என் முஸ்தீபுகள். நண்பர்கள் செய்யும் கலாட்டா மிகை. அவற்றை நானும் ரசிக்கிறேன். நானோர் தொட்டால் வாடும் செடியல்ல. வைக்கம் முகம்மது பஷீர் தன்னையே நக்கல் செய்து கொள்கிறவர்.

ஒரேயொரு எடுத்துக்காட்டு சொல்கிறேன். திருவனந்தபுரம் மகாத்மா காந்தி நினைவுக் கல்லூரியில் எம்.எஸ்.சி. பயின்ற போது ஈராண்டு மாணவர் விடுதியில் வாசம். ஒரு குன்றின் மேலிருந்த கல்லூரி அது. கடுமையான தண்ணீர் தட்டுப்பாடு. குளிக்கும்போது, சோப்புத் தேய்த்துக் கொண்டிருக்கையில் தண்ணீர் நின்றுவிடும். என்ன செய்வீர்கள்? பின்பு குளிக்குமுன் தண்ணீர் பக்கெட்டை நிறைத்து வைத்துக்கொள்வேன். இதைத் தான் முஸ்தீபு என்கிறார்கள். இதுவரை நூற்றுக்கணக்கான விடுதிகளில் தங்கி இருப்பேன். அவற்றுள் ஐந்து நட்சத்திர விடுதிகளும் அடங்கும். அறைக்குள் நுழைந்தவுடன் முதல் வேலை பக்கெட் நிறைப்பதுதான். வெளிநாடுளில், விடுதிகளில், பக்கெட்டே வைப்பதில்லை என்பது என் மனக்குறை.

சமீபத்தில் சென்னை கம்பன் கழகத்தில் ஒரு தனி உரைக்காகப் போயிருந்தேன். ஏ.வி.எம். மண்டபத்தில் தங்க வைத்திருந்தார்கள். விழா முடிந்த மறுநாள் காலை எனக்கு கோவைக்கு துரந்தோ விரைவு ரயில். கண்விழித்து பாத்ரூம் போனால் தண்ணீர் இல்லை. நான் நிறைத்து வைத்திருந்த பக்கெட் தண்ணீர் உதவியது.

எந்தப் பயணத்திலும், பற்பசை கொணர மறந்து, அதிகாலையில் நான் பெட்டிக்கடை தேடியதில்லை. எனவே, முஸ்தீபு நோயல்ல, பாதுகாப்பு. ஆங்கிலத்தில் ஒரு பழமொழி உண்டு - கடவுளை நம்பினாலும், கைத்துப்பாக்கியைத் தயாராக வைத்திரு என்பதுபோல!

கே : ருஷ்ய இலக்கியத்தில் உங்களைக் கவர்ந்த நாவல் எது? ஏன்?

பதி : மாஸ்கோவின் புரொக்ரசிவ் பப்ளிஷர்ஸ் வெளியிட்ட ருஷ்ய இலக்கிய வரிசை, இளம்பருவத்திலேயே எமக்கு வாசிக்கக் கிடைத்தது, ஆங்கிலத்திலும் தமிழிலும். நல்ல தாளில், சிறந்த பைண்டிங்கில், மலிவு விலையில். சுந்தர ராமசாமியின் சொற்களை நினைவு கூர்ந்தால், ருஷ்ய இலக்கியம் என்பது ஆயிரங்கால் மண்டபம் போன்றது. எந்தத் தூண் சிறந்தது, எந்தத் தூண் வலுவானது என்று ஆராய்ந்து நிற்காமல், பார்த்து வியக்கவே காலம் போதாது. பெரும்பாலும்

அனைவரும், சற்று முன்னே பின்னே, சமகாலத்து ஆளுமைகள், மேதைகள், கம்பன், 'தோள் கண்டார், தேளே கண்டார்' என்றதைப் போல, ருஷ்ய இலக்கியத் தூண் கண்டார், தூணே கண்டார் எனலாம்.

ஆன்டன் செகாவ், பியோதர் தாஸ்தேவஸ்கி, லியோ தால்ஸ்தாய், மக்சிம் கார்க்கி, இவான் துர்கேனிவ், மிக்கெய்ல் சோலகாவ், புஷ்கின், மாயகோவ்ஸ்கி, கோகோல், அலெக்சி தால்ஸ்தாய் என்று தொடங்கி சால்செனிட்சின் வரை எத்தகு ஆளுமைகள்? யாரைச் சொல்ல, யாரை விட? அசடன், கரமசோவ் சகோதரர்கள், குற்றமும் தண்டனையும், தாய், தந்தையரும் தனயர்களும், போரும் அமைதியும், அன்னா கரினீனா, புத்துயிர்ப்பு, டான் நதி அமைதியாக ஓடுகிறது எனும் நாவல்களில் எவற்றை முதன்மைப்படுத்த?

இது மாம்பழப் பருவ காலம். அல்போன்சா, தசேரி, லங்கடா, பல்சாடு, ருமானி, பங்கன பள்ளி, குதாதத், இமாம் பசந்த், செந்தூரம், நீலம், பஞ்சவர்ணம், மல்கோவா, செங்கை வருக்கை முதலானவற்றில் என்னைக் கவர்ந்தது எது என்னால் என்ன சொல்வேன்? பலமரம் கண்ட தச்சன், ஒருமரமும் வெட்டான்!

கே : தாஸ்தேவஸ்கியின் படைப்புகளில் உங்களை ஈர்த்து இழுத்த அம்சங்கள் என்னென்ன? அவரது கதாபாத்திரங்களில் உங்களைக் கவர்ந்தவை எவையெவை?

பதி : அவரது படைப்புக்களின் சிறப்பம்சங்கள் மனோதத்துவமும், தத்துவ விசாரங்களும். கரமசோவ் சகோதரர்கள், அசடன், குற்றமும் தண்டனையும் அவரது உன்னதமான படைப்புகள். முன்னிரண்டிலும் அவரது சிறப்பம்சங்கள் அதிகம். தத்துவ விவாதங்கள் சற்றுக் குறைவான நாவல் குற்றமும் தண்டனையும் என்னைக் கவர்ந்தது. நாவல் வாசிப்புக்கான பரபரப்பு இதில் அதிகம், அறம் சார்ந்த வினாக்கள் அதிகம் உண்டு என்றாலும்.

லியோ தால்ஸ்தாய் பிடிக்காதா என்பீர்கள்! அவரையும் பிடிக்கும். அவர் சமயங்களில் ஞானாசிரியன் இடத்தில் இருந்து பேசுவார். தால்ஸ்தாயிடம் வாழ்க்கையின் செல்வாக்கும் தாஸ்தேவஸ்கி யிடம் ஆன்மாவின் செல்வாக்கும் அதிகம் என்பார்கள்.

குற்றமும் தண்டனையும் நாவல் கதைமாந்தர்களில் பிடித்தமானவர் ரோடியன் ரஸ்கால் நிகாவ். இவர் நாவலின் நாயகன். எதிர்மறை நாயகன் என்றும் சொல்லலாம். குற்றம்

செய்த இடத்துடனும் குற்ற போதத்துடனும், குற்றத்தை ஒப்புக்கொள்வதா வேண்டாமா எனும் சஞ்சலத்துடனும் இருப்பவன். மனோ தத்துவ மருத்துவர்கள், பின்னாளில் ரஸ்கோல் நிகாவ் சின்ட்ரோம் என்று இதனைக் குறித்தார்கள். இன்னொரு விருப்பமான கதைமாந்தர், ரஸ்கோல் நிகாவின் சகோதரி தௌனியா. மனோபலமுள்ள, நேர்மையான, உறுதியான பாத்திரம். கம்பனின் சொற்களில், 'கற்பின் கனலி'. மூன்றாவது சோன்யா என்ற பாலியல் தொழில் பெண். தாஸ்தேவஸ்கியின் மிகச் சிறந்த படைப்புக்களில் ஒன்று இவள். மிகவும் இளகிய மனமுள்ள, வலுவற்ற, வளைந்து கொடுக்கும் தன்மையுடைய அபலை. 'உயிரெலாம் உறையும் ஓர் உடம்பும் ஆயினான்' என்று சொல்வதைப்போல, நல்ல பல தன்மைகளின் உறைவிடம் சோன்யா. தாஸ்தேவஸ்கி சக்திவாய்ந்த பெண் பாத்திரங்கள் பல படைத்துள்ளார். இன்னொருவர் அசடன் நாவலில் வரும் நாஸ்ட்டாசியா பிலிப்போவ்னா.

தால்ஸ்தாய், தாஸ்தேவஸ்கி பற்றி விரிவான உரையாடலுக்கு மிகப் பொருத்தமான படைப்பிலக்கியவாதி ஜெயமோகன்.

கே : எந்த அடிப்படையில் ஒரு புத்தகத்தைப் படிக்கத் தேர்வு செய்ய வேண்டும்?

பதி : எந்த முன் முடிவும் இருக்கக்கூடாது. பிறர் சொல்லி ஒரு எழுத்தாளர் மீது நமக்கு ஏற்படும் விருப்புவெறுப்புகள் குறுக்கிடக் கூடாது. ஒரு துறையை விரும்பி வாசிக்கிறவர் அதைத் தொடர்ந்து மேலே போகலாம். தேர்ந்த வாசகனுக்கு, எடுத்த புத்தகத்தின் பத்துப் பக்கம் வாசித்தாலே தனக்கு உகந்ததா இல்லையா என தெரிந்துவிடும். ஏற்கனவே வாசித்திருக்கும் நண்பர்களின் கருத்தையும் ஏற்றுக்கொள்ளலாம். ஒரு எழுத்தாளனின் சமூக, அரசியல், கலைக் கொள்கைகள் நமக்கு பிடிக்காமல் போகலாம். ஆனால் அவர் படைப்பை வாசிக்காமலே மறுப்பது என்பது நியாயமில்லை. ஜோ டி குரூஸ், அரசியலில் நரேந்திர மோடியை ஆதரிப்பவர் என்பதால் அவரது 'ஆழி ஆழ் உலகு' அல்லது 'கொற்கை' மலிந்த படைப்பாகி விடாது. 'பரதேசி' படத்துக்கு நான் வசனம் எழுதிய காரணத்தால் எனக்கு வந்த விமர்சனங்களில் மிகக் கடுமையானது நண்பர் முருகவேள் எழுதியது. அவர்,

'Red Tea' நாவலை 'எரியும் பனிக்காடு' என்று மொழி பெயர்த்தவர். எனக்கு அவர்மீது வருத்தம் உண்டு. அதற்காக அவர் சமீபத்தில் எழுதிய 'மிளிர் கல்' நாவலை வாசிக்காமல் இருக்கமாட்டேன். என் வருத்தம், என் வாசிப்பில் குறுக்கிடக் கூடாது. குறுக்கிடடால், நான் நல்ல வாசகன் இல்லை.

கே : **நரேந்திர மோடியை ஆதரிக்கும் இலக்கியவாதிகளின் பட்டியலில் உங்கள் பெயரும் இருந்ததே? உங்கள் நிலைப்பாடு என்ன?**

பதி : நரேந்திர மோடியை ஆதரித்தேன் என்று எதை வைத்துச் சொல்கிறார்கள் என்று தெரியவில்லை. எங்கும் பேசியதாக, எழுதியதாக யாரேனும் சான்று காட்டட்டும். பட்டியல் போடுகிறவர்கள் என்னைக் கேட்டுக்கொண்டு செய்வதில்லை. எந்த முகநூல் கணக்கும் எனக்கு இல்லை. எனது வலைத் தளம் நெறியாளும் சகோதரர் S.I.சுல்தான் ஆதாரமற்ற எதையும் பதிவு செய்வதில்லை. நரேந்திர மோடியை ஆதரித்த காரணத்தால் ஜோ டி குரூஸ் எனும் தமிழின் சிறந்த படைப்பாளியை கழுவேற்ற சிலர் தயாரானபோது வெளிப்படையாக அவரை ஆதரித்து தினமலரிலும் கல்கியிலும் நான் பேசினேன். எழுத்தாளனின் கருத்துச் சுதந்திரத்தை மறுக்காதீர்கள், அவன் குரல்வளையை நெரிக்காதீர்கள் என்பதே என் நிலைப்பாடு. அது ஒரு எழுத்தாளனை மற்றொரு எழுத்தாளன் பாதுகாப்பது சார்ந்தது. அவர் மோடியை ஆதரிக்கிறார் என்பதால் நானும் ஆதரிக்கிறேன் என்பது கொண்டு கூட்டிப் பொருள் கொள்வது. சிரிப்புத்தான் வருகுதையா!

கே : **இடதுசாரி மற்றும் திராவிட இலக்கியங்கள் பற்றிய வண்ண நிலவனின் மோசமான விமர்சனம் பற்றி உங்கள் கருத்து என்ன?**

பதி : எந்த மோசமான விமர்சனத்துக்கும் நான் எதிரானவன். விமர்சனம் நியாயமானதாக இருக்க வேண்டும். விமர்சனத்தின் பின்னால் செயல்படும் அறம் வழுவக்கூடாது. சொந்த விருப்பு வெறுப்புக்களை விமர்சனமாக முன்வைத்தால் அது வசையாகிவிடும். வண்ணநிலவன், என் வயதொத்த, எனக்கு முன்பே எழுதிவந்த, தமிழில் சிறந்த சில சிறுகதைகளைத் தந்த நல்ல படைப்பாளி. ஆனால் விமர்சகர் அல்ல. இடதுசாரி, திராவிட இயக்க இலக்கியங்களைப் பற்றி எனக்கும் ஒரு பார்வை உண்டு. அதைத் தனியாகப் பேசவேண்டும்.

கே : 'சூடிய பூ சூடற்க' தோன்றலின் பின்னணி. அதற்காக சாகித்ய அகாதமி பெற்ற வேளையில் உங்கள் உணர்வு?

பதி : அது ஒரு சிறுகதைத் தொகுப்பு. அந்தத் தலைப்பிலும் அதனுள் ஒரு கதை உண்டு. நீங்கள் அந்தக் கதைப் பற்றிக் கேட்கிறீர்களா, அல்லது அந்தத் தொகுப்பு பற்றிக் கேட்கிறீர்களா என்று தெரியவில்லை. எழுதி முடித்தபின் அவற்றைப் பேச எனக்குப் பிடிப்பதில்லை. 'சுட்ட சட்டி சட்டுவம் கறிச்சுவை அறியுமோ' என்று இருக்க எண்ணுபவன். கருணாநிதி வசனத்தை மேற்கோள் காட்டுவதாக எடுத்துக் கொள்ளாதீர்கள்! இது சித்தர் பாடல்.

இந்த நூலுக்காக சாகித்ய அகாதமி பெற்ற வேளையில் எனது உணர்வு பற்றி ஏற்கனவே பல பட நான் பேசியாயிற்று. கூறியது கூறல் பிழை என்று தமிழ் இலக்கணம் பேசும். கிடைத்தால் 12-01-2011 ஆனந்தவிகடன் பாருங்கள்.

கே : **தங்களின் மிகச் சிறந்த நாவலான 'தலைகீழ் விகிதங்கள்', 'சொல்ல மறந்த கதை'யான சுவாரசியத்தைச் சொல்ல முடியுமா?**

பதி : 'தலைகீழ் விகிதங்கள்' என் முதல் நாவல்; மிகச் சிறந்த நாவல் அல்ல. எனது மிகச் சிறந்த நாவலை இனிதான் எழுத வேண்டும். எழுதுவேனா என்பதை இறை தீர்மானம் செய்யும். தங்கர்பச்சான் எனது நண்பர். விரும்பிக் கேட்டு, உரிமத் தொகை தந்து, வாங்கிப் போய்ப் படமாக்கினார். படப்பிடிப்பின் போது, வேடிக்கை பார்க்க நெய்வேலி நிலக்கரிச் சுரங்கம், கடலூர் பேருந்து நிலையத்தின் எதிரே இருந்த உணவகம், தியாகவல்லி என்னும் கிராமம் எனக் கூடவே இருந்தேன். இயக்குநரும் நடிகருமான, சமீபத்தில் காலமான தோழர் மணிவண்ணனுடன் பழகும் வாய்ப்பை எனது நினைவுப் பேழையில் பாதுகாக்கிறேன். சேரன், புஷ்பவனம் குப்புசாமி, சந்தனக்காடு தொடர் படமாக்கிய இரா.கவுதமன் ஆகியோர் நட்பு மறக்கவியலாது.

ஒரு நாவல் சினிமா ஆகும்போது, நாவலைக் கையில் எடுத்துக் கொண்டுபோய், காட்சிக்குக் காட்சி, வசனத்துக்கு வசனம் ஒத்துப் பார்த்து படம் பார்க்கக் கூடாது என்பதைத் தெரிந்து கொண்டேன். நாவல் என்பது வேறு, சினிமா என்பது முற்றிலும் வேறு. எனது தீவிர வாசகர்கள் பலர் படம்

பார்த்துவிட்டு என்னிடம் ஆயாசப்பட்டதுண்டு. நாவல் எனது ஊடகம், சினிமா தங்கர் ஊடகம். அவரவர் மெல்ல முடிவதை விழுங்குகிறார்கள், அவ்வளவுதான்.

கே : **ஒரு எழுத்தாளனுக்கு எழுதுவதுதான் வேலை. அதைத் தாண்டி அவன் வேறெதையும் செய்யவேண்டியதில்லை என்பது போல சில படைப்பாளிகள் பேசுகிறார்கள். ஆனால் ஒரு குடும்பத் தலைவன் அல்லது தலைவி, தனக்கான வேலையைப் பார்த்துக் கொண்டும் குடும்பத்துக்காகவும் உழைக்கிறார்களே? இவர்களைக் காட்டிலும் எழுதுவதால் மட்டுமே எழுத்தாளர் எப்படி உயர்ந்தவர் ஆகமுடியும்?**

பதி : எழுதுவதால் மட்டுமே எழுத்தாளர் உயர்ந்தவர் ஆகிவிட மாட்டார். அவர் சமூகத்தில் ஒரு சகஜீவி, அவ்வளவே. உயர்ந்த எழுத்தை எழுதினால் அவர் உயர்ந்தவர். எழுத்தாளனுக்கு எழுதுவது வேலை அல்ல. வேலை என்பதை நீங்கள் பிழைப்பு எனும் அர்த்தத்தில் பயன்படுத்தக்கூடாது. எழுதுவது என்பது அவனது சமூகச் செயல்பாடு. களப்பணியாற்ற அவன் வரவேண்டும் என்று எதிர்பார்த்தால், அது நிர்ப்பந்தம் இல்லை. எழுதுவதே அவனது பங்களிப்பு என்று அவன் இருக்கக்கூடும.

முப்பது ஆண்டுகள் முன்பு, பம்பாய் ஸ்டெர்லிங் திரையரங்கில் ஒரு வாரத்துக்கு, உலகில் கம்யூனிசம் எப்படிப் பரவியது என்பது சம்மந்தமாக ஏழு திரைப்படஙகள், தினத்துக்கு ஒன்று எனத் திரையிட்டார்கள். அதில் ஒன்று NIGHT OVER CHILLE. தரைத்தளத்துக்குக் கீழே, தலை மறைவாக இருந்து கட்சிப்பணி தீவிரமாக ஆற்றும் ஒருவரை சில மைல்கள் தாண்டி நடக்க இருக்கும் இரகசியக் கூட்டத்துக்கு வரச் சொல்வார்கள். அவன் மறுப்பான். அவன் சொல்லும் காரணம், தற்செயலாகத்தான் அகப்பட்டுக் கொண்டால் எல்லா ரகசியங்களையும் அடி பொறுக்காமல் கொட்டிவிடும் பயம் என்பது. களப்பணி தொடர்பாக எழுத்தாளர் அப்படியும் யோசிக்கலாம். அதனால் அவரது எழுத்துச் செயல்பாடு குறைபட்டுப் போகாது.

நீங்கள் சொல்லும் குடும்பத் தலைவன் உவமை பொருத்தம் இல்லை. குடும்பத் தலைவனோ, தலைவியோ வேலைக்குப் போகிறார்கள். வீட்டு வேலையும் செய்கிறார்கள். எழுத்தாளனுக்கு எழுத்து மட்டுமே வேலையல்ல. அவனும் வேலைக்குப்

போகிறான். ஆசிரியப்பணி, அரசு ஊழியம், வங்கிப் பணி என சாதாரண மாந்தரைப்போல! எழுதிப் பிழைக்க முடியுமா இந்த நாட்டில்? அப்படி முயன்றவர்களின் சோக வரலாறு சொல்லவா? அரசாங்கம் நூல்களை வாங்குவதில்லை. வாங்கினாலும் கட்சி, சாதி, கமிஷன் பார்த்து வாங்குகிறார்கள். பாதிக்கு மேல் பதிப்பகங்கள் எழுத்தாளனுக்கு ராயல்டி தருவதில்லை. இளம் படைப்பாளிகளில் பலர் சொந்தப் பணம் செலவு செய்து புத்தகம் வெளியிடுகிறார்கள்.

எழுத்தாளனுக்கு எழுதுவதுதான் வேலை என்ற சொல். எம்மைக் காயப்படுத்துகிறது நண்பரே! கொசுவுக்கு கடிப்பதுதான் வேலை என்று சொல்வதுபோல் இருக்கிறது!

கே : உங்கள் கட்டுரைகளில் பெரும்பாலும் தமிழ் மண்ணின் அரசியலும் (குறிப்பாக திராவிட அரசியலும்) சினிமாவும் சமூகமும் மட்டுமே மிகக் கடுமையாக விமர்சிக்கப்படுகின்றன. தமிழகம் தாண்டிய மண்ணில் எல்லாம் (குறிப்பாக நீங்கள் வாழ்ந்த மராட்டியத்தில்) பாலும் தேனுமா ஓடுகிறது?

பதி : இங்கும்தான் பாலும் தேனும் ஓடுகிறது, ஆனால் சினிமா பேனர்களின் மீது. சேர்த்துச் சொல்லலாம் பீரும் ஓடுகிறது என்று. இந்தியாவில் எந்த மாகாணத்திலும் பாலும் தேனும் ஓடவில்லை. ஆனால் ரூபாய்க்கு எத்தனை காசு ஊழல் என்றொரு கேள்வி வருகிறது! சினிமா பற்றிப் பேசினால், மராத்தி மொழியின் சாம்னா, அக்ரீத், சவாஸ் எனும் திரைப் படங்கள் போதும் என் மதிப்பீட்டுக்கு. சமூகச் செயல்பாடு களுக்கு பாபா சாகேப் அம்பேத்கரும், பாபா அம்டேயும், மகாத்மா புலேயும், அண்ணா ஹசாரேயும் போதும். ஒப்பிட்டுப் பார்த்தால், தமது செயல்பாடுகள் ரத்தக் கொதிப்பை ஏற்படுத்துகிறது. ஹெலிகாப்டரில் பறந்து செல்லும் முதல்வரை தரையில் நின்றுகொண்டு குனிந்து வணங்கும் அமைச்சர்களை நான் மராடடியத்தில் கண்டதில்லை.

முப்பது ஆண்டுகளுக்கு முன்பு, மராத்திய மாநிலத்தில் விற்பனைப் பணியில் என் பயணம். அக்கோலாவில் தங்கி இருந்தேன். அது பம்பாய் - நாக்பூர் வழித்தடத்தில் இருக்கிறது. நாற்பது கிலோமீட்டர் தூரத்தில் ஒரு கூட்டுறவு நூற்பாலை நிர்வாக இயக்குநரைப் பார்ப்பது என் திட்டம். அவர் அந்த ஊர் சட்டமன்ற உறுப்பினர். மதியச் சாப்பாட்டுக்கு

மேல் சந்திப்பு. பேசிக்கொண்டே இருந்தோம், சாய் கொடுத்தார், வாங்கும் நூற்பாலை இயந்திரங்கள் குறித்து விவாதித்தோம். பைஜாமா போன்ற ஒன்று - லேங்கா என்பார்கள், மேலே நெஞ்சுக்குக் குறுக்கே பை வைத்த சட்டையும் அல்லாத பனியனும் அல்லாத ஒன்று. திடீர் என்று மணி பார்த்தார். மாலை ஆறே முக்கால். ''அக்கோலாவுக்கு உனக்கு கடைசி பஸ் ஏழுமணிக்கு... கௌம்பு'' என்று சொல்லி, அவரது ஜீப்பில் என்னை பேருந்து நிலையத்துக்கு அவரே ஓட்டி வந்து விட்டார். அவர் மராத்தி, நான் மதராசி. எனக்கு சொக்காரனோ, சம்மந்தியோ அல்ல. அவரும் ரூபாய்க்குப் பத்து பைசா வாங்குகிறவர் தான். இந்த மனிதத் தன்மையை உங்கள் சட்டமன்ற உறுப்பினர்களிடம் பார்க்க முடியுமா?

மேலும் நான் மராத்தியன் அல்ல, மராத்தி மொழியில் எழுதுகிறவனும் அல்ல. தமிழன், தமிழ் எழுத்தாளன். என் வழக்கு உம்மோடுதானே இருக்கவியலும்?

கே : சமகாலப் பிரச்சனைகளைப் பேசவும் எழுதவும் நம் தமிழ்ப் படைப்பாளிகளுக்கு என்ன அப்படியொரு தயக்கம்? அல்லது பயம்? இதே கூட்டம்தான் பிரச்சனைகளைப் பேசும் உலக இலக்கியங்களையும் கொண்டாடுகிறது. ஏன் இந்த முரண்?

பதி : தந்திரமாக நீங்கள் பெயர்களைத் தவிர்த்துவிட்டுக் கேட்கிறீர்கள். எலுமிச்சம் பழம் புளிக்கும் என்பது எனக்கும் உங்களுக்கும் எழுத்தாளர்களுக்கும் தெரியும். இதைச் சொல்ல ஏழு நாட்கள் வேண்டியதில்லை. அல்லது வலைத் தளங்களின் உறுதிப்பாடுகள் தேவையும் இல்லை. ஆனால் பிரச்சனைகளை வெளிப்படையாகப் பேசினால் சம்மந்தப் பட்டவர்களுக்குப் படாத இடத்தில் பட்டுவிடுமோ எனும் பயம் இருக்கலாம்! இன்றில்லாவிட்டால் நாளை அவர்கள் முன்னால் போய் நிற்கவேண்டியதிருக்குமே எனும் கவலை இருக்கலாம். தாமிரபரணி நதிக்கரையில் சம்பந்தப் பட்டவர்கள் ஒரு தோட்ட வீடு தர எண்ணியிருந்து, பிரச்னைகளைப் பேசி, அவர்கள் மனம் மாறிவிட்டால் என்ன செய்வது என்ற தயக்கம் இருக்கலாம். ஈழப் பிரச்னை ஒன்றுபோதும் சில எழுத்தாளர்களின் கள்ள மௌனத்தை மதிப்பீடு செய்ய! உலக இலக்கியங்களை, உலகப் பிரச்சனைகளைப் பேசினால் வம்புமில்லை வழக்கும் இல்லை. 'அறிவார் அறிவார்; அறியார் அறியார்!'.

கே : முன்பெல்லாம் சினிமாவில் அகிலனின் கதை படமாகும், கலைஞரின் கதை படமாகும். ஆனால் இப்போது யாரோ ஒருவரின் கதைக்கும் எழுத்தாளர்கள் வசனம் மட்டும் எழுதப் போவது ஏன்? தவிர அவரவர்களின் கதையைச் சரி செய்கிறோம் என்று சொல்லிவிட்டு அந்தக் கதைக்கு சீன் பிடிக்கும் வேலையைச் செய்கிறார்களே?

பதி : தமிழ் சினிமா வரலாற்றில் இதுவரை எத்தனை தமிழ் சினிமாக்கள் வந்திருக்கும்? அவற்றுள் நீங்கள் சொல்லும் கருணாநிதி, அகிலன், ஜெயகாந்தன், பொன்னீலன், அண்ணாதுரை முதலான பலரின் எத்தனை கதைகள் பயன்படுத்தப்பட்டது? பொருட்படுத்தத் தேவை இல்லாத பங்களிப்பு! ஆனாலும் அத்தனை சினிமாக்களுக்கும் வசனம் எழுதப்பட்டுத்தானே வந்திருக்கிறது? சோலைமலை, ஆரூர்தாஸ் எனச் சில பெயர்கள் நமக்கு நினைவுக்கு வரவில்லையா! பிறகு நெறியாளுகை செய்தவரே எழுதிக்கொண்டார்கள். பிறகு அதற்கென ஒரு இலாகா ஏற்படுத்தினார்கள். ஒரு தொழில் என்ற அளவில் யார் கதைக்கு யார் வசனம் எழுதினால் என்ன? இதில் எழுத்தாளன் எழுதினால் நமக்கு எங்கே இடிக்கிறது? 'தலைகீழ் விகிதங்கள்' 'சொல்ல மறந்த கதை' ஆனபோதும் வசனம் நான் எழுதவில்லை. நான் வசனம் எழுதிய 'பரதேசி'யின் கதாநாயகன் என் 'இடலாக்குடி ராசா', கதை டேனியல் எழுதிய Red Tea.

மற்றெவரோ செய்யும் தொழிலை எழுத்தாளர்களும் செய்கிறார்கள். மற்றவர் செய்தால் சரி, எழுத்தாளர் செய்தால் தப்பா?

பின்னே ஒரு காரியம், இந்த சீன்பிடிப்பது! ஒரு நெறியாள்கைக் காரருடன் நட்புரீதியாக பேசிக்கொண்டு இருந்தேன். அவர் திரைப்படங்கள் எதிலும் நான் பணியாற்றவில்லை. சுவாரசியமான சில தகவல்கள் சொன்னால், பின்னால் திரும்பிப் பார்ப்பார், உதவி இயக்குநர் குறித்துக் கொள்வார். அவற்றைத் திரைப்படங்களில் பார்த்த பிறகுதான் எனக்கு இந்த மீன் பிடிக்கும் சமாச்சாரம் தெரிந்தது. இசை ஞானி இளையராஜா இசையமைத்த, சுகா இயக்கிய 'படித்துறை' படத்துக்கு நானும் ஒரு பாட்டு எழுதினேன். புறப்படும்போது இளையராஜாவிடம் கேட்டேன், 'சென்னைக்கு வீடு பாத்து குடிவந்திரட்டா?" என்று. ஒரு சீன் பிடிச்சுக் கொடுத்தால் என்ன தருவார்கள்? சென்னையில் வீடு பார்க்கச் சொல்லலாம்!

கே : தமிழ்ப் படைப்புலகின் நம்பிக்கை நட்சத்திரங்கள் என்ற உங்கள் பட்டியல் பத்திக்கிச்சு, பத்திக்கிச்சு, பத்திக்கிச்சே வேய்?

பதி : அஃதோர் பட்டியல் அல்ல, வகை மாதிரிக்காகச் சில பெயர்களைச் சொல்கிறேன் என்று அந்தப் பதிவிலேயே குறிப்பிட்டிருந்தேன். அதாவது ஒரு SAMPLE SURVEY. மூத்த எழுத்தாளர்கள் சிலர், எவர் பெயரையும் குறிப்பிடாமல் அந்தக் கேள்வியை எளிதாகத் தாண்டிப் போயிருப்பார்கள். வேறு சிலர் அரைமனதுடன் சில பெயர்களைச் சொல்வார். மற்றும் சிலர் தமக்குள்ளாகவேத் தரம் பிரித்து சில பெயர்களைச் சொல்லிச் செல்வார்கள், மொய் எழுதுவதைப் போல, மாறிமாறி. நான் சற்றுத் தாராளமாக இருக்க விரும்பினேன். குறிப்பிட்ட பெயர்கள் மூலம் பாண்டிய மன்னன் போல் ஆபத்துதவிகள் என்ற தற்கொலைப் படை உருவாக்குவது என் நோக்கமல்ல. மேலும் இலட்சக்கணக்கான வாசகர்களைக் கொண்ட விகடன் மூலம் நல்ல படைப்பு முயற்சியில் ஈடுபடும் சிலர் வெளியுலகுக்குத் தெரிய வருவார்களே என்ற ஆசையும் காரணம்.

நினைவில் இருந்து எழுதியதனால், நிச்சயமாக விடுதல்கள் இருக்கும். அதனுள் நுண் அரசியல் தேடுவார்கள் என்பதும் எனக்குத் தெரியும. நானொரு துணைப்பட்டியல் போட விரும்பவில்லை. என்றாலும் தமிழ்க்கவிஞர்களில் என்.டி.ராஜ்குமார், ஈழத்துப் பெண்கவிஞர்களில் அனார், பஹீமா ஜஹான், சர்மிளா செய்யித் ஆகியோர் பெயர்களை நான் சேர்த்திருக்க வேண்டும். கட்டுரையாளர்களில் ஸ்டாலின் ராஜாங்கம், சிறுகதை ஆசிரியர்களில் கணேசகுமாரன், காலபைரவன், நாவல் குமரகேசன், பொ.கருணாகர மூர்த்தி ஆகியோரையும்.

எவர் என்ன பரிந்துரைத்தாலும், காலம் ஈவிரக்கம் இல்லாத தரக் கட்டுப்பாட்டாளன். எவரும் தனது படைப்பாற்றல், உழைப்பு, அறச்சார்பு, நேர்மை முதலானவற்றாலேயே நிலைபெறல் சாத்தியமாகும். சாரம் கட்டியோ, முட்டுக் கொடுத்தோ நிலைநாட்ட முடியாது. விகடன் எனக்களித்த வாய்ப்பை நேர்மையுடன் பயன்படுத்திக் கொண்டேன். எனக்கதில் ஆர்வம் உண்டு.

நான் கொண்டாடும் படைப்பாளிகளான ஷோபா சக்தி, அழகிய பெரியவன், கீரனூர் ஜாகிர்ராஜா, கண்மணி குணசேகரன், யூமா வாசுகி, சு.வேணுகோபால் முதலானோர் பற்றிப் பேசாததான் காரணம் அவர் தம்மை தரத்தால் படைப்பால், செய்நேர்த்தியால் நிறுவிக்கொண்டவர்கள் என்பதால்தான்.

196-வது திருக்குறள் சொல்கிறது -

'பயனில் சொல் பாராட்டுவானை மகன் எனல்
மக்கள் பதடி எனல்'

என்று. பயனற்ற சொற்களைப் பேச, எழுத எனக்கு உத்தேசம் இல்லை.

கே : சின்னச்சின்ன விஷயங்களுக்கு எல்லாம் ப்யூட்டி பார்லர் தேடி அலைபவர்க்கு நாலடியாரின் யாக்கை நிலையாமை பற்றிச் சொல்லுங்களேன்?

பதி : சின்னச் சின்ன சந்தோஷங்கள்தானே! போனால் போகட்டும். செங்கல் சுமக்கும் பெண்கள் போக முடியுமா? தார்ச்சாலை போடும் தொழிலாளரால் போகமுடியுமா? வசதி உடையவர் போகிறார், அதில் நமக்கு என்ன இழப்பு? மேலும் பலருக்கு வேலை வாய்ப்பு அளிக்கும், அதுவும் ஒரு தொழில்தானே! பொது வெளிகளில் நடமாடுகிறவர்கள், தம்மிடம் இருப்பதில் சிறந்ததை வெளிக்காட்ட முயல்கிறார்கள். கல்யாண வீட்டுக்குப் போகும்போது, துலக்கமாக உடுத்துக் கொள்வதில்லையா? கிராமத்துப் பெண்கள் பட்டுப் புடவையும் நகையும் இரவல் வாங்கி அணிந்துகொள்வதில்லையா? கால் சட்டையின் பின் பாக்கட்டில் தலைவார சீப்பில்லாத ஆண்கள் உண்டா? முகத்தில் மயிர் வளர்வது இயற்கைதானே? ஏன் மழித்துக் கொள்கிறோம்? ஏன் நகம் வெட்டுகிறோம்? ஆடும் மாடும் பல் தேய்க்கின்றனவா?

யாக்கை நிலையாமை என்பது பெரிய சங்கதி! அது ப்யூட்டி பார்லர் போவதுடன் இணைத்துப் பேசத் தகுந்ததல்ல. எல்லாம் தெரிந்திருந்தும், இட்லியை மிக்சியில் அரைத்துத் தின்னும் மக்கள் தலைவர்கள்கூட ஆயிரக்கணக்கில் கோடிக்கணக்கில் கொய்கிறார்கள்.

'நெருநல் உளன் ஒருவன் இன்றில்லை' என்கிறது திருக்குறள். 'அகிலமெலாம் கட்டி ஆளினும் கடல்மீதும் ஆட்சி செலவே நினைவர்' என்கிறார் தாயுமானவர். 'நாளும் நாள் சாகின்றோமால், நமக்கு நாம் அழாத தென்னோ!' என்கிறது குண்டலகேசி. 'இளமையும் நிலையாவால், இன்பமும் நின்றவல்ல' என்கிறது வளையாபதி.

'சென்ற நாள் எல்லாம் சிறுவிரல் வைத்து எண்ணலாம்
நின்ற நாள் யார்க்கும் உணர்வரிது'

என்பது அறநெறிச்சாரம். 'புல் நுனிமேல் நீர் போல நிலையாமை' என்பது நாலடியார்.

குறிப்பாக நாலடியார் பற்றிக் கேட்டதால், ஒரு முழுப்பாடல்:

'மலை மிசைத் தோன்றும் மதியம் போல் யானைத்
தலை மிசைக் கொண்ட குடையர் - நிலமிசைத்
துஞ்சினார் என்றெடுத்துத் தூற்றப் பட்டார் அல்லால்
எஞ்சினார் இவ்வுலகத்து இல்!

மலைமீது தோன்றும் முழு நிலவுபோல, தமது பட்டத்து யானைத் தலைமீது குடையைக் கொண்டவர், இறந்து போனால், மண்மீது எடுத்துச் சாம்பலாய்த் தூவப்பட்டார்களே அன்றி, எஞ்சி நின்றவர் இவ்வுலகத்தில் எவரும் இல்லை.

இதை உணராமல் வாரிவாரிச் சுருட்டுகிறோமே ஐயா! அதைப் பேசுங்கள்!

கே : இன்றைய கல்விமுறை பற்றி உங்கள் கருத்து?

பதி : நல்ல கருத்து இல்லை. சமச்சீர் என்பது கீழ்நோக்கிய தரப்படுத்தல் அல்ல. வெறும் பாட புத்தகக் கல்வியாக இருக்கிறது. பன்னீராண்டுகள் தாய்மொழித் தமிழ் கற்றும், மாணவர் பலருக்கும் பிழையற்றத் தமிழ் எழுதவரவில்லை. ஆங்கிலத்தின் நிலைமையும் அதிஅற்புதமாக இல்லை. நாங்கள் பயின்ற காலத்தில் எங்களுக்கு சமூகவியல் என்றொரு பாடம் இருந்தது. அனைத்து மாணவரும் பூகோளமும் சரித்திரமும் அரசியலும் சமூகவியலும் கற்றோம். சமீபத்தில் தூதஞ்சல் ஒன்று அனுப்பப் போயிருந்தேன். நகரின் முதன்மையான பொறியியல் கல்லூரி இறுதியாண்டு மாணவர் ஒருவர் SPEED POST அனுப்ப எனக்கு முன் நின்றிருந்தார்.

தூதஞ்சல் வேண்டாம் ஸ்பீடு போஸ்ட்தான் அனுப்ப வேண்டும் என்று கண்டிப்பாக இருந்தார். அதற்குத் தபால் நிலையம் தான் போகவேண்டும் என்று அவருக்குத் தெரிந்திருக்க வில்லை. பலரும் சினிமாவும் கிரிக்கெட்டும் தாண்டி வேறொன்றும் அறியார் பராபரமே!

கே : ஒரு உண்மையான எழுத்தாளனுக்கு இருக்கவேண்டிய தகுதி என்ன? இருக்கக்கூடாத பண்புகள் என்ன?

பதி : உண்மையான எழுத்தாளன் என்று கேட்பதால் நானும் உண்மையாகப் பேசவேண்டும். இருக்க வேண்டியவை: அறவுணர்வு, கூர்ந்த நோக்கு, அனுபவச் செழுமை, வலியுணரும் மனது, தேர்ந்த வாசிப்பு, மொழிப் புலமை, உழைப்பு, நேர்மை, முயற்சி, தன்னம்பிக்கை, தன் எழுத்தைத் தானே எழுதுதல், அறிந்தவற்றை மட்டுமே எழுதுதல்…

இருக்கக் கூடாதவை: நாலு கதை எழுதிவிட்டுத் தான் ஆன்டன் செகாவ் தரத்துப் படைப்பாளி என்ற ஆணவம், குறுக்கு வழிகளில் தன்னை நிறுவ முயற்சித்தல், விமர்சனம் செய்பவனை குலப்பகையாகக் கருதுதல், தான் வாசிக்காதது எதுவும் இல்லை, தனக்குத் தெரியாததும் எதுவும் இல்லை எனும் முட்டாள்களின் சொர்க்கத்தில் வாழ்தல், சாதனையாளர்களை அவமதித்தல், பரபரப்பில் புகழ்பெற எண்ணுதல்.

கே : உங்கள் கும்பமுனி கதாபாத்திரம் யார்?

பதி : 'கும்பமுனி' கும்பிடும் தம்பிரானே! என்பது திருப்புகழ். எனவே அவர் சிவபக்தர் என்று தெரிகிறது. 'நீண்ட தமிழால் உலகை நேமியின் அளந்தான்' என்பான் கம்பன். உலகளந்த திருமாலைத் தமிழளந்த கும்பமுனிக்கு உவமை சொல்கிறார். கும்பமுனி 'நாகம் அது நாகம் உற, நாகம் என' நின்றவன். நாகம் - மலை. நாகம் - பாதாள உலகம், நாகம் - யானை. அந்த கடல் குடித்த குடமுனியின் வக்கரித்த, பின்னவீனத்துவ இலக்கிய வடிவமாகக் கும்பமுனியைக் கருதலாம். முதுமை அடைந்த, எழுதிக் களைத்த, தோற்றுப்போன, அநீதி கண்டு புழுங்குகிற, மலட்டுக் கோபம் கொண்ட யாராகவும் இருக்கலாம் கும்பமுனி. இதுவரை என் பதினெட்டுக் கதைகளின் நாயகன் அவர். தமிழின் உன்னதப் படைப்பாளி ஜெயமோகன், 'கமண்டல நதி' என்றொரு நூல் எழுதியுள்ளார் என் படைப்புகளையும் என்னையும் பற்றி.

அதில் கும்பமுனி விரிவாகப் பேசப்பட்டுள்ளார். இராமனும், இலக்குவனும், குகனும், அனுமனும், வாலியும், கும்பனும் இராவணனும் கம்பனே என்பார்கள் அறிஞர்கள். அந்த அளவுகோலைக் கைக்கொண்டால் கும்பமுனியும் நாஞ்சில் நாடனே!

கே : **பரதேசியின் வசனகர்த்தாவாக, இயக்குநர் பாலாவுடன் பணிபுரிந்த சமயம் ஏற்பட்ட மறக்கவியலாத அனுபவம் ஒன்றைப் பகிர்ந்து கொள்ளுங்களேன்!**

பதி : படப்பிடிப்பின்போது என் காலில் முள் குத்தியது, இயக்குநர் ஓடியே வந்து பிடுங்கினார் என்று நடிகைகள் பாணியில் சொல்ல என்னிடம் எதுவும் இல்லை. ஆன்மீகத் தேடலுள்ள, அறஉணர்வுள்ள, குழந்தை மனமுள்ள மனிதர் பாலா என அறிந்துகொள்ள படப்பிடிப்பு நாட்கள் உதவின.

சிவகங்கை - மேலூர் சாலையில் சற்று உள்வாங்கிய சாலூர் கிராமம். மானாமதுரை பக்கமுள்ள வேதியனேந்தல், மூணார், மூணார் போகும் வழியிலுள்ள மறையூர் என சுமார் 30 நாட்கள் படப்பிடிப்பில் உடன் இருந்தேன். எனது இரண்டு மாத அமெரிக்கப் பயணம் முன்னிட்டு, படப்பிடிப்பு முடியுமுன் புறப்பட்டு வந்துவிட்டேன். ஒரு வசனகர்த்தாவாக அன்றி, படைப்பிலக்கியவாதியாக நடத்தப்பட்டேன், சர்வ சுதந்திரத்துடன். சாலூரில் இருந்து, படப்பிடிப்பு முடிந்து, சிவகங்கை திரும்பும்போது, திடீரென 'பனங்கிழங்கு திங்கிறீங்களா?' என்பார். அடுத்த கிராமத்தில் வண்டி நிற்கும்.

கதாநாயகன், தேயிலைத் தோட்டத்தில் பறித்து நடப்பட்ட பின், படத்தின் முதல் நாயகி, கைக்குழந்தையுடன், ஏரிக்கரையில், மாலை மயங்கும்போது, பிரிவுத் துன்பத்தில் நிற்கும் பாடல் காட்சி. காட்சியில் ஒன்றரை வயதுக் குழந்தையொன்று பங்கேற்றது. காட்சி முடிந்ததும் சம்பளம் வாங்கிக்கொண்டு தாயும் குழந்தையும் வீட்டுக்குத் திரும்ப நடந்தார்கள். சற்றுத் தூரம் போயிருப்பார்கள். டென்டில் உட்கார்ந்திருந்த பாலா கத்தினார், "ஏம்மா, இங்க வாம்மா!" என்று. தாய் குழந்தையை இடுப்பில் வைத்து திரும்பி நடந்தாள். பாலா தன் பேண்டின் பின் பாக்கெட்டில் கைவிட்டார். சில ஆயிரம் ரூபாய்த் தாள்கள் வந்தன. "வச்சுக்கம்மா... பிள்ளையைப் பாத்துக்கம்மா" என்று சொல்லி அடுத்த வேலைக்குப் போய்விட்டார்.

நான் விடைபெற்று வந்த மாலை, தயாரிப்புப் பொறுப்பில் இருந்த பாலா, அப்பா என்று விளிக்கும் சந்தான கோபாலன், ஒளிப்பதிவாளர் செழியன், ஆர்ட் டைரக்டர், உதவி இயக்குநர்கள், ஸ்டில் போட்டோகிராபராகப் பணிபுரிந்த கவிஞர் விக்கிரமாதித்யன் மகன் சந்தோஷ், பல்துறை உதவியாளர்கள் என்று விடைபெற்று வந்தபோது, குடும்பத்தைப் பிரிந்து வரும் கனம் மனதில் இருந்தது. இன்னொரு சினிமாவுக்கு நான் எழுதுவேனோ மாட்டேனோ, எனக்கு இந்த அனுபவம் மிகப் பயனுள்ளது, மறக்க இயலாதது.

கே : நீங்கள் ஒரு கர்நாடக இசை ரசிகர் என்று பல கட்டுரைகள் படித்ததில் இருந்து தெரியவந்தது. குறிப்பாக என்.சி.வசந்த கோகிலத்தையும் ரசித்திருக்கிறீர்கள். எம்.டி.ராமநாதனும உங்களைக் கவர்ந்திருக்கிறார். பாமர ரசிகர்களை ஈர்க்கும் வசந்த கோகிலமும் இசை நுணுக்கம் அறிந்த விற்பன்னர்களால் போற்றப்படும் எம.டி.ராமநாதனும் வேறுவேறு துருவங்கள். எப்படி இவர்களை ரசிக்கிறீர்கள்?

பதி : கே.பி.சுந்தராம்பாள், எம்.எல்.வசந்தகுமாரி, டி.கே.பட்டம்மாள், எம்.எஸ்.சுப்புலட்சுமி, பாறசாலை பொன்னம்மாள் வரிசையில் சற்று மூத்தவர் என்.சி.வசந்தகோகிலம் என்று எண்ணுகிறேன். மிகவும் அழகாக இருந்தார் என்றும் சினிமாக்களுக்கு அந்தக் காலத்திலேயே பாடினார் என்றும் சொல்லக் கேட்டிருக்கிறேன். காலம், மிக இளவயதிலேயே கவர்ந்துகொண்ட இசைக் கலைஞர் அவர். பிறரைப்போல நெடுங்காலம் வாழ்ந்திருந்தால், அவரது இசை வெளிச்சம் பன்மடங்கு பலகிப் பெருகிப் பரவியிருக்கக்கூடும்.

'தந்தை தாயிருந்தால் உமக்கிந்த குறையெல்லாம் வருமோ ஐயா' என்ற நிந்தாஸ்துதியில் அமைந்த பாடல், யார் பாடினாலும் ஆளை உருக்கும். ஆனால் உடனே வசந்த கோகிலம் நினைவுக்கு வராமற் போகாது. எம்.டி.ராமநாதன், இசை மேதை. அந்த இசைச் சிகரத்தை உணர, நாம் பல படிகள் கடந்தாக வேண்டும். நேரடியாகச் சிகர அனுபவம் பெற எந்தக் கலையிலும் ஹெலிகாப்டர் வசதி இல்லை. முதல்படியில் இருந்து கடைசிப் படிவரை எல்லாம் முக்கியமான படிகள்தான். இசையை ரசிப்பதில் நமக்கு சொந்தத் தேர்வுகள்

இருக்கக்கூடும். சிலரை மிக விரும்பிக் கேட்போம், சிலரைத் தாண்டியும் போவோம். ஒரு மோனத் தவத்தின் எல்லையில் எம்.டி.ராமநாதன் எனும் துருவத்துக்குப் போகும் வழியில் இருப்பவர் என்.சி.வசந்தகோகிலம்.

கே : அநேகமாக நீங்கள் உங்கள் ஊரைவிட்டு வெளியேறி நாற்பது ஆண்டுகளுக்கும் மேலாகிறது. மும்பை, கோவை போன்ற பெருநகர அழுத்தங்களுக்கு மத்தியிலும் உங்கள் புனைவு மொழியில் மண்ணின் மணம் முனை முறியாமல் இருக்கிறதே, எப்படி?

பதி : எந்த ஊரில் வாழ்ந்தாலும் சொந்தத் தாய் மறந்து போமோ? நீண்ட தொலைவில், நெடுங்காலம் முகம் பார்க்காமல் வாழும் போது தேடலும் ஏக்கமும் வலுவாகத்தானே இருக்கும்? மேலும் நான் விலகி நடந்த காலத்து மொழி 45 ஆண்டுகள் முந்தியதும் பொதுமைப்படாமலும் நினைவில் தங்கிய மொழி அல்லவா? அதுவெங்ஙனம் முனை மழுங்கும்? அம்மைக்கு பிள்ளை, இல்லேன்னு ஆகுமா?

கே : ஹாரிபாட்டர், ரௌலிங், சேத்தன் பகத், ரவீந்தர் சிங் என்று சிறுவர்களை இளைஞர்களை உலகம் முழுக்க வாசிக்க வைத்துக் கொண்டு தான் இருக்கிறார்கள் எழுத்தாளர்கள், ஆனால், தமிழகத்தில் மட்டும்தான் இளைஞர்களிடம் வாசிப்புப் பழக்கமே இல்லை என்பதுபோல் குற்றம் சுமத்துகிறீர்கள்? இணையம், டேப்லட், கிண்டில் படக்கதை ஆல்பம் என்று எழுத்தை சகலவிதத்திலும் கொண்டுபோய்ச் சேர்க்காதது யார் குற்றம்?

பதி : எம் குற்றம்தான். திறமையான எழுத்தாளர்கள் சிறுவருக்கான எழுத்தில் அக்கறை செலுத்தவில்லை என்பது உண்மைதான். நீங்கள் சொன்ன பட்டியலில் - (பட்டியல் எனும் சொல்லே இரண்டு வாரமாக எனக்கு திகில் ஏற்படுத்துகிறது) ரஸ்கின் பாண்ட், சத்யஜித்ரே போன்றோரைச் சேர்த்துக்கொள்ளலாம். சில ஆண்டுகள் முன்பு, சிறுவர் நூலுக்கான பரிசுத் தேர்வுக்கு, திருப்பூர்த் தமிழ்ச் சங்கத்துக்காக நடுவராக இருந்தேன். எல்லாம் புதையல் தேடுகிற சமாச்சாரம். சிறுவர் அவற்றை வாசிக்காமல் இருப்பதே நல்லது எனத் தோன்றியது. சிறுவனாக நானிருந்த போது தினத்தந்தியில் வந்த சிந்துபாத் தொடர், கிழவனான பின்பும் ஓடுகிறது. சிறுவர் அதை வாசிக்கிறார்களா

என்று தெரியவில்லை. தமிழிலும் ஆங்கிலத்திலும் சிறுவருக்கான வார, மாத இதழ்கள் வருகின்றன. தினமணி, 17 ஆண்டுகளாக, சனிக்கிழமைதோறும் 'சிறுவர் மணி' இலவச இணைப்பாக வெளிக்கொணர்கிறது. மூன்று வாரம், நான்கு வாரம் சேர்த்து வைத்திருந்து, வீட்டுக்கு வரும் சிறுவருக்குத் தருகிறேன்.

போதுமான அளவில் தரமான சிறுவர் இலக்கியம் தமிழில் இல்லாமற் போனது கவலைக்குரியது. ஆனால் பெற்றோரும் ஆசிரியர்களும் பாட புத்தகங்களுக்கு வெளியே வாசிக்க சிறுவரை ஊக்குவிக்காமல் இருப்பது இன்னும் கவலைக்குரியது.

கே : எந்த விஷயத்தையும் கிண்டல், பகடி மூலம் கடந்து செல்வதுதான் தமிழர்களிடமுள்ள கெட்ட குணமா?

பதி : தமிழர்களிடம் உள்ள பல கெட்ட குணங்களில் அதுவும் ஒன்று. மிகத் தீவிரமான சிந்தனையும் செயல்பாடும் கோரிய விஷயங்களைக்கூட கிண்டல் மூலம் எளிமைப்படுத்தினார்கள். சமூகத்தில் பலமான ஆதிக்கம் செலுத்தும் சினிமாவுக்கு இதில் கணிசமான பங்கு உண்டு. அறச்சீற்றத்தை வளர்த்தெடுப்பதற்குப் பதிலாக அதனை மலிவான கிண்டல் மூலம் வியாபார மாக்கினார்கள். சிரிக்க வேண்டியனவற்றுக்கு மாத்திரமே சிரித்துக் கடந்து போகவேண்டும். யாவற்றையும் கிண்டலும் பகடியுமாக மாற்றுவது போர்க்குணத்தைச் சாகடிக்கும். தமிழன் போர்க்குணம் இழந்த காரணங்களில் ஒன்றே நீங்கள் குறிப்பிடுவது. இதைத் திட்டமிட்டே செய்கிறார்களா என்றுகூடத் தோன்றுவதுண்டு.

கே : கலைஞர் கருணாநிதியுடனான உங்கள் சந்திப்பு, நெருக்கம் பற்றி எல்லாம் சொல்லலாமே!

பதி : அவர் மேடையில் முழங்கும்போது வெகுதூரம் பின்னால் தள்ளி நின்று கேட்டு மலைத்த ஆயிரக்கணக்கானோரில் நானும் ஒருவன். பதினைந்து வயதுப் பருவம் அது. நானும் எம்.ஜி.ஆரும் எவ்வளவு நெருக்கமோ அவ்வளவு நெருக்கம் நானும் கருணாநிதியும். என் பெரியப்பா என்.எஸ்.நாராயண பிள்ளை என்று நாடோடி மன்னன் வரை எம்.ஜி.ஆரின் நாடகங்களிலும் சினிமாக்களிலும் நடித்தவர். 67 படங்கள் என்று நினைவு. 1968-ல் வருமான வரித்துறை ஆய்வாளர் தேர்வெழுத முதன்முறையாக சென்னை போனபோது ராமாவரம்

தோட்டத்துக்குக் கூட்டிப் போனார். அப்போது நான் தீவிர எம்.ஜி.ஆர். ரசிகன். கிட்டத்தில் நின்று பார்த்தேன். தோளில் தட்டி இரண்டொரு சொற்கள் என்னிடம் பேசினார்.

பம்பாயில் நான் வாழப் புறப்பட்ட காலத்து, பம்பாயத் தமிழ்ச் சங்கம் நடத்திய 'ஏடு' மாத இதழின் பொறுப்பாசிரியராக இருந்தார் கவிஞர் கலைக்கூத்தன். கரந்தைத் தமிழ்ச்சங்கத்தில் புலவருக்குப் படித்தவர், சொந்த ஊர் கந்தர்வக்கோட்டை. தாராவி தி.மு.க. கிளைச் செயலாளராக இருந்தார். 1973 அல்லது 1974 என நினைவு. பம்பாய் வந்திருந்த கருணாநிதியை விடுதியில் சந்திக்கப் போனபோது என்னையும் கூட்டிப் போனார். இரண்டாம் முறை, 2009-ம் ஆண்டுக்கான இயல் தமிழ்க் கலைஞன் என்ற பிரிவில் 'கலைமாமணி' விருது வழங்கப்பட்டபோது. எல்லாப் புகழும் கவிஞர் இளைய பாரதிக்கே! 13-02-2011ல் நானும் மூத்த படைப்பாளி சா.கந்தசாமியும் வரிசையில் நின்று, அதிகாரிகள் முதுகில் கைவைத்துத் தள்ள, பள்ளியில் பரிசு பெறும் மாணவன் போல் முன்னகர்ந்து பெற்றுக்கொண்டேன். சிறியதோர் முறுவல் செய்து பொற் பதக்கம் அணிவித்தார். அமைச்சர் ஒருவர் பட்டயம் வழங்கினார். மேடையில் சிறப்பு விருதுகள் பெற்ற இளையராஜாவும் ஜெயகாந்தனும் அமர்ந்திருந்தார்கள்.

'கலைமாமணி' வாங்கிவிட்டு, மனைவியிடன் தில்லி புறப்பட்டுப் போய் சாகித்ய அகாதமி விருதும் பெற்றுக் கொண்டு, அரித்துவார் போனோம். விருதுகளைக் கங்கைப் புனிதநீரில் கழுவப் போனதாக நண்பர்கள் சுற்றறிக்கை விட்டார்கள்.

குறிப்பு : விகடன் மேடையில் மேற்கண்ட வினாக்கள் தொகுத்த அனைவர்க்கும் நன்றி!

28

சூரியகதிர்

நேர்காணல் ஜூலை 2014

சந்திப்பு
மதுமிதா

நாஞ்சில்நாடன் நகைச்சுவையும் சமூக விமர்சனமும் இழை யோடும் படைப்புகளுக்காகப் புகழ்பெற்றவர். தமிழ் மரபிலக்கியத்தில் உள்ள தேர்ச்சி இவரது படைப்புகளில் வெளிப்படும். கம்ப ராமாயணத்தில் ஆழமான ஈடுபாடு கொண்டவர். இவரின் 'தலைகீழ் விகிதங்கள்' நாவலை இயக்குநர் தங்கர்பச்சான் 'சொல்ல மறந்த கதை' என்ற பெயரில் திரைப்படமாக்கி இருக்கிறார். 2010ம் ஆண்டுக்கான சாகித்திய அகாதமி விருது இவரது 'சூடிய பூ சூடற்க' சிறுகதைத் தொகுப்பிற்கு கிடைத்தது.

கனடா இலக்கியத் தோட்டத்தின் 2012-ம் ஆண்டுக்கான இயல் விருது தொராண்டோவில் இவருக்கு அளிக்கப்பட்டது. ''அங்கீகாரம் மூலம் எழுத்தாளன் உருவாவதில்லை. ஆனால், எழுத்தாளன் திரும்ப எதிர்பார்க்கக்கூடிய ஒன்றே ஒன்று அங்கீகாரம் மட்டுமே. எழுத்து என்பது எனக்கு தவம் அல்ல; வேள்வி அல்ல; பிரசவ வேதனை அல்ல; ஆத்ம சோதனையோ, சத்திய சோதனையோ அல்ல; பணம் சம்பாதிக்கும் முயற்சி அல்ல; பேரும் புகழும் தேடும் மார்க்கம் அல்ல; வாழ்க்கையைப் புரிந்துகொள்ளும் முயற்சி; என் சுயத்தைத் தேடும் முயற்சி! எனது கருத்துகளோடு எவரும் உடன்படலாம், மாறுபடலாம். ஆனால், அவை வாசிக்கவும், பரிசீலிக்கவும், விவாதிக்கவும் படவேண்டும் என்பது எனது எதிர்பார்ப்பு'' என தனது வலைப்பூவில் சொல்லியிருப்பவர் நாஞ்சில் நாடன். அவருடனான நேர்காணல் இனி...

கே : எல்லாமே வெளிப்படையாக எழுதுவேன்னு சொல்றீங்க. ஆனாலும், அரசியல் குறித்த, சமூகம் சார்ந்த, வெளிப்படையான நேரடியாகச் சொல்லப்படும் விஷயங்களையெல்லாம் கும்பமுனி மட்டும்தான் எழுதுகிறார். நாஞ்சில் நாடனும்

கும்பமுனியும் ஒருவரே என்று எங்களுக்குத் தெரிந்தே இருந்தாலும், கும்பமுனி மட்டும் அதை எழுதுவதற்கு பிரத்யேகமான காரணங்கள் இருக்கின்றனவா?

பதி : பத்து இருபது வருஷம் கழிச்சு, முதுமை வந்த பிறகு, என்னுடைய சிந்தனை என்னவாக இருக்கும், எண்ணவோட்டம் என்னவாக இருக்கும் என யோசிக்கிறேன். அது என்னால தான் எழுதப்படுகிறது. ஒரு கதாசிரியனா சொன்னா நாஞ்சில் நாடன் என்கிற நான் சொல்லமுடியாத சில விஷயங்களை கும்பமுனிங்கிற கதாபாத்திரத்தால சொல்ல முடியும். அந்தக் கதாபாத்திரம் நிகழ்த்துகிற உரையாடல் மனப்போக்கு என்னால் தானே எழுதப்படுது. சமீபத்துல கும்பமுனி கதைகள்னு ஒரு தொகுப்பு கொண்டுவர இருக்கிறேன். கும்பமுனிக்குன்னு குறிப்பிடத் தகுந்த வாசகர் வட்டமும் இருக்கிறாங்க. அதுல நாஞ்சில் நாடன் சொல்ல முடியாத விஷயத்தை கும்பமுனி சொல்வார். ஆனா, ஒரு கதாபாத்திரத்தை நாம் உருவாக்குகிறபோது அதுல நம்ம பங்கு இல்லாம இருக்க முடியாதில்லையா!

கே : **ஓர் எழுத்தாளர் முற்போக்கான எழுத்தாளர், பிற்போக்கான எழுத்தாளர் என்று எப்படி அறிவது? நீங்க முற்போக்கு எழுத்தாளரா? பிற்போக்கு எழுத்தாளரா?**

பதி : இது இன்னிக்கு நேத்து பிரச்சனை இல்லைங்க. முட்டை முந்தியதா பெட்டை முந்தியதாங்கிற கேள்வி மாதிரி இது. பொதுவுடமை கட்சிகளுக்குள்ள உறுப்பினராக இருக்கிறவன் முற்போக்கு, அதுக்கு உள்ள உறுப்பினரா இல்லாதவன் எல்லாம் பிற்போக்குன்னு ஆகிப்போச்சு. எஸ்.பொன்னுதுரை ஒருத்தருதான் இதுக்கு சரியா சொன்னாரு. முற்போக்குமில்ல, பிற்போக்குமில்ல. நாங்க நற்போக்கு!

என்ன முற்போக்கு நீ? உன் பொண்ணுக்கோ பையனுக்கோ கல்யாணம் பண்ணறபோது சாதி பாக்குறயா இல்லையா? கல்யாணத்தப்போ வரதட்சிணை கொடுக்கறதோ வாங்கறதோ இல்லையா? கூட்டத்துக்கு காசு வாங்கறதில்லையா? எந்த கேட்டகரில என்னை நீ பிற்போக்குன்னு சொல்லுவே! இலக்கியங்கறது உலகத்துல ஒண்ணுதானா, மொழிங்கிறது ஒண்ணுதானா? ஐடியாலஜிங்கறது ஒண்ணுதானா? மியூசிக்கிங்கறது ஒண்ணுதானா? பெயிண்டிங்கிறது ஒண்ணு தானா? சித்தாந்தங்களில் பொதுவுடமை சித்தாந்தம்

மாத்திரம்தான் உலகுக்கு நன்மை செய்யுங்கறதை நம்மால ஏத்துக்க முடியாது. எத்தனையோ நல்ல சித்தாந்தங்கள் வெளியே இருக்கும்போது இப்படி சொல்லறதே அராஜகம்னு நினைக்கிறேன். என் எழுத்தை பிற்போக்குன்னு சொல்ல நீ யாருன்னு கேட்பேன். கலை இலக்கிய மன்றத்தில, முற்போக்கு எழுத்தாளர் சங்கத்துல வந்த படைப்புகள், வெளியில இருக்கிற படைப்பாளிகளை விட அதி உன்னதமான படைப்புகளாக வந்திருக்கா? வெளியில இருக்கிற படைப்பாளிங்கள விட எத்தனை சிறந்த படைப்பாளிகள் உள்ளே இருக்கிறாங்கன்னு சொல்லுங்க பார்க்கலாம்!

பொதுவுடமைக்குள்ள அற்புதமான படைப்பாளிகள் இருந்திருக்கிறாங்க. வாழ்ந்திருக்கிறாங்க. ஆனா, எழுத்தை முற்போக்கு பிற்போக்குங்கறது, கட்சியில், முற்போக்கு சங்கத்தில் இருந்தால்தான் முற்போக்குன்னு சொல்றதை எப்படி ஏற்றுக்கொள்ள முடியும். எனக்கு நல்லகண்ணு அய்யாவை ரொம்ப பிடிக்கும். நான் ரொம்ப மரியாதை செய்கிற தலைவர் அவர். நான் அவரைப் பத்தி எழுதியிருக்கிறேன். அவர் என்னைப் பத்தி பேசியிருக்கிறார். அவர் என்னை பிற்போக்குன்னு சொல்லட்டும். முதலில் இலக்கியம், அப்புறம்தான் இலக்கணம். ஒரு மொழியில முதலில் இலக்கணம் வர முடியுமா? தொல்காப்பியம் வந்த பிறகா இங்க கவிதை வந்திருக்கு?

முன்நவீனத்துவம், பின்நவீனத்துவம், மாயாஜாலம், யதார்த்தவாதம் எல்லாம் எழுத்துகள் வந்த பிறகு வைக்கப்பட்ட பெயர்கள், வரையறைகள். சிறந்த படைப்புகளை எழுதின கண்மணி குணசேகரன், சு.வேணுகோபால், கீரனூர் ஜாகிர்ராஜா, அழகிய பெரியவன் இவங்க வரையறைகளைத் தெரிஞ்சுட்டு வரல. டெக்னிகலா பெயர்களைப் பார்த்தா எழுதினாங்க? நானும் அப்படிப் பார்த்து எழுதல. எழுதிய பிறகுதான் இந்தப் பெயர்கள் வைக்கப்படுகின்றன. நான் எழுதினேன். யதார்த்தவாதம்னு சொன்னார்கள். நான் மேலும் எழுதினேன். நவீனத்துவம்னு சொன்னார்கள். எழுதறதுக்கு இவங்க பேர் சூட்டிக்கிறாங்க. போஸ்ட் மாடர்னிசம், போஸ்ட் போஸ்ட் மாடர்னிசம்னு பெயர் வைக்கலாம். காலம் கடந்தும் எது நிக்குதோ அதுதான் நல்ல படைப்பு.

கே : இயற்கையின் மீதான உங்களுடைய அக்கறை... பறவைகள், அவற்றுக்கு கோடை காலத்தில் தண்ணீர் கொடுத்தல் பற்றி

எழுதியும், பேசியும் வருகிறீர்கள். இயற்கையை நாம் இவ்வளவுக்கு சீரழித்திருக்கிறோமே என்று நீங்கள் வருத்தப்படுகிறீர்கள். இந்த அக்கறை எப்படி வந்தது?

பதி : அடிப்படையில் நான் ஒரு விவசாயினுடைய மகன். ஒரு நாளைக்கு பன்னெண்டணா சம்பளம் வாங்கின ஒரு விவசாய கூலியினுடைய மகன். விவசாயிங்கிறவன் இயற்கையைச் சார்ந்து வாழ்கிறவன். அவனுக்கு தண்ணிக்கு இயற்கை வேணும், காத்துக்கு இயற்கை வேணும். தண்ணி மாத்திர மில்ல விவசாயியினுடைய பிரச்னை. ஒரு குறிப்பிட்ட திசை யிலிருந்து காத்து அடிச்சாதான் ஒரு குறிப்பிட்ட நேரத்தில் கதிர் ஆகும். ஒரு குறிப்பிட்ட திசையிலிருந்து காத்து இருந்தாலும் தண்ணி இல்லாம, சில நெல்லு மணி வைக்காது. இதெல்லாம் அவனுடைய பிரச்சனை. விவசாயினுடைய மகன்கிறதால, விவசாயிங்க பிரச்சனை எனகுத் தெரியுது. ஒரு பயிர் போட்டிருக்கும்போது இந்த மழை நல்லதா கெட்டதா, இந்தப் பயிர் போட்டிருக்கும்போது இந்த நேரத்துல இந்த காத்து நல்லதா கெட்டதா என இந்த விஷயங்களை எட்டு வயது, பத்து வயசிலருந்து பாத்திருக்கேன். பதிவும் செய்திருக்கிறேன்.

அறுவடை சமயத்துல நெல் அதிகமா உதிர்ந்திடும். எனக்கு ஒரு பதினாறு வயது இருக்கும்போது அறுவடை சமயத்துல நான் எங்க அப்பாகிட்ட கேக்குறேன். ‘அப்பா விஞ்ஞானிங்க இவ்வளவு கண்டுபுடிக்கிறாங்களே, இதெல்லாம் உதிராம இருந்தா விவசாயிக்கு நல்லதுதானே’ன்னு கேக்கிறேன். ‘உதிராம இருக்கறதுக்கு ஏதும் கண்டுபுடிக்கலையா’ன்னு கேக்கிறேன். எங்க அப்பா அஞ்சாங்கிளாஸ் பெயில். அவர் சொல்றாரு, ‘இந்த நெலத்துக்கு குத்தகை குடுத்துடறோம். தண்ணிக்கு காசு குடுக்கறதில்ல; காத்துக்கு காசு குடுக்கறதில்ல. சூரிய ஒளிக்கு காசு கொடுக்கறதில்ல. அதனால வயல்ல வெளையுற எல்லாத்தையும் வீட்டுக்கு எடுத்துப் போகணுமுன்னு நினைக்கக்கூடாது. நம்மைச் சுத்தி பறவைங்க இன்னும் பல உயிரினங்க இருக்கு. அதனால வயக்காட்டில சிந்தினதைப் பத்தி நெனைக்கக்கூடாது’ன்னு சொன்னாரு. ஒவ்வொரு மரங்கள் பத்தியும், செடிகள் பத்தியும் அறிவைப் பெற்றேன். நான் பார்த்து எழுதுகிற ஒவ்வொரு மரத்தையும் பெயர்

சொல்லித்தான் சொல்வேன். பெயரைச் சொல்லாமல், தனியா மரம்னு சொல்லவே மாட்டேன். இப்படி மரங்களோடயும் மலர்களோடயும் இயற்கை சார்ந்தே வளர்ந்தவன்.

பறவைகள் மீதான அக்கறையும் உண்டு. வீட்டில் பறவைகளுக்கு இப்பவும் தண்ணீர் வைக்கிறேன். நான் வைக்கலைன்னா அந்தப் பறவைங்க செத்தா போயிடும்? ஆனா, வீட்டுக்கு செம்போத்து வருது, மைனா வருது, காக்கா வருது, குருவி வருது! எல்லாமும் வரும்போது சந்தோஷமா இருக்கு. இது சுயநலம்தான். கல்லூரிகளில், பள்ளிகளில் இதைப் பற்றியெல்லாம் பேசறேன். ரொம்ப அட்டெண்டிவா கேக்கறாங்க. அவங்க கண்களில் பொறி தெரியுது. அதிநவீன பள்ளிகளை விடக் கிராமப்புற பள்ளிகளில் குழந்தைங்க அன்பா, மரியாதையா, ஆர்வமாக இருக்கிறாங்க. அந்தக் குழந்தைகள்ட்ட வேப்பம்பழம் எத்தனைபேரு பாத்திருக்கிறீங்க சாப்பிட்டிருக்கிறீங்கன்னு கேக்கிறப்போ, சத்திரப்பட்டி பள்ளியில் முக்கால்வாசிக்கு மேல் கையை தூக்கினாங்க. இதையே கோவையில் கேட்டா வேப்பம்பழம் தெரியுமான்னு கேட்டா பத்து பையனுக்குக்கூட தெரியல. அப்புறம் எப்படி சாப்பிட்டிருப்பான். அதனால இயற்கை சார்ந்த விஷயங்களை எழுத பேச விருப்பமிருக்கு.

கே : சாகித்திய அகாதெமி விருதுக்கான பாராட்டுவிழா மேடையில், வருஷத்துக்கு பத்து பேருக்கு விருது கொடுத்தால், சிறந்த படைப்பாளிகள் அனைவருக்கும் உயிருடன் இருக்கும்போதே விருதினைக் கொடுத்து விடலாமே என்று நீங்கள் பேசினீங்க. அப்படி அவர்களால் தரமுடியாது என்று தெரிந்திருந்தாலும், நீங்கள் அப்படி பேசியதன் உட்கருத்து என்ன?

பதி : நான் 'தலைகீழ் விகிதங்கள்' எழுதியபோதே எனக்கு சாகித்ய அகாதெமி விருது கொடுத்திருக்கணும். இப்போ கொடுத்தாங்க. எனக்கு முன்னாடி 25 பேருக்கு கொடுக்க வேண்டியிருக்கு. வண்ணதாசனுக்கு குடுக்கல, ஆ.மாதவனுக்கு குடுக்கல, சுந்தர ராமசாமிக்கு குடுக்கல. இன்னும் பலருக்கு கொடுக்கல. சில நண்பர்கள் இந்த விருதை என்னை நிராகரிக்கச் சொன்னாங்க. நான் இந்த கௌரவத்துக்கு 25 வருஷத்துக்கு முன்னமேயே தகுதியானவன். அதனால இப்போ கொடுக்கும் போது வாங்கினேன்.

எனக்கு முன்னே வாங்க வேண்டிய சிறந்தவங்க இருக்கிறாங்க. 25 பேர் பெட்டர் தேன் மீ. அகாதெமியை இடதுசாரி ஹைஜாக் பண்ணிட்டான்னு வெளியே பேச்சு இருக்கிறதாம். நல்ல எழுத்தை புறக்கணிக்கற சூழல் இருக்கில்ல? பத்து வருஷமா முக்கியமான படைப்பு, சிறுகதை தொகுப்புக்கு கொடுக்கப் பட்டிருக்கிறதா? நான் ரொம்ப ஹார்ஷா கேக்கிறேங்க? சு.வெங்கடேசனுக்கு காவல்கோட்டத்துக்கு பரிசு கொடுத்த போது மூணு நடுவர்களும் அந்த நாவலை முழுசா படிச்சாங்களா? 25 பேருக்கு விருதை கொடுத்துட்டாங்கன்னா, இனி புதுசா வர்றவங்கள் எல்லோருக்கும் ஒவ்வொரு வருடமும் கொடுக்கலாம். அதைத்தான் சொன்னேன்.

கே : **பெண்களுக்கான குடும்பம் என்னும் அமைப்பு அவர்களை எழுத அனுமதிக்கிறதென்று நினைக்கிறீர்களா? குடும்பத்தை விட்டு வெளியே வந்து எழுதும் பெண்களின் எழுத்துக்கும், குடுபத்துக்குள்ளேயே இருந்து, குடும்பத்தினரின் ஆதரவுடன் எழுதும் பெண்களின் எழுத்துக்கும், குடும்பத்து ஆதரவே இல்லாமல் கடைசி மூச்சைப் பிடிக்கும் ஆவேசத்துடன் எழுதும் பெண்களின் எழுத்துக்கும் இருக்கும் வேறுபாடுகளை தமிழ் இலக்கியவாதிகள் அறிந்திருக்கின்றனரா?**

பதி : தமிழ் இலக்கிய சூழல் ஒரு ஆஸ்பெக்டில் பாக்கிறபோது சீக்காளியா இருக்கு. அதாவது ஒரு பெண் வீட்டுல சமைக்க வேண்டியிருக்கு. பத்து பாத்திரம் தேய்க்க வேண்டியிருக்கு. தொவைக்க வேண்டியிருக்கு, வீடு கூட்ட வேண்டியிருக்கு, கொழந்தைங்கள பள்ளிக்கூடத்துக்கு அனுப்ப வேண்டியிருக்கு. புருஷனுக்கு டிபன் செஞ்சு குடுக்க வேண்டியிருக்கு. ஒரு பெண் படைப்பிலக்கியவாதி எழுத வர்றதுங்கறது சாதாரண விஷயமல்ல. எழுத்து மாத்திரமில்ல, ஓவியத்த சேத்துக்கலாம். இசையை சேத்துக்கலாம், தன்னுடைய குடும்பத்தினுடைய தேவைகளை முடிச்ச பிறகுதான் தன்னுடைய மத்த வேலைகளை செய்ய வேண்டியிருக்கு. இந்த சூழலை சக படைப்பாளி சற்றுப் புரிதலோட பார்க்கணும். அவங்க என்ன சூழல்கள்ல இருந்து வர்றாங்க, என்ன சிக்கல்களுக் குள்ளேயிருந்து வர்றாங்கன்னு பாக்கணும். அவங்க வேலை பாக்குற பொண்ணா இருந்தால் வீட்டிலும் வந்தவுடனே வேகவேகமா வேலை பார்த்துட்டு, அந்த வேலையையும் பார்க்க வேண்டியிருக்கு. வெளியே வேலை பார்க்குற

ஒரு கணவன் வீட்டுக்குள்ள வந்து கணவன் என்கிற பொசிஷன்ல உட்கார்ந்துடறான். ஆனா, ஒரு பெண்ணுக்கு அப்படியில்ல. வீட்டுக்குள்ள ஒரு ஆண் எடுத்துக்கிற சுதந்திரத்தை ஒரு பெண்ணால் எடுத்துக்க முடியமாட்டேங்குது. அதையும் தாண்டி அவள் எழுத வர்றதை நாம் எவ்வளவு கரிசனத்தோடு பார்க்கனும்? அவளுக்கு ஆதரவாக இருக்கணுமில்லையா? ஆனா இங்க என்ன நடக்குதுன்னா, அந்த பெண்களுக்கான பாதுகாப்பைக்கூட நாம தர்றதில்லை.

தேவையில்லாத காஸிப். தேவையில்லாத சில விஷயங் களை வெளிப்படையாகப் பேச எனக்கே கூச்சமா இருக்கு. சமகால சூழல் பெண்களுக்கு நேர்மையான பாதுகாப்பைத் தரலைன்னு நான் நினைக்கிறேன். அவள் எதிர்பார்க்கிற சுதந்திரத்தைக்கூட சூழல் தர்றதில்ல. நான் கேட்கிறேன், என் கையில் ஒரு பெண்ணின் தொலைபேசி எண் இருக்குங்கிற காரணத்தால, ராத்திரி பதினொன்னரை மணிக்கு டயல் பண்ணறதில என்ன நியாயம் இருக்கு? கணவன் படுத்திருப்பாரு, குழந்தைகள் படுத்திருக்கும், அண்ணன் பொண்டாட்டி படுத்திருக்கலாம், தம்பி பொண்டாட்டி படுத்திருக்கலாம். பாலியல் சார்ந்து சமகால எழுத்து சூழல்ல அத்துமீறல்களும், வக்கிரங்களும் ரொம்ப அதிகமா இருக்கு. இதன் விளைவுகளைப் பெண்கள் சுமக்க வேண்டியிருக்கு. ஒரு கருத்தரங்குக்கும், ஒரு கவியரங்குக்கும், ஒரு செமினாருக்கும் வரும் பெண்ணை பாதுகாப்பா வீட்டுக்கு அனுப்பற பொறுப்பு நமக்கு இருக்கில்ல? நாமே அதை வளர்க்கலைன்னா எப்படி? ரொம்ப அக்கறை யோடயும் பொறுப்போடயும் இத சொல்றேன். என்னோட மனைவிக்கு ராத்திரி பனிரெண்டு மணிக்கு போன் வந்தால் நான் எப்படி பீல் பண்ணுவேன். அடுத்தவனுடைய மனைவிக்கும் அதுதானே? என்னைக் கேட்டா ஆண் எழுத்தாளனை விட பெண் எழுத்தாளருக்கு பத்து மதிப்பெண்கள் அதிகமா தரணும்னு சொல்லுவேன். உமா மகேஸ்வரி யெல்லாம் எவ்வளவு அற்புதமான கவிதைகளையும், கதைகளையும், நாவல்களையும் குடுத்திருக்கிறாங்க! அதைப் பாராட்டற பெருந்தன்மை வேணும் நமக்கு.

29

பல்சுவை காவியம்

நேர்காணல் பெப்ரவரி 2015

சந்திப்பு

ஜீவசகாப்தன்

கே : சாகித்ய அகாதமி விருது வழங்கும் குழுவில் கல்வியாளர்கள் தான் இருக்கிறார்கள், மரபுசார்ந்த இலக்கியச் சிந்தனையாளர்கள் இல்லை என்றும் விருதுகளைத் தீர்மானிப்பதில் பணபலமும் அரசியல் பலமும் விளையாடுகிறது என்றும் நான்கு வருடங்களுக்கு முன் ஆதங்கத்துடன் பதிவு செய்தீர்கள். அதற்குப்பின் நான்கு ஆண்டுகள் கழிந்துவிட்டன. ஏதேனும் மாற்றம் நிகழ்ந்திருப்பதாக உணர்கிறீர்களா?

பதி : மாற்றம் நடந்து வருவது கண்கூடு. விருதுகளைப் பணபலம் தீர்மானித்தது என்று சொல்லமாட்டேன். ஆனால் அரசியல் பலம், அதிகார பலம், சாதிபலம் சில சந்தர்ப்பங்களில் தீர்மானித்தது. கல்வியாளர்கள் இருப்பதில் - குழுவில் உறுப்பாக - நமக்கு எதிர்ப்பில்லை. ஆனால் அவர்கள் படைப்பிலக்கியப் பரிச்சயம் உடையவர்களாக இருத்தல் வேண்டும். தேர்வுக்கு வரும் நூல்களை வாசித்துத் தீர்மானிப்பவர்களாக இருக்கவேண்டும். இதுபற்றி ஏற்கனவே பல பட எழுதி இருக்கிறேன். இசை பற்றிய அகர முதலி அறியாதவர் இசைப்போட்டிக்கு நடுவராக இருக்க இயலுமா? ஆனால் நம் மொழியில் படைப்பிலக்கியத்துக்கு எந்தத் தொடர்பும் அற்றவர்கள், கடந்த முப்பதாண்டு காலத்தில் ஒரு சிறுகதை, நாவல் வாசித்திராதவர் வெட்கமில்லாமல் நவீன இலக்கியத் தேர்வுக்குழு நாற்காலியில் சொகுசாகச் சாய்ந்து காலாட்டினார்கள். அதில்தான் எனது வழக்கு. ஜோ டீ குருசின் 'கொற்கை' சாகித்ய அகாதமி விருதுக்குத் தேர்வானதும் அபிலாஷின் 'கால்கள்' யுவ புரஷ்கார் விருதுக்குத் தெரிவு செய்யப்பட்டதும் மாற்றத்துக்கான அடையாளங்கள்.

கே : அண்டை மாநிலமான கேரளத்தில் மதுவிலக்கை படிப்படியாக நடைமுறைப்படுத்த அரசு முயற்சி மேற்கொண்டு வருகிறது. மதுவிலக்குப் பிரச்சாரம் தமிழகத்திலும் தீவிரமடைந்து வருகிறது. மதுவிலக்கு குறித்து உங்களுடைய கருத்து என்ன? பெரும்பாலான படைப்பாளர்கள், இலக்கியச் சிந்தனையாளர்கள் மதுப்பழக்கம் உடையவர்களாக இருக்கிறார்கள். கதையின் அழகியல் போக்கிற்கும் மதுப்பழக்கத்துக்கும் தொடர்பு இருக்கிறதா?

பதி : கதையின் அழகியல் போக்குக்கும் மதுப்பழக்கத்துக்கும் என் அனுபவத்தில் ஒரு தொடர்புமில்லை. தினமும் ஒரு மணி நேரம் விமானம் ஓட்டினால்தான் தனக்கு எழுதவரும் என்று ஒருவர் சொல்வதுபோல இது. மதுப்பழக்கம் பற்றிய என் பார்வையை 2000 முதல் இன்றுவரை மூன்று கட்டுரைகளில் விரிவாகப் பேசி இருக்கிறேன். எனது கட்டுரைகளில் எடுத்த நிலைப்பாட்டில் எனக்கு எந்த மாற்றமும் இல்லை. இருசக்கர வாகனம் ஓட்டவேண்டுமானால், வாகனம் ஓட்டத் தெரிய வேண்டும், வேகக் கட்டுப்பாடு வேண்டும், சாலை விதிகளை மதிக்க வேண்டும், தலைக்கவசம் அணிய வேண்டும், செல்ஃபோனில் பேசிக்கொண்டோ, பின் சீட்டில் இருப்பவரிடம் பேசிக்கொண்டோ வண்டியோட்டக் கூடாது. போதையில் வாகனம் ஓட்டக் கூடாது. வளைவுகளில் முந்த முயற்சி செய்யக்கூடாது, சாலையில் சர்க்கஸ் வித்தை காட்டக்கூடாது. விபத்துக்களைத் தவிர்க்கலாம். விபத்துக்கள் ஏற்படுகிறது என்பதற்காக இருசக்கர வாகனங்களைத் தடை செய்யலா?

கே : உங்களைப் போன்ற வட்டார வழக்கில் எழுதுபவர்களுக்கு இலக்கியச் சூழலில் தனி அடையாளம் இருக்கிறது. ஆனால் தாங்கள் உட்பட பல எழுத்தாளர்களின் எழுத்துக்களில் குறிப்பிட்ட சாதியின் பண்பாடுகளை முன்னிறுத்துகிறார்கள் என்ற குற்றச்சாட்டு முன்வைக்கப்படுகிறது. வட்டாரம் சார்ந்து எழுதும் எழுத்துக்களில் சாதியை வெளிப்படுத்துவது தவிர்க்க இயலாத ஒன்றா? எதார்த்தத்தில் சாதி இருக்கிறது. அதனால் பதிவு செய்கிறோம் என்று சொன்னாலும், சாதியமைப்பை மீண்டும் மீண்டும் அடுத்த சந்ததியினருக்கு நினைவூட்டுவதாக அமைந்துவிடாதா?

பதி : திரும்பத் திரும்ப எழுதியாயிற்று, பேசியாயிற்று, நான் வட்டார வழக்கில் எழுதவில்லை, தமிழில் எழுதுகிறேன்

என்று. அந்தகன் யானை பார்த்த விதம்தான். இங்கு படைப்பாளியைக் கல்வியாளர்களும் திறனாய்வாளர்களும் பார்க்கும்விதம். சாதிக்கும் நான் இதையே சொல்வேன். சாதியின் பண்பாட்டை முன்வைப்பதற்காக ஒரு படைப்பாளி எழுதுகிறான் என்பது படைப்பை புரிந்துகொள்ளாதவர்கள் பேசும் வெறும் பேச்சு. இலக்கியம் என்பது வேறு, இலக்கிய அரசியல் என்பது வேறு. இலக்கிய அரசியல் செய்து அதன் மூலம் இளமஞ்சள் வெளிச்சத்தில் நனைய நினைக்கிறவர்கள் எழுதிச் சாதித்தவர்கள் மீது வைக்கும் குற்றச்சாட்டு இது. ஒன்றும் கிடைக்கவில்லை என்றாலும் அவன் புதன்கிழமையன்று பிறந்தவன் என்பார்கள். எனது 128 சிறுகதைகள், 125 கவிதைகள், ஆறு நாவல்கள், பத்து கட்டுரை நூல்கள் இவற்றில் பத்து விழுக்காடுகள்கூட வாசித்திராதவர்கள் தாம் என்னை சாதிப் பண்பாட்டை முன்னுறுத்துகிறவன் என்றும் நேர்மை அற்றவன் என்றும் கொலைச் சிந்து பாடுகிறார்கள். இருபத்தெட்டு வயதுப் பெண், கரடி பொம்மையைக் கட்டிப்பிடித்துக் கொண்டு உறங்குவது போன்றதிது. எனக்கு அவர்களைப் பொருட்படுத்தப் பொழுது இல்லை.

கே : **மரபு இலக்கியம், நவீன இலக்கியம் என்பதைத் தாண்டி, பின்னவீனத்துவ இலக்கியம் இன்றைய இளைஞர்களை ஈர்த்து வருகிறதே! இதுகாறும் சமூகம் போற்றி வந்த அனைத்து மரபுகளையும் கட்டுடைக்கும் பின்னவீனத்துவ இலக்கியங்களை நீங்கள் எவ்வாறு பார்க்கிறீர்கள்? மேற்கத்திய நாடுகளின் அரசியலைத் தீர்மானிப்பதில் இந்த பின் நவீனத்துவ இலக்கியங்களின் பங்கு என்ன? நமது தமிழ்ச் சூழலில் பின்னவீனத்துவம் எத்தகைய வினையை நிகழ்த்தியிருக்கிறது?**

பதி : இதற்கு நானோர் கட்டுரை எழுதவேண்டும். பின்னவீனத்துவம் மேலை நாடுகளில் காலாவதியாகி ஐம்பதாண்டுகள் சென்றே நமக்கு அறிமுகமே ஆகிறது. பின்னவீனத்துவம் எனும் சொல்லாக்கமே தவறு என்கிறார் ம.இல.தங்கப்பா Post modernism என்பது எங்ஙனம் பின் நவீனத்துவம் ஆகும்? நமது இறக்குமதியாளர்கள் இதைப் பற்றி எல்லாம் யோசிப்பதில்லை. எப்புதிய இலக்கிய, அரசியல், கலைக்கோட்பாடும் இளைஞர்களை வசீகரிக்கும். பின்பு அவர்களே தெளிந்து தேறுவார்கள். உடையில் பெல் பாட்டமும் மயிரில் ஹிப்பி ஸ்டைலும் நாம் பின்பற்றவில்லையா? இலக்கியம் என்பது

Fashion Show அல்ல. இந்த மண்ணின் மரபுகளைத் துண்டித்துக் கொண்ட எந்த இலக்கியப் பாணியும் இங்கு வேரூன்ற முடியாமற்போனது நவீன தமிழ் இலக்கிய வரலாறு. இன்னும் இங்கு காளி பலி கேட்கிறாள், சிவபெருமானின் தமருகம் ஒலிக்கிறது. சினிமா நடிகர்களின் கட்-அவுட்களுக்குப் பாலாபிடேகம் செய்கிறார்கள், புதுப்படங்களுக்குப் பூஜை போடுகிறார்கள், குற்றம் புரிந்து அரசியல்வாதி சிறை சென்றால், 200 பேர் தீக்குளிக்கிறார்கள். பின்னவீனத்துவப் பிரதிகளும் எழுதப்படுகின்றன. இலக்கிய மரபின் தொடர்ச்சியை, நீட்சியைக் கைவிட்டு மோஸ்தருக்காகப் படைக்கப்படும் இலக்கியங்கள் வாசிக்கப்படுகின்றனவா?

கே : **ஆண் எழுத்தாளர்களின் இலக்கியங்கள் அனைத்தும் ஆண் உலகையே கொண்டாடுகின்றன. பெண்ணிய பார்வையில் பெண்களுக்கான உலகத்தை பார்த்தவர்கள் மிகவும் குறைவு. என்பது பெண் படைப்பாளிகளின் குற்றச் சாட்டாக இருக்கிறது. இந்த குற்றச்சாட்டை ஒப்புக்கொள்கிறீர்களா? அல்லது மிகைப்படுத்தப்பட்ட விமர்சனமாகப் பார்க்கிறீர்களா?**

பதி : ஐயா! பெண் உடம்பு, பெண் மனது, பெண் படைப்பு என்பன வேறானவை. அதை ஆணாகிய நான் எங்ஙனம் எழுதவியலும்? அதைப் பெண்கள்தானே எழுதக்கூடும்? அவர்களால் அது சாத்தியப்பட வேண்டும். தமிழிலும் மகாஸ்வேதா தேவி, ஆஷா பூர்ணா தேவி, துன் அதுர் ஹைதர், கமலா தாஸ், உருவாகி வரும் காலத்துக்கு நானும் காத்திருக்கிறேன். அதற்கான அடையாளங்கள் தெரிகின்றன. அவர்களை நான் ஆதரிக்கிறேன். உங்கள் வேலையை நான் செய்யவில்லை என்று என்னைக் குற்றம் சாட்ட முடியுமா? பெண்ணின் எழுததைப் பெண்ணன்றி யார் எழுதமுடியும்! தலித்தியத்துக்கு ஒரு நீதி, பெண்ணியத்துக்கு மற்றோர் நீதி தர்மமா?

கே : **அரசு அமைத்ததாகட்டும், நாகரிகம் பிறந்ததாகட்டும், வணிகத்தின் தேவையை உணர்ந்ததாகட்டும், பண்டைய தமிழ்ச் சமூகமே உலகிற்கு முன்னோடியாகத் திகழ்கிறது. இத்தகைய பாரம்பரியமான தமிழ்ச் சமூகத்தின் இலக்கியச் சூழல், கேரளாவிற்கும் வங்கத்திற்கும் அடுத்த நிலையில்தான் உள்ளது என்கிற கூற்றை நீங்கள் எவ்வாறு பார்க்கிறீர்கள்? இலக்கியவாதிகளுக்கு வங்கத்திலும் கேரளத்திலும் கொடுக்கப் படுகிற முக்கியத்துவம் தமிழில் அளிக்கப்படுகிறதா?**

பதி : பண்டைய தமிழ்ச்சமூகமே உலகிற்கு முன்னோடியாக நின்றது என்பது ஒரு Qualifying statement. உலகுக்கு முன்னோடியான பல மரபுகளில் தமிழும் ஒன்று என்று வேண்டுமானால் கூறலாம். கேரளம், வங்கத்தோடு மராத்தியத்தையும் சேர்த்துக் கொள்ளுங்கள். கன்னடத்தையும்கூட. அவர்களுக்கு அடுத்தபடியாக இல்லை, கடைசிப் படியாகவே இங்கு இலக்கியவாதிகள் மதிக்கப்படுகிறார்கள். இதுவரை எத்தனை பத்மஸ்ரீ, பத்மபூஷண் தமிழ் இலக்கியவாதிகளுக்கு வழங்கப் பட்டன? முன் சொன்ன மொழிகளின் நிலை என்ன? இங்குள்ள அரசியல் சூழல் சினிமாவுக்குத் தாய்ப்பால், இலக்கியத்துக்கு விடம். இதற்கு என்ன செய்யலாம்? மிகமிக மேம்போக்காக் எழுதியவர்களைத்தானே நாம் இந்நாட்டு இங்கர்சால், தென்னாட்டு பெர்னாட் ஷா, சிந்தனைச் சிற்பி, சொல்லின் செல்வன், நடமாடிய பல்கலைக்கழகம், கவி இமயமலை என்று கொண்டாடிப் புளகம் அடைந்தோம்! பாரதியிலும் சாதி பார்த்த மாண்பு நமது. நாஞ்சில் நாடன் எழுத்து வெள்ளாள எழுத்து என்று பழித்து ஒதுக்கும் நோய்மை நமது. இன்று புலம்பிப் பயன் இல்லை. ஆனால் இதற்கு இலக்கியவாதிகள் பொறுப்பு இல்லை.

கே : **குழந்தை இலக்கியம், பெண்ணிய இலக்கியம், தலித் இலக்கியம், பின்னவீனத்துவ இலக்கியம் எனப் பல்வேறு தளங்களில் எழுத்து பரிணமித்து வருகிறது. ஆனால் இன்றைய இளைஞர்களின் வாசிப்புத் தன்மை அதிகரித்திருக்கிறதா?**

பதி : எல்லாம் சரி, உண்மையான ஏழைகளைப் பற்றி, புறக்கணிக்கப்படுபவர்கள் பற்றி நாம் கவல்கிறோமா? அரசியல், நிறுவன, சமூக ஆதரவற்றவர் மீது நமது அக்கறை என்ன? அது கிடக்கட்டும். 50 ஆண்டுகள் முன்பு கையால் அச்சுக்கோர்த்த காலத்தில், சிறுகதைத் தொகுப்பு 1200 படிகள் அச்சிட்டு விற்றார்கள். இன்று கவிதைத் தொகுப்பு 250 படிகள் அச்சிடுகிறார்கள்; பலர் அச்சிடப் பணம் கொடுக்கிறார்கள், மற்றோர் நூற்றைம்பது படிகள் தாமே வாங்கிக் கொள்கிறார்கள். இது எதைக் காட்டுகிறது?

கே : **அழகியல் உணர்வைத் தூண்டும் எழுத்துக்கள் மக்களை அரசியல் படுத்துவதில்லை என்கிற குற்றச்சாட்டை தீவிர**

அரசியல் செயல்பாட்டாளர்கள் முன்வைக்கின்றனர். சமூக மாற்றத்தைத் தூண்டாத எந்தவிதப் படைப்பும் சமூகத்திற்கு தேவையற்றது என்கிற விமர்சனத்தை எவ்வாறு பார்க்கிறீர்கள்?

பதி : இது மிக மிகப் பழமையானதோர் குற்றச்சாட்டு. தீவிர அரசியல் செயல்பாட்டாளர்களில் எவரெவருக்கு இங்கு இலக்கியம் தெரியும்? இலக்கியம் என்பது அவர்களின் சொந்தக் கைத்தடி என்று பார்ப்பவர்கள் அவ்விதம்தான் பேசுவார்கள்! ஏன் சுந்தர ராமசாமியும், கி.ராஜநாராயணனும், ஜெயகாந்தனும் அரசியல் செயல்பாட்டாளர்களால் வெளித் துரத்தப்பட்டார்கள்? வெளியேற்றப்பட்டபின் அவர்கள் எழுதியது மக்களுக்குப் பயன்படாத எழுத்தாகி விட்டதோ? இலக்கியம் என்பது எந்த அரசியல் செயல்பாட்டாளனுக்கும் கூலி வேலை செய்யாது!

மாமல்லபுரத்துச் சிற்பங்கள், அஜந்தா - எல்லோரா சிற்பங்கள், ஓவியங்கள், பிஸ்மில்லா கானின் ஷெனாய், எந்த சமூக மாற்றத்தை தூண்டின? எந்தக் கலையுமே மனித மனத்தை மேம்படுத்துவதை நோக்கமாகக் கொண்டது எனும் அடிப்படை புரிதல்கூட இல்லாதவர்கள் பலதும் பேசுவார்கள்! அவர்களை அன்னதா சங்கர்ராயின் 'கலை' எனும் புத்தகத்தை வாசிக்கச் சொல்லுங்கள். தமிழிலும் பெயர்ப்பாகி வந்திருக்கிறது.

அரசியல் செயல்பாட்டாளர்களின் தூண்டுதலும் ஆதரவும் பெற்று எழுதப்பட்ட முற்போக்கு இலக்கியங்கள் மக்களை அரசியல் படுத்தி சாதித்ததென்ன? 14.5% வாக்குப் பங்கை 3.5% வாக்குப் பங்காக வளர்த்து எடுத்ததா?

கே : **ஈழப் படுகொலை நடந்த சமயத்தில் தமிழகத்திலுள்ள இலக்கியவாதிகளின் செயற்பாடு எவ்வாறு இருந்தது? போருக்கு எதிரான கண்டனத்தை தமிழ் இலக்கிய உலகம் வீரியமாகப் பதிவு செய்ததாக நினைக்கிறீர்களா?**

பதி : அதனைக் 'கள்ள மௌனம்' என்று நான்தான் முதலில் குறிப்பிட்டேன். அந்த இரு சொற்களும் விரிவாகப் பேசுபவை. போருக்கு எதிரான கண்டனத்தை இங்கு வீரியத்துடன் பதிவு செய்தவர்கள் குறைவு. சிலர், உலகப்போர் முடித்து 50 ஆண்டுகள் பிந்தியே, அதன் கொடுமைகள் எழுதப்பட்டன என்று தம்மையே ஆற்றிக்கொண்டனர். பலரும் நமக்கெதற்கு வம்பு என அமைதியாக இருந்தனர். சிலர் முகநூலில் புலம்பினார்கள். என் கவிதைகள், கட்டுரைகள் ஈழப் படுகொலைக்கு அழுதிருக்கின்றன.

தலித் இலக்கியவாதிகள், எங்களுக்கு சாணிப்பால் ஊட்டிய போது ஈழத்து எழுத்தாளர்கள் எங்கே போயிருந்தனர் என்று கேட்டார்கள்? முற்போக்கு இலக்கியம் படைப்பவர்கள் மூச்சுவிடக்கூட மேலிடத்தின் ஒப்புதல் வேண்டும்! இது தானையா தமிழ் இலக்கிய உலகம்!

கே : எழுத்து என்பது ஒரு படைப்பாளியின் அனுபவத்தில் தன்னியல்பாக வெளிவரும் உணர்வாக அமைய வேண்டும். ஆனால் தற்போது பதிப்பகங்களின் சந்தை நலனிற்காக எழுதப்படும் வணிகமாக மாற்றப்படும் சூழலை எவ்வாறு பார்க்கிறீர்கள்? படைப்பாளியின் வாழ்வியல் அனுபவத்தையும், கருத்தியல் பலத்தையும் தாண்டி வேறு சில புறவயக் காரணிகள் அவளது எழுத்தைத் தீர்மானிப்பதை எவ்வாறு பார்க்கிறீர்கள்?

பதி : நிறுவன வயப்பட்ட முந்நூற்றுக் கொச்சம் தமிழ்ப் பதிப்பகங்களின் Turn over என்னவென்று தெரியுமா? அது சரவணபவன் Turn over-ஐ விடக் குறைவாகவே இருக்கும். இதில் NCBH போன்ற பெரிய பதிப்பகங்களின் பங்கு என்ன என்பதை விசாரித்து தெரிந்துகொள்ளலாம். இதற்குள் பதிப்பகங்களின் சந்தை நலனுக்காக படைப்பாளி எழுதி, பெரிய வணிகம் செய்து கோடிக்கணக்கில் பொருள் ஈட்டி விடுகிறான் என்று நம்புகிறீர்களா? குறிப்பாக, பெயர் சொல்லி, வணிகமாக எழுதப்படும் எழுத்து பற்றிக் கேட்டீர்களேயானால் நாமதை விவாதிக்க முடியும். இன்று 'பொன்னியின் செல்வனுக்கு' இருக்கும் சந்தை எந்த படைப்பாளிக்கு இருக்கிறது? வணிகமோ இலக்கியமோ தமிழ்ப் புத்தகத்தை எவர் வாங்குகிறார்கள் இன்று? முப்பது நூல்களுக்கு மேல் எழுதி, எப்போதுமே 20 புத்தகங்களுக்கு மேல் சந்தையில் கிடைக்கும் என் புத்தகங்களுக்காக நான் பெறும் காப்பீடு கேட்டால் இந்தக் கேள்வி எழாது உங்களுக்கு!

இலக்கியம் என்பது சொந்த வாழ்வியல் அனுபவங்கள் மட்டுமே என்று யார் தீர்மானித்தார்கள்? John Milton-ன் Paradise Lost அவரின் சொந்த அனுபவமா? William Shakespeare-ன் Julius Ceasor, Antony & Cleopatra, Magbeth, King Lear, Hamlet, Romeo & Juliat என்பன அவரது சொந்த அனுபவங்களா? விஷ்ணு சக்காராம் காண்டேகரின் 'யயாதி', ஐராவதி கார்வேயின் 'யுகாந்தா', எம்.டி.வாசுதேவன் நாயரின் 'இரண்டாம் ஊழம்', பி.கே.பாலகிருஷ்ண பிள்ளையின்

'இனிஞான் உறங்ஙட்டே!' யாவும் படைப்பாளியின் அனுபவத்தின் வெளிப்பாடா? தமிழ்ப் படைப்பாளி - வணிகமா மாறும் சூழல் என்றெல்லாம் பேசுவது எனக்கு சிரிப்புத் தருகிறது. வாடகை சைக்கிள் எடுப்பவன் போராடும் வர்க்கம், பத்து சைக்கிள் வைத்து வாடகைக்கு விடுபவன் சுரண்டும் வர்க்கம் என்று சொல்லி அலுத்துப் போகவில்லையா இன்னும்?

ஒன்று நிச்சயம். நல்லது நிற்கும், அல்லது அழியும். அதைப் பற்றி நாம் கவலைப்பட வேண்டியதில்லை. முதல் தரமான எழுத்தை முதல் தரமானது என்று கொண்டாடுங்கள் போதும். கட்சி பார்த்து, ஜாதி பார்த்து, புத்தகம் வாங்காமல் தரம் பார்த்து வாங்குங்கள் போதும். வணிக எழுத்தோ இலக்கியப் படைப்போ வாசிக்கப்படாமலேயே போகும் அபாயம் நடந்து கொண்டிருக்கிறது தமிழ் கூறும் நல்லுலகில். அதற்கேதும் வழி செய்வோம் நாம்.

படைப்பாளியின் வாழ்வியல் அனுபவம், கருத்தியல் பலம், புறவயக்காரணிகள் இவற்றைத் தாண்டியும் படைப்பு நிகழ்கிறது என்பதையும் நாம் கருத்தில் கொள்ள வேண்டும்.

கே : உங்களுடைய படைப்புகள் திரைப்படமாகவோ, குறும் படமாகவோ மாறும்போது, நீங்கள் எழுதியபோது உங்கள் மனத்திரையில் தோன்றிய காட்சிகள் திரைவடிவம் பெற்றதற்கான நிறைவு கிடைத்திருக்கிறதா? குறிப்பாக உங்கள் 'தலைகீழ் விகிதங்கள்' 'சொல்ல மறந்த கதை'யாகத் திரைவடிவம் பெற்ற அனுபவம் எவ்வாறு இருந்தது?

பதி : முதலில் நாவல் வடிவம் வேறு, திரைப்பட வடிவம் வேறு என்பதை நாம் புரிந்துகொள்ள வேண்டும். எழுதும்போது படைப்பாளிக்குக் கிடைக்கும் அனுபவம் வேறு, சினிமாவாகப் பார்க்கும்போது கிடைக்கும் அனுபவம் வேறு. இரண்டையும் ஒப்பிட முடியாது. நாவல் படியை எடுத்துக் கொண்டு போய்த் திரைப்படம் பார்க்க அமரக்கூடாது? 'தலைகீழ் விகிதங்கள்' எனும் என் நாவல், 'இடலாக்குடி ராசா' எனும் ஓர் சிறுகதை திரைப்படம் ஆனபோதோ, 'விரதம்' என்ற என் சிறுகதையும், 'ஒரு இந்நாட்டு மன்னர்' எனும் என் சிறுகதையும் குறும்படம் ஆனபோதோ, மேற்சொன்ன தெளிவு எனக்கு இருந்தது.

எனவே நான் பதற்றமடையவில்லை. பட்டுப் புடவையை இரவல் கொடுத்துவிட்டு, அவள் பின்னால் தடுக்கு எடுத்துக்கொண்டு அலையக்கூடாது. Old man and the sea, Davinci Code என எந்த நாவல் சினிமா ஆனாலும் அதுவே நிலை.

எழுத்து வடிவம் என் வடிவம், திரைவடிவம் என்பது இயக்குநர் வடிவம். கோவையில் செம்மொழி மாநாடு எனும் கூத்து நடந்தபோது, ஊர்வலத்தில் வந்த Float-களில், சங்க இலக்கியப் பாடல்கள் சிலவற்றை ஓவியர் ட்ராட்ஸ்கி மருது காட்சிப் படுத்தி இருந்தார். பாடல் கவிஞனின் வடிவம், ஓவியம் மருதுவின் வடிவம். வெற்றி தோல்வி அவரவர் கைத்திறன்.

கே : **எழுத்தாளர்கள் வேறு வேலை பார்க்கக்கூடாது. எழுத்தையே முழுநேரத் தொழிலாகக் கொள்ள வேண்டும். அரசே எழுத்தாளனுக்குத் தேவையான வசதியை ஏற்படுத்தித் தரவேண்டும். மேற்கத்திய நாடுகளின் இத்தகைய வழக்கம் இருக்கிறது என்று சமீபத்தில் எழுத்தாளர் ஜெயமோகன் பேசியிருக்கிறார். இந்தக் கருத்தை எவ்வாறு பார்க்கிறீர்கள்?**

பதி : அவர் கூற்றில் எத்தவறும் இல்லை. ஆனால் இங்கு நம் சூழல் அவ்வாறில்லை. தமிழ் அல்லது இந்தியச் சூழலில் அவன் பிச்சை ஏற்றுத்தான் வாழவேண்டியதிருக்கும். ‘உஞ்ச விருத்தி’ என்று கேள்விப்பட்டிருக்கிறீர்களா? மேற்கத்திய நாடுகளில் ஒரு புத்தகம் பத்துலட்சம் படிகள் விற்கின்றன. அதன் ராயல்டியில் வாழலாம். அங்கு மக்கள் புத்தகம் வாங்கி வாசிக்கிறார்கள். இங்கு 500 படிகள் விற்பதில்லை. முன்னணிப் பதிப்பகங்களைக் கேளுங்கள. விற்றதற்கு ராயல்டி தருகிறார்களா என்பதையும் கேளுங்கள். அல்லது அரசு கருணையுடன், நம்மாளா வேற்றாளா என்று பரிசீலித்துக் கருணையுடன வழங்கும் மாதம் இரண்டாயிரம் ரூபாயில் வாழப் பழகிக்கொள்ள வேண்டும். அவ்விதம் ஓய்வு ஊதியம் பெறுவோர் பட்டியலை, தகவல் அறியும் சட்டத்தின் மூலம் வாங்கி ஆராய்ந்து பாருங்கள். என் கூற்றின் உண்மை புலப்படும். சினிமாக் கதாநாயகன் படத்துக்கு 20 கோடி சம்பளம் வாங்கும் நாடு இது. எதற்கு எழுத்தாளனைத் தற்கொலைக்குத் தூண்டுகிறீர்கள்? எழுத்தாளனுக்குத் தேவையான வசதியை அரசே ஏற்படுத்தித் தரவேண்டும் என்ற கனவு நனவாகிறது என்று வைத்துக் கொள்வோம், அந்த அரசு ஜெயமோகனுக்கோ எனக்கோ தேவையான வசதிகளை ஏற்படுத்தித் தருவார்களா?

கே : இன்றைய இளம்தலைமுறை எழுத்தாளர்களுக்கு என்ன அறிவுரை கூற விரும்புகிறீர்கள்! தமிழகத்தின் முக்கியமான எழுத்தாளர் என்கிற முறையில் இளம் எழுத்தாளர்களிடம என்ன எதிர்பார்க்கிறீர்கள்?

பதி : நிறைய வாசியுங்கள், முன் தீர்மானத்துடன் எதையும் புறக்கணிக்காமல் சோர்வின்றி நிறைய எழுதுங்கள். உங்களுக்கான இடம் எப்போதும் காலியாகவே இருக்கிறது.

'ஊழையும் உப்பக்கம் காண்பர் உலைவின்றித்
தாழாது உஞற்று பவர்' - *திருக்குறள்: 620.*

'Those who unflaggingly strive
without giving way to despair
will see the back of Fate in retreat'

(மொழிபெயர்ப்பு: கோ.வன்மீகநாதன் பிள்ளை)

தமிழில் இதுவரை எழுதப்பட்ட யாவற்றையும் தாண்டிப் போங்கள். தொன்மையான இச்செம்மொழியின் சிறப்புக்களை வரும் நூற்றாண்டுகளுக்கு உங்கள் எழுத்தின் மூலம் கடத்துங்கள். 'பெரிதினும் பெரிது கேள்!'

'கான முயல் எய்த அம்பினில்
யானை பிழைத்த வேல் ஏந்தல் இனிது' - திருக்குறள்.

30 நேர்காணல் 06-08-1998

கே : நவீன இலக்கியத்துடன் நீங்கள் தொடர்பு கொண்டிருக்கிறீர்கள். அதே சமயம் பழந்தமிழ் இலக்கிய மரபை உள்வாங்கிக் கொண்டிருக்கிறீர்கள். இரண்டுக்கும் இடையில் இன்றியமையாத உறவு என்ன?

பதி : பழந்தமிழ் இலக்கிய மரபுக்கும் நவீன இலக்கியப் பாணிகளுக்கான இன்றியமையாத உறவு தொடர்ச்சி தான். இரண்டுக்கும் ஒரு சம்மந்தமும் இல்லை என்பதுபோலப் பேசப்படுகிறது. ஒன்றின் தொடர்ச்சி அல்லது நீட்சிதான் வளர்ச்சி. வளர்ச்சிதான் நவீனமாதல். இன்று நவீனமாகத் தோன்றுகிற ஒன்று நாளை மரபு ஆகிப்போகும். என்றாலும் தொடர்ச்சி இருந்துகொண்டிருக்கும்.

பழந்தமிழ் இலக்கிய மரபு என்பது எல்லா நவீன சிந்தனை சார்ந்த இயக்கங்களுக்கும் இடம்வைத்துக் கொண்டிருப்பது. சூன்யத்திலிருந்து எதையும் தொடங்குவது என்பது சாத்தியம் இல்லை.

மேலும் பழந்தமிழ் இலக்கிய மரபு நவீன இலக்கியப் போக்குகளுக்குப் பகையானது, முரணானது என்றெல்லாம் நம்மிடம் முன்முடிவுகள் இருக்கின்றன. மாறாக பழந்தமிழ் இலக்கிய மரபு என்பது நவீன இலக்கியப் போக்குகளுக்கு அனுசரணையானது, ஆதரவானது. இப்படிச் சொன்னால் பழந்தமிழ் இலக்கியச் சாயம் படிந்த சிந்தனையாக அது கொள்ளப்படும். எல்லாச் சிந்தனைகளும் ஏதோ ஒரு சாயம் கொண்டதாகவே வளர்ச்சிப் பெறுகிறது.

மற்றும் இலக்கியம் நவீனமாதல் என்பது மொழி சார்ந்தும் சிந்தனை சார்ந்தும் உத்தி சார்ந்தும் தத்துவம் சார்ந்தும்

தொகுப்பு - மு.வேலாயுதம்

நிகழ்கிறது. இலக்கியத்தைப் பொறுத்தவரை இவை எல்லாவற்றுக்குமான வாகனம் என்பது மொழி.

மொழியைத் தாண்டிப் போதல் அல்லது மொழியின் செயல்பாடற்ற இடத்தில் நின்று உணர்த்துதல் என்றெல்லாம் தத்துவம் பேசினாலும் அதற்கு அடிப்படையான பலம் மொழிதான். வேர்கள் இல்லாமல் கிளைகளை வளர்க்க இயலாது. மொழியைக் கொண்டுதான் கட்டுகிறோம்.

இலக்கியத்தில் மொழியின் பயன்பாடு என்று வரும்போது மக்கள் புழங்கும்மொழி, சராசரியான மனிதன் வாழ்ந்து முடிந்து போவதற்கு அத்தியாவசியமான தேவைக்கான இரண்டாயிரம் சொற்கள் மட்டுமே அடங்கிய மொழி, என்று நம்மை நாம் கட்டுப்படுத்திக்கொள்ள இயலாது. அப்படிக் கட்டுப்படுத்திக் கொள்ளும்போதுதான் உயிரற்ற சொற்றொடர் நம்முன் வந்து குதிப்பதைக் காண்கிறோம். அதிலும் குறிப்பாக வெளிநாட்டுச் சிந்தனைகளை வாங்கிவந்து இங்கு பயிர் செய்ய நினைக்கும்போது மொழியின் போதாமையை உணர்வதாகச் சொல்கிறோம்.

உண்மையில் அது மொழியின் போதாமை தானா அல்லது பயன்படுத்துபவர்களின் மொழியறிவின் போதாமையா எனும் கேள்வி பிறக்கிறது. பல சமயங்களில் மூலத்தை வேற்று மொழியில் படித்துப் புரிந்து கொள்வது எளிதாகவும், மூலத்தைச் சார்ந்து எழுதும் விளக்கங்களையும் மொழிபெயர்ப்புக்களையும் புரிந்துகொள்வது சிரமமாகவும் ஆகிவிடும் ஆபத்து இதனால்தான் நிகழ்கிறது.

பழந்தமிழ் இலக்கிய மரபின் மொழியைப் பயின்று பயன்படுத்தினால் இந்த ஆபத்திலிருந்து விடுபடல் சாத்திய மாகும். அதன் பொருள் இன்றைய மேநாட்டுக் கலைச் சொற்களை சங்க இலக்கியங்களில் தேடிக்கொண்டிருப்பது என்பதும் அல்ல.

குறிப்பு: எப்போது எவரால் கேட்கப்பட்டு எதில் வெளியானது என்று இப்போது சொல்லக்கூடவில்லை.

31 நேர்காணல்

படைப்பாளிக்கு, தனது சகமனிதனுக்கு ஏதோ தெரிவிக்க வேண்டியதிருக்கிறது. அவனது துக்கம் அல்லது மகிழ்ச்சி, ஏமாற்றம் அல்லது வெற்றி, தத்தளிப்பு அல்லது விடுபடமுடியாச் சிக்கல் எனத் திட்டவட்டமாகச் சொல்லத் தெரியவில்லை. இப்படிக் கேட்டுப் பார்க்கலாம் - ஒரு புல் ஏன் முளைக்கிறது? முளைப்பதற்கான அதன் நியாயம், நெருக்கடி, உந்துதல் எங்கிருந்து பெறப்படுகிறது? என்னைப் பொறுத்தவரை ஒரு படைப்பின் மூலம் என்னை விசாரணை செய்கிறேன். என்னுள் எதோ தேடுகிறேன், விளக்கம் கேட்டுக் கொள்கிறேன். என்னைப் பரிமாறிக் கொள்கிறேன்.

கே : படைப்பாளியின் படைப்பின் நோக்கம் தனிமனிதன் அல்லது சமூகத்தை மாற்றி அமைப்பது என்ற காரணத்திற்காகவா?

பதி : படைப்பின் நோக்கம் என்பதும் படைப்பு எதற்காக உருவாகிறது என்பதும் கிட்டத்தட்ட ஒரே கேள்விதானே? தனிமனிதன் அல்லது சமூகத்தை மாற்றி அமைப்பது படைப்பின் நோக்கம் என்பது நாம் கற்பித்துக்கொள்வது. சிலருக்கு படைப்பதற்கு ஒரு நோக்கம் இருக்கலாம். எந்தப் படைப்பும், அது இலக்கியம் மட்டுமல்ல, இசை, ஓவியம், சிற்பம் எல்லாமே மனிதனுக்கும் சமூகத்துக்கும்தான் பயன்பாட்டுத்தளம். ஆனால் படைப்புத்தளம் வேறு பயன்பாட்டுத்தளம் வேறு. கலைஞனுக்குள் படைப்பு உருவாவதற்கான காரணிகளை இதுவரை யாரும் கண்டுபிடித்துச் சொன்னவரில்லை.

எந்தப் பச்சிலைக்கு என்ன பயன் என்று கண்டுள்ளனர். ஆனால் உலகிலுள்ள எல்லா பச்சிலைகளையும் கண்டறிந்து விட்டோமா? இன்னொன்று அந்தப் பச்சிலைக்குத்

தெரியுமா? தான் மஞ்சள் காமாலைக்கு மருந்தாவேன் அல்லது சிறுநீரகக் கல்லைக் கரைப்பேன் என்று? படைத்தல் என்பது இயல்பு. நோக்கம் என்பது அதன் மீது பூசும் சாயம்.

கே : 'சதுரங்கக் குதிரை' உங்கள் நாவலில் வித்தியாசமான நாவல் என்று திறனாய்வாளர்கள் பொதுவாகக் கருதுகின்றனர். நீங்க்ள் அப்படி நினைக்கிறீர்களா?

பதி : எனது எல்லா நாவல்களுமே வித்தியாசமான நாவல்கள் தான். நான் கூட்டத்தோடு கூட்டமாய் ஓடுகிற, மேய்கிற, கால்நடை அல்ல. சற்று விலகிப்போய் பார்க்க, மேய நினைக்கிறவன். எனக்கென்று ஒரு தனித்தன்மை இருப்பதாக நம்புகிறவன். பார்க்கப் பார்க்க எனக்கு புதுப்புது புல்வெளிகள் புலப்பட்டுக் கொண்டிருக்கின்றன. தப்பிவிட்டால்கூடப் பரவாயில்லை என்று கால் பதியாத கானகங்களைத் தேடிப் போகிறேன். எனவே என் எல்லா எழுத்துமே வித்தியாச மானவைதான். திறனாய்வாளர்களுக்குச் சிலசமயம், சில புலப்படும். சில எட்டுவதில்லை. அதைப் பற்றி படைப்பாளிக்கு அக்கறை இல்லை.

கே : நாராயணனின் மனச்சிக்கல் குட்டினோ கதாபாத்திரத்துக்கு இல்லையே? இருவரும் ஒரே நிலையை உடையவர்களாக இருந்தாலும் இந்த மாறுபாடு ஏன்? இதற்கு நாராயணனின் மரபு வழியான கலாச்சாரம் காரணமா?

பதி : நாராயணனின் இயல்பும் குட்டினோவின் இயல்பும் வெவ்வேறு. நிலை ஒன்றானாலும் அதை எதிர்கொள்ளும் விதம் வேறு வகையானது. 101 டிகிரி காய்ச்சலில் போர்த்திக் கொண்டு முனகுகிறவனும் உண்டு, 104 டிகிரி காய்ச்சலில் நடந்து போகிறவனும் உண்டு. அது மனோபாவம். மரபு வழியான கலாச்சாரம் காரணம் என்றால் - நாராயணனுக்குத்தான் அது உண்டா? குட்டினோவுக்கும் ஒரு மரபு உண்டு. இந்திய அல்லது இந்து அல்லது தமிழ் மரபு வேறு, போர்ச்சுக்கீசிய வழி மரபு வேறு. அது நம்மிலிருந்து வேறுபட்டது என்பதற்காக, அப்படி ஒரு மரபு இல்லை என்றோ, நம்மைவிடத் தாழ்ந்தது என்றோ ஆகிவிடாது.

நாராயணனின் மனோபாவத்திற்கான காரணம் அவன் வளர்ப்பு முறை, அவன் கிராமம், அவன் அநாதரவு, அவனது கோழைத்தனம் அல்லது கூச்சமனம்.

கே : நாராயணனின் மனஉணர்வுச் சிக்கல் திருமணம் தொடர்பானதா? சமூகத்திலிருந்து அந்நியப்படுத்தப் பட்டவன் என்ற முத்திரை குத்தப்பட்டது காரணமா?

பதி : அவன் சிக்கல் அவன் தனிமை சம்மந்தப்பட்டது. அவன் தனிமைப்பட்டதன் காரணம் சமூகம் மட்டுமே அல்ல; குடும்பம் மட்டுமே அல்ல. அவனும்தான். அவனுடைய சிக்கல், அவனுள் அவனுக்கான முடிவுகளை எடுக்க முடியாதது. அவனுக்கான கட்டளைகளை அவன் வெளியே எதிர்பார்ப்பது. அவனை யாரும் சமூகத்திலிருந்து அந்நியப்படுத்தவில்லை. அவன் அந்நியப்பட்டுப் போகிறான். அது அவனுக்கு வசதியாக, சுகமாக இருந்தது. பிறகு அவனுக்கு அது பாரமாக, சுமையாக மாறிப்போகிறது. இது ஒரு மனநிலை சார்ந்த பிரச்சனை. எதிலும் சிக்காமல் ஓடிக்கொண்டிருப்பது. ஓடிக் கொண்டிருப்பதன் காரணம் பிடிபடாதது. ஓடிக்கொண்டிருப்பதில் தன்னை யறியாமல் விருப்பம் கொண்டிருப்பது.

குறிப்பு: இந்த நேர்காணல் எடுத்தவர், காலம் வெளியான இதழ் பற்றி எனக்கு எந்த ஓர்மையும் இல்லை

அருணா சாயிராம்

32

நாஞ்சில் நாடன் கண்ட நேர்காணல்
ஜூன் 2005

உடன் சந்திப்பு
R. ரவீந்திரன்
C.R. கோபிநாத்

மும்பையில் பிறந்து வளர்ந்த திருமதி. அருணா சாயிராம் அவர்களின் வேர்கள் செல்வது திருச்சிராப்பள்ளி பக்கமுள்ள சிறுகமணி கிராமம் வரைக்கும். வேதியியலிலும் கல்வித்துறையிலும் பட்டம் பெற்ற இவர் முதுகலைப் பட்டம் பெற்றது இசைத் துறையில். தாயார் திருமதி.ராஜலட்சுமி சேதுராமன், வீணை தனம்மாளின் பேத்தி திருமதி. ப.பிருந்தா போன்ற தேர்ச்சி பெற்ற குருமார்களிடம் இசை பயின்றார். வல்லமை பெற்றது சியாமா சாஸ்திரிகள், முத்துசாமி தீக்ஷிதர் ஆகியோரின் அரிய இசை யாப்புக்களில். மராத்தி 'அபங்', ஆழ்வார் பாசுரங்கள், நாயன்மார் பாடல்கள், விருத்தங்கள், தமிழிசைப் பாடல்கள் அவரது சிறப்பான இயங்கு தளம்.

உலகப் புகழ்பெற்ற நாட்டிய மேதை சந்திரலேகாவுடன் உலகம் முழுதும் நாட்டிய நிகழ்ச்சிகளை அமைத்தும் இயக்கியும் பாடியும் சிறப்புச் சேர்த்தவர்.

இந்தியாவிலும் அயல்நாடுகளிலும் இசை விழாக்களில் பங்கேற்றுள்ளார். இசைத்துறையின் பல விருதுகளைப் பெற்றவர். அயல்நாடுகளில் புகழ்பெற்ற பல அரங்குகளில் இசை பொழிந்தவர். அருணா சாயிராம் அவர்களின் உணர்ச்சி மிகுந்த இசை, பண்டிதர் களையும் பாமரர்களையும் ஒருப்போல ஈர்ப்பது. கர்நாடக இசை உலகில் இன்று அவரது இடம் முக்கியமானதும், தனித்துவம் மிக்கதும், பாடுபட்டுப் பெற்றதுமாகும்.

கோவையில் இசைப் பாரம்பரியத்தைப் பேணி வளர்க்க அயராது உழைத்து வெற்றி கண்ட திரு.C.R.கோபிநாதன் அவர்களது இல்லத்தில், பின் பனிக்காலத்தில் முற்பகலில் 'ரசனை' மாத இதழுக்காக நடந்த உரையாடலின் சில பகுதிகள்:

நாஞ்சில் : எங்களுக்கு எந்த இசையுமே கேக்க நல்லாருக்கு. நல்லாருக்கு அல்லது நல்லால்லேண்ணு மாத்திரம் சொல்லத் தெரியும். ஏன் நல்லாருக்குண்ணு கேட்டாத் தெரியாது. அதனுடைய இலக்கணம் பற்றி எல்லாம் தெரியாது. எங்கள் 'ரசனை' வாசகர்கள் பெரும்பாலோர் அந்த வகைதான். அவர்களுக்கு இன்றைய மரபிசைச் சூழல் பற்றி சில தெளிவுகளைத் தருவதுதான் இந்த நேர்காணலின் நோக்கம்.

கோபி : அந்த 'முருகா'ங்கிறப்போ இசை நுணுக்கத்தை யாரும் பாக்கிறதில்லை. சாமியைப் பத்தி பாடறாங்க அப்படீண்ணு ஒரு உணர்வு. எல்லோருக்கும் இசையின் நுட்பங்கள் தெரியணும்ங்கிற அவசியமே இல்லை. நீங்க சொல்றீங்கள்ள, பாட்டு நல்ல கேப்பேண்ணு. அதே நீங்க கடைசி வரைக்கும் கேட்டுக்கிட்டிருந்தாலே உங்களுக்கு ரொம்பப் போதுமானது. எல்லாரும் முக்காலெடம் தள்ளி, காலெடம் தள்ளி எடுக்கறது; அந்த அம்மா, கொறச்சுப் பாடிச்சு, எச்சப் பாடிச்சுண்ணு விமர்சனம் பண்ண முடியாது. அது ஒரு சமுத்திரம். ஜனங்களை ஈர்க்கிறது இருக்கு பாருங்க, அது வந்து ரொம்ப ஈஸி இல்லே.

நாஞ்சில் : நீங்க பாடறபோது, நமக்காகப் பாடறாங்கங்கிற எண்ணம் முதல் பாட்டிலேயே கெடைச்சிருது. ஒரு வகையான belongingness...

அருணா : ஆமா... அது ஒரு Non Verbal Communication. அது ஏன் ரெண்டு பேருக்குள்ள ஏற்படறதுங்கறதுக்கு காரண காரியங்களை ஆராயவே முடியாது. ஆனா ஏற்படுது. அதை பகவத் சங்கல்பம்ணு சொல்லணும். அங்க என்னமோ ஒரு இறையருள் இருக்கு. இதெல்லாம் நாம் திட்டமிட்டுச் செய்கிற காரியம் இல்லே. வரிஞ்சு கட்டிண்டு, இண்ணைக்கு ஜனங்களை நான் கட்டிப் போட்டிருவேன்னு மேடையிலே போயி உக்காந்தா அண்ணைக்கின்னு Funk ஆகும். ஒண்ணும் வராது. ஏண்ணா அங்க 'நான்'ங்கறது தான் மிஞ்சும். நான் இல்லே அப்பிடிங்கறது அதுவாத் தெரியணும். எதுவுமே நம்மளுடைய செயல் இல்ல. சங்கீதம்ங்கறது ஒரு பெரும் பிரவாகம். அதைக் கேக்கறதுக்கும் குடுத்து வச்சிருக்கணும். பாடறதுக்கும்

ரொம்பப் புண்ணியம் பண்ணி இருந்தாத்தான் அந்த வாய்ப்பு கிடைக்கும். அந்த நெனப்பு நம்பளுக்கு இருந்திட்டிருந்தாலே அது வந்து இசையிலே தெரியும்.

கோபி : மகாராஜபுரம் சந்தானத்துக்கப்புறம் சுதா ரகுநாதனுக்கு கூட்டம் வர ஆரம்பிச்சுது. இந்த வருஷம் அருணா சாய்ராம் தாண்டிப் போயிட்டாங்க. மெட்ராஸ்லே Music Festival-க்கு நானும் நாப்பத்தஞ்சு வருஷமா போறேன். ஜனங்க பைத்தியம் புடிச்சமாதிரி வராங்க. எனக்குத் தெரிஞ்ச நாலு பேருகிட்டே கேட்டேன். இதேன்டா நேத்துத் தானே கிருஷ்ண கான சபாவிலே கேடடே அதுக்குள்ளே இங்க இப்ப என்ன மைலாப்பூர் ஃபைன் ஆர்ட்ஸ்லே...

ரவீந் : இது எதனால மேடம்? நானும் என்னோட மனைவியோட வந்திருந்தேன். இதான் முதல் தடவை ஒங்க கச்சேரி கேட்டாங்க. Now she has become an addict.

அருணா : என்னைவிட ரசிகர்களுக்குத்தான் நன்னாத் தெரியும். நான் பாடறதுனால எதனால அந்த ஈர்ப்புங்கிறது ரசிக்கிற ஜனங்க தான் சொல்லணும்.

ரவீந் : நெட்லே ஒரு ரசிகர் எழுதறார் MASSண்ணா முதலும் கடைசியுமான எழுத்துக்கள் MS என்றும் AS நடுவிலுள்ள எழுத்துக்கள் அருணா சாயிராம் என்றும்.

கோபி : அதெல்லாம் சொல்வாங்க. TMSண்ணா தியாகராஜர், முத்துசாமி தீக்ஷிதர், சியாமா சாஸ்திரிகள் என்றார்கள். சகிக்கவே முடியலே.

ரவீந் : உங்க காளிங்க நர்த்தன தில்லானா கேட்டா மக்கள் மெய் மறந்து போறாங்க. ரசனையிலே டாக்டர் குடவாயில் பாலசுப்பிரமணியம் எழுதிய கட்டுரை ஒண்ணு - ஊத்துக்காடு காளிங்கநர்த்தன சிலை பற்றியது போட்டி யிருந்தோம். லண்டன்லே அதைத் தபால்தலையா வெளியிட்டிருக்காங்க.

கோபி : அந்தப் பாட்டு கேட்டுக் கேட்டு திகட்டிப் போச்சு.

அருணா : எப்போதும் பாடறதில்லை - புதுசாக் கேக்கிற மக்கள் இருந்தா, விரும்பிக் கேட்டாப் பாடறேன்.

ரவீந் : நீங்க சபையிலே வந்து உட்கார்ந்ததுமே அரங்கம் கலகலப்பாயிருது. அது எப்படீன்னு தெரியலே.

அருணா : நம்ம மனசிலே என்ன எண்ணங்கள் ஓடறதுங்கறது நம்ம இசை மூலம் தெரிஞ்சிடும். அது பொய் சொல்லவே சொல்லாது. ஒருத்தருடைய பார்வையிலேயோ, சிரிப்பிலேயோ குரல்லேயோ அல்லது ஒரு சுரம் அவங்க பிடிக்கிற விதத்திலேயோ, அவங்களுக்கு என்ன அப்ரோச் இருக்குங்கிறது தெளிவாத் தெரியும். அது பொய் சொல்லாது. நம்ப எண்ணங்களை எண்ணைக்கும் கவனிச்சுக்கிட்டிருக்ணும்ங்கற ஒண்ணுதான் நாம்ப செய்யக்கூடியது.

ரவீந் : இன்னொரு ரசிகர் எழுதியிருந்தார். நீங்க பாடறபோது, அவரோட அம்மா உக்காந்து அவருக்காகப் பாடற மாதிரி இருந்தது அப்படீன்னு... அந்த மாதிரி ஒரு உணர்ச்சியை உங்க இசை ஏற்படுத்துது.

நாஞ்சில் : கச்சேரி முடிஞ்சு போறபோது போறமேண்ணு தான் இருக்கு. நமக்கு பஸ் ஞாபகம் வர்றதில்லை... மாத்திரை சாப்பிடணுமே, பசிக்குதே எந்த நினைப்பு இல்லே. இன்னும் கொஞ்ச நேரம் பாட மாட்டாங்களாண்ணு இருககு. கோபிநாதன் சார் சொன்னாரு காளிங்கநர்த்தன தில்லானா திகட்டிப் போச்சுண்ணு. ஆனா அது பாடாம இருந்தாலும் ஒரு பாட்டு இன்னைக்கு இழந்திட்டோமணு இருக்கு.

அருணா : ஆமாமா... நெறையப் பேரு... சார் சொன்னாரே தவிர, அது பாடல்லேன்னா நெறையப் பேருக்கு ரொம்ப வருத்தம் வருது. எனக்கே புரியமாட்டேங்கிறது. ஏன் அவங்க திருப்பித் திருப்பி சில பாடல்களை கேக்கிறாங்கண்ணு...

நாஞ்சில் : போன முறை ராஜலட்சுமி ஃபைன் ஆர்ட்ஸ்லே நீங்க அது பாடல்லே... மாடு மேய்க்கும கண்ணா பாடினீங்க... ஆனா அது இல்லாம நிறைஞ்சாப்லே இல்லே.

அருணா : இன்னைக்கு காலையிலேயே ஒருத்தர் சொல்லீட்டுப் போயிட்டாரு. என்ன பாடினாலும் அதைப் பாடணும்ணுட்டு...

நாஞ்சில் : அப்புறம் எங்களை மாதிரிப் பாமரர்களுக்கு இன்னொரு பெரிய சந்தோசம். உங்க கச்சேரியிலே கணிசமான பங்கு தமிழ்ப்பாட்டு பாடறீங்க.

அருணா : அது வந்து நிச்சயமா செய்யணும்ணு நான் செயல்பட்டு வர்றேன். Conscious ஆகத்தான் செய்யறேன்.

நாஞ்சில் : நம்ம நிலைமையைப் பாத்தீங்களா? தமிழ்ப் பாட்டை யாசிச்சுப் பெறவேண்டியதிருக்கு! இந்த 'துக்கடா'ங்கிற சொல் இருக்குல்லியா அதுகூட ஒரு மாதிரி derogatoryயாப் படுது.

அருணா : ஆமா... எனக்கும் அப்பிடித்தான் படுது.

நாஞ்சில் : இதைப்போய்... நம்ம பாட்டைப் போய் துக்கடாண்ணு சொல்றாங்களே என்கிற வருத்தத்தோட தான் வீட்டுக்குப் போறோம்.

அருணா : ஆமா (அழுத்தமாக).

நாஞ்சில் : ஆனா உங்க பாட்டுக் கேட்டுட்டுப் போறபோது அந்த வருத்தம் வர்றதில்லே. இன்னைக்கு கணிசமாக் கேட்டோம்ங்கிற திருப்தி இருக்கு. அதுவும் நீங்கள் தேவாரம், விருத்தங்கள், ஆழ்வார் என்று பாடறபோது ரொம்ப நிறைவா இருக்கும். தமிழிசை, தெலுங்கிசைன்னு பிரிச்சுப் பாக்கல்லே... இசைக்கு மொழி கிடையாதுங் கிறதும் தெரியும். ஆனாலும் என் தாய்மொழியிலே பாடறபோது....

அருணா : வாஸ்தவம். எல்லார் மேலும் நமக்கு அன்பு இருக்கலாம். ஆனா நம்ப தாய் அப்படீங்கிறபோது நம்பளை அறியாம நம்ம சதை ஆடுது. அது ஏன் அப்படி ஆடுறதுங்கறதுக்கு காரணம் நாம் யாருக்கும் சொல்லீண்டிருக்க வேண்டிய அவசியம் இல்லே, இல்லையா?

நாஞ்சில் : அப்புறம் நெறைய கச்சேரியிலே கவனிச்சிருக்கேன். நாலைந்து பாட்டு தெலுங்குக் கீர்த்தனைகள் கேட்டதுக்கப் புறம், முதல் பாட்டு தமிழுக்கு வர்றபோது, சபையிலே ஒருவிதமான...

அருணா : ஆமா... நிமிந்து உக்காருவாங்க... அடேங்கப்பபா... ஆகா... Natural... அது உள்ளதுதானே!

நாஞ்சில் : மரியாதைக்குரிய பல வித்வான்கள் வந்து உங்களவுக்கு இதுல தாராளமா இல்லே.

அருணா : ஆமா... ஒவ்வொருத்தருக்கு ஒவ்வொரு அப்ரோச். வாழ்க்கையிலே நம்பளோட கண்ணோட்டங்கள் ஒவ்வொரு மாதிரி இருக்கில்லியா?

ரவீந் : நீங்க சிரிச்ச முகத்தோட பாடுறது... Communication-க்கு அதுவொரு முக்கிய காரணம்ணு நினைக்கிறேன். நெறைய வித்வான்கள் அந்த மாதிரி இல்ல.

அருணா : எது செஞ்சாலும் நாமே enjoy பண்ணலேண்ணா அவங்க என்ன enjoy பண்ணுவாங்க? நாம சந்தோஷமா இருக்கணும்லே? அதாவது சந்தோஷமாப் பாடுற நிலைமைக்கு பாட்டு வந்தாத்தானே அது சரியாருக்கும்? எந்தப் பாட்டுக்கும் ஒரு உரு ஏத்தணும். அதனுடைய சொரூபம் நம்ப மனசிலே ஏறணும். அது அரை வெட்டு கா வெட்டா இருக்கும்போது நமக்கு டென்ஷனா இருக்கும். சரியாப் பாடணுமேண்ணு நெனச்சு அந்தக் கட்டத்திலே, நாம வந்து பலமுறை பாடி, ஓரளவுக்கு உரு ஏத்தி எப்படி உரு ஏத்தினாலும் மேடைக்கு வந்த பிறகுதான் அதன் முழு சொரூபம் கிடைக்கும். நாலு பேருக்கு எதுக்க பாடணுமே! அப்பிடி enjoymentடோட பாடும்போது நாம ரிலேக்ஸ் ஆகிறோம். நாம ரிலேக்ஸ் ஆயிட்டா உங்களுக்கும் ஒரு ரிலேக்சேஷன்.

நாஞ்சில் : ஜார்ஜ் லூயிஸ் போர்ஹே என்ற லத்தீன் அமெரிக்க சிறுகதையாசிரியர் சொல்கிறார் - அடிப்படையிலே நானொரு என்டெர்டெய்னர் என்று. கலையினுடைய நோக்கம் entertainment. பொதுவா கர்நாடக இசை கேக்கப்போகிறபோது இந்த entertainment சமாச்சாரம் தொலைந்துபோய் ஏதோ கணக்கு வழக்கு போலத் தோன்ற ஆரம்பிச்சிரும்.

அருணா : அது ஏன் அப்பிடி Miss ஆகிறது? ஒரு ரசிகர்ங்கிற முறையிலே நான் உங்க கருத்தைத் தெரிஞ்சுக்கிட நினைக்கிறேன்.

நாஞ்சில் : பாவம் சரியா இல்லாம, அடிப்படையிலே ஒரு வித்வானுக்கு தான் entertain பண்றோம்ங்கிற நோக்கம்

மனசிலே இல்லாம இருந்தா அப்பிடி ஆகலாம். ஆயிரம் பேர் முன்னாடி இருக்கிறாங்க, மூணுமணிநேரம் உட்கார்ந்திருக்கப் போறாங்க. அவங்க என்ன எதிர் பார்த்து வாறாங்க என்பது முக்கியம்.

அருணா : ஆமா...

நாஞ்சில் : அதுவந்து வித்தையைப் பகிர்ந்துக்கிறது மட்டுமில்லே.

அருணா : (அழுத்தமாக) ஆமா... நான் என்ன நெனைக்கிறேன்னா... வித்தையைக் கத்துக்கிறது... ஒரு discipline நீங்க கத்துட்டிருப்பீங்க. structure இன்ன மாதிரி எழுதணும். இன்ன மாதிரி இருக்கணும். அப்படீங்கறது. எல்லோருக்கும் ஒரு discipline கத்துக்க வேண்டி இருக்கு. அது மாதிரி நாங்களும் discipline கத்துக்கிறோம். ஆனால் அந்த discipline உடைய கஷ்ட நஷ்டங்கள் என்னோட முடிஞ்சு போகணும். அதனுடைய கஷ்ட நஷ்டங்களை நான் உங்களுக்கு சொல்லீண்டிருக்கப்பிடாது.

நாஞ்சில் : சுமத்தக்கூடாது.

அருணா : சொல்லீண்டிருந்தா, சுமத்தினா அப்ப அது நியாயமில்லே. அது discipline-லே நான் ஓரளவு நல்ல பயிற்சி பெற்று அதற்கு மேலே ஒரு படி எழும்பணும். எழும்பி, இந்த discipline-ஐ நான் மறந்திடணும். நீங்களும் மறந்திடணும். அப்படி நான் பாடும்போது, நீங்க எழுதும்போதுதான் அது எதிராளிக்குப் போய்ச் சேருகிறது. அந்த discipline மனசிலே நிக்காம, அதனுடைய message, அதனுடைய entertainment, அதனுடைய ரசிகத்தன்மை, அதனுடைய அழகு எதிராளிக்குப் போய்ச் சேருகிறது. இல்லையா? அதிலேயே நான் caught up ஆயிட்டேன்னா, அது, It is like a cess pool. அதுலேருந்து வெளீல வரமுடியாது.

நாஞ்சில் : அது சிக்கிக்கிற விஷயம்தான்.

அருணா : ஆமா சிக்கிக்கப்பிடாது. எவ்வளவு தூரம் நமக்குள்ளே ஏறுகிறதோ அந்த discipline-யே வச்சுக்கிட்டு நம்பளுடைய personality... Any way it is that. It is only a vehicle to convey your inner urges. Inner feeling தானே? Any art is about feelings. Entertainment is also about feelings finally. you have to have discipline as a stepping stone, to achieve that feelings இல்லையா?

நாஞ்சில் : அது வந்து அந்தக் கல்விக்கு ஒரு வகையிலே மேம்பட்ட நிலைதானே!

அருணா : ஆமா! அப்போ, ஒரு மேம்பட்ட நிலைக்கு நாம போகணும்ங் கிறதே, அதை ஒரு குறிக்கோளா நாம வச்சுக்கணும். இல்லையா? அப்பதான் Style-ண்ணு ஒண்ணு வரும். The elements of style begins where the grammer stops.

நாஞ்சில் : பாட்டுக் கேக்க வர்றவங்கள்லே நூத்துக்குத் தொண்ணூறு பேரு இலக்கணத்துக்காக வரல்லே.

அருணா : இல்லே. இசைக்காகத்தான் வர்றாங்க.

ரவீந் : ஆனா அவங்களுக்கு class, mass ரெண்டையும் திருப்திப் படுத்த வேண்டியதும் இருக்கில்லையா?

அருணா : நிச்சயமா... அதான். அதனால வந்து discipline வேண்டாம்ணு நாம சொல்ல முடியாது. Discipline artistக்கு தேவை. ஆனா கேக்கிறவங்களுக்கு அது தேவை இல்லை. கேக்கிறவங்க அந்த discipline பற்றி கவலைப்படும்படியா நாம வைக்கப்பிடாது.

ரவீந் : நீங்க ஜெயா டி.வி.யிலே கூடச் சொன்னீங்க மேடம். கூட்டம் ஜாஸ்தியா வந்தா தப்பில்லே. ஜனரஞ்சகமா பாடறதுலே ஒண்ணும் தப்பில்லே. கூட்டம் நிறைய வரட்டும். அந்த வரைக்கும் நல்லதுதானே அப்படீன்னு சொன்னீங்க.

அருணா : அதான், Discipline பத்தி ஒரு கேள்வி கேட்டாங்க. அதுக்கு நான் இப்படி பதில் சொன்னேன். அதாவது Childish and Child like அப்படீன்னு சொன்னீங்க. ரெண்டு நிலைகள் இருக்கு. மனிதனுடைய வாழ்க்கையிலே குழந்தை களங்கமில்லாம வந்து சிரிக்கும்போது அது ஒரு அழகா இருக்கு. தெய்வீகம் இருக்கு அதுலே. முற்றும் உணர்ந்த ஒரு ஞானி அவர் வந்து Child like ஆகப் பாப்பாரு. அவர் குழந்தையல்ல அவருக்கு எல்லாம் தெரியும். வாழ்க்கையிலே எல்லாம் அனுபவிச்சாச்சு. வாழ்க்கை யினுடைய அதனுடைய கஷ்ட நஷ்டங்கள் எல்லாம் பாத்தாச்சு. ஆனாலும் அது அவரைப் பாதிக்கல்லே.

நாஞ்சில் : ரமணர் மாதிரி.

அருணா : ஆங்... பாதிக்காதபோது அது Child like. எனவே பெரியவா சொல்லீருக்கா great people are child like. ஆனா அந்த Childish-ம் Child like-ம் குழந்தைப் பருவத்தினுடைய ஒரு பாவமா இருந்தாக்கூட They are slightly different from each other. அந்த மாதிரிதான் ஒண்ணுமே தெரியாம, நான் சங்கீதத்தைச் சரியாக் கத்துக்காம, இலக்கணத்தைக் கத்துக்காம வந்து பாடினா உங்களுக்கு அது உடனே தெரிஞ்சிரும். இது காவெட்டு, அரைவெட்டு, இது மேடையிலே வந்து உட்கார்ந்து பாடறதுண்ணு தெரிஞ்சிரும். அது நியாயமில்லே. அந்த decipline-ஐ நாங்க, go through பண்ணனும். ஆனா அதையே தூக்கிண்டு, சுமை மாதிரி தூக்கிண்டு வந்து அதை இறக்கி வச்சிரும்போது, அது சரியில்லே. அப்ப அதைத் தாண்டி நான் போகும் போது - ஓ இந்த அம்மாக்கு decipline தெரியறது. ஆனா அதைப் பத்தி கவலை இல்லாம, அதை ஒதுக்கி வச்சிட்டு பாடறாங்கண்ணு அழகு மட்டும் தான் உங்களுக்கு தெரியும். அப்படி இருக்கும்போது இந்தப் pandits and laymen both will apperciate.

நாஞ்சில் : அதுக்கு ஒரு பெருங்கருணை தேவை இல்லையா?

அருணா : வாழ்க்கையிலே நமக்கு மனசிலே என்ன பாவம் தோணுகிறதோ அதைத் தோன்ற வைக்கிறது அந்த தெய்வ சொரூபம்தானே! right impulse, right guidance, right examples நமக்கு சரியா வாழ்க்கையிலே வரணும். எங்கயாவது நாம் போயிருப்போம். யாராவது ஒரு பெரியவர் சொல்லீருப்பா. நமக்கு மனசிலே அது பதிஞ்சிரும். இப்படி நாம் செய்யறதுக்கு, இந்தத் திசையிலே நம்ப போகணும்ணு, தெய்வமே வழிகாட்டிக் குடுக்கிறது இல்லையா? அப்படியொரு பெரியர்களுடைய சங்கம் கெடைச்சதுனால தான் நம்பளுக்கும் அந்த ஒரு மனோபாவம் வருது இல்லையா?

ரவீந் : ஒரு விருத்தம் பாடீட்டு, தொடர்ந்து ஒரு கிருதி எடுக்கும்போது ரொம்ப நல்ல அனுபவமாக இருக்கு.

அருணா : விருத்தம் பாடும்போது ஜனங்களுக்குப் பிடிக்கிறது. விருத்தத்திலே பெரிய சுதந்திரம் என்னண்ணா, அந்த வார்த்தையை நாம மனசிலே வாங்கிட்டு... அதிலே

தாளக்கட்டுப்பாடு கிடையாது... தாளக்கட்டுப்பாடு இல்லாத ஒரு வரியை நாம பாடீட்டு... அது ஒரு reverie மாதிரி, ஒரு dream state-ல வந்திருவோம். வந்துட்ட பிறகு அதனுடைய தொடர்புள்ள ஒரு கிருதி ஆரம்பிக்கிற போது ஒரு புதிய கண்ணோட்டம் கிடைக்கிறது.

நாஞ்சில் : அம்பது அறுபது வருஷம் முன்னாடி, கர்நாடக இசையை பாமரனும் ரசிக்கும்படியான நிலை இருந்தது. ஈடுபட்டுக் கேட்டிருக்கிறார்கள். அதுக்கு அப்புறம் பெரிய இடைவெளி ஒண்ணு வந்திட்டது. அந்த இடைவெளியை நிரப்ப வேண்டிய காலம் வந்தாச்சு. மேல் தட்டுக் குடிமக்கள், ஓய்வு பெற்றோர், பொழுது போகாதவர் மட்டும் அனுபவிக்கும் சாதனம் இல்லை அது. கர்நாடக சங்கீதம் என்பது snobbery இல்லே. ஆப்ரிக்கர்களிடம் இருந்து drum-ஐப் பறிச்சிட்டா அவன் செத்து போயிருவான்னு சொல்றாங்க. ஃப்ரெடரிக் டக்ளஸ் எழுதறாரு, drum இல்லாட்டா அவன் வயிற்றில் தாளம் போட ஆரம்பிச்சான் என்று. அந்த அளவுக்கு தாளத்தி லேருந்து அவனைப் பிரிக்க முடியாது. ஆப்ரிக்கனுக்கு மாத்திரமல்ல, எந்த மனிதனையும் தாளத்திலேருந்து அவனைப் பிரிப்பது சிரமமான விஷயம். அப்ப அந்தத் தாளம் அவனிடம் ஏற்கனவே இருக்கு. ஆனா ஏதோ காரணத்தினால் - நாம பிரிச்சோமோ - அவனாகப் பிரிஞ்சு போனானோ - பிரிவு நடந்திருக்கு. பிரிவு வந்து எல்லோருக்குமே இழப்புத்தானே!

அருணா : Socio-Economical reasonsதான் அதுக்குக் காரணம். முன்னால சங்கீதத்துக்கு போஷகர்கள் இருந்தார்கள். சங்கீத வித்வானுடைய நல்லது கெட்டதை அவங்க பாத்துக்குவாங்க. வித்வான்களுடைய தேவையும் கட்டுக்குள் இருந்தது. ஆனால் வித்வான்கள் பாடுகிற இடங்கள் கோயில்கள், பொது இடங்கள், அதைத் தவிர்த்து தனியார் வீட்டு விசேஷங்கள். அப்படிப் பாடிட்டு இருந்ததுனால் free access கிடைத்தது. பாமர ஜனங் களுக்கும் வேறுவிதமான பொழுதுபோக்கு distrac-tions இருக்கல்லே. பாட்டைக் கேட்டாங்க. அப்புறம் சினிமா, T.V. வீட்டுக்கே வந்துட்டது. திரும்ப கர்நாடக சங்கீதம் கேக்கணும்ங்கிற மூட் இருக்கு இப்ப.

Temples are great venue. கோயில்கள்ள கச்சேரி நடக்கும்போது அதற்கென்று தனி மகத்துவம் இருக்கு. சூழல் இருக்கு. பொதுஜனம் தாராளமா வரலாம். அந்த இடத்தினுடைய சாந்நியத்துவமும் இருக்கு. அங்க வந்து கச்சேரி நடக்கும்படி செஞ்சோம்ணா, அதுக்கு நல்ல வரவேற்பு இருக்கும்.

நாஞ்சில் : தமிழன் இசைக்கு ரொம்பத் தூரமாப் போயிரல்லே. காம்பவுண்டுக்குப் பக்கத்திலே - அந்தப் பக்கம் இந்தப் பக்கம் அலஞ்சுகிட்டிருக்கான். ஆனா உள்ளே வர்றதுக்கு தயக்கமா உணருகிறான்.

அருணா : உள்ளே வர்றதுக்கு நல்ல Mood இருக்கு. நடுவிலே இருபது இருபத்தஞ்சு வருஷம் முன்னே இருந்ததைவிட கர்நாடக சங்கீதத்துக்கு வரவேற்பு நிறைய இருக்கு. It has also became fashionable. முன்ன அப்பிடிக் கிடையாது. இது நல்ல சமயம்.

நாஞ்சில் : அதுல வந்து நீங்க முன்கால் எடுத்து வச்சிருக்கீங்க, பாமரனை நோக்கி. இசையின் தரம் பங்கப்படாமல். மற்றவர்களும் வரவேண்டும். சினிமா, டி.வி., பெரிய இடைஞ்சல்தான். அதையும் சேத்துத்தான் பாக்க வேண்டியதிருக்கு. மலையாளத்திலே, semi-classic ஜேசுதாஸ் பாடும்போது பெரிய வரவேற்பு இருக்கு. தமிழ் சினிமா மரபிசை வடிவத்தை விட்டு வெகுதூரம் விலகிப் போய்விட்டது.

அருணா : தமிழ் சானல்களில் Asianet மாதிரி நிறைய Classical Music வைக்கலாம்.

ரவீந் : சீசன்லே மட்டும் சடங்கு மாதிரி செய்து விட்டு விடுகிறார்கள்.

அருணா : ஆனா, on day to day basis, classical music-க்கு அதிக இடம் தரணும், கவரேஜ் குடுக்கணும்.

நாஞ்சில் : முன்னால P.U.சின்னப்பா, S.G.கிட்டப்பா, தியாகராஜ பாகவதர், டி.ஆர்.மகாலிங்கம், கே.பி.சுந்தராம்பாள், எம்.எஸ்., என்.சி. வசந்த கோகிலம் எல்லாரும் நடிச்சும் பாடியும் வந்தபோது இசையின் தரம் குறையாமல் பார்த்துக் கொண்டார்கள். சினிமாப் பாட்டுக்கும்

மரபிசைக்குமான இடைவெளி குறைவா இருந்தது. இப்ப எதிரெதிர் திசையில் இருக்கு. ரொம்ப தூரம் கொண்டு போயிட்டோம். சங்கீத வித்வான்கள் சினிமாவுக்குப் பாடப் போறபோது ரசனையை மேம்படுத்த எதுவுமே செய்யறதில்லே. சூழலை மேலும் அழுக்காக்கவே துணை செய்கிறார்கள். சுத்தப்படுத்துவதற்கான முயற்சிகளில் ஈடுபடுவதில்லை. இதுக்கு என்ன செய்யப் போகிறோம்.

அருணா : எல்லோருமா சேர்ந்து செய்ய வேண்டிய காரியம், பாடலாசிரியர், இசையமைப்பாளர், பாடகர் எல்லோரும் சேர்ந்து, சின்னச் சின்ன அளவில் தரத்தை ஏத்திக்கிட்டே வந்தா ஏறிடும். நிச்சயமா ஏறும். அதை ஒரு பொறுப்புணர்ச்சியோடு செய்யணும்.

ரவீந் : நீங்க சாகித்யம் ஏதும் கம்போஸ் செய்திருக்கிறீர்களா?

அருணா : இதுவரைக்கும் சாகித்யம் எழுதியதில்லே. Music Compose செய்திருக்கிறேன்.

கோபி : சாமிகளை, தத்துவங்களை எல்லாம் பாடியாச்சு. ஏற்கனவே புதுசா கொண்டாரணும். பாசுரங்கள், விருத்தங்கள், திவ்யப்பிரபந்தம் எவ்வளவு இருக்கு நம்ம கிட்டே ஜனரஞ்சகமா கொடுக்கணும்.

நாஞ்சில் : தமிழ்லே 'மௌனி'ண்ணு ஒரு அபூர்வமான சிறுகதை எழுத்தாளர். அவர் சொல்கிறார் - கை தட்டல்களை ஏற்படுத்துவதல்ல, நீண்ட, பெருமூச்சுக்களை எழுப்புவது தான் சிறந்த சங்கீதம் என்று.

அருணா : ஒரு brillance வரும்போது கை தட்டறாங்க. மெய் மறக்கும்போது கை தட்ட மறந்து, கண்லேருந்து தண்ணி கொட்டும். மேம்பட்ட நிலை அது. அது நடக்கும்போது தான் எங்களுக்கு ஒரு திருப்தி. இண்ணைக்கு கச்சேரி ஒரு தரத்துக்கு மேலே போயிருக்கு... அழறாங்க... நல்ல கச்சேரி செஞ்சிருக்கோம்ணு ஒரு சந்தோஷம். சில பாட்டுப் பாடி முடிஞ்சதுக்கப்புறம் 'ஸ்ஸ்' சத்தந்தான் வரும். கை தட்ட மாட்டாங்க... கை தட்ட மறந்திருவாங்க. பெருமூச்சு விடுவாங்க. என்னை விட வயசானவங்க தடால்னு கால்லே விழுந்து நமஸ்காரம் செய்யறாங்க. ஆனால் அந்த நமஸ்காரம் நமக்கில்லே...

தொகுப்பு - மு.வேலாயுதம்

நாஞ்சில் : They feel a great presence.

அருணா : ஆமா... அது நம்பளுக்கெல்லாம் மீறினது.

நாஞ்சில் : National Opera House அனுபவம் பற்றிச் சொல்லுங்க.

அருணா : பிரான்சிலே லையான்லே இருக்கு. ரொம்ப நூதனமான அனுபவம். மைக் இல்லாமப் பாடறது ஒசத்தி. கட்டிட அமைப்பே அதுக்குத் தோதா இருக்கு. இரண்டாயிரம் பேர் இருந்தாலும் மைக் வச்சுக்கக்கூடாது. பக்க மேளம் வாசிக்கிறவங்க புரிஞ்சுக்கிட்டு வாசிக்கணும். மைக் இல்லாம தினமும் ஒரு மணி நேரம் பயிற்சி செய்தோம். அதனுடைய தரமே வேறமாதிரி.

ரவீந் : Cross Cultural Music பற்றி...

அருணா : நிறைய ஈடுபட்டிருக்கேன். நான் பாடுவது கர்நாடக சங்கீதம்தான். எதிரொலி மாதிரி மத்த இசை மரபு சார்ந்த கலைஞர்களோட பாடறபோது அனுபவம் தனியா இருக்கு. Echoing Sentiments வரும்போது ஜனங்களுக்கு மதிப்பு. மலைப்பா இருக்கு. இந்தியாவிலேருந்து நான், பிரான்சு, மொராக்கோ, அல்ஜீரியாவின் கலைஞர்கள், நாலு குரல், நாலு வேறுபட்ட மரபுகள், இசைக் கருவிகள் கிடையாது. கச்சேரியைத் தூக்கவேண்டிய விஷயம் குரல் வன்மையும் உணர்ச்சியும். Night of Voices என்று பேர். ஆப்ரிக்காவிலே கல்யாணி, தோடி, கரகரப்பிரியா, சிந்து பைரவி என்று எல்லா மெலடியிலும் பாட்டு இருக்கு.

கோபி : மோகனம்?

அருணா : மோகனம் ஜப்பான், சீனாவிலே இருக்கு. ஐரோப்பாவிலே, Middle East-லே இல்லை. நாம் மேளம்னு சொல்றதை மக்காம் என்கிறார்கள். ஐரோப்பாவிலே முன்பு இருந்த இசை வேற. இப்போ கேக்கிற பீத்தோவன், மொசார்ட், பாக் எல்லாம் பிற்காலத்திய மேற்கத்திய சங்கீதம். அதற்கு முன்னாடியுள்ள மேற்கத்திய சங்கீதம், நம்பளை மாதிரியே melody based. ஒரு பாட்டு எடுத்துண்டா ஒரு ராகம்தான். mix பண்ணிய notes கிடையாது. மேற்கத்திய சங்கீத மரபே நம்பளுடைய மரபு மாதிரிதான். பதினேழாவது நூற்றாண்டுக்குப் பிறகு எல்லாம் மாறிப் போச்சு. நாம இப்ப கேக்கிறதெல்லாம் மாறினது. Beauty

என்னண்ணா, இந்தியாவிலே மட்டும்தான் சங்கீதம் அன்றிலிருந்து இன்றுவரை ஒரு தாரையா இருக்கு. அதே சமயத்திலே புதுமையும் இருக்கு. பழமையை நாம ஒதுக்கவும் இல்லே. பழமையோட புதுமையைக் கலந்துட்டே வரோம்.

நாஞ்சில் : 'காண வேண்டாமோ' அவர் பாடினதுக்கும் நீங்க பாடறதுக்கும் வித்தியாசம் இருக்கா?

அருணா : இருக்கு. தண்டபாணி தேசிகர் பாடின காலப்பிரமாணம், field வேற. அதே பாட்டை நான் வேறமாதிரி, மாறுபட்ட கண்ணோட்டத்திலே பாத்திருக்கேன். ரெண்டுமே ரொம்ப அழகாகத்தான் இருக்கு.

நாஞ்சில் : அதேபோல மதுரை சோமசுந்தரம் பாடல். 'என்ன கவி பாடினாலும்?'

அருணா : அழகு. Pure feelings அந்த பாட்டு. நேரடியாப் பேசற மாதிரி...

நேர்காணலின் கால வரையறை கருதித்தான் முடித்துக் கொள்ள வேண்டியதிருந்தது. நமது மரபிசை பற்றிய தெளிவுகளுடன் வெளியே வரும்போது நண்பகல் ஆகிவிட்டிருந்தது.

ஆசிரியரின் பிறநூல்கள்

கவிதைகள்

மண்ணுள்ளிப் பாம்பு	2001	விஜயா பதிப்பகம்
பச்சை நாயகி	2010	உயிர் எழுத்து பதிப்பகம்
வழுக்குப்பாறை	2014	விஜயா பதிப்பகம்

சிறுகதைகள்

தெய்வங்கள்

ஓநாய்கள் ஆடுகள்	1981	நற்றிணை பதிப்பகம்
வாக்குப் பொறுக்கிகள்	1985	அச்சில் இல்லை
உப்பு	1990	அச்சில் இல்லை
பேய்க்கொட்டு	1994	அச்சில் இல்லை
பிராந்து	2002	விஜயா பதிப்பகம்
நாஞ்சில் நாடன் கதைகள் (முதல் ஐந்து தொகுப்புகள் அடங்கியது)	2004	தமிழினி
சூடிய பூ சூடற்க	2007	தமிழினி
கான் சாகிப்	2010	தமிழினி
தொல்குடி	2014	தமிழினி
முத்துக்கள் பத்து (தேர்ந்தெடுத்தவை)	2007	அம்ருதா பதிப்பகம்
நாஞ்சில் நாடன் சிறுகதைகள் (தேர்ந்தெடுத்தவை)	2011	உயிர் எழுத்து பதிப்பகம்

சாலப் பரிந்து (தேர்ந்தெடுத்தவை)	2012	காலச்சுவடு பதிப்பகம்
கொங்குதேர் வாழ்க்கை (தேர்ந்தெடுத்தவை)	2013	விகடன் பிரசுரம்
காலக்கணக்கு (தேர்ந்தெடுத்தவை)	2014	காலச்சுவடு பதிப்பகம்
கனகக்குன்று கொட்டாரத்தில் கல்யாணம் (தேர்ந்தெடுத்தவை)	2015	நற்றிணை பதிப்பகம்
வல்விருந்து (கும்பமுனிக்கதைகள்) (தேர்ந்தெடுத்தவை)	2014	தமிழினி

நாவல்கள்

தலைகீழ் விகிதங்கள்	1977	விஜயா பதிப்பகம்
Classic Edition		காலச்சுவடு பதிப்பகம்
என்பிலதனை வெயில் காயும்	1979	விஜயா பதிப்பகம்
மாமிசப் படைப்பு	1981	விஜயா பதிப்பகம்
மிதவை	1986	விஜயா பதிப்பகம்
Classic Edition		நற்றினை பதிப்பகம்
சதுரங்கக் குதிரை	1993	விஜயா பதிப்பகம்
எட்டுத்திக்கும் மதயானை	1998	விஜயா பதிப்பகம்
Against All Odds (எட்டுத்திக்கும் மதயானை - ஆங்கிலத்தில்)	2009	New Horizon Media

கட்டுரைகள்

நஞ்சென்றும் அமுதென்றும் ஒன்று	2003	தமிழினி
நாஞ்சில் நாட்டு வெள்ளாளர் வாழ்க்கை	2003	காலச்சுவடு பதிப்பகம்
நதியின் பிழையன்று நறும்புனல் இன்மை	2006	தமிழினி
காவலன் காவான் எனின்	2008	தமிழினி

தீதும் நன்றும்	2009	விகடன் பிரசுரம்
திகம்பரம்	2010	விஜயா பதிப்பகம்
பனுவல் போற்றதும்	2011	தமிழினி
கம்பனின் அம்பறாத் தூணி	2013	உமா பதிப்பகம்
சிற்றிலக்கியங்கள்	2013	தமிழினி
எப்படிப் பாடுவேனோ!	2014	விஜயா பதிப்பகம்
அஃகம் சுருக்கேல் (தேர்ந்தெடுத்தவை)	2014	மாலதி பதிப்பகம்
அஃகம் சுருக்கேல் (மாணவர் பதிப்பு)	2014	மாலதி பதிப்பகம்